144 重	145 動	146 働	147 早	☆35	148 花	149 草	150 茶	第9回	★36 車	151 転	☆37
152 運	153 軽	154 朝	155 昼	★38 虫	156 風	157 押	★39 弓				
160 弱	161 習	162 勉	163 台	164 始	165 市	166 姉	★42 未				
170 心	★43 心	171 思	172 意	173 急	174 悪	175 兄	176 弟	177 親	★44 主	178 主	179 注
180 住	181 春	182 夏	☆45	183 秋	184 冬	185 寒	186 暑	187 晴	第11回	★46 糸	188 終
★47 氏	189 紙	190 低	191 肉	192 鳥	193 犬	★48 羊	194 洋	195 和	196 服	197 式	198 試
199 験	200 近	☆49	201 遠	202 送	203 回	204 用	205 通	206 不	第12回	207 事	208 仕
209 料	210 理	211 有	212 無	213 野	214 黒	215 町	216 村	217 菜	218 区	219 方	★50 方
220 旅	★51 矢	221 族	★52 豆	222 短	223 知	224 死	225 医	226 者	第13回	227 都	228 京
229 県	230 民	231 同	232 合	★53 笛	233 答	☆54 豕	234 家	235 場	☆55 尸	236 所	237 世
238 代	239 貸	240 地	241 池	242 洗	243 光	第14回	★56 央	244 英	245 映	246 歌	247 楽
248 薬	249 界	250 産	251 業	252 林	253 森	254 物	255 品	256 建	257 館	258 図	259 使
260 便	★57 昔	261 借	262 作	第15回	263 広	264 私	265 去	266 室	267 屋	268 教	★58 石
269 研	270 発	271 究	272 着	273 乗	274 計	275 画	276 説	277 院	☆59 广	278 病	279 科
280 度	第16回	★60 頁	281 頭	282 顔	283 声	284 題	285 色	286 漢	287 字	288 写	289 考
290 真	☆61 隹	291 集	292 曜	293 進	294 帰	295 別	296 以	297 堂	298 税	299 込	300 申

Copyright © 2008 by BEUCKMANN Fusako, WATANABE Yoko, KURAMOCHI Kazuna

All rights reserved. No part of this book may be reproduced, stored in a retrieval system, or transmitted in any form or by any means, electronic, mechanical, photocopying, recording, or otherwise, without the prior written permission of the publisher.

First editon : JANUARY 2008

Cover design : Akihiro Suzuki
Illustrations : Hiroko Sakaki

Published by KUROSIO PUBLISHERS
3-21-10, Hongo, Bunkyo-ku, Tokyo 113-0033, Japan
Phone: 03-5684-3389 FAX: 03-5684-4762
http://www.9640.jp/

ISBN978-4-87424-428-9
Printed in Japan

ストーリーで覚える漢字300

Story Kanji

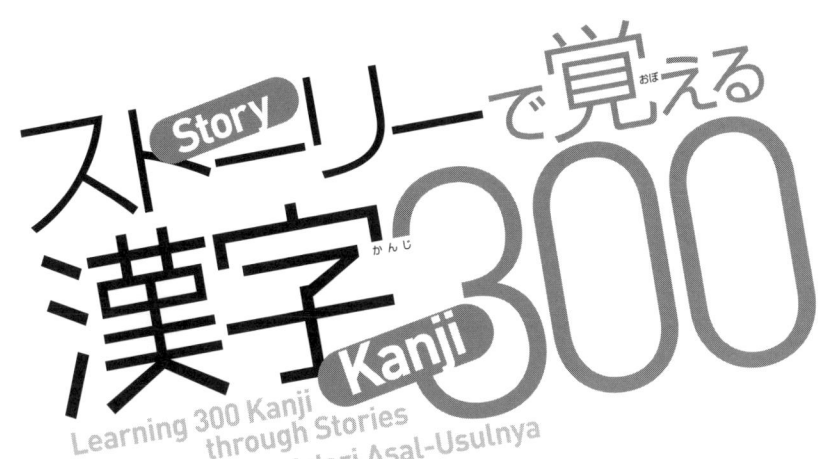

Learning 300 Kanji through Stories

Belajar 300 Kanji dari Asal-Usulnya

เรียนรู้คันจิ 300 ตัวผ่านเรื่องสนุก

Học 300 chữ Hán qua các mẩu chuyện

English, Indonesian, Thai, Vietnamese

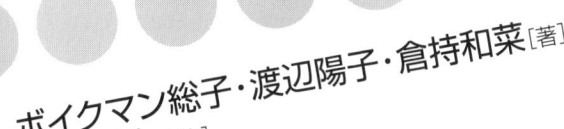

ボイクマン総子・渡辺陽子・倉持和菜［著］
高橋秀雄［監修］

まえがき

　この本はコーチングから生まれました。あるインドの企業が「5ヶ月で、日本側と対等に交渉ができ、日本語の新聞が読めるバイリンガルコンサルタントを育てて欲しい」と言ってきました。この企業は、大学の4年間に匹敵するIT教育を4ヶ月の研修で修了してしまうというノウハウを持つ、インドを代表するIT企業です。

　通常の教授法では不可能だと判断し、コーチングを応用して、学習者の推測と判断を大胆に取り入れる参加型の授業の試みが始まりました。その授業参観をして「是非この方法を本にして、日本語学習者に短期間に楽しく学べる経験をしてもらいたい」と提案をしたのがボイクマン総子さんでした。

　この方法では、漢字の意味の認識と読みを分けることによって、ひらがなや片仮名を知らなくても漢字の自学習ができます。そして、進んでいくうちに、既に音で入っていることばと漢字とのマッチングが起こり、学習者はその発見に心を躍らせます。この300の漢字は中級の基礎でもあり、日本語能力試験の4級（新しい日本語能力試験N5相当）と3級（N4相当）の漢字にも対応しています。

　「語学学習は誰のプロジェクトか」という基本的なことを考えながらこの本の編纂は進められてきました。これは一つの現場での試みです。教師も学習者も、この本が、工夫の旅を楽しむきっかけになれば幸いです。

TAC日本語学舎代表　髙橋秀雄

Preface

　An Indian company one day asked me if I could train up, with a five-month program, bilingual consultants competent in reading Japanese newspapers and handling business negotiations. The company was an Indian IT firm, well-known worldwide for its unique four-month professional training program, equivalent to a four-year college course.

　This request challenged me to create the most effective approach possible to make such a time-constrained project happen. So it was that I came up with the coaching approach, which, by allowing students to make their guess through trial and error, invite their active involvement in class. It was Dr. Fusako Beuckmann who, observing the class, suggested that we should make a book out of this idea so that more learners could enjoy their Kanji studies in a shorter period of time.

　The unique point of this method is that Kanji recognition is separated from Kanji reading. This enables you to start learning Kanji on your own, even if you are not familiar with Hiragana or Katakana. And as the reading section comes after you have learned certain vocabulary, the readings and the words you already know by sound start to match, which can give you a thrilling sense of excitement.

　The 300 Kanji in this book cover all of the Level 4 (which corresponds to N5 of the new JLPT) and Level 3 (N4) Kanji required for the Japanese Language Proficiency Test (JLPT). They give you a solid foundation for proceeding to the intermediate or advanced level.

　When we were designing this book, we faced a very basic but challenging issue; the question of whose project it is for a person to learn a language. This book is our attempt. I sincerely hope that this book will enable you to mobilize all of your creativity allowing you to find your Kanji studies enjoyable and rewarding.

Hideo Takahashi
Director of TAC Language Institute

CONTENTS

まえがき ii

このテキストの使い方 iv
How to use this textbook x
Cara Menggunakan Buku Ini xvi

วิธีใช้ตำราเล่มนี้ xxii
Cách sử dụng giáo trình xxviii

PART I (kanji 1-150)

ストーリーで意味を覚えよう

Let's memorize kanji with its story
Mengingat makna dari asal-usulnya
มาจำความหมายผ่านเรื่องสนุกกันเถอะ
Hãy nhớ ý nghĩa của chữ Hán qua các mẩu chuyện

第1回	2	第5回	24
第2回	7	第6回	30
第3回	12	第7回	37
第4回	18	第8回	43

読み方と書き方を覚えよう

Let's learn reading and writing
Menghapal cara baca dan menulisnya
มาจำเสียงอานและวิธีเขียนกันเถอะ
Hãy nhớ cách đọc và cách viết

第1回	50	第5回	81
第2回	57	第6回	88
第3回	65	第7回	96
第4回	73	第8回	104

PART II (kanji 151-300)

ストーリーで意味を覚えよう

Let's memorize kanji with its story
Mengingat makna dari asal-usulnya
มาจำความหมายผ่านเรื่องสนุกกันเถอะ
Hãy nhớ ý nghĩa của chữ Hán qua các mẩu chuyện

第9回	114	第13回	139
第10回	121	第14回	145
第11回	127	第15回	151
第12回	133	第16回	157

読み方と書き方を覚えよう

Let's learn reading and writing
Menghapal cara baca dan menulisnya
มาจำเสียงอานและวิธีเขียนกันเถอะ
Hãy nhớ cách đọc và cách viết

第9回	163	第13回	193
第10回	171	第14回	201
第11回	178	第15回	208
第12回	185	第16回	215

Q & A

Q&A 1 ... 224 Q&A 2 ... 227 Q&A 3 ... 230 Q&A 4 ... 232 Q&A 5 ... 234 Q&A 6 ... 236 Q&A 7 ... 238

INDEX

読み方索引 ... 240
Reading Index ·
Indeks Berdasarkan Cara Bacanya ·
ดัชนีเสียงอาน · Tra theo cách đọc

意味索引
Definition Index ... 250
Indeks Berdasarkan Maknanya ... 256
ดัชนีความหมาย ... 262
Tra theo ý nghĩa ... 268

部品索引 ... 274
Parts Index ·
Indeks Berdasarkan Bagian Hurufnya ·
ดัชนีส่วนประกอบคันจิ · Tra theo bộ

■ Tra theo âm Hán Việt（ベトナム語単漢字読み索引） 276

あとがき 280
著者紹介 281

このテキストの使い方

1. テキストについて

目 的　短期間で楽しく効果的に基本的な漢字 300 を覚える

対 象　・漢字をゼロから勉強したい学習者
・独りで／クラスで漢字を勉強したい学習者
　　※漢字の読み方にはローマ字での表記もあるので、ひらがなやカタカナがまだ定着していない学習者もこのテキストが使えます。

特 長　　一般的な漢字学習では、一つの漢字を覚えるときに、字形の認識・意味・読み・書きの学習を同時に行っています。しかし、これら全てを一度にきちんと覚えるには膨大な時間がかかり、学習者にとって大きな負担です。また日本語の語彙がそれほど豊富でないときに、たくさんの読み方を覚えてもすぐに忘れてしまいます。
　このテキストでは、漢字学習の負担を軽減するための工夫がこらされています。まず、イラストとストーリーで 150 字の字形と意味を覚えます。150 の字形と意味を覚え終ったころには、知っている語彙も増えているので、この段階で読み方と書き方を覚えます。そして新たに次の 150 字を勉強します。限られた時間で効果的に漢字を学習するには、このような段階的な学習が効果的です。

学習の流れ

本書での学習法

段階 A　漢字の意味をオリジナルのイラストとストーリーで覚える

　　人 = person　木 = tree　日 = day

↓

段階 B　新たな漢字の意味が推測できる

| 人 | + | 木 | = | 休 |
| person | | tree | | rest |

↓

段階 C　新しい語彙の意味も推測できるようになる

| 休 | + | 日 | = | 休日 |
| rest | | day | | holiday |

（既に知っている「もくようび」「きゅうじつ」などという語彙）

↓

段階 D　知っている語彙と漢字とがマッチング！
　　語彙が増えてくると、「きゅうじつ」が「休日」、「もくようび」が「木曜日」であることがわかる。語彙がある程度増えた段階だと、読み方をスムーズに覚えることができる

学習のプロセス

段階 A オリジナルのストーリーから漢字の字形と意味を学ぶことで楽しく楽に、しかも、短時間で漢字の形と意味が覚えられます。また、漢字を思い出すときも、ストーリーを思い起こせば、自然にその漢字の字形が思い出せます。

段階 B 漢字や部品の意味を覚えることで、新しく出てくる漢字の意味を推測する力が働きます。

段階 C 教室の外では、自分の知らない漢字に遭遇することもあり、その場合推測しながら意味を理解していかなければなりません。また、漢字は熟語によって意味が異なる場合があるので、どの意味になるのか文脈から推測する必要もあります。推測することによって漢字に関する自分の判断力を養うことができます。

段階 D 最後に読み方と書き方を覚えます。日本語学習がある程度進み日本語の語彙も増えた段階で読み方を覚えると、すでに知っている日本語の語彙と漢字とのマッチングが可能になります。

その他の特長

▶ **アイデアを出すことで漢字学習が「自分の学習」になる**

漢字＝暗記と考えている方が多いかもしれませんが、漢字学習は考える力を養うものです。このテキストでは、300字の漢字のイラストとストーリーが書かれてありますが、もともとの漢字の由来とは違うものもあります。本書のイラストとストーリーは、漢字をどうすれば覚えられるか、どうすれば忘れないかのヒントであり、唯一正しいものというわけではありません。大切なのは、学習者の皆さんが楽しんで学習すること、漢字学習を自分のものにすることです。特に、300字以降の漢字を学習する際には、本書のイラストやストーリーを参考にしつつ、独自のストーリーを作り覚えていけば、効果的に漢字を習得できるでしょう。

▶ **Part Ⅰは日本語能力試験4級(新しい日本語能力試験 N5 相当)、Part Ⅱは日本語能力試験3級(新しい日本語能力試験 N4 相当)漢字に対応**

本書の Part Ⅰ では150字の漢字を扱っており、この150字の中に日本語能力試験4級(N5相当)の漢字103字が含まれています。そして、後半の Part Ⅱ で残りの150字を勉強すると日本語能力試験3級(N4相当)の漢字284字を含む基本的な漢字300が学習できます。また、[読み方と書き方を覚えよう]の漢字熟語リストには、その漢字を使った3級(N4相当)、4級(N5相当)語彙をほとんど全て載せており、級が表示してあるので日本語能力試験の対策にも便利です。

▶ **4ヶ国語に対応**

本書は英語・インドネシア語・タイ語・ベトナム語の4カ国語対応になっています。他に「英語・韓国語・ポルトガル語・スペイン語版」もあり、合計7カ国語に対応しています。[ストーリーで意味を覚えよう][Q&A]の部分は、別冊に和文も載っています。

2. テキストの構成と使い方

構成

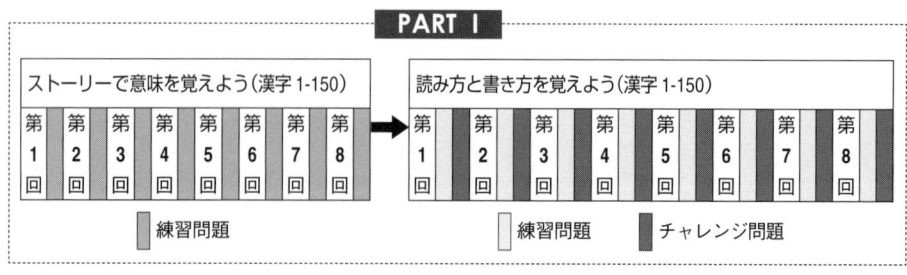

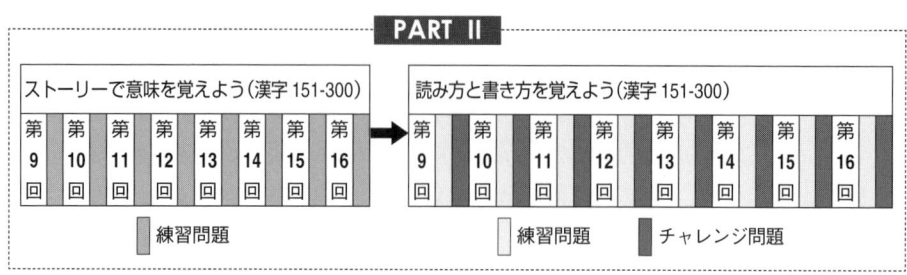

使い方

▶300の漢字の意味だけでなく読み書きも覚えたい学習者

　このテキストを最初から順番に最後まで学習すると、300字の漢字の読み書きまで覚えることができます。学習方法として推奨するのは、[ストーリーで意味を覚えよう]を第1回から第8回まで学習した後に[読み方と書き方を覚えよう]の第1回から第8回までを終え、それから第9回から第16回も同様に[ストーリーで意味を覚えよう][読み方と書き方を覚えよう]の順で進める方法です。他の方法としては、[ストーリーで意味を覚えよう]を第1回から第16回まで終わってから、[読み方と書き方を覚えよう]に進んでもいいでしょう。1日1回ずつ学習すると、32日で300の漢字の読み書きまで覚えられます。

▶300の漢字の意味と読み方を覚えたい学習者

　漢字の書き方を覚える必要のない学習者は、[読み方と書き方を覚えよう]の漢字の書き順の練習と漢字の書き方についての練習問題である[チャレンジ！]の問題を省略すればいいでしょう（■を飛ばします）。

▶短時間に300の漢字の意味を覚えたい学習者

　手っ取り早く漢字300の意味だけ覚えたいという学習者は、Part ⅠとPart Ⅱの[ストーリーで意味を覚えよう]（第1回～第16回）だけをやってもいいでしょう。1日1回ずつ学習すると、16日で300の漢字の意味が覚えられます。

▶独学で漢字を覚えたい学習者＆ひらがなとカタカナが苦手な学習者

　このテキストは、独りで勉強している学習者や、ひらがなやカタカナがまだ覚えられていないけれど漢字の学習をしたい学習者にも対応しています。[ストーリーで意味を覚えよう]の後の練習問題にひらがなやカタカナが出てきた場合は、ローマ字のルビがあります。また、[読み方と書き方を覚えよう]の漢字熟語にも全てローマ字読みが書いてあります。

▶日本語能力試験のための勉強をしたい学習者

　Part Ⅰの漢字150には、日本語能力試験4級（N5相当）の漢字が全て含まれています。

PartⅠだけを学習すれば、4級(N5相当)の漢字の準備ができます。日本語能力試験3級(N4相当)の漢字の準備をする場合は、PartⅡまで全て学習するといいでしょう。[読み方と書き方を覚えよう]の漢字熟語リストには、その熟語が何級の語彙であるか示してあるので、覚えたい熟語を選択することができます。

3. 各セクションの説明

各セクションの説明です。5つのセクションがあります。勉強を始める前に読んでおきましょう。

1. ストーリーで意味を覚えよう

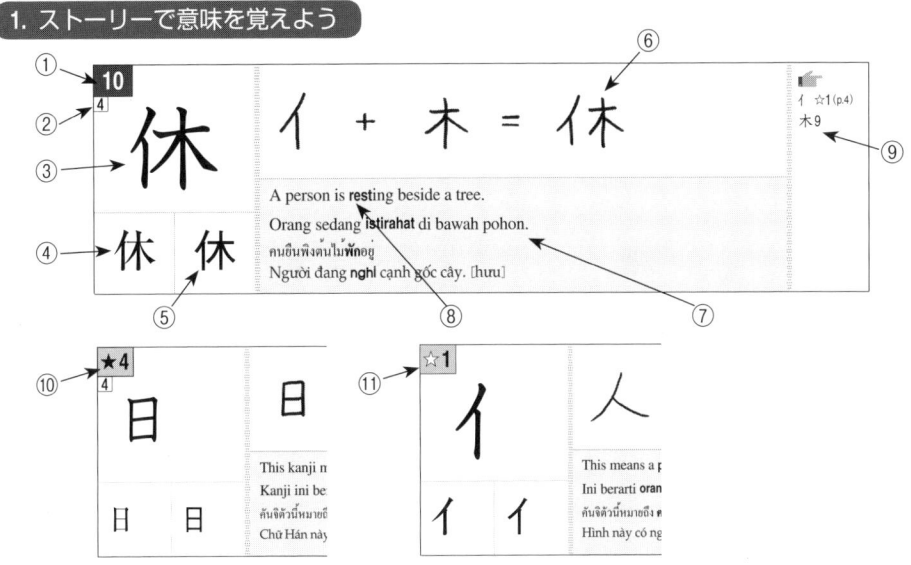

① 漢字の通し番号です。1〜300まであります。
② 日本語能力試験の級を表します。4は4級(N5相当)、3は3級(N4相当)、2は2級(N3〜N2相当)、1は1級(N1相当)です。
③ 教科書体です。一番手書きに近いフォントです。
④ 明朝体です。
⑤ ゴシック体です。フォントによって字体が異なることがありますから、いろいろなフォントに慣れておくことが大切です。
⑥ イラストの最後の漢字は手書きで書いた場合の形になります。
⑦ 漢字の覚え方のストーリーです。英語・韓国語・ポルトガル語・スペイン語の4カ国語があります。
⑧ 太い字で書かれている部分はその漢字の中心的な意味です。例えば、本書では「店」を'shop'、「屋」を'store'としていますが、この2つは意味的にはっきり分かれているわけではなく、重なる部分もあります。直訳が難しいものもありますので、太字部分の訳はその漢字の中心的な概念を表すものと理解してください。
⑨ 参照する漢字の番号が振ってあります。★☆の場合、頁も書かれてあります。
⑩ ★は漢字の部品を表します。★の漢字は単独でも漢字として成り立つものです。
⑪ ☆は漢字の部品を表しますが、単独では漢字として成立しないものです。
 (→★☆のリストと意味はp.274-275)

2. [ストーリーで意味を覚えよう]の練習問題

[ストーリーで意味を覚えよう]の後の練習問題で漢字の意味を問う問題です。p.viの表の ■ の部分です。

[1] 意味を書いてください。
その回に出てきた全ての漢字と部品が取り上げられています。[ストーリーで意味を覚えよう]を見て、自分で答え合わせしてください。

[2] 意味を推測して、適当なものをa～eから選んでください。
その回、または、すでに学習した回に出てきた漢字の意味がわかれば解けます。推測力を働かせてください。

[3] 意味を推測してください。
別冊に解答例がありますが、あくまで例ですのでその解答例にはこだわらず、漢字から意味を推測する力を養いましょう。ひらがなやカタカナにはローマ字のルビがあります。

3. 読み方と書き方を覚えよう

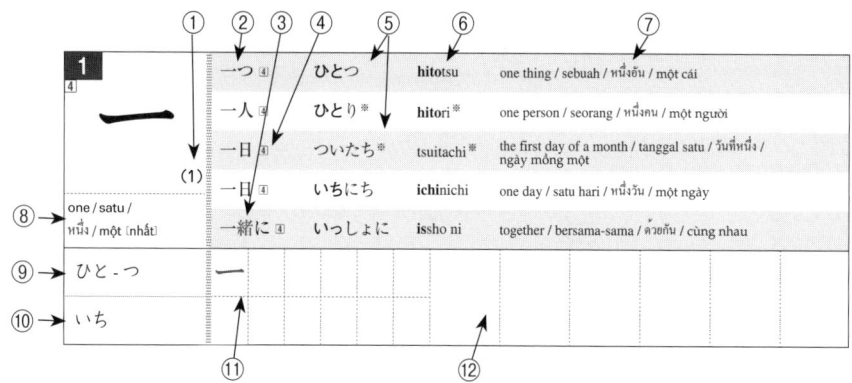

① 画数です。
② 漢字熟語のリストです。原則として訓読み、音読みの順になっています。リストには、その漢字が含まれている日本語能力試験4級(N5相当)と3級(N4相当)の語彙を全て挙げてあります。他に、日常よく使用する漢字熟語も挙げました。
③ 薄い字になっている漢字は、このテキストで勉強する300字以外の漢字です。
④ ④は日本語能力試験4級(N5相当)語彙、③は3級(N4相当)語彙、②は2級(N3～N2相当)語彙、①は1級(N1相当)語彙です。何も書かれていないものは、級外の語彙です。
⑤ ひらがなでの読み方です。当該漢字の読み方は太字になっています。特別な読み方には＊がついています。
⑥ ローマ字の読み方です。ローマ字はヘボン式を採用しています。ただし、語中の撥音(ん)は他と区別するため、n'と表しました。また、長音はōのように表記しました。
⑦ 漢字熟語の意味です。英語・韓国語・ポルトガル語・スペイン語の4カ国語訳です。
⑧ 漢字の意味です。英語・韓国語・ポルトガル語・スペイン語の4カ国語があります。
⑨ 上段は訓読みです。代表的な訓読みが挙げられています。
⑩ 下段は音読みです。代表的な音読みが挙げられています。
⑪ 書き順が示されています。
⑫ このスペースに実際に漢字を書くことができます。

4. [読み方と書き方を覚えよう]の練習問題

[読み方と書き方を覚えよう]の後の練習問題で、読み方を問う問題です。p.viの表の■の部分です。

[1] キーボードでどう入力しますか。

　　コンピュータを使って漢字をタイプする機会も多いので、漢字をどう入力するのか知っておくことは大切です。「ん(撥音)」、「っ(促音)」、長音といった特殊音の入力に慣れることもこの練習問題の目的の一つです。

[2] ひらがなでどう書きますか。

[3] 下線部の読み方を書いてください。

　　[2][3]は漢字の読み方の問題です。未習の漢字には振り仮名が振ってあります。ここで提出している漢字は、原則的に[読み方と書き方を覚えよう]の漢字熟語リストからの漢字で、使用頻度が高く、日本語能力試験4級(N5相当)、3級(N4相当)にもよく出る語彙が中心です。

[4] 読んで意味を考えましょう。

　　文の中の漢字を推測する力を養う問題です。ここで使われている例文は全て実際の会話でよく使われる表現なので、まるごと覚えてもいいでしょう。別冊の解答には、4カ国語の訳があります。

5. チャレンジ！

[読み方と書き方を覚えよう]の後の練習問題で、書き方を問う問題です。漢字を手書きで書く必要のない学習者はこのチャレンジ問題を省略してもいいでしょう。p.viの表の■の部分です。

[1] 画数はいくつですか。

　　正しい画数で書くと漢字がきれいに書けます。また、漢字の画数は、辞書で漢字を調べたいが読み方がわからないときの最後の手段として有効です。

[2] 適当な漢字を選んでください。

　　間違えやすい漢字の中から適当な漢字を選ぶ問題と、正しい送りがなを選ぶ問題があります。

[3] 適当な漢字を書いてください。

　　漢字を実際に書く問題です。未習の漢字には振りがなが振ってあります。

How to use this textbook

1. About this book

Purpose

To learn 300 basic kanji efficiently, easily and quickly.

This book is for

−those who have never learned kanji, and/or

−those who want to learn kanji by themselves or in class

* Even if you cannot read hiragana or katakana, you can use this book. Kanji reading is also written in Roman letters as well as in hiragana.

Special features

When you learn kanji, you usually try to remember its meaning, its reading and its writing simultaneously, which is not easy and takes an enormous amount of time. You also easily forget various readings of each kanji since you do not have enough vocabulary which you can associate them with.

In this textbook, you will find unique approaches and steps which will help you learn kanji more easily and quickly: First, you learn the meaning of 150 kanji through their individual illustrations and stories, and then focus on building up kanji vocabulary. Then you start learning their readings or writings before you add another 150 kanji following the same procedure. You will thus be able to learn kanji efficiently in a short time.

The flow of study

How to study with this book

Stage A   You learn kanji through original stories and illustrations.

人 = person   木 = tree   日 = day

Stage B   You can guess the meaning of newly introduced kanji.

人 + 木 = 休
person   tree   rest

Stage C   You can guess the meaning of compound kanji.

休 + 日 = 休日
rest   day   holiday

> Words you already knew such as 'kyūjitsu' and 'mokuyōbi'

Stage D   You can pair a word you already knew and its kanji.

As your vocabulary expands, you will be able to associate 休日 and 木曜日 with 'kyūjitsu' and 'mokuyōbi' (you have already learned without kanji) respectively. You will smoothly learn readings of kanji with more knowledge of vocabulary.

Process of Learning

Stage A You can enjoy learning the shape and the meaning of kanji easily and quickly through our original stories and illustrations. The individual stories of kanji will later help you recall its shape with no problems.

Stage B Memorizing kanji and kanji parts will enable you to guess the meaning of kanji which you see for the first time.

Stage C You can train your skills to guess the meanings of unfamiliar kanji or kanji vocabulary in a given context which you might encounter outside your Japanese class.

Stage D The last stage is that you learn the reading and the writing of kanji. As you increase your vocabulary, it will become possible for you to associate an individual word you already knew with its kanji script.

Other features

▶ **Your own ideas will encourage YOUR OWN kanji learning.**

You might think kanji learning as repetition of memorization. It is, however, the process of learning how to think or how to guess the meaning. Kanji stories in this textbook are not always derived from those found in etymology. We created and/or modified them so that they will be easily memorized.

Please note that this textbook is written to help you learn kanji more easily and to help you not forget kanji you have once learned. Hopefully you will be able to enjoy learning kanji and to establish your own way of kanji learning.

▶ **Part I covers the JLPT Level 4 (which corresponds to N5 of the new JLPT) kanji and Part II covers Level 3 (which corresponds to N4 of the new JLPT).**

There are 150 kanji listed for the Japanese Language Proficiency Test (henceforth, JLPT) Level 4 (N5) and 103 of them are introduced in Part I of this textbook. Upon learning additional 150 basic kanji in Part II, it is supposed that you learn all 284 kanji listed for the JLPT Level 3 (N4). You will also find almost all of both Level 3 (N4) and Level 4 (N5) kanji vocabulary in the vocabrary list of **"Let's learn reading and writing"**. These words with an indicator (Level 1 to 4) will help you sort them out when studying for the test.

▶ **The book is written in four languages.**

You will find the text written in four languages: English, Indonesian, Thai and Vietnamese. There is another version of the book the text of which is written in English and three other languages: Korean, Portuguese and Spanish. The text is available in seven different languages in total. Japanese text is also available for **"Let's memorize kanji with its story"** and **"Q & A"** in the attached booklet.

2. The contents and how to use this book

Contents

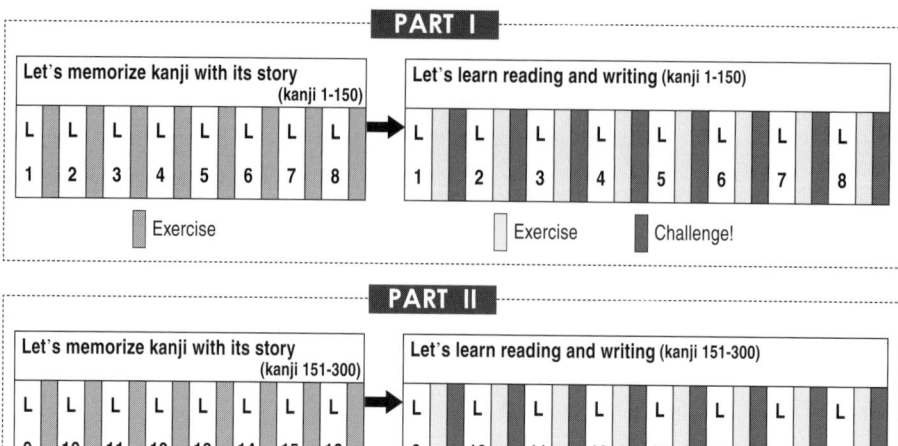

How to use this book

▶ **For those who want to learn the reading and the writing besides the meaning of kanji**

You are advised to work on the first eight lessons of "**Let's memorize kanji with its story** (Lesson 1 to Lesson 8)" followed by "**Let's learn reading and writing** (Lesson 1 to Lesson 8)" before you move on to Lesson 9. Please learn the remaining eight lessons in the same order. If you prefer, it is also possible for you to finish "**Let's memorize kanji with its story**" of all sixteen lessons followed by their "**Let's learn reading and writing**". Either way, it will take thirty-two days to complete the book if you finish one lesson every day.

▶ **For those who want to learn the meaning and the reading of kanji**

If you do not have to learn how to write kanji, you can disregard the "**Challenge!**" section of "**Let's learn reading and writing**". (i.e. Disregard the portion ▮ in the diagram above.)

▶ **For those who want to memorize the meaning of 300 kanji in a short period of time**

If you simply want to focus on learning the meaning of kanji, it might be sufficient to study "**Let's memorize kanji with its story**" of Part I and Part II only. It will take sixteen days to learn the meaning of 300 kanji if you finish one lesson every day.

▶ **For those who want to study on their own, and/or for those who cannot read either hiragana or katakana**

Hiragana and katakana in the exercises of "**Let's memorize kanji with its story**" are accompanied with their reading in Roman characters below. You will also find the reading in Roman characters below every kanji word in "**Let's learn reading and writing**".

▶ **For those who want to prepare for the JLPT**

The JLPT Level 4(N5) kanji are all included in the list of 150 Part I kanji, and Level 3(N4) kanji are in another list of 150 Part II kanji. You might find it useful to see each kanji word of "**Let's learn reading and writing**" with its level in the JLPT.

| 3. | **Getting started** |

There are five sections in this book. Please read the explanation of each section before you start using the book.

1. Let's memorize kanji with its story
2. Exercise of "Let's memorize kanji with its story"
3. Let's learn reading and writing
4. Exercise of "Let's learn reading and writing"
5. Challenge!

The boxes above correspond to those in the diagram of page xii.

1. Let's memorize kanji with its story

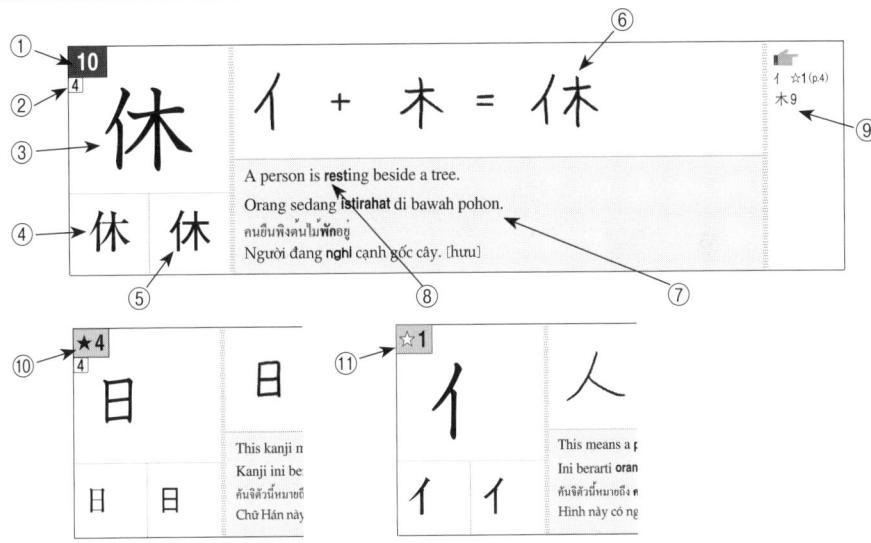

① This is the kanji serial number from 1 to 300.
② This number shows the level of the kanji in the JLPT. The 4, 3, 2 and 1 means that this kanji is found in the list of Level 4 (N5), 3 (N4), 2 (N3-N2) and 1 (N1) respectively.
③ The font used here is 'Kyōkasho-tai', which is the most similar one to hand-written character.
④ The font here is 'Minchō-tai', which is widely used in printing.
⑤ The font is 'Gothic-tai', which is also widely used. You need to be familiar with various fonts.
⑥ The character written to the far right is the hand-written version.
⑦ Here is the story which will help you remember the kanji, which is written in four languages: English, Korean, Portuguese and Spanish.
⑧ The word in bold in the story is the core meaning of the kanji (key word). For example, we used the word 'shop' for the kanji 店 and 'store' for 屋 because we tried to define every kanji with different words even if the meaning of those two kanji are very similar. Please understand that the core meaning in bold only describes the main concept of each kanji and that it does not discriminate other meanings.
⑨ You see kanji and/or kanji parts you can refer to. The kanji has its serial number and the kanji part (marked with ★ or ☆) has the page number listed as well.
⑩ A kanji part with a ★ can be used as an independent kanji.
⑪ A kanji part with a ☆ is used only as a component and cannot be an independent kanji.
  (See page 274-275 for the list of kanji/kanji parts with ★ and ☆.)

2. Exercise of "Let's memorize kanji with its story"

The exercise here is to see if you have learned the meaning of all the kanji of the lesson after you study **"Let's memorize kanji with its story"**. This corresponds to the portion ▌ in the diagram on page xii.

[1] Write the meaning of the following kanji.
> The questions are based on the kanji and/or the kanji combination introduced in the lesson. Please refer to **"Let's memorize kanji with its story"** and check the correct answer on your own as no answer keys are available.

[2] Guess and choose the appropriate meaning from the box.
> As long as you remember the meaning of the kanji of the lesson or of the previous lessons, you will be able to figure out the answers here.

[3] Guess the meaning of the following words.
> Please suppose the answers with all the knowledge you have gained. Hiragana and katakana have their readings in Roman letters below.

3. Let's learn reading and writing

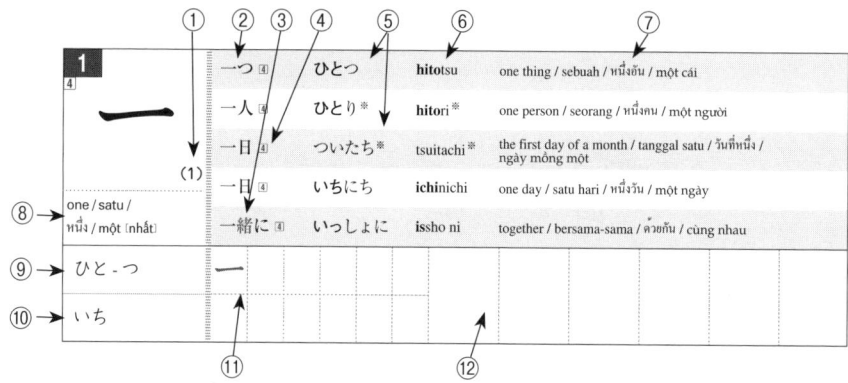

① This shows the total number of strokes.
② Words which have the given kanji used are listed: those with the kanji read in Kun-yomi (Japanese reading) followed by those with the kanji read in On-yomi (Chinese reading). The list covers all the JLPT Level 3 (N4) vocabulary besides other words commonly used.
③ The kanji in grey is not on the 300 kanji list of this textbook.
④ The ④, ③, ② and ① demonstrate that these are words from the JLPT Level 4 (N5), 3 (N4), 2 (N3-N2) and 1 (N1) vocabulary lists respectively. Words with no numbers are not on any of the lists.
⑤ Reading in hiragana. The portion in bold is the reading of the kanji you are learning there. The reading is marked with an asterisk (＊) in cases of unique readings.
⑥ Reading in Roman letters. Hebon Style is applied here. Note that ん (n/nn) in words is written as n' and that long vowels are written as ō.
⑦ The meaning of the words is written in four languages: English, Indonesian, Thai and Vietnamese.
⑧ The meaning of the kanji. The core meaning of the kanji (key word) is written in four languages: English, Indonesian, Thai and Vietnamese.
⑨ The upper part is Kun-yomi (Japanese reading). Common readings are listed only.
⑩ The lower part is On-yomi (Chinese reading). Common readings are listed only.
⑪ This shows the stroke order.
⑫ You can practice writing the kanji in the blank boxes.

4. Exercise of "Let's learn reading and writing"

The exercise here is to see if you have learned the reading of all the kanji of the lesson after you study **"Let's memorize reading and writing"**. This corresponds to the portion ☐ in the diagram on page xii.

[1] How do you type this kanji?

You are often expected to be able to type Japanese. Here you can practice how to type kanji words as well as the special sounds such as small っ (tsu) or ん (n/nn).

[2] How do you write this kanji in hiragana?

[3] Write the reading of the underlined portion.

Question [2] and [3] are for kanji reading. You see the reading in hiragana below the kanji you have not yet learned. The kanji words in these exercises are commonly used and are mainly in the JLPT Level 3 (N4) and 4 (N5) vocabulary list.

[4] Read and figure out the meaning of the sentences.

You need to figure out the meaning of the kanji in the dialogues. The phrases and expressions in the dialogues are basic ones and you can use them in daily conversation. The translation of the dialogues is available in four languages in the attached booklet.

5. Challenge !

This exercise is for writing kanji and/or kanji combinations after each lesson of **"Let's learn reading and writing"**. This corresponds to the portion ☐ in the diagram on page xii.

[1] How many strokes are there?

You can write beautiful kanji if the appropriate stroke order is followed. With the right stroke order, you can easily tell how many strokes there are, which will help you look up the kanji in a dictionary.

[2] Choose the appropriate kanji.

You are expected to choose the appropriate kanji among the choices which might be similar and tricky. Some questions are for determining the hiragana portion following the kanji (i.e. okurigana).

[3] Write the kanji of the underlined portion.

You need to write kanji in this exercise. You find the reading in hiragana below the kanji which you have not yet learned.

Cara Menggunakan Buku Ini

1. Tentang Buku Ini

Tujuan

Menguasai 300 huruf kanji dasar secara singkat dan efektif.

Sasaran

Bagi yang ingin mempelajari huruf kanji dari nol.

Bagi yang ingin belajar huruf kanji secara mandiri/di dalam kelas.

＊Bisa juga digunakan bagi yang belum menguasai huruf hiragana dan katakana, karena cara bacanya dilengkapi dengan huruf alfabet.

Kelebihan

Pada umumnya pembelajaran huruf kanji dilakukan dengan cara menghapal bentuk, arti, cara baca dan cara menulisnya dari setiap huruf secara bersamaan. Akan tetapi, cara tersebut memerlukan banyak waktu, sehingga akan menjadi beban yang berat bagi pembelajar. Lagi pula kendatipun seseorang telah berusaha untuk menghapal cara membacanya saja, tetapi jika tidak disertai dengan aplikasi dalam bentuk kosakata yang sesuai, maka akan mudah terlupakan.

Buku ini diupayakan untuk mengurangi beban dalam mempelajari huruf kanji. Sajiannya diawali dengan cara mengingat bentuk dan arti dari 150 huruf kanji melalui sajian ilustrasi dan asal-usulnya. Nantinya, ketika anda telah mengingat bentuk dan makna dari 150 huruf kanji tersebut, maka penguasaan kosakatanya pun akan bertambah pula, sehingga dapat dilanjutkan dengan menghapal cara baca dan cara menulisnya. Setelah itu, disusul dengan 150 huruf kanji yang lainnya dengan cara yang sama. Cara yang disajikan pada buku ini sangat efektif untuk mempelajari huruf kanji dalam waktu yang relatif pendek.

Langkah Pembelajaran

Cara Belajar dengan Buku Ini

Langkah A Mengingat makna dari asal-usul dan ilustrasi aslinya.

人 = orang   木 = pohon   日 = hari

↓

Langkah B Menerka arti kanji baru.

人 ＋ 木 ＝ 休
orang   pohon   istirahat

↓

Langkah C Arti kosakata baru pun bisa kita tebak.

休 ＋ 日 ＝ 休日
istirahat   hari   hari istirahat
(= hari libur)

> Ada sudah tahu kata 'kyūjitsu' dan 'mokuyōbi' dll.

↓

Langkah D Bisa menemukan kanji dari kata yang diketahui.

Seiring dengan bertambahnya kosakata, anda akan mengetahui bahwa kata *mokuyōbi* dan *kyūjitsu* huruf kanjinya adalah 休日 dan 木曜日 , dan sekaligus cara bacanya pun semakin lancar.

Proses Belajarnya

Langkah A Dengan disajikan asal-usulnya, Anda bisa mempelajari bentuk dan makna huruf kanji secara menyenangkan, dan bisa mengingatnya dalam waktu yang singkat. Kemudian ketika akan mengingatnya kembali, cukup dengan membayangkan lagi tentang asal-usulnya, sehingga nantinya bentuk dari huruf kanji tersebut akan terbayangkan dengan sendirinya.

Langkah B Dengan mengingat makna dari bagian huruf kanji, anda akan memiliki kemampuan untuk menebak makna huruf kanji yang baru.

Langkah C Di luar kelas terkadang kita menemukan huruf kanji yang belum diketahui, dan harus bisa menebak maknanya. Selain itu, setiap huruf kanji maknanya akan berbeda tergantung pada kosakatanya, sehingga kita perlu untuk bisa menebak makna tersebut berdasarkan pada konteksnya. Dengan cara ini, anda dilatih untuk memiliki kemampuan bisa menerka makna dari setiap huruf kanji yang ditemui.

Langkah D Terakhir, yaitu menghapal cara baca dan cara menulisnya. Kemajuan dalam belajar bahasa Jepang akan disertai dengan bertambahnya penguasaan kosakata. Pada tahap ini begitu anda hapal cara bacanya, maka sangat memungkinkan bagi anda untuk bisa menulis kosakata tersebut ke huruf kanji.

Kelebihan Lainnya

▶ **Dengan banyak keluar ide (berpikir), anda akan memiliki cara tersendiri untuk mempelajari kanji.**

Mungkin banyak orang yang menganggap bahwa belajar huruf kanji = hapalan. Akan tetapi, perlu diingat bahwa belajar huruf kanji juga merupakan cara untuk melatih kemampuan berpikir. Buku ini berisikan 300 huruf kanji disertai asal-usul dan ilustrasinya. Di dalamnya ada juga yang berbeda dengan sejarah (asal-usul) yang sebenarnya. Ilustrasi dan sejarah yang disajikan pada buku ini, hanya ditekankan pada upaya untuk mempermudah dalam mengingat setiap huruf kanji, agar tidak mudah dilupakan. Oleh karena itu, semua asal-usul yang disajikan di sini tidak berarti semuanya sesuai dengan sejarah yang sebenarnya. Hanya yang terpenting adalah agar pembelajar dapat mempelajarinya dengan menyenangkan dan dapat menemukan serta memiliki cara tersendiri untuk mempelajari huruf kanji. Nantinya ketika akan mempelajari huruf yang lain (di luar buku ini), mereka bisa membuat ilustrasi sendiri sehingga dapat menguasai huruf kanji secara efektif.

▶ **'Part I' memuat materi level 4 (Cocok untuk N5 dalam Tes Kemampuan Berbahasa Jepang Gaya Baru), sampai dengan 'Part II' materi level 3 (Cocok untuk N4 dalam Tes Kemampuan Berbahasa Jepang Gaya Baru)Tes Kemampuan Berbahasa Jepang terpenuhi.**

'Part I' buku ini memuat 150 huruf kanji dasar, dan di dalamnya terkandung 103 huruf untuk level 4(N5) Tes Kemampuan Berbahasa Jepang. Pada 'Part II' disajikan 150 huruf dasar lainnya yang juga mencakup 284 huruf untuk level 3(N4) Tes Kemampuan Berbahasa Jepang. Kemudian, pada semua contoh kata yang disajikan pada bagian **"Menghapal cara baca dan menulisnya"** sudah memuat semua materi dari tiap level tersebut, dengan disertai tanda yang menunjukkan level masing-masing, sehingga sangat praktis untuk persiapan Tes Kemampuan Berbahasa Jepang.

▶ **Disajikan dalam 4 Bahasa**

Buku ini disajikan dalam 4 bahasa, yaitu bahasa Inggris, Indonesia, Thailand, dan bahasa Vietnam. Dalam cetakan lainnya disajikan pula dalam edisi bahasa Inggris, Korea, Portugal, dan bahasa Spanyol, sehingga secara keluruhannya menjadi 7 bahasa. Untuk bagian **"Mengingat makna dari asal-usulnya"** dan bagian **"Q&A"** disajikan pula naskah dalam bahasa Jepang secara terpisah.

2. Susunan dan Cara Penggunaan Buku

Susunan

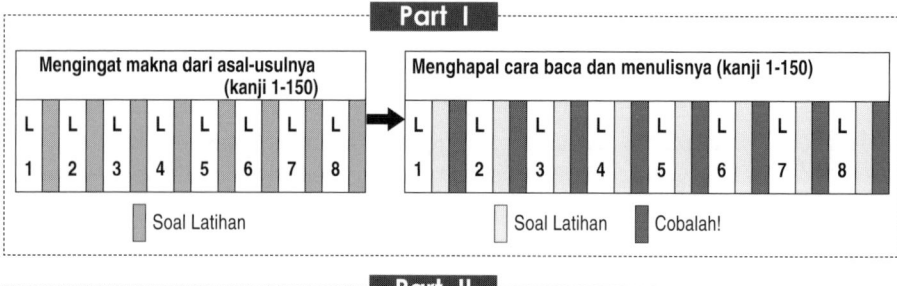

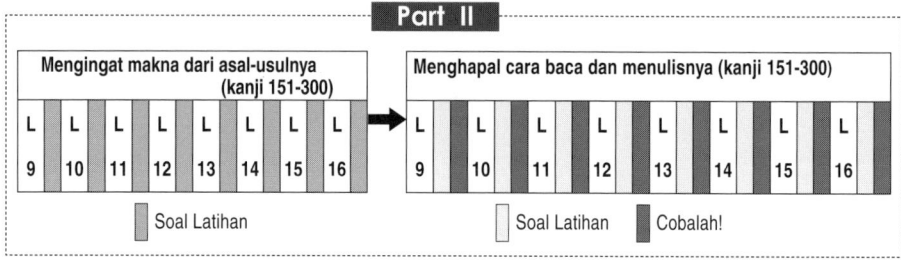

Cara Penggunaannya

▶ **Bagi yang ingin menguasai cara baca dan menulisnya di samping memahami artinya**

Dengan buku ini anda bisa belajar cara baca dan cara menulis sebanyak 300 huruf kanji dari awal sampai akhir buku ini. Cara belajar yang dianjurkannya yaitu diawali dari bagian **"Mengingat makna dari asal-usulnya"** dari pelajaran 1 sampai dengan 8, kemudian disusul dengan bagian **"Menghapal cara baca dan menulisnya"** dari pelajaran 1 sampai dengan 8. Setelah itu, baru diikuti dengan pelajaran 9 sampai dengan pelajaran 16 dengan langkah yang sama. Adapun cara lainnya yaitu bisa juga dimulai dari bagian **"Mengingat makna dari asal-usulnya"** dari pelajaran 1 sampai dengan 16, kemudian baru disusul dengan bagian **"Menghapal cara baca dan menulisnya"** mulai dari pelajaran 1 sampai dengan 16. Jika anda belajar sehari satu pelajaran, maka dapat dipastikan anda akan menguasai 300 huruf kanji dalam 32 hari saja.

▶ **Bagi yang ingin mempelajari makna dan cara baca dari 300 kanji saja**

Bagi pembelajar yang merasa tidak perlu untuk menghapal cara menulisnya, bisa meloncati soal latihan menulis huruf kanji yaitu pada bagian **"Menghapal cara baca dan menulisnya"** dan bagian **"Cobalah!"**. (tanda ▌ bisa diloncati).

▶ **Bagi yang ingin menguasai arti dari 300 kanji dengan waktu singkat**

Bagi pembelajar yang hanya ingin segera menguasai makna dari 300 huruf kanji, bisa hanya mempelajari bagian **"Mengingat makna dari asal-usulnya"** pada 'Part I' dan 'Part II' (dari pelajaran 1 sampai dengan 16). Oleh karena itu, jika sehari belajar 1 pelajaran, maka dengan waktu 16 hari saja sudah bisa menguasai makna dari 300 huruf tersebut.

▶ **Bagi yang ingin belajar mandiri, dan yang belum menguasai hiragana dan katakana**

Buku ini bisa digunakan secara mandiri bagi mereka yang belum menguasai huruf hiragana. Karena huruf hiragana dan katakana yang ada pada soal latihan bagian **"Mengingat makna dari asal-usulnya"** disertai dengan cara baca yang menggunakan huruf alfabet. Begitu pula kosakata pada bagian **"Menghapal cara baca dan menulisnya"** semuanya disajikan cara bacanya dengan huruf alfabet.

▶ **Bagi yang akan mengikuti Tes Kemampuan Berbahasa Jepang**

Dalam 150 huruf kanji yang disajikan pada 'Part I' sudah termuat materi level 4(N5) Tes Kemampuan Berbahasa Jepang. Oleh karena itu, dengan mempelajari 'Part I' saja, maka persiapan untuk level 4(N5) sudah terpenuhi. Bagi mereka yang ingin mengikuti level 3(N4), cukup dengan mempelajarinya sampai seluruh 'Part II' buku ini. Daftar kanji pada bagian **"Menghapal cara baca dan menulisnya"** telah diberikan tanda levelnya, sehingga pembelajar bisa memilih kosakata yang ingin dihapalnya.

3. Isi Tiap Pelajaran

Materi yang disajikan dalam tiap pelajaran, terdiri dari 5 bagian berikut. Sebelum mempelajari buku ini terlebih dahulu membaca baik-baik beberapa hal berikut.

1. Mengingat makna dari asal-usulnya

① Nomor urut materi yang disajikan, yaitu 1~300.
② Tanda level dalam Tes Kemampuan Berbahasa Jepang, yaitu angka 4 untuk level 4(N5), 3 untuk level 3(N4), 2 untuk level 2(N3-N2), dan 1 untuk level 1(N1).
③ Bentuk font yang digunakan 'Kyoukasho-tai' karena dianggap lebih mirip dengan tulisan tangan.
④ Mengunakan font jenis 'Minchoo-tai' sebagai huruf cetak biasa.
⑤ Menggunakan font jenis 'Gothic-tai' agar lebih mengenal variasi bentuk.
⑥ Ilustrasi terakhir disajikan dalam bentuk tulisan tangan.
⑦ Asal-usul huruf kanji tersebut. Disajikan dalam 4 bahasa, yaitu bahasa Inggris, Indonesia, Thailand, dan bahasa Vietnam.
⑧ Bagian yang dicetak tebal, merupakan makna utama dari kanji tersebut. Misalnya, 店 menyatakan arti 'dalam' dan 屋 menyatakan arti 'bagian dalam' kedua makna ini terkadang berbeda dan terkadang sama. Terkadang sulit untuk diterjemahkan sehingga ditekankan dengan mencetaknya dengan huruf tebal.
⑨ Nomor huruf kanji yang bisa dijadikan referensi. Untuk huruf yang bertindak sebagai bagian huruf kanji diberi tanda ★ dan ☆ disertai dengan nomor halamannya.
⑩ Tanda ★ merupakan bagian huruf kanji yang bisa berdiri sendiri.
⑪ Tanda ☆ merupakan bagian huruf kanji yang tidak bisa berdiri sendiri.
(Makna tanda ☆ dan ★ dapat dilihat pada list halaman 274-275)

2. Soal latihan bagian "Mengingat makna dari asal-usulnya"

Untuk soal latihan dari bagian **"Mengingat makna dari asal-usulnya"** berisi tentang latihan yang menanyakan makna dari huruf kanji yang dibahas. Pada tabel halaman xviii dilambangkan dengan tanda ▯.

[1] Tulislah makna dari kanji berikut!

Pada bagian ini diangkat kembali semua huruf kanji dan huruf yang bertindak sebagai bagian huruf kanji yang telah dipelajari dalam tiap pelajarannya. Dengan melihat bagian **"Mengingat makna dari asal-usulnya"** anda diminta untuk mencocokkan jawabannya.

[2] Tebak maknanya dengan cara memilih salah satu dari a sampai e!

Anda akan bisa menjawabnya jika telah menguasai materi pada pelajaran tersebut dan pelajaran sebelumnya.

[3] Silahkan tebak maknanya!

Kunci jawabannya ada pada lembar jawaban tersendiri, tetapi sebaiknya jangan tergantung pada jawaban tersebut, melainkan anda dituntut untuk bisa menerka makna kanji tersebut secara mandiri. Setiap bagian yang ditulis dengan huruf hiragana dan katakana disertai dengan cara bacanya dalam alfabet.

3. Menghapal cara baca dan menulisnya

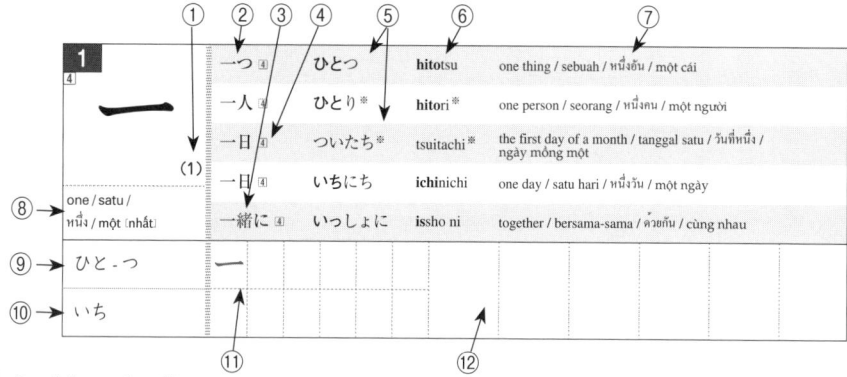

① Jumlah struk tulisan.

② Contoh penggunaannya berupa kosakata. Disusun berdasarkan cara baca Kun-yomi (ala Jepang) dan On-yomi (ala Cina). Pada kosakata tersebut terkandung kosakata materi level 4(N5) dan 3(N4) Tes Kemampuan Berbahasa Jepang. Dan sisanya adalah kosakata yang sering digunakan sehari-hari.

③ Huruf kanji yang dicetak tipis, merupakan materi di luar 300 kanji yang dipelajari dalam buku ini.

④ Tanda ④, ③, ② dan ① menunjukkan bahwa materi tersebut adalah kosakata level 4(N5), 3(N4), 2(N3-N2), dan level 1(N1) pada Tes Kemampuan Berbahasa Jepang, sedangkan yang tidak ditandai adalah materi di luar tes tersebut.

⑤ Cara baca dalam hiragana, yang dicetak tebal adalah cara baca huruf kanji yang dimaksud, sedangkan cara baca secara khusus akan ditandai dengan tanda (※).

⑥ Cara baca dalam huruf alfabet dengan menggunakan sistem Hepburn. Kecuali untuk bunyi ん (n/nn) di tengah kata dilambangkan dengan n'untuk membedakannya. Kemudian untuk bunyi panjang ditulis seperti 'ō'.

⑦ Makna kosakata yang mengandung huruf kanji tersebut, ditulis dalam 4 bahasa, yaitu bahasa Inggris, Indonesia, Thailand dan bahasa Vietnam.

⑧ Makna huruf kanji secara tunggal ditulis dalam 4 bahasa, yaitu bahasa Inggris, Indonesia, Thailand dan bahasa Vietnam.

⑨ Cara baca ala Jepang (Kun-yomi). Dipilih sebagai materi yang dianggap mewakilinya.
⑩ Cara baca ala Cina (On-yomi). Dipilih sebagai materi yang dianggap mewakilinya.
⑪ Langkah urutan penulisannya.
⑫ Bagian ini bisa anda gunakan untuk latihan menulis.

4. Soal latihan untuk bagian "Menghapal cara baca dan menulisnya"

Setelah bagian **"Menghapal cara baca dan menulisnya"** akan disusul dengan latihan yang berupa pertanyaan tentang cara membacanya. Pada tabel halaman xviii dilambangkan dengan bagian □.

[1] Bagaimana jika ditik (pakai keyboard)?

Mengingat kita sering menulis kanji dengan menggunakan komputer, maka perlu untuk mengetahui cara mengetiknya. Agar anda terbiasa dalam mengetik bunyi khusus seperti 'bunyi sengau ん (n/nn)', 'っ (tsu kecil)', dan 'bunyi panjang', ini pun dijadikan bagian dalam latihan ini.

[2] Bagaimana jika ditulis dengan hiragana?

[3] Tulislah cara baca kata yang digarisbawahi!

Ini merupakan latihan cara baca kanji yang sudah disajikan dalam latihan [2] dan [3]. Untuk setiap huruf kanji baru selalu disertakan cara bacanya. Kanji yang disajikan pada bagian ini pada dasarnya adalah semua kosakata yang sudah disajikan pada bagian **"Menghapal cara baca dan menulisnya"** yang frekwensi penggunaannya cukup tinggi, serta sering muncul dalam Tes Kemampuan Berbahasa Jepang level 4(N5) dan 3(N4).

[4] Baca dan pikirkan artinya!

Ini adalah latihan untuk menanamkan kemampuan menebak makna huruf kanji yang ada dalam kalimat. Karena contoh kalimat yang disajikan di sini adalah contoh nyata dalam kehidupan sehari-hari, akan lebih baik jika hapal di luar kepala. Lembar jawabannya disajikan secara terpisah dalam 4 bahasa.

5. Cobalah!

Ini merupakan soal latihan tentang cara menulis setelah selesai bagian **"Menghapal cara baca dan menulisnya"**. Bagi anda yang merasa tidak perlu menguasai kemampuan menulis, latihan ini bisa dilewat saja. Pada tabel halaman xviii bagian ini dilambangkan dengan tanda ▌.

[1] Berapa struknya?

Jika menulis dengan struk yang tepat dan benar, maka akan menghasilkan tulisan yang bagus. Penguasaan struk penulisan ini bermanfaat pula ketika kita akan membuka kamus kanji, jika sama sekali belum mengetahui cara baca huruf kanji yang akan kita cari.

[2] Pilih huruf kanji yang tepat!

Latihan ini berisi tentang memilih salah satu huruf kanji yang tepat dari beberapa kanji yang disajikan, ditambah dengan latihan memilih cara baca yang tepat.

[3] Tulis kata yang digarisbawahi dengan huruf kanji!

Ini merupakan latihan langsung dalam menulis huruf kanji. Untuk huruf kanji yang tidak dipelajari dalam buku ini diberikan cara bacanya.

วิธีใช้ตำราเล่มนี้

1. เกี่ยวกับตำราเล่มนี้

วัตถุประสงค์

เรียนรู้คันจิพื้นฐาน 300 ตัวได้รวดเร็วอย่างสนุกสนาน และมีประสิทธิภาพ

เหมาะสำหรับ

- ผู้ที่ต้องการเริ่มเรียนคันจิจากศูนย์
- ผู้ที่ต้องการเรียนรู้ด้วยตัวเอง หรือเรียนในชั้นเรียน

  ∗ ผู้เรียนที่ยังไม่สามารถอ่านอักษรคะตะคะนะ หรือฮิระงะนะก็สามารถใช้ตำราเล่มนี้ได้ เพราะมีอักษรโรมันกำกับอยู่

ลักษณะพิเศษ

การเรียนรู้คันจิโดยทั่วไป เมื่อจะจำคันจิแต่ละตัวผู้เรียนจะต้องสังเกตรูปร่าง เรียนรู้ความหมาย เสียงอ่าน และวิธีเขียนในเวลาเดียวกัน ซึ่งจำเป็นต้องใช้เวลามหาศาลและเป็นภาระหนักสำหรับผู้เรียน นอกจากนี้หากยังไม่รู้คำศัพท์ภาษาญี่ปุ่นมากพอ แม้จะจำเสียงอ่านของคันจิมากมายสักกี่ตัวก็จะลืมในไม่ช้า ตำราเล่มนี้เขียนขึ้นโดยดัดแปลงรูปแบบเพื่อลดภาระการเรียนคันจิ ก่อนอื่นผู้เรียนจะสามารถจำรูปร่างของคันจิ 150 ตัว ผ่านรูปภาพและเรื่องราวอันน่าสนใจ เมื่อผู้เรียนจำรูปร่างคันจิได้ครบ 150 ตัว ก็จะรู้คำศัพท์เพิ่มขึ้น จากนั้นจึงค่อยจำเสียงอ่านและวิธีเขียน แล้วจึงเรียนคันจิอีก 150 ตัวถัดไป การเรียนอย่างเป็นขั้นตอนดังนี้ จะทำให้ผู้เรียนสามารถเรียนรู้คันจิอย่างมีประสิทธิภาพในเวลาอันจำกัด

ขั้นตอนการเรียนรู้

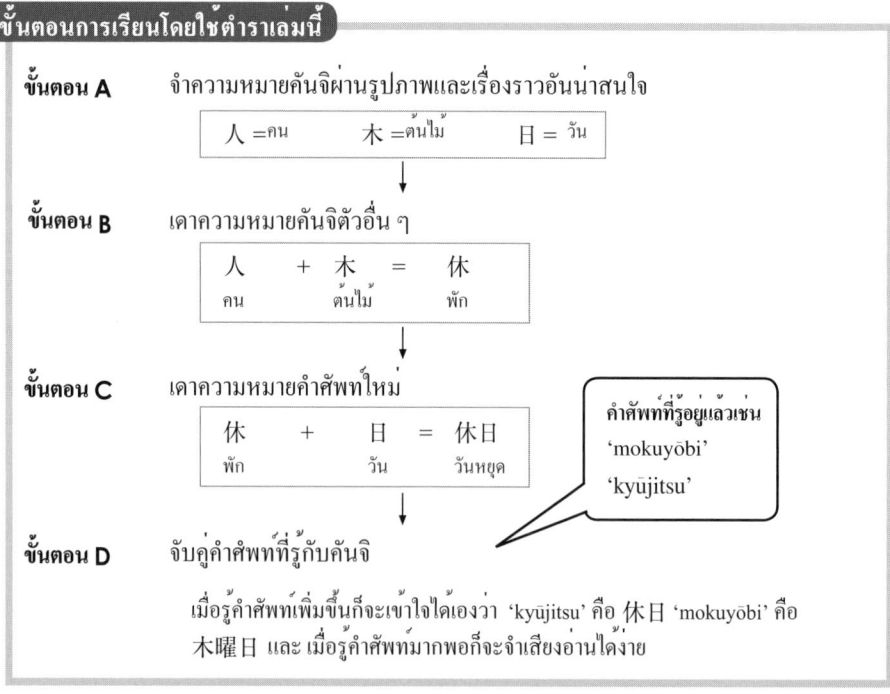

กระบวนการเรียนรู้

ขั้นตอน A เรียนรู้พร้อมกับจำรูปร่าง และความหมายคันจิอย่างสนุกสนาน ง่ายดาย และรวดเร็ว ผ่านเรื่องราวอันน่าสนใจ นอกจากนี้เพียงแค่คิดถึงเรื่องราวสนุกเหล่านั้นก็จะนึกออกว่าคันจิตัวนั้น ๆ เขียนอย่างไร

ขั้นตอน B การจำส่วนประกอบและความหมายคันจิ จะช่วยให้เดาความหมายคันจิตัวอื่น ๆ ที่พบใหม่ได้

ขั้นตอน C นอกเหนือไปจากการเรียนในห้อง ผู้เรียนมีโอกาสจะพบกับคันจิที่ไม่เคยรู้มาก่อน ในกรณีนี้ผู้เรียนจำเป็นต้องทำความเข้าใจความหมายจากการเดา นอกจากนี้เมื่อคันจิประสมกันเป็นคำศัพท์ใหม่ ความหมายอาจจะเปลี่ยนแปลงไป ดังนั้นผู้เรียนจะต้องคาดเดาความหมายจากบริบทด้วยเช่นกัน การฝึกเดาความหมายจะเพิ่มทักษะการเรียนรู้คันจิให้กับผู้เรียน

ขั้นตอน D ในขั้นตอนสุดท้ายนี้จะเป็นการจำเสียงอ่านและวิธีเขียน การจำเสียงอ่านหลังจากที่ได้เรียนภาษาญี่ปุ่นไปในระดับหนึ่ง และรู้คำศัพท์ภาษาญี่ปุ่นเพิ่มขึ้น จะช่วยให้ผู้เรียนสามารถจับคู่คำศัพท์ภาษาญี่ปุ่นที่รู้อยู่ก่อนแล้วกับคันจิที่ได้เรียนไป

ลักษณะพิเศษอื่น ๆ

▶ การสร้างไอเดียจะช่วยให้การเรียนรู้คันจิง่ายขึ้น

หลายท่านอาจจะคิดว่าการเรียนคันจิก็คือการจำ แต่จริง ๆ แล้วเป็นการฝึกทักษะการคิด ตำราเล่มนี้ประกอบไปด้วยคันจิ 300 ตัว ซึ่งนำเสนอโดยรูปภาพและเรื่องราวอันน่าสนใจ บางเรื่องนั้นแตกต่างจากเรื่องราวอันเป็นที่มาของคันจิแต่ละตัว รูปภาพและเรื่องราวที่แต่งขึ้นไม่ได้ตายตัวเป็นเพียงตัวช่วยให้ผู้เรียนสามารถจำคันจิได้ และไม่ลืมง่าย ๆ วัตถุประสงค์หลักของตำราคือต้องการให้ผู้เรียนสนุกกับการเรียน และช่วยให้การเรียนคันจิง่ายขึ้น ยิ่งไปกว่านี้ หากต้องการเรียนคันจิเพิ่มขึ้นอีกนอกจาก 300 ตัวนี้ ผู้เรียนสามารถนำรูปภาพและเรื่องราวอันน่าสนใจในตำรานี้ไปประยุกต์ใช้ การแต่งและจำเรื่องที่เป็นเอกลักษณ์เฉพาะของตัวเองก็จะช่วยให้เรียนรู้คันจิได้อย่างมีประสิทธิภาพ

▶ Part I ประกอบด้วยคันจิระดับ 4 (ครอบคลุมคันจิระดับ N5 ในการสอบวัดระดับภาษาญี่ปุ่นแบบใหม่) และ Part II ประกอบด้วยคันจิระดับ 3 (ครอบคลุมคันจิระดับ N4 ในการสอบวัดระดับภาษาญี่ปุ่นแบบใหม่) ในการสอบวัดระดับภาษาญี่ปุ่น

Part I ของตำราเล่มนี้ประกอบด้วยคันจิ 150 ตัว ในจำนวนนี้ 103 ตัวเป็นคันจิระดับ 4(N5) และเมื่อรวมกับคันจิอีก 150 ตัวใน Part II ก็จะเท่ากับได้เรียนรู้คันจิเบื้องต้นครบ 300 ตัว ครอบคลุมคันจิระดับ 3(N4) ซึ่งมี 248 ตัว นอกจากนี้ คำศัพท์ประสมใน "**มาจำเสียงอ่านและวิธีเขียนกันเถอะ**" เป็นคำศัพท์ประสมคันจิซึ่งออกสอบในการสอบวัดภาษาญี่ปุ่นระดับ 3(N4) และ 4(N5) เกือบทั้งหมด แต่ละคำมีตัวเลขระบุว่าเป็นคำศัพท์ระดับไหน จึงสะดวกที่จะใช้ดูเพื่อเตรียมสอบวัดระดับภาษาญี่ปุ่น

▶ มีคำแปลสี่ภาษา

ตำราเล่มนี้ประกอบด้วยคำแปลสี่ภาษาได้แก่ ภาษาอังกฤษ ภาษาอินโดนีเซีย ภาษาไทย และภาษาเวียดนาม นอกจากนี้ยังมีฉบับที่ประกอบด้วยคำแปลภาษาอังกฤษ ภาษาเกาหลี ภาษาสเปน และภาษาโปรตุเกสด้วย ในส่วนของ "**มาจำความหมายผ่านเรื่องสนุกกันเถอะ**" และ "**Q & A**" สามารถดูภาษาญี่ปุ่นในเล่มเฉลยแบบฝึกหัดและคำแปลภาษาญี่ปุ่นที่แนบมากับตำรา

2. โครงสร้างและวิธีใช้ตำราเล่มนี้

โครงสร้าง

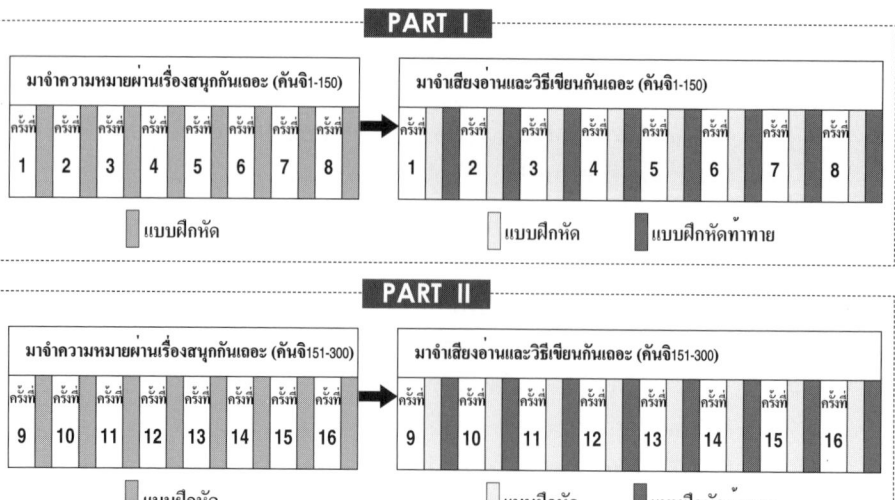

วิธีใช้

▶ **ผู้เรียนที่ต้องการจำทั้งความหมาย เสียงอ่านและวิธีเขียนของคันจิ 300 ตัว**

ผู้ที่เรียนคันจิตามขั้นตอนที่กำหนดไว้ในตำราเล่มนี้ตั้งแต่ต้นจนจบจะสามารถจำเสียงอ่านและวิธีเขียนคันจิทั้ง 300 ตัว โดยวิธีเรียนที่เหมาะสมคือเริ่มต้นจาก **"มาจำความหมายผ่านเรื่องสนุกกันเถอะ"** ครั้งที่หนึ่งถึงครั้งที่แปด แล้วต่อด้วย **"มาจำเสียงอ่านและวิธีเขียนกันเถอะ"** ครั้งที่หนึ่งถึงครั้งที่แปดให้จบก่อน จากนั้นจึงค่อยเริ่มเรียนครั้งที่เก้าถึงครั้งที่สิบหกในแบบเดียวกัน นอกจากนี้จะเริ่มต้นจาก **"มาจำความหมายผ่านเรื่องสนุกกันเถอะ"** ครั้งที่หนึ่งถึงครั้งที่สิบหกก่อน แล้วค่อยต่อด้วย **"มาจำเสียงอ่านและวิธีเขียนกันเถอะ"** ครั้งที่หนึ่งถึงครั้งที่สิบหกก็ได้เช่นกัน หากแต่ละครั้งใช้เวลาเรียนหนึ่งวัน ก็จะจำเสียงอ่านและวิธีเขียนคันจิทั้ง 300 ตัวได้ภายใน 32 วัน

▶ **ผู้เรียนที่ต้องการจำความหมายและเสียงอ่านของคันจิ 300 ตัว**

ผู้เรียนที่ไม่จำเป็นต้องจำวิธีเขียนคันจิ สามารถข้ามแบบฝึกหัดการเขียนคันจิใน **"มาจำเสียงอ่านและวิธีเขียนกันเถอะ"** และ **"แบบฝึกหัดท้าทาย"** ไปได้ (ข้าม ■)

▶ **ผู้เรียนที่ต้องการจำความหมายคันจิ 300 ตัว ในเวลาอันสั้น**

ผู้เรียนที่ต้องการจำความหมายคันจิ 300 ตัว ให้ได้ภายในเวลาอันรวดเร็ว อาจใช้ตำราเล่มนี้เพียงแค่ส่วน **"มาจำความหมายผ่านเรื่องสนุกกันเถอะ"** ครั้งที่หนึ่งถึงครั้งที่สิบหกก็ได้ โดยผู้เรียนจะสามารถจำความหมายคันจิ 300 ตัวได้ภายใน 16 วัน

▶ **ผู้เรียนที่ต้องการเรียนคันจิด้วยตัวเอง และผู้เรียนที่ยังไม่ถนัดอักษรฮิระงะนะและอักษรคะตะคะนะ**

ตำราเล่มนี้เหมาะสำหรับผู้เรียนที่ต้องการเรียนคันจิด้วยตัวเอง และผู้เรียนที่ยังไม่ถนัดอักษรฮิระงะนะและคะตะคะนะ เพราะในแบบฝึกหัดต่อจาก **"มาจำความหมายผ่านเรื่องสนุกกันเถอะ"** มีอักษรโรมันกำกับอยู่ด้วย นอกจากนี้คำศัพท์ประสมใน **"มาจำเสียงอ่านและวิธีเขียนกันเถอะ"** ก็มีอักษรโรมันกำกับอยู่ด้วยเช่นกัน

▶ **ผู้เรียนที่ต้องการเรียนเพื่อเตรียมตัวสอบวัดระดับภาษาญี่ปุ่น**

ส่วนที่หนึ่งประกอบด้วยคันจิ 150 ตัวซึ่งครอบคลุมคันจิระดับ 4(N5) ในการสอบวัดระดับภาษาญี่ปุ่น เรียนเพียงแค่ส่วนที่หนึ่งก็เพียงพอสำหรับการเตรียมตัวสอบวัดระดับคันจิระดับ 4(N5) และหากเรียนส่วนที่สองด้วยก็จะเป็นการเตรียมพร้อมสำหรับการสอบวัดระดับคันจิระดับ 3(N4) คำศัพท์ประสมแต่ละตัวใน **"มาจำเสียงอ่านและวิธีเขียนกันเถอะ"** จะมีตัวเลขกำกับบว่าเป็นคันจิระดับไหน ผู้เรียนจึงสามารถเลือกได้ว่าจะจำคำศัพท์คำใด

3. คำอธิบายโครงสร้างหลัก 5 ส่วน

ตำราเล่มนี้ประกอบด้วยโครงสร้างหลัก ๆ 5 ส่วน ในที่นี้จะอธิบายรายละเอียดของแต่ละส่วน

1. มาจำความหมายผ่านเรื่องสนุกกันเถอะ

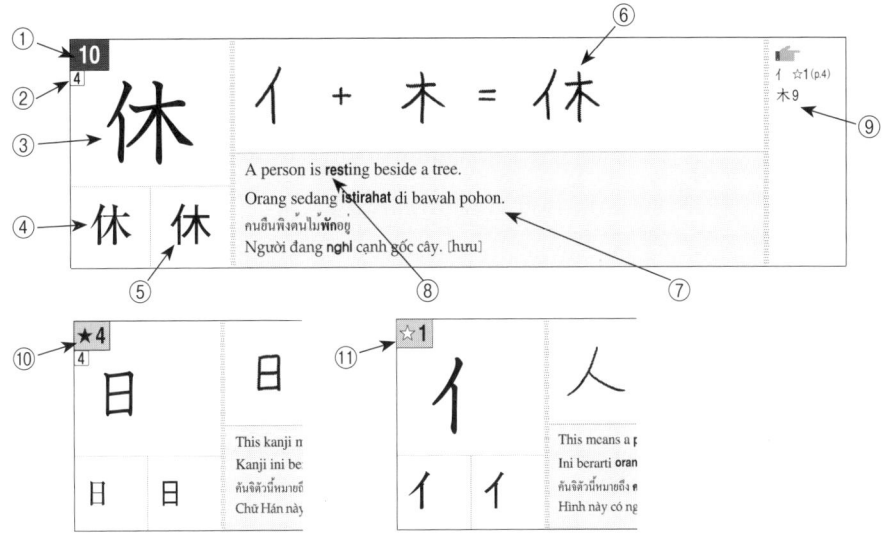

① ตัวเลขบอกลำดับ มี 1-300

② ระบุว่าเป็นคันจิระดับใด ในการสอบวัดระดับภาษาญี่ปุ่น ④ คือระดับ 4(N5), ③ คือระดับ 3(N4), ② คือระดับ 2(N3-N2), ① คือระดับ 1(N1)

③ ตัวอักษรแบบ 'Kyookasho-tai' ซึ่งใกล้เคียงกับการเขียนด้วยมือมากที่สุด

④ ตัวอักษรแบบ 'Minchoo-tai'

⑤ ตัวอักษรแบบ 'Gothic-tai' ผู้เรียนควรทำความเคยชินกับตัวอักษรแบบต่าง ๆ เนื่องจากตัวอักษรมีหลายรูปแบบ

⑥ ตัวอย่างคันจิที่เขียนด้วยมือ

⑦ เรื่องราวที่จะช่วยให้จำคันจิ มีสี่ภาษาได้แก่ภาษาอังกฤษ ภาษาอินโดนีเซีย ภาษาไทย ภาษาเวียดนาม

⑧ ตัวพิมพ์หนาคือความหมายหลักของคันจิตัวนั้น ๆ เช่นในตำราเล่มนี้ 店 หมายถึง 'ร้าน' และ 屋 หมายถึง 'ห้าง'แต่ทั้งสอง คำมีบางส่วนที่คล้ายคลึงกัน ไม่ได้แบ่งแยกความหมายอย่างชัดเจน คันจิบางคำแปลตรงตัวได้ยากดังนั้นคำแปลจึงเป็นเพียงความ หมายพื้นฐานโดยรวม

⑨ คันจิเกี่ยวข้องที่สามารถดูประกอบ มีทั้ง ★☆ และเลขหน้ากำกับ

⑩ ★ คือส่วนประกอบคันจิ และสามารถใช้โดด ๆ ได้

⑪ ☆ คือส่วนประกอบคันจิ แต่ไม่สามารถใช้โดด ๆ ได้ (สารบัญและความหมาย ★☆ ดูหน้า 274~ หน้า 275 ประกอบ)

2. แบบฝึกหัด "มาจำความหมายผ่านเรื่องสนุกกันเถอะ"

แบบฝึกหัดต่อจาก **"มาจำความหมายผ่านเรื่องสนุกกันเถอะ"** เป็นแบบฝึกหัดทบทวนความหมายของคันจิที่ได้เรียนไป ตรงกับส่วนที่แสดงด้วย ▊ ในตารางหน้า xxiv

[1] จงเขียนความหมายที่ถูกต้องของคันจิต่อไปนี้

ข้อนี้จะทบทวนส่วนประกอบคันจิทุกตัวที่เรียนไปในครั้งนั้น ๆ ข้อนี้ไม่มีคำตอบให้ กรุณากลับไปดู "มาจำความหมายผ่านเรื่องสนุกกันเถอะ" และหาคำตอบที่เหมาะสม

[2] จงเดาความหมายของคำศัพท์ต่อไปนี้และเลือกคำตอบที่ถูกต้องจาก a ~ e

ถ้าจำความหมายคันจิที่เรียนไปในครั้งนั้นหรือครั้งก่อนหน้านั้นได้ก็ทำข้อนี้ได้ แบบฝึกหัดข้อนี้ช่วยฝึกทักษะการเดาความหมาย

[3] จงเดาความหมายของคำศัพท์ต่อไปนี้

ข้อนี้มีคำตอบบอยู่ในเล่มเฉลยแบบฝึกหัดและคำแปลภาษาญี่ปุ่น แต่ไม่ใช่คำตอบตายตัว ผู้เรียนควรใช้เป็นตัวอย่างดูประกอบ และพยายามเดาความหมายด้วยตัวเอง ส่วนอักษรฮิระงะนะและคะตะคะนะมีอักษรโรมันกำกับเสียงอาน

3. มาจำเสียงอ่านและวิธีเขียนกันเถอะ

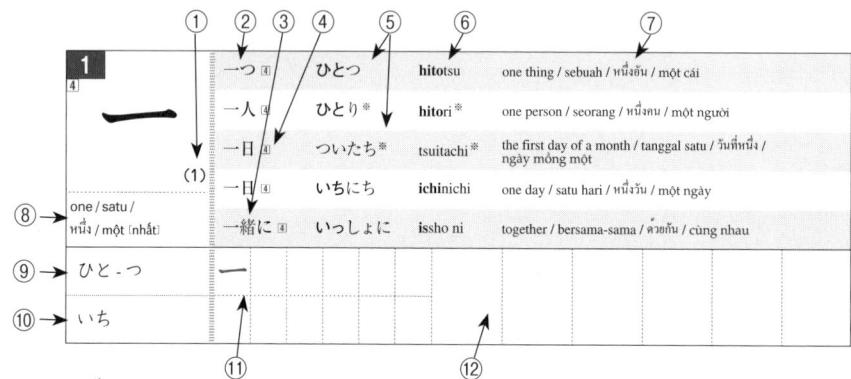

① จำนวนเส้น

② คำศัพท์ประสมคันจิ เรียงลำดับจากวิธีอ่านแบบญี่ปุ่น (Kun-yomi) และวิธีอ่านแบบจีน (On-yomi) เป็นคำศัพท์ประสมคันจิระดับ 3(N4) และระดับ 4(N5) ในการสอบวัดระดับภาษาญี่ปุ่น นอกจากนี้ยังมีตัวอย่างคำประสมพื้นฐานอื่น ๆ ที่ใช้ในชีวิตประจำวัน

③ คันจิที่พิมพ์ตัวบางเป็นคันจินอกเหนือจากคันจิ 300 ตัวในตำราเล่มนี้

④ 4 คือระดับ 4(N5), 3 คือระดับ 3(N4), 2 คือระดับ 2(N3-N2), 1 คือระดับ 1(N1) หากไม่มีตัวเลขกำกับถือว่าเป็นคำศัพท์นอกไปจากที่กำหนดในการสอบวัดระดับภาษาญี่ปุ่น

⑤ เสียงอ่านที่เขียนโดยอักษรฮิระงะนะ ตัวพิมพ์หนาเป็นเสียงอ่านของคันจิในข้อนั้น เครื่องหมาย ✻ แสดงว่าเป็นวิธีอ่านแบบพิเศษ

⑥ เสียงอ่านที่เขียนโดยอักษรโรมันใช้ระบบเฮบเบิร์น แต่เสียงนาสิกซึ่งปรากฏระหว่างคำจะใช้ n' และเสียงยาวจะแสดงด้วย ō

⑦ ความหมายของคำศัพท์ประสมคันจิ มีคำแปลสี่ภาษาได้แก่ภาษาอังกฤษ ภาษาอินโดนีเซีย ภาษาไทย และภาษาเวียดนาม

⑧ ความหมายของคันจิ มีคำแปลสี่ภาษาได้แก่ภาษาอังกฤษ ภาษาอินโดนีเซีย ภาษาไทย และภาษาเวียดนาม

⑨ บรรทัดบนคือวิธีอ่านแบบญี่ปุ่น (Kun-yomi) โดยยกตัวอย่างที่เป็นเสียงอ่านพื้นฐาน

⑩ บรรทัดล่างคือวิธีอ่านแบบจีน (On-yomi) โดยยกตัวอย่างที่เป็นเสียงอ่านพื้นฐาน

⑪ แสดงลำดับการเขียน

⑫ สามารถลองเขียนคันจิในช่องว่างนี้

4. แบบฝึกหัด "มาจำเสียงอ่านและวิธีเขียนกันเถอะ"

เป็นแบบฝึกหัดต่อจาก **"มาจำเสียงอ่านและวิธีเขียนกันเถอะ"** โดยมีวัตถุประสงค์เพื่อทบทวนวิธีอ่านตรงกับส่วนที่แสดงด้วย ▮ ในตารางหน้า xxiv

[1] **คันจิต่อไปนี้พิมพ์อย่างไร**

ผู้เรียนส่วนใหญ่มักมีโอกาสต้องพิมพ์ภาษาญี่ปุ่นด้วยโปรแกรมคอมพิวเตอร์ ดังนั้นจึงควรรู้ว่าจะพิมพ์คันจิอย่างไร วัตถุประสงค์ของแบบฝึกหัดข้อนี้คือ เพื่อให้ผู้เรียนคุ้นเคยกับการพิมพ์เสียงพิเศษเช่น เสียงนาสิก เสียงกัก เสียงยาว

[2] **คันจิต่อไปนี้เขียนเป็นอักษรฮิระงะนะอย่างไร**

[3] **จงเขียนเสียงอ่านของคำที่ขีดเส้นใต้**

ข้อ [2] และข้อ [3] เป็นแบบฝึกหัดทบทวนวิธีอ่าน สำหรับคันจิใหม่ที่ยังไม่ได้เรียน มีอักษรฮิระงะนะกำกับ คันจิในแบบฝึกหัดข้อนี้มาจากคำศัพท์ประสมใน **"มาจำเสียงอ่านและวิธีเขียนกันเถอะ"** ส่วนใหญ่เป็นคำศัพท์ใช้บ่อยและออกสอบในการสอบวัดระดับภาษาญี่ปุ่นระดับ 3(N4) และ 4(N5)

[4] **จงอ่านและเดาความหมายของประโยคต่อไปนี้**

เป็นแบบฝึกหัดเพื่อฝึกทักษะการเดาความหมายคันจิจากบริบท ประโยคตัวอย่างทั้งหมดเป็นสำนวนที่ใช้จริงในบทสนทนา จึงน่าจำเพื่อนำไปใช้ ส่วนนี้มีคำแปลสี่ภาษาอยู่ในเล่มเฉลยแบบฝึกหัดและคำแปลภาษาญี่ปุ่น

5. แบบฝึกหัดท้าทาย

เป็นแบบฝึกหัดต่อจาก **"มาจำเสียงอ่านและวิธีเขียนกันเถอะ"** โดยมีวัตถุประสงค์เพื่อทบทวนวิธีเขียน ผู้เรียนที่ไม่จำเป็นต้องฝึกเขียนคันจิด้วยลายมืออาจข้ามแบบฝึกหัดข้อนี้ไป ตรงกับส่วนที่แสดงด้วย ▮ ในตารางหน้า xxiv

[1] **จงบอกจำนวนเส้นของคันจิต่อไปนี้**

การจะเขียนคันจิให้สวยต้องเขียนให้ถูกต้องตามจำนวนเส้น นอกจากนี้จำนวนเส้นยังมีประโยชน์ตรงที่สามารถใช้เป็นวิธีสุดท้ายที่จะค้นหาคันจิในพจนานุกรมกรณีที่ไม่รู้เสียงอ่านได้ด้วย

[2] **จงเลือกคันจิที่ถูกต้อง**

แบ่งเป็นข้อย่อยสองข้อคือ 1. เลือกคันจิที่ถูกต้องจากคันจิที่มีรูปร่างคล้ายคลึงกัน และ 2. เลือกเสียงอ่านที่ถูกต้อง

[3] **จงเขียนคันจิของคำที่ขีดเส้นใต้**

เป็นแบบฝึกหัดฝึกเขียนคันจิ สำหรับคันจิใหม่ที่ยังไม่ได้เรียนมีอักษรฮิระงะนะกำกับ

Cách sử dụng giáo trình

1. Giới thiệu về giáo trình

Mục đích

Nhớ 300 chữ Hán cơ bản một cách hiệu quả và thú vị trong một thời gian ngắn.

Đối tượng

— Những người muốn học chữ Hán từ đầu

— Những người muốn học chữ Hán trên lớp hoặc tự học

* Có phiên âm Romaji trong cách đọc chữ Hán nên ngay cả những người chưa nắm vững chữ Hiragana và Katakana cũng có thể sử dụng giáo trình này.

Đặc trưng

Đối với học chữ Hán thông thường, khi nhớ một chữ Hán, người học phải đồng thời học mặt chữ, ý nghĩa, cách đọc và cách viết. Nhưng nếu muốn chỉ học một lần mà nhớ rõ tất cả những điều đó thì phải mất rất nhiều thời gian và với người học, đó sẽ là một gánh nặng. Nhất là khi vốn từ vựng tiếng Nhật chưa thật phong phú, nếu nhớ nhiều cách đọc cũng sẽ quên ngay.

Trong giáo trình này, chúng tôi đã cố công để giảm bớt gánh nặng của việc học chữ Hán. Trước hết, người học sẽ nhớ mặt chữ và ý nghĩa của 150 chữ Hán thông qua tranh minh họa và các mẩu chuyện. Đến lúc nhớ hết được mặt chữ và ý nghĩa của 150 chữ Hán thì vốn từ vựng cũng tăng lên cho nên ở giai đoạn này, người học sẽ nhớ cách đọc và cách viết. Sau đó, ta sẽ học tiếp 150 chữ Hán mới. Để học chữ Hán một cách có hiệu quả trong một khoảng thời gian eo hẹp, phương pháp học theo từng giai đoạn này sẽ mang lại hiệu quả cao.

Các giai đoạn học

Phương pháp học theo giáo trình này

Giai đoạn A   Nhớ ý nghĩa của chữ Hán qua tranh minh họa và các mẩu chuyện cơ bản

人 = người   木 = cây   日 = ngày

↓

Giai đoạn B   Có thể suy luận ý nghĩa của các chữ Hán mới

人 + 木 = 休
người cây nghỉ ngơi

↓

Giai đoạn C   Có thể suy luận ý nghĩa của những từ mới

休 + 日 = 休日
nghỉ ngơi ngày ngày nghỉ

(Những từ vựng đã biết như 'kyūjitsu' hay 'mokuyōbi')

↓

Giai đoạn D   Kết nối những từ vựng và chữ Hán đã biết!

Khi vốn từ vựng tăng, người học sẽ hiểu 'kyūjitsu' là 休日, 'mokuyōbi' là 木曜日. Ở giai đoạn từ vựng đã tăng đến một mức nhất định, người học có thể nhớ cách đọc một cách trôi chảy.

Quá trình học

Giai đoạn A Với việc học qua các mẩu chuyện cơ bản, người học có thể nhớ mặt chữ và ý nghĩa của các chữ Hán một cách thú vị, dễ dàng và thậm chí là khá nhanh. Ngoài ra, mỗi khi nhớ lại chữ Hán, nếu hồi tưởng lại mẩu chuyện thì có thể nhớ cả mặt chữ một cách tự nhiên.

Giai đoạn B Với việc nhớ ý nghĩa của chữ Hán và các bộ, người học sẽ phát huy khả năng suy luận ý nghĩa của các chữ Hán mới xuất hiện.

Giai đoạn C Cũng có lúc người học gặp những chữ Hán chưa biết ở ngoài lớp học, khi đó phải vừa đoán vừa tìm hiểu ý nghĩa của chữ Hán đó. Ngoài ra, có trường hợp ý nghĩa của chữ Hán thay đổi vì là từ ghép nên cũng cần phải suy luận từ mạch văn xem ý nghĩa của từ đó là gì. Nhờ suy luận, người học có thể nuôi dưỡng khả năng phán đoán đối với chữ Hán của mình.

Giai đoạn D Cuối cùng, người học sẽ nhớ cách đọc và cách viết. Nếu nhớ cách đọc ở giai đoạn việc học tiếng Nhật đã tiến bộ đến một mức nào đó và vốn từ tiếng Nhật đã tăng lên, người học có thể kết nối những từ vựng tiếng Nhật đã biết với các chữ Hán.

Các đặc trưng khác

▶ **Việc học chữ Hán sẽ trở thành "việc học của bản thân" với việc đưa ra các ý tưởng.**

Có lẽ có nhiều người cho rằng chữ Hán đồng nghĩa với học thuộc lòng, nhưng thực ra, học chữ Hán sẽ nuôi dưỡng khả năng tư duy. Trong giáo trình này có tranh minh họa và các mẩu chuyện của 300 chữ Hán, nhưng cũng có những tranh và mẩu chuyện khác với nguồn gốc vốn có của chữ Hán đó. Các tranh minh họa và các mẩu chuyện của giáo trình này chỉ là gợi ý cho người học làm thế nào để nhớ được chữ Hán, làm thế nào để không quên chữ Hán chứ không phải là chân lý duy nhất. Điều quan trọng là các bạn học tập vui vẻ, coi việc học chữ Hán là của bản thân mình. Đặc biệt, khi các bạn học các chữ Hán khác ngoài 300 chữ trong giáo trình này, nếu tham khảo các tranh minh họa và các mẩu chuyện trong giáo trình rồi tự tạo ra những mẩu chuyện của riêng mình để nhớ, có lẽ các bạn sẽ học chữ Hán một cách hiệu quả hơn.

▶ **Part I tương ứng với các chữ Hán trong kỳ thi năng lực tiếng Nhật cấp độ 4(Tương đương với N5 của kỳ thi năng lực tiếng Nhật mới), Part II tương ứng với các chữ Hán trong kỳ thi năng lực tiếng Nhật cấp độ 3(Tương đương với N4 của kỳ thi năng lực tiếng Nhật mới).**

Trong Part 1 của giáo trình, chúng tôi đưa ra 150 chữ Hán, trong số 150 chữ Hán này có 103 chữ Hán xuất hiện trong kỳ thi năng lực tiếng Nhật cấp độ 4(N5). Nếu học tiếp 150 chữ Hán còn lại của Part II, các bạn có thể nắm được 300 chữ Hán cơ bản trong đó có 284 chữ Hán xuất hiện trong kỳ thi năng lực tiếng Nhật cấp độ 3(N4). Ngoài ra, trong bảng từ ghép chữ Hán của phần "**Hãy nhớ cách đọc và cách viết**", có hầu hết các từ vựng cấp độ 3(N4), 4(N5) có sử dụng chữ Hán liên quan và đều ghi rõ từ ở cấp độ nào nên cũng sẽ rất thuận tiện cho việc luyện thi năng lực tiếng Nhật.

▶ **Sử dụng 4 thứ tiếng**

Giáo trình này sử dụng 4 thứ tiếng là tiếng Anh, tiếng Inđônêxia, tiếng Thái Lan và tiếng Việt Nam. Ngoài ra, chúng tôi cũng có bản sử dụng tiếng Anh, tiếng Hàn Quốc, tiếng Tây Ban Nha, tiếng Bồ Đào Nha và như vậy, tổng cộng gồm bảy thứ tiếng. Phần "**Hãy nhớ ý nghĩa của chữ Hán qua các mẩu chuyện**" và phần "**Q&A**" có nội dung bằng tiếng Nhật in trong phụ lục.

2. Cấu tạo của giáo trình và cách sử dụng

Cấu tạo

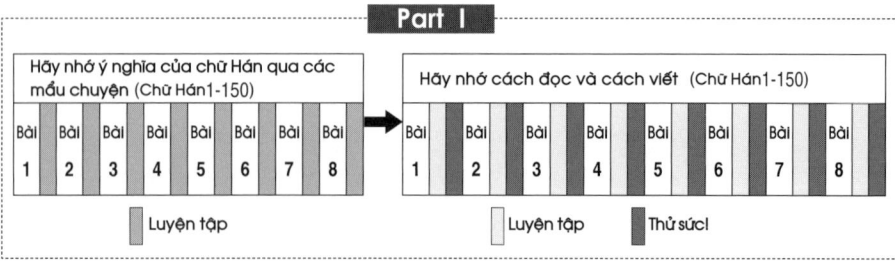

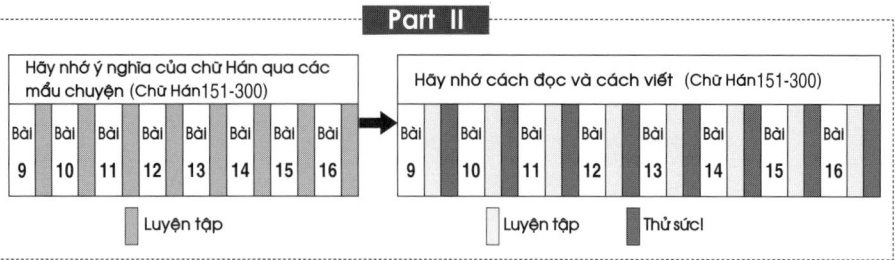

Cách sử dụng

▶ **Đối với những người muốn nhớ không chỉ ý nghĩa mà cả cách đọc, cách viết của 300 chữ Hán**

Nếu học giáo trình này từ đầu đến cuối, các bạn có thể nhớ cả cách đọc và cách viết của 300 chữ Hán. Về phương pháp học tập, chúng tôi khuyên các bạn sau khi học "Hãy nhớ ý nghĩa của chữ Hán qua các mẩu chuyện" từ bài 1 đến bài 8, hãy học đến "Hãy nhớ cách đọc và cách viết" từ bài 1 đến bài 8, sau đó cũng theo trình tự như thế, học "Hãy nhớ ý nghĩa của chữ Hán qua các mẩu chuyện", rồi đến "Hãy nhớ cách đọc và cách viết" từ bài 9 đến bài 16. Một cách khác nữa là học xong phần "Hãy nhớ ý nghĩa của chữ Hán qua các mẩu chuyện" từ bài 1 đến bài 16 rồi mới chuyển sang phần "Hãy nhớ cách đọc và cách viết". Nếu học một ngày một bài thì chỉ cần 32 ngày là các bạn có thể nhớ được cả cách đọc và cách viết của 300 chữ Hán.

▶ **Đối với những người muốn nhớ ý nghĩa và cách đọc của 300 chữ Hán**

Những bạn học không cần nhớ cách viết chữ Hán có thể bỏ qua bài luyện tập thứ tự nét chữ Hán trong phần "Hãy nhớ cách đọc và cách viết" và bài tập "Thử sức!". (Bỏ qua ▮)

▶ **Đối với những bạn muốn nhớ được ý nghĩa của 300 chữ Hán trong thời gian ngắn**

Những bạn muốn nhớ được ý nghĩa của 300 chữ Hán trong thời gian ngắn nhất chỉ cần học "Hãy nhớ ý nghĩa của chữ Hán qua các mẩu chuyện" của Part I và Part II (từ bài 1 đến bài 16). Nếu mỗi ngày học một bài, trong vòng 16 ngày các bạn có thể nhớ được ý nghĩa của 300 chữ Hán.

▶ **Đối với những bạn muốn tự học chữ Hán hoặc những bạn còn chưa thạo chữ Hiragana và Katakana**

Giáo trình này được biên soạn dành cho cả những bạn muốn tự học chữ Hán cũng như những bạn chưa thạo chữ Hiragana, Katakana. Trong các bài luyện tập sau phần "Hãy nhớ ý nghĩa của chữ Hán qua các mẩu chuyện" đều có phiên âm Romaji cho các chữ Hiragana và Katakana. Ngoài ra, còn có cột ghi cách đọc bằng chữ Romaji cho những từ ghép chữ Hán của phần "Hãy nhớ cách đọc và cách viết".

▶ **Đối với những bạn muốn học luyện thi năng lực tiếng Nhật**

Trong 150 chữ Hán ở Part I có bao gồm tất cả các chữ Hán của kỳ thi năng lực tiếng Nhật cấp độ 4(N5). Chỉ học Part I, các bạn đã sẵn sàng cho phần thi chữ Hán cấp độ 4(N5). Còn nếu muốn chuẩn bị cho chữ Hán cấp độ 3(N4), chỉ cần học cả Part II là đủ. Trong bảng từ ghép chữ Hán của phần **"Hãy nhớ cách đọc và cách viết"**, chúng tôi có ghi rõ từ ghép đó là từ vựng cấp độ mấy nên các bạn có thể chọn những từ vựng cần nhớ.

3. Giải thích cho các mục

Dưới đây chúng tôi sẽ giải thích các mục trong giáo trình. Có 5 mục. Hãy đọc trước khi bắt đầu học.

1. Hãy nhớ ý nghĩa của chữ Hán qua các mẩu chuyện

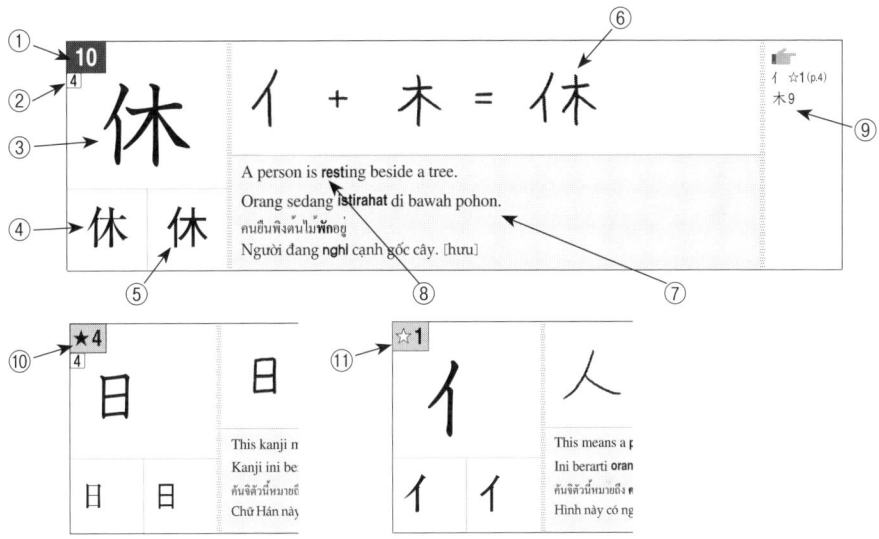

① Thứ tự chữ Hán trong giáo trình. Có từ 1 đến 300.

② Thể hiện cấp độ trong kỳ thi năng lực tiếng Nhật. ④ là cấp độ 4(N5), ③ là cấp độ 3(N4), ② là cấp độ 2(N3-N2), ① là cấp độ 1(N1).

③ Kyōkasho-tai. Đây là phông chữ gần với viết tay nhất.

④ Minchō-tai.

⑤ Gothic-tai. Có trường hợp chữ Hán có thể hơi khác đi do phông chữ khác nhau nên việc làm quen với nhiều phông chữ là cần thiết.

⑥ Chữ Hán cuối cùng trong hình minh họa là chữ Hán khi viết được bằng tay.

⑦ Những mẩu chuyện về cách nhớ chữ Hán. Có 4 ngôn ngữ là tiếng Anh, tiếng Inđônêxia, tiếng Thái Lan và tiếng Việt. Ngoặc [ ] ở cuối câu chuyện bằng tiếng Việt là âm Hán Việt của chữ Hán đó.

⑧ Phần viết bằng chữ đậm là ý nghĩa chính của chữ Hán đó. Ví dụ, trong giáo trình này, 店 được dịch là "cửa hàng", 屋 được dịch là "hiệu~", nhưng hai chữ Hán này không có sự khác nhau rõ ràng mà có phần trùng lặp về ý nghĩa. Cũng có trường hợp khó trực dịch nên các bạn hãy hiểu rằng nội dung dịch của phần chữ đậm thể hiện khái niệm chủ yếu của chữ Hán đó.

⑨ Số thứ tự chữ Hán tham khảo. Trong trường hợp ★☆ còn ghi rõ số trang.

⑩ ★ thể hiện bộ của chữ Hán. ★ là những chữ Hán có thể đứng độc lập.

⑪ ☆ thể hiện bộ của chữ Hán nhưng là các bộ không thể đứng độc lập như một chữ Hán. (→ Danh sách và ý nghĩa của ★☆ ở p.274～p.275)

2. Luyện tập của "Hãy nhớ ý nghĩa của chữ Hán qua các mẩu chuyện"

Đây là các bài tập hỏi về ý nghĩa của chữ Hán ở sau mục "**Hãy nhớ ý nghĩa của chữ Hán qua các mẩu chuyện**". Phần ☐ của bảng p. xxx.

[1] Hãy viết nghĩa các chữ Hán dưới đây.

Chúng tôi đưa ra toàn bộ các chữ Hán và các bộ đã xuất hiện trong bài đó. Không có đáp án nên các bạn hãy xem mục "**Hãy nhớ ý nghĩa của chữ Hán qua các mẩu chuyện**" để tự tìm ra câu trả lời.

[2] Hãy đoán nghĩa và chọn các từ thích hợp trong khung.

Nếu hiểu được ý nghĩa của các chữ Hán xuất hiện trong bài đó hoặc những bài đã học, bạn có thể làm được bài tập này. Hãy để khả năng suy luận làm việc.

[3] Hãy đoán nghĩa các từ dưới đây.

Tuy có phương án trả lời trong phụ lục, nhưng bạn đừng quá bận tâm vì dù sao, đó cũng chỉ là một phương án nên hãy cố gắng rèn luyện khả năng suy luận của mình. Chúng tôi có phiên âm Romaji đối với chữ Hiragana và chữ Katakana.

3. Hãy nhớ cách đọc và cách viết

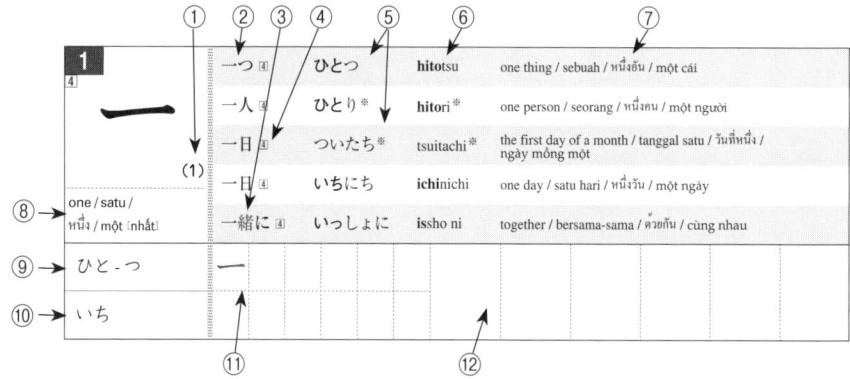

① Số nét.

② Từ ghép chữ Hán, về nguyên tắc, theo trình tự âm Kun rồi đến âm On. Trong danh sách chúng tôi đưa ra có toàn bộ các từ vựng cấp độ 3(N4), cấp độ 4(N5) kỳ thi năng lực tiếng Nhật chứa chữ Hán đó. Ngoài ra, chúng tôi cũng đưa ra các từ ghép chữ Hán thường được sử dụng hàng ngày.

③ Những chữ Hán nét thanh là những chữ Hán nằm ngoài 300 chữ Hán trong giáo trình.

④ ④ là từ vựng cấp độ 4(N5), ③ là từ vựng cấp độ 3(N4), ② là từ vựng cấp độ 2(N3-N2), ① là từ vựng cấp độ 1(N1). Những từ vựng không có chú thích là những từ vựng không nằm trong thi năng lực.

⑤ Cách đọc ghi bằng chữ Hiragana. Cách đọc chữ Hán tương ứng được ghi bằng chữ đậm. Những cách đọc đặc biệt có đánh dấu (※).

⑥ Cách đọc ghi bằng chữ Romaji. Chúng tôi sử dụng phông Hepburn cho toàn bộ chữ Romaji. Tuy nhiên, để phân biệt, chúng tôi thể hiện ん (n/nn) trong từ bằng n'. Ngoài ra, âm dài được ký hiệu là ō.

⑦ Ý nghĩa của từ ghép chữ Hán, được dịch sang 4 thứ tiếng là tiếng Anh, tiếng Inđônêxia, tiếng Thái và tiếng Việt.

⑧ Ý nghĩa của chữ Hán, được dịch sang 4 thứ tiếng là tiếng Anh, tiếng Inđônêxia, tiếng Thái và tiếng Việt.

⑨ Phần trên là cách đọc theo âm Kun. Chúng tôi đưa ra cách đọc theo âm Kun đại diện.
⑩ Phần dưới là cách đọc theo âm On. Chúng tôi đưa ra cách đọc theo âm On đại diện.
⑪ Thể hiện thứ tự nét viết.
⑫ Có thể viết chữ Hán ở chỗ trống này.

4. Luyện tập của "Hãy nhớ cách đọc và cách viết"

Các bài tập về cách đọc ở sau mục "Hãy nhớ cách đọc và cách viết", là những nội dung hỏi về cách đọc. Phần ☐ của bảng ở p. xxx.

[1] **Hãy chọn cách đánh máy đúng.**

Các bạn có nhiều dịp phải dùng máy tính để đánh chữ Hán nên việc biết đánh máy chữ Hán cũng rất quan trọng. Một trong những mục đích của bài tập này là giúp các bạn làm quen với cách đánh máy các âm đặc thù như âm mũi ん (n/nn), âm ngắt っ (tsu), âm dài.

[2] **Hãy phiên âm Hiragana các chữ Hán dưới đây.**

[3] **Hãy viết cách đọc các chữ Hán có gạch chân.**

[2], [3] là bài tập về cách đọc chữ Hán. Có phiên âm Hiragana cho các chữ Hán chưa học. Về nguyên tắc, những chữ Hán trong phần này là những chữ Hán trong danh sách từ ghép chữ Hán của mục "Hãy nhớ cách đọc và cách viết", có tần số sử dụng cao, chủ yếu là các từ vựng thường xuất hiện trong bài thi năng lực tiếng Nhật cấp độ 3(N4), 4(N5).

[4] **Hãy đọc và đoán nghĩa các câu dưới đây.**

Bài tập nuôi dưỡng khả năng suy luận ý nghĩa của chữ Hán trong câu. Các câu ví dụ được sử dụng ở đây là những câu thường được sử dụng trong hội thoại thực tế nên các bạn có thể học thuộc cũng được. Quyển đáp án được dịch sang 4 thứ tiếng.

5. Thử sức!

Bài tập về cách viết sau mục "Hãy nhớ cách đọc và cách viết". Những bạn không cần phải viết tay chữ Hán có thể bỏ qua phần này. Phần ■ của bảng ở p. xxx.

[1] **Các chữ Hán dưới đây có bao nhiêu nét?**

Nếu viết chữ Hán đúng số nét, chữ Hán sẽ đẹp hơn. Ngoài ra, số nét của chữ Hán cũng là phương sách cuối cùng rất có hiệu quả để tra chữ Hán bằng từ điển khi không biết cách đọc.

[2] **Hãy chọn chữ Hán thích hợp.**

Gồm bài tập chọn chữ Hán thích hợp trong số các chữ Hán hay bị nhầm với nhau và bài tập chọn cách phiên âm Hiragana đúng.

[3] **Hãy viết chữ Hán thích hợp.**

Bài tập viết chữ Hán trên thực tế. Có phiên âm Hiragana cho các chữ Hán chưa học.

PART I

第1回～第8回

ここでは、日本語能力試験4級の漢字がすべて学べます。
Here you can learn all of the level 4 kanji of the Japanese Language Proficiency Test.
Pada bagian ini akan dipelajari kanji level 4 Tes Kemampuan Berbahasa Jepang.
ในส่วนแรกนี้คุณจะได้เรียนรู้คันจิระดับ 4 ในการสอบวัดระดับภาษาญี่ปุ่น
Có thể học tất cả các chữ Hán trong kỳ thi năng lực tiếng Nhật cấp độ 4.

▶ストーリーで意味を覚えよう

▶▶▶ p. 2

Let's memorize kanji with its story
Mengingat makna dari asal-usulnya
มาจำความหมายผ่านเรื่องสนุกกันเถอะ
Hãy nhớ ý nghĩa của chữ Hán qua các mẩu chuyện

- イラストとストーリーで150字の字形と意味を楽しく覚えます。
- It is so much fun to memorize the shape and meaning of 150 kanji through stories and illustrations.
- Mengingat bentuk dan arti 150 huruf kanji dari asal-usul dan ilustrasinya secara menyenangkan.
- สนุกกับการจำความหมายและรูปร่างคันจิ 150 ตัวผ่านรูปภาพและเรื่องสนุก
- Có thể nhớ thú vị ý nghĩa và hình dạng của 150 chữ Hán qua các minh họa và mẩu chuyện.

▶読み方と書き方を覚えよう

▶▶▶ p. 50

Let's learn reading and writing
Menghapal cara baca dan menulisnya
มาจำเสียงอ่านและวิธีเขียนกันเถอะ
Hãy nhớ cách đọc và cách viết

- ストーリーで覚えた漢字の読み方と書き方を覚えます。
- You can learn the reading and writing of the kanji you have already memorized through stories.
- Menghapal cara baca-tulis semua kanji yang telah diingat melalui asal-usulnya.
- เรียนรู้เสียงอ่านและวิธีเขียนคันจิที่ได้จำผ่านเรื่องสนุก
- Có thể nhớ cách đọc và cách viết các chữ Hán đã nhớ qua các mẩu chuyện.

第1回 ストーリーで意味を覚えよう

Let's memorize kanji with its story
Mengingat makna dari asal-usulnya
มาจำความหมายผ่านเรื่องสนุกกันเถอะ
Hãy nhớ ý nghĩa của chữ Hán qua các mẩu chuyện

1 一

One stick = **one**
Satu batang
กิ่งไม้หล่นอยู่**หนึ่ง**ท่อน
Một cái gậy thành số **một**. [nhất]

2 二

Two sticks = **two**
Dua batang
กิ่งไม้หล่นอยู่**สอง**ท่อน
Hai cái gậy thành số **hai**. [nhị]

3 三

Three sticks = **three**
Tiga batang
กิ่งไม้หล่นอยู่**สาม**ท่อน
Ba cái gậy thành số **ba**. [tam]

4 山

Outline of a series of **mountains**
Sederatan **gunung**
ภูเขาที่เรียงต่อกัน
Đây là hình các **núi** nối liền nhau. [sơn]

▶意味
第1回 1～17

5 川

Current of a river

Aliran **sungai**

แม่น้ำที่ไหลคดเคี้ยว

Đây là hình **sông** đang chảy. [xuyên]

6 目

Rotate the kanji ninety degrees and you will see an **eye**.

Dari gambar **mata** yang diputar 90 derajat.

หมุนรูปตาไปทางขวา 90 องศาก็จะเห็น**ตา**

Nếu xoay chữ Hán này 90 độ, bạn sẽ thấy **mắt**. [mục]

7 口

A simple pictograph of a **mouth**. This also means a **thing** when used as part of other kanji.

Gambar **mulut**. Jika bertindak sebagai bagian huruf kanji akan berarti **benda**.

รูป**ปาก**เวลาที่อ้าปาก คันจิตัวนี้เมื่อใช้เป็นส่วนประกอบของคันจิตัวอื่นจะหมายถึง**สิ่งของ**ได้ด้วย

Đây là hình **miệng**. Khi được sử dụng là một bộ của chữ Hán, chữ Hán này cũng có nghĩa là **vật**. [khẩu]

8 人

A walking **person / people** seen from sideways

Orang sedang berjalan dilihat dari samping.

ท่า**คน**กำลังเดินที่มองจากด้านข้าง

Đây là hình **người** đang đi bộ nhìn nghiêng. [nhân]

9 木

The long vertical stroke is the main trunk. The horizontal line shows the ground. And the two diagonal lines being the roots, you see a **tree**.

Garis tegak lurus adalah batangnya, garis mendatar menunjukkan tanah, dan dua garis diagonal menunjukkan akar, sehingga akan kita lihat sebuah **pohon**.

เส้นตรงในแนวตั้งเป็นลำต้น เส้นตรงในแนวนอนเป็นพื้นดิน และเส้นทแยงสองเส้นเป็นราก รวมกันแล้วจะได้**ต้นไม้**

Nét dọc thể hiện cành cây, nét ngang thể hiện mặt đất còn hai nét chéo thể hiện rễ. Kết hợp các nét lại sẽ thành hình **cây**. [mộc]

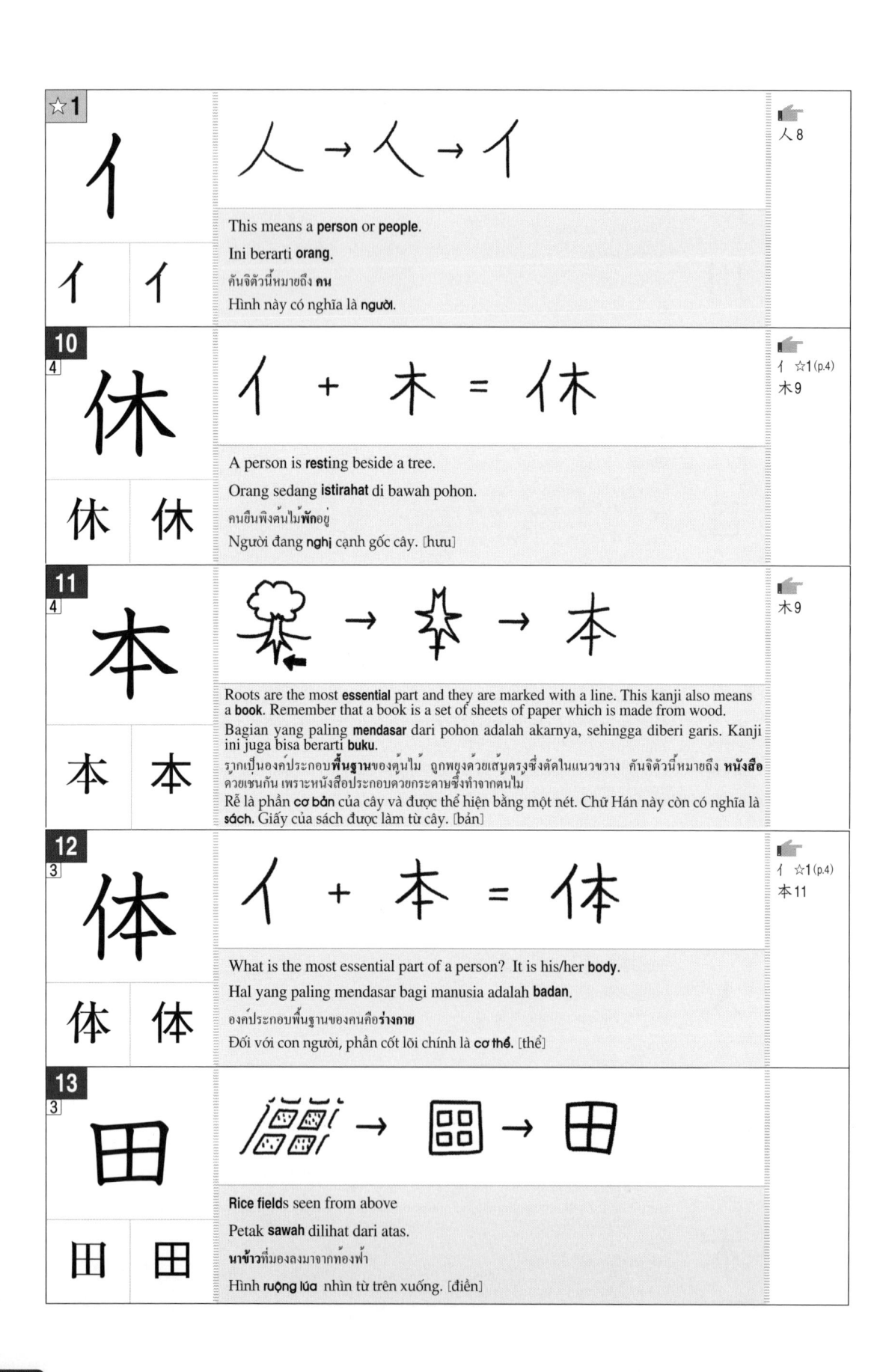

1

イ

人 → 𠆢 → イ

人 8

This means a **person** or **people**.
Ini berarti **orang**.
คันจิตัวนี้หมายถึง **คน**
Hình này có nghĩa là **người**.

10
4

休

イ + 木 = 休

イ ☆1 (p.4)
木 9

A person is **rest**ing beside a tree.
Orang sedang **istirahat** di bawah pohon.
คนยืนพิงต้นไม้**พักอยู่**
Người đang **nghỉ** cạnh gốc cây. [hưu]

11
4

本

木 9

Roots are the most **essential** part and they are marked with a line. This kanji also means a **book**. Remember that a book is a set of sheets of paper which is made from wood.
Bagian yang paling **mendasar** dari pohon adalah akarnya, sehingga diberi garis. Kanji ini juga bisa berarti **buku**.
รากเป็นองค์ประกอบ**พื้นฐาน**ของต้นไม้ ถูกพยุงด้วยเส้นตรงซึ่งตัดในแนวขวาง คันจิตัวนี้หมายถึง **หนังสือ** ด้วยเช่นกัน เพราะหนังสือประกอบด้วยกระดาษซึ่งทำจากต้นไม้
Rễ là phần **cơ bản** của cây và được thể hiện bằng một nét. Chữ Hán này còn có nghĩa là **sách**. Giấy của sách được làm từ cây. [bản]

12
3

体

イ + 本 = 体

イ ☆1 (p.4)
本 11

What is the most essential part of a person? It is his/her **body**.
Hal yang paling mendasar bagi manusia adalah **badan**.
องค์ประกอบพื้นฐานของคนคือ**ร่างกาย**
Đối với con người, phần cốt lõi chính là **cơ thể**. [thể]

13
3

田

Rice fields seen from above
Petak **sawah** dilihat dari atas.
นาข้าวที่มองลงมาจากท้องฟ้า
Hình **ruộng lúa** nhìn từ trên xuống. [điền]

> ▶意味
> 第1回 1〜17

part I 1-17 Meaning

14 [3] 力
力 力

A bent arm with muscles = **strength**
Mengekangkan lengan yang berotot (bertenaga).
ลำแขนที่ยกคัมเบลงอขึ้นดูมี**พลัง**
Hình cánh tay cơ bắp(có **sức lực**) được uốn cong. [lực]

15 [4] 男
男 男

田 + 力 = 男

☞ 田 13
　 力 14

It is a strong **man** who works in the rice field.
Orang yang berotot dan bekerja di sawah adalah **laki-laki**.
คนมีพลังที่ทำงานในนาคือ**ผู้ชาย**
Người **đàn ông** là người có sức lực để làm việc ở ngoài đồng. [nam]

16 [4] 女
女 女

A **woman** holding a baby in her arms
Perempuan sedang memeluk sang bayi.
ผู้หญิงกำลังอุ้มลูกในอ้อมแขน
Hình người **đàn bà** bế em bé trên tay. [nữ]

☆2 宀
宀 宀

The **roof** of a house
Atap rumah
คันจิตัวนี้หมายถึง**หลังคาบ้าน**
Đây là **mái nhà**.

17 [4] 安
安 安

宀 + 女 = 安

☞ 宀 ☆2(p.5)
　 女 16

When there is a woman with you in the house, you have great **comfort**. This also means **inexpensive**.
Jika ada wanita di rumah kita bisa mendapat **kesenangan**. Huruf ini juga bisa berati **murah**.
ถ้ามีผู้หญิงอยู่ในบ้านก็จะเกิด**ความสงบสุข** คันจิตัวนี้ความหมายว่า (ราคา) **ถูก** ได้ด้วย
Thật **dễ chịu** khi trong nhà có người phụ nữ. Chữ Hán này cũng có nghĩa là **rẻ**. [an]

第1回

練習問題(れんしゅうもんだい)

Exercise / Soal Latihan / แบบฝึกหัด / Luyện tập

1 意味を書いてください。
   (いみ か)

木	口	山	川	体
人	田	力	二	目
女	一	男	三	本
安	休	☆イ	☆宀	

Write the meaning of the following kanji.

Tulislah makna dari kanji berikut!

จงเขียนความหมายที่ถูกต้องของคันจิต่อไปนี้

Hãy viết nghĩa các chữ Hán dưới đây.

2 意味を推測して、適当なものをa〜eから選んでください。
   (いみ すいそく)   (てきとう)   (えら)

① 二人　（　　）
② 本体　（　　）
③ 人口　（　　）
④ 一口　（　　）
⑤ 一人　（　　）

a. two people / dua orang / สองคน / hai người
b. population / penduduk / ประชากร / dân số
c. one bite / sesuap / หนึ่งคำ / một miếng
d. the main body / badan / อุปกรณ์หลัก / bộ phận chính
e. one person / seorang / หนึ่งคน / một người

Guess and choose the appropriate meaning from the box.

Tebak maknanya dengan cara memilih salah satu dari a sampai e!

จงเดาความหมายของคำศัพท์ต่อไปนี้และเลือกคำตอบที่ถูกต้องจาก a ~ e

Hãy đoán nghĩa và chọn các từ thích hợp trong khung.

3 意味を推測してください。
   (いみ すいそく)

① 女の人　　　（　　　　）
     no
② 三人　　　　（　　　　）
③ イタリア人　（　　　　）
     itaria
④ 男の人　　　（　　　　）
     no
⑤ ナイル川　　（　　　　）
     nairu
⑥ 安いカメラ　（　　　　）
     i kamera
⑦ ふじ山　　　（　　　　）
     fuji
⑧ 体力　　　　（　　　　）

Guess the meaning of the following words.

Silahkan tebak maknanya!

จงเดาความหมายของคำศัพท์ต่อไปนี้

Hãy đoán nghĩa các từ dưới đây.

第2回 ストーリーで意味を覚えよう

Let's memorize kanji with its story
Mengingat makna dari asal-usulnya
มาจำความหมายผ่านเรื่องสนุกกันเถอะ
Hãy nhớ ý nghĩa của chữ Hán qua các mẩu chuyện

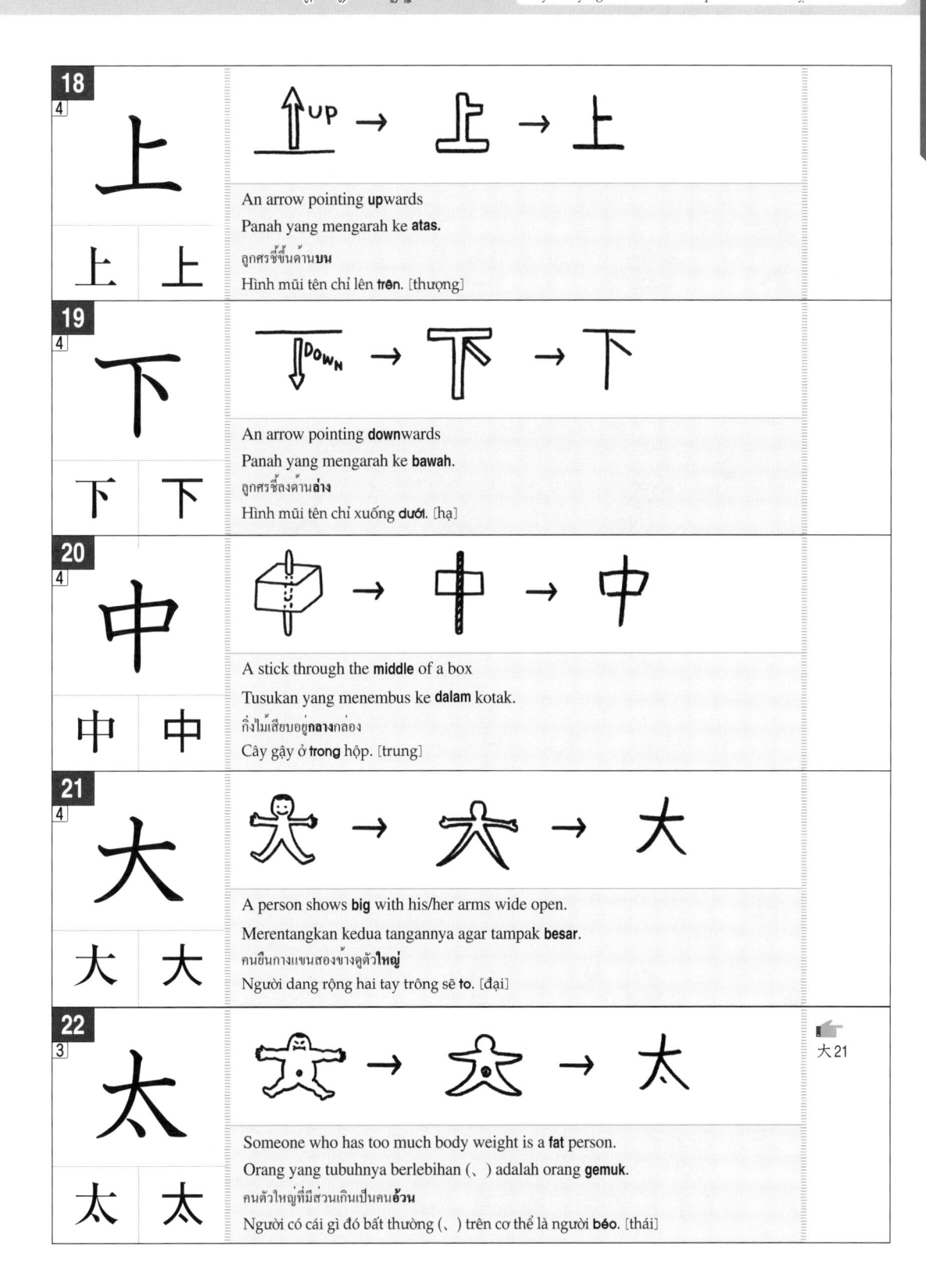

18 上

An arrow pointing **up**wards
Panah yang mengarah ke **atas**.
ลูกศรชี้ขึ้นด้าน**บน**
Hình mũi tên chỉ lên **trên**. [thượng]

19 下

An arrow pointing **down**wards
Panah yang mengarah ke **bawah**.
ลูกศรชี้ลงด้าน**ล่าง**
Hình mũi tên chỉ xuống **dưới**. [hạ]

20 中

A stick through the **middle** of a box
Tusukan yang menembus ke **dalam** kotak.
กิ่งไม้เสียบอยู่**กลาง**กล่อง
Cây gậy ở **trong** hộp. [trung]

21 大

A person shows **big** with his/her arms wide open.
Merentangkan kedua tangannya agar tampak **besar**.
คนยืนกางแขนสองข้างดูตัว**ใหญ่**
Người dang rộng hai tay trông sẽ **to**. [đại]

22 太

→ 大21

Someone who has too much body weight is a **fat** person.
Orang yang tubuhnya berlebihan (、) adalah orang **gemuk**.
คนตัวใหญ่ที่มีส่วนเกินเป็นคน**อ้วน**
Người có cái gì đó bất thường (、) trên cơ thể là người **béo**. [thái]

23
小

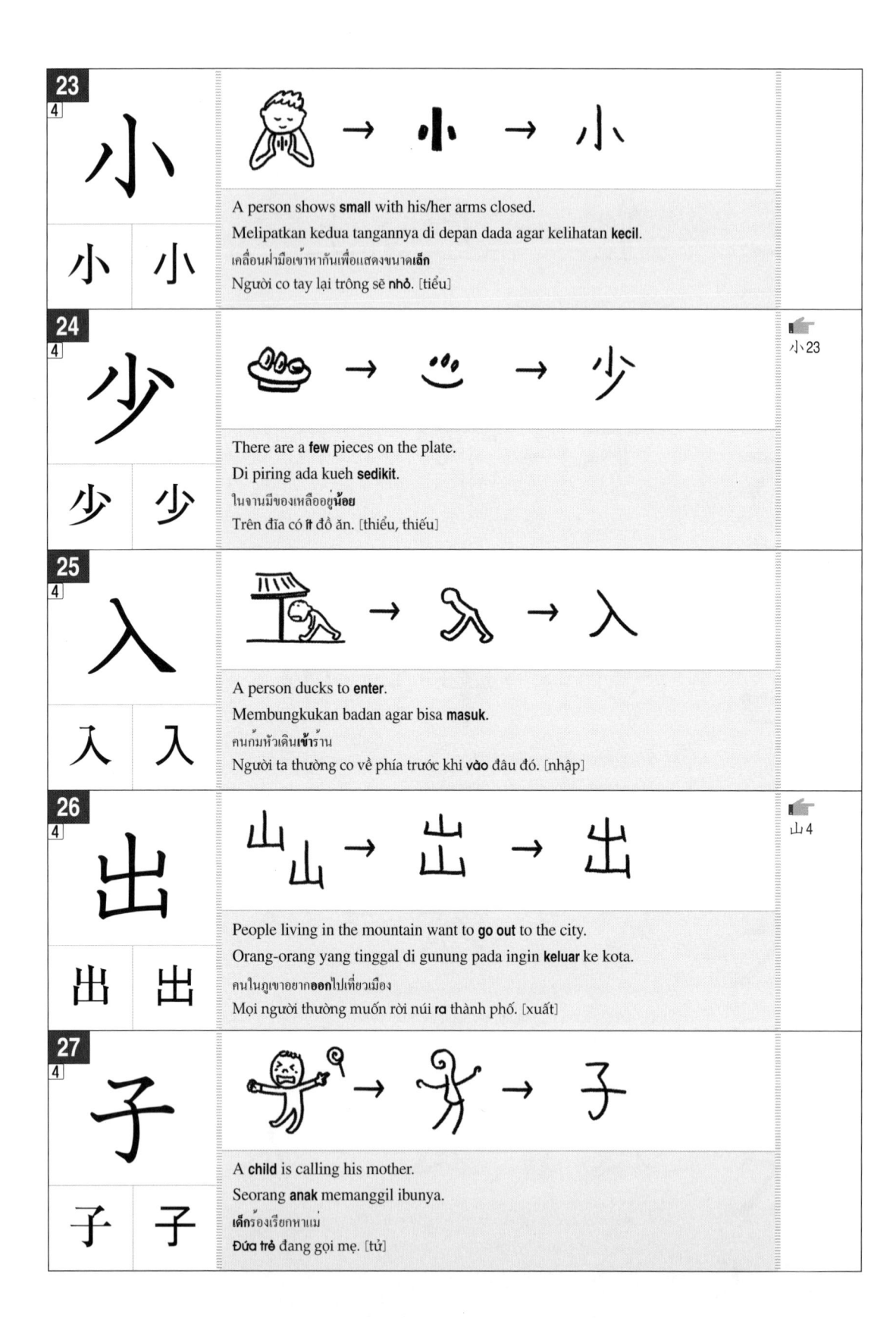

小 小

A person shows **small** with his/her arms closed.
Melipatkan kedua tangannya di depan dada agar kelihatan **kecil**.
เคลื่อนฝ่ามือเข้าหากันเพื่อแสดงขนาด**เล็ก**
Người co tay lại trông sẽ **nhỏ**. [tiểu]

24
少

少 少

☞ 小 23

There are a **few** pieces on the plate.
Di piring ada kueh **sedikit**.
ในจานมีของเหลืออยู่**น้อย**
Trên đĩa có **ít** đồ ăn. [thiểu, thiếu]

25
入

入 入

A person ducks to **enter**.
Membungkukan badan agar bisa **masuk**.
คนก้มหัวเดิน**เข้า**ร้าน
Người ta thường co về phía trước khi **vào** đâu đó. [nhập]

26
出

出 出

☞ 山 4

People living in the mountain want to **go out** to the city.
Orang-orang yang tinggal di gunung pada ingin **keluar** ke kota.
คนในภูเขาอยาก**ออก**ไปเที่ยวเมือง
Mọi người thường muốn rời núi **ra** thành phố. [xuất]

27
子

子 子

A **child** is calling his mother.
Seorang **anak** memanggil ibunya.
เด็กร้องเรียกหาแม่
Đứa trẻ đang gọi mẹ. [tử]

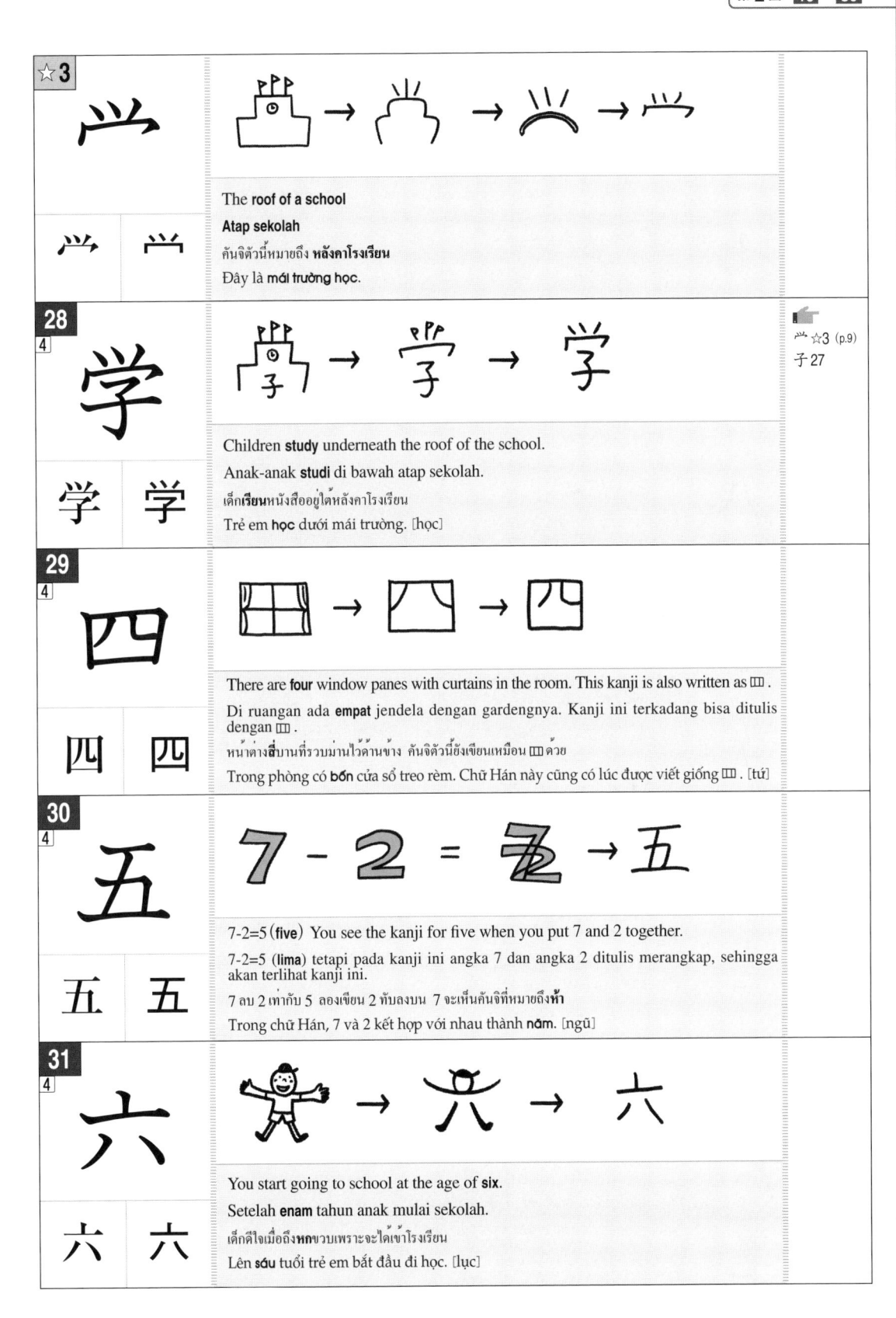

☆3

丷 丷

The **roof of a school**

Atap sekolah

คันจิตัวนี้หมายถึง **หลังคาโรงเรียน**

Đây là **mái trường học**.

28

学 学

Children **study** underneath the roof of the school.

Anak-anak **studi** di bawah atap sekolah.

เด็ก**เรียน**หนังสืออยู่ใต้หลังคาโรงเรียน

Trẻ em **học** dưới mái trường. [học]

丷 ☆3 (p.9)
子 27

29

四 四

There are **four** window panes with curtains in the room. This kanji is also written as 亖.

Di ruangan ada **empat** jendela dengan gardengnya. Kanji ini terkadang bisa ditulis dengan 亖.

หน้าต่าง**สี่**บานที่รวบม่านไว้ด้านข้าง คันจิตัวนี้ยังเขียนเหมือน 亖 ด้วย

Trong phòng có **bốn** cửa sổ treo rèm. Chữ Hán này cũng có lúc được viết giống 亖. [tứ]

30

五 五

7-2=5 (**five**) You see the kanji for five when you put 7 and 2 together.

7-2=5 (**lima**) tetapi pada kanji ini angka 7 dan angka 2 ditulis merangkap, sehingga akan terlihat kanji ini.

7 ลบ 2 เท่ากับ 5 ลองเขียน 2 ทับลงบน 7 จะเห็นคันจิที่หมายถึง**ห้า**

Trong chữ Hán, 7 và 2 kết hợp với nhau thành **năm**. [ngũ]

31

六 六

You start going to school at the age of **six**.

Setelah **enam** tahun anak mulai sekolah.

เด็กดีใจเมื่อถึง**หก**ขวบเพราะจะได้เข้าโรงเรียน

Lên **sáu** tuổi trẻ em bắt đầu đi học. [lục]

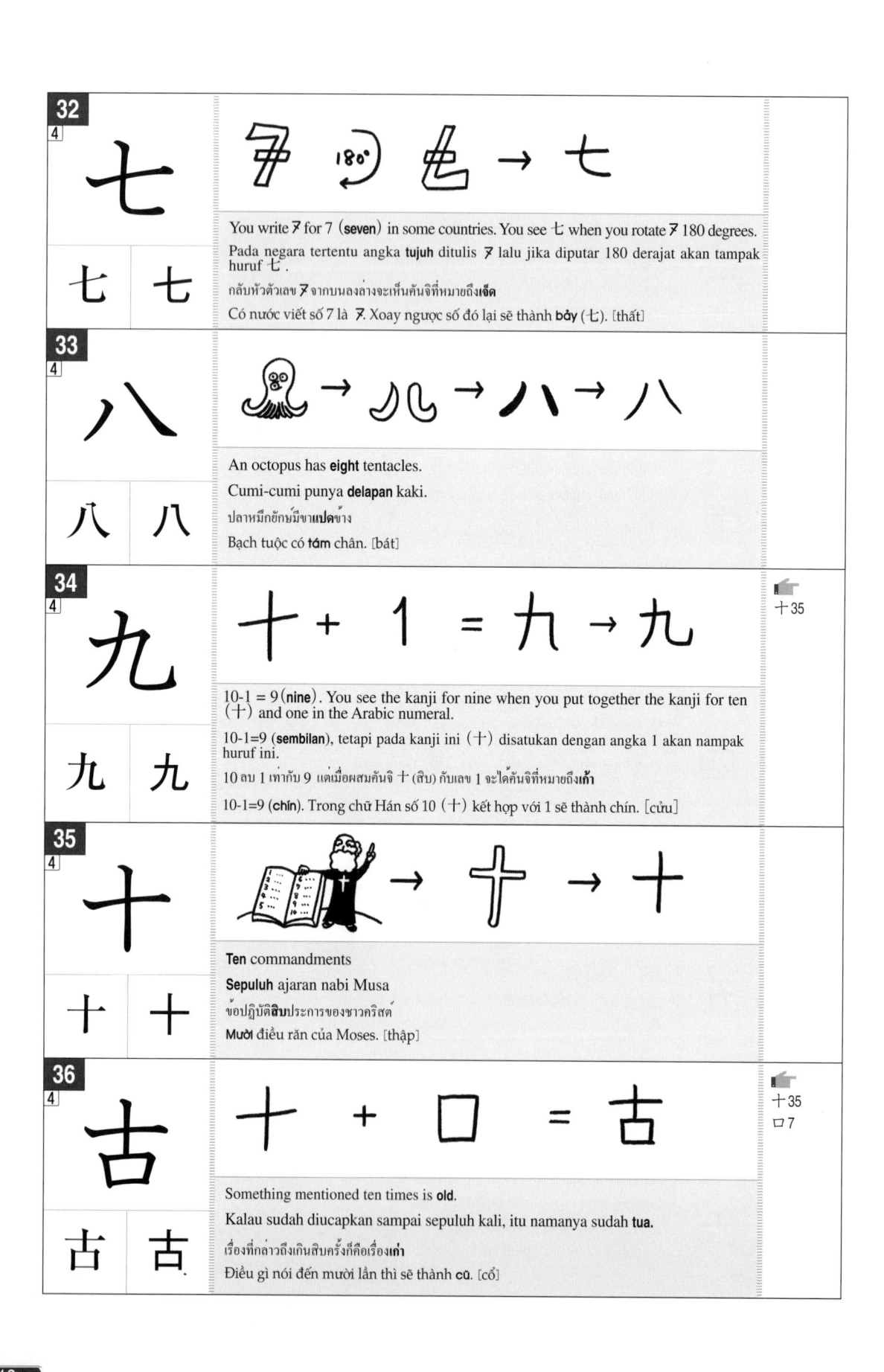

32

七

七　七

You write ᠀ for 7 (**seven**) in some countries. You see 七 when you rotate ᠀ 180 degrees.
Pada negara tertentu angka **tujuh** ditulis ᠀ lalu jika diputar 180 derajat akan tampak huruf 七.
กลับหัวตัวเลข ᠀ จากบนลงล่างจะเห็นคันจิที่หมายถึง**เจ็ด**
Có nước viết số 7 là ᠀. Xoay ngược số đó lại sẽ thành **bảy** (七). [thất]

33

八

八　八

An octopus has **eight** tentacles.
Cumi-cumi punya **delapan** kaki.
ปลาหมึกยักษ์มีขา**แปด**ข้าง
Bạch tuộc có **tám** chân. [bát]

34

九

九　九

十 35

10-1 = 9 (**nine**). You see the kanji for nine when you put together the kanji for ten (十) and one in the Arabic numeral.
10-1=9 (**sembilan**), tetapi pada kanji ini (十) disatukan dengan angka 1 akan nampak huruf ini.
10 ลบ 1 เท่ากับ 9 แต่เมื่อผสมคันจิ 十 (สิบ) กับเลข 1 จะได้คันจิที่หมายถึง**เก้า**
10-1=9 (**chín**). Trong chữ Hán số 10 (十) kết hợp với 1 sẽ thành chín. [cửu]

35

十

十　十

Ten commandments
Sepuluh ajaran nabi Musa
ข้อปฏิบัติ**สิบ**ประการของชาวคริสต์
Mười điều răn của Moses. [thập]

36

古

古　古

十 35
口 7

Something mentioned ten times is **old**.
Kalau sudah diucapkan sampai sepuluh kali, itu namanya sudah **tua**.
เรื่องที่กล่าวถึงเกินสิบครั้งก็คือเรื่อง**เก่า**
Điều gì nói đến mười lần thì sẽ thành **cũ**. [cổ]

第2回

練習問題（れんしゅうもんだい）

Exercise / Soal Latihan / แบบฝึกหัด / Luyện tập

1 意味を書いてください。

古	七	四	学	子
上	五	下	中	小
少	太	十	大	九
入	六	出	八	☆学

Write the meaning of the following kanji.

Tulislah makna dari kanji berikut!

จงเขียนความหมายที่ถูกต้องของคันจิต่อไปนี้

Hãy viết nghĩa các chữ Hán dưới đây.

2 意味を推測して、適当なものをa～eから選んでください。

① 大人 （　　）
② 中古 （　　）
③ 中学 （　　）
④ 少女 （　　）
⑤ 小川 （　　）

a. a small river / sungai kecil / แม่น้ำสายเล็ก / dòng sông nhỏ
b. used / bekas / มือสอง / đã qua sử dụng
c. an adult / dewasa / ผู้ใหญ่ / người lớn
d. a middle school / SMP / โรงเรียนมัธยมศึกษาตอนต้น / trường trung học cơ sở
e. a girl / gadis / เด็กหญิง / thiếu nữ

Guess and choose the appropriate meaning from the box.

Tebak maknanya dengan cara memilih salah satu dari a sampai e!

จงเดาความหมายของคำศัพท์ต่อไปนี้และเลือกคำตอบที่ถูกต้องจาก a ~ e

Hãy đoán nghĩa và chọn các từ thích hợp trong khung.

3 意味を推測してください。

① 男子　　　（　　　　　　　　）
② 九十八　　（　　　　　　　　）
③ 小学　　　（　　　　　　　　）
④ 七人　　　（　　　　　　　　）
⑤ 古本　　　（　　　　　　　　）
⑥ 入学　　　（　　　　　　　　）
⑦ 出口　　　（　　　　　　　　）
⑧ 入口　　　（　　　　　　　　）

Guess the meaning of the following words.

Silahkan tebak maknanya!

จงเดาความหมายของคำศัพท์ต่อไปนี้

Hãy đoán nghĩa các từ dưới đây.

第3回 ストーリーで意味を覚えよう

Let's memorize kanji with its story
Mengingat makna dari asal-usulnya
มาจำความหมายผ่านเรื่องสนุกกันเถอะ
Hãy nhớ ý nghĩa của chữ Hán qua các mẫu chuyện

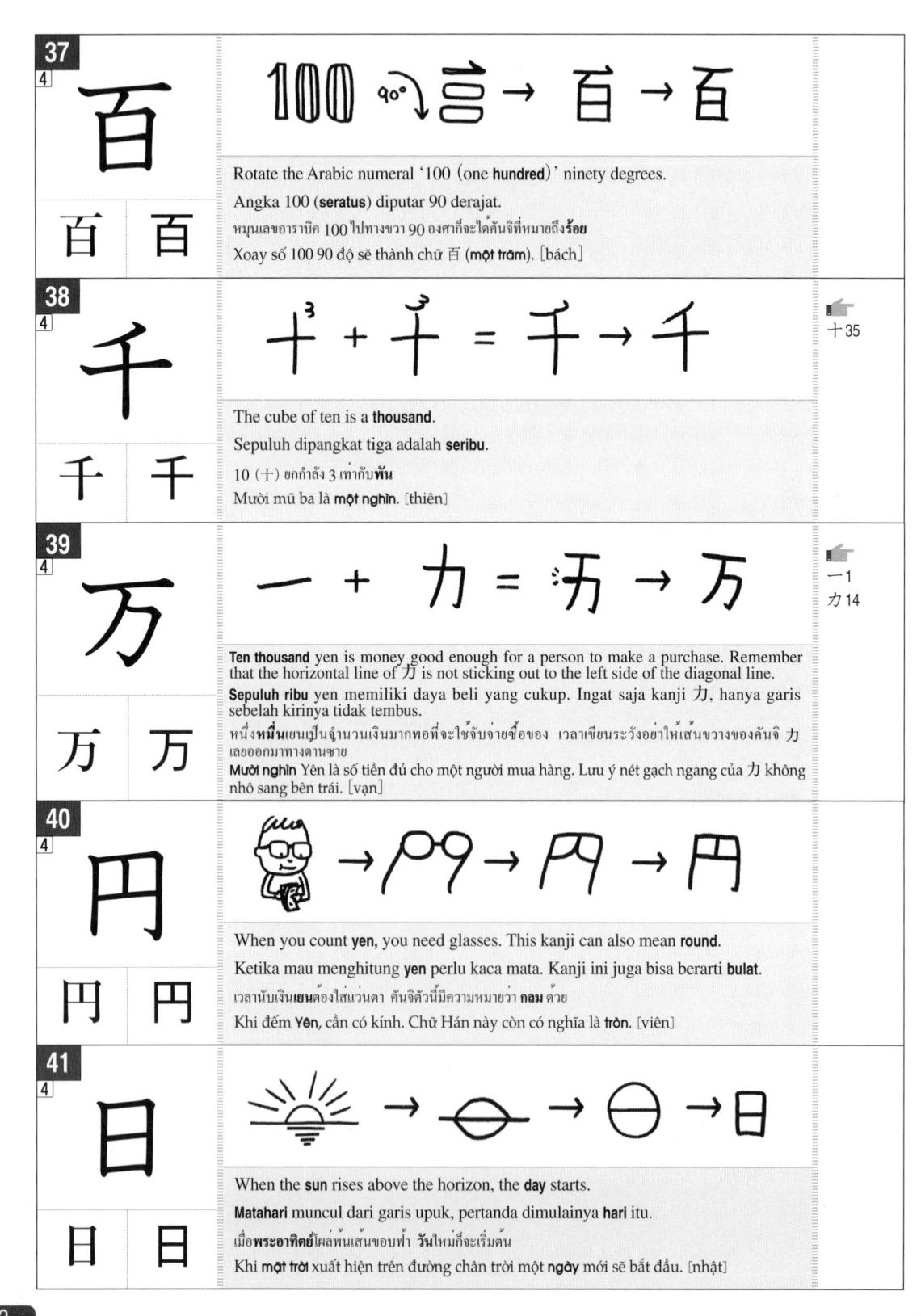

37 百

100 → 言 → 百 → 百

Rotate the Arabic numeral '100 (one **hundred**)' ninety degrees.
Angka 100 (**seratus**) diputar 90 derajat.
หมุนเลขอารบิค 100 ไปทางขวา 90 องศาก็จะได้คันจิที่หมายถึง**ร้อย**
Xoay số 100 90 độ sẽ thành chữ 百 (**một trăm**). [bách]

百 百

38 千

十³ + 千 = 千 → 千

☞ 十 35

The cube of ten is a **thousand**.
Sepuluh dipangkat tiga adalah **seribu**.
10 (十) ยกกำลัง 3 เท่ากับ**พัน**
Mười mũ ba là **một nghìn**. [thiên]

千 千

39 万

一 + 力 = 万 → 万

☞ 一 1
力 14

Ten thousand yen is money good enough for a person to make a purchase. Remember that the horizontal line of 力 is not sticking out to the left side of the diagonal line.
Sepuluh ribu yen memiliki daya beli yang cukup. Ingat saja kanji 力, hanya garis sebelah kirinya tidak tembus.
หนึ่ง**หมื่น**เยนเป็นจำนวนเงินมากพอที่จะใช้จับจ่ายซื้อของ เวลาเขียนระวังอย่าให้เส้นขวางของคันจิ 力 เลยออกมาทางด้านซ้าย
Mười nghìn Yên là số tiền đủ cho một người mua hàng. Lưu ý nét gạch ngang của 力 không nhô sang bên trái. [vạn]

万 万

40 円

→ 門 → 円 → 円

When you count **yen**, you need glasses. This kanji can also mean **round**.
Ketika mau menghitung **yen** perlu kaca mata. Kanji ini juga bisa berarti **bulat**.
เวลานับเงิน**เยน**ต้องใส่แว่นตา คันจิตัวนี้มีความหมายว่า **กลม** ด้วย
Khi đếm **Yên**, cần có kính. Chữ Hán này còn có nghĩa là **tròn**. [viên]

円 円

41 日

→ ⊖ → ⊖ → 日

When the **sun** rises above the horizon, the **day** starts.
Matahari muncul dari garis upuk, pertanda dimulainya **hari** itu.
เมื่อ**พระอาทิตย์**โผล่พ้นเส้นขอบฟ้า **วัน**ใหม่ก็จะเริ่มต้น
Khi **mặt trời** xuất hiện trên đường chân trời một **ngày** mới sẽ bắt đầu. [nhật]

日 日

▶意味
第3回 37〜56

42 月

月 月

月 → 月 → 月 → 月

The shape of the **moon** with craters. This also means a **month**.
Bulan sabit. Kanji ini berati pulan nama **bulan** dalam setahun.
พระจันทร์ข้างแรมผิวขรุขระ คันจิตัวนี้หมายถึง **เดือน** ด้วย
Trên **mặt trăng** có các lỗ. Chữ Hán này còn có nghĩa là **tháng**. [nguyệt]

★4 日

日 日

日 → 日

日 41

This kanji means a **day** or **time**. It can be used by itself.
Kanji ini berarti **hari** atau **waktu**. Bisa berdiri sendiri.
คันจิตัวนี้หมายถึง **วัน** หรือ **เวลา** คันจิตัวนี้สามารถใช้โดด ๆ ได้ด้วย
Chữ Hán này có nghĩa là **ngày** và **thời gian**. Chữ Hán này cũng được sử dụng độc lập. [nhật]

43 明

明 明

日 + 月 = 明

日 ★4 (p.13)
月 42

The sun and the moon are both **bright**.
Matahari dan bulan keduanya bersinar **terang**.
ทั้งพระอาทิตย์และพระจันทร์ต่างก็**สว่าง**เหมือนกัน
Mặt trời và mặt trăng đều **sáng**. [minh]

44 立

立 立

(person figures) → 立

The shape of a person **stand**ing on the ground
Orang **berdiri** di atas pelataran.
คนกำลัง**ยืน**กางแขนกางขา
Hình người đang **đứng**. [lập]

45 音

音 音

立 + 日 = 音

立 44
日 41

A person is standing and making **sound**s during the daytime.
Ketika matahari muncul, orang berdiri mem-**bunyi**-kan sesuatu.
ในเวลากลางวันที่พระอาทิตย์ปรากฏ ผู้คนจะยืนคุยส่ง**เสียง**จอแจ
Khi mặt trời mọc, mọi người đứng dậy và tạo ra các **âm thanh**. [âm]

46
暗

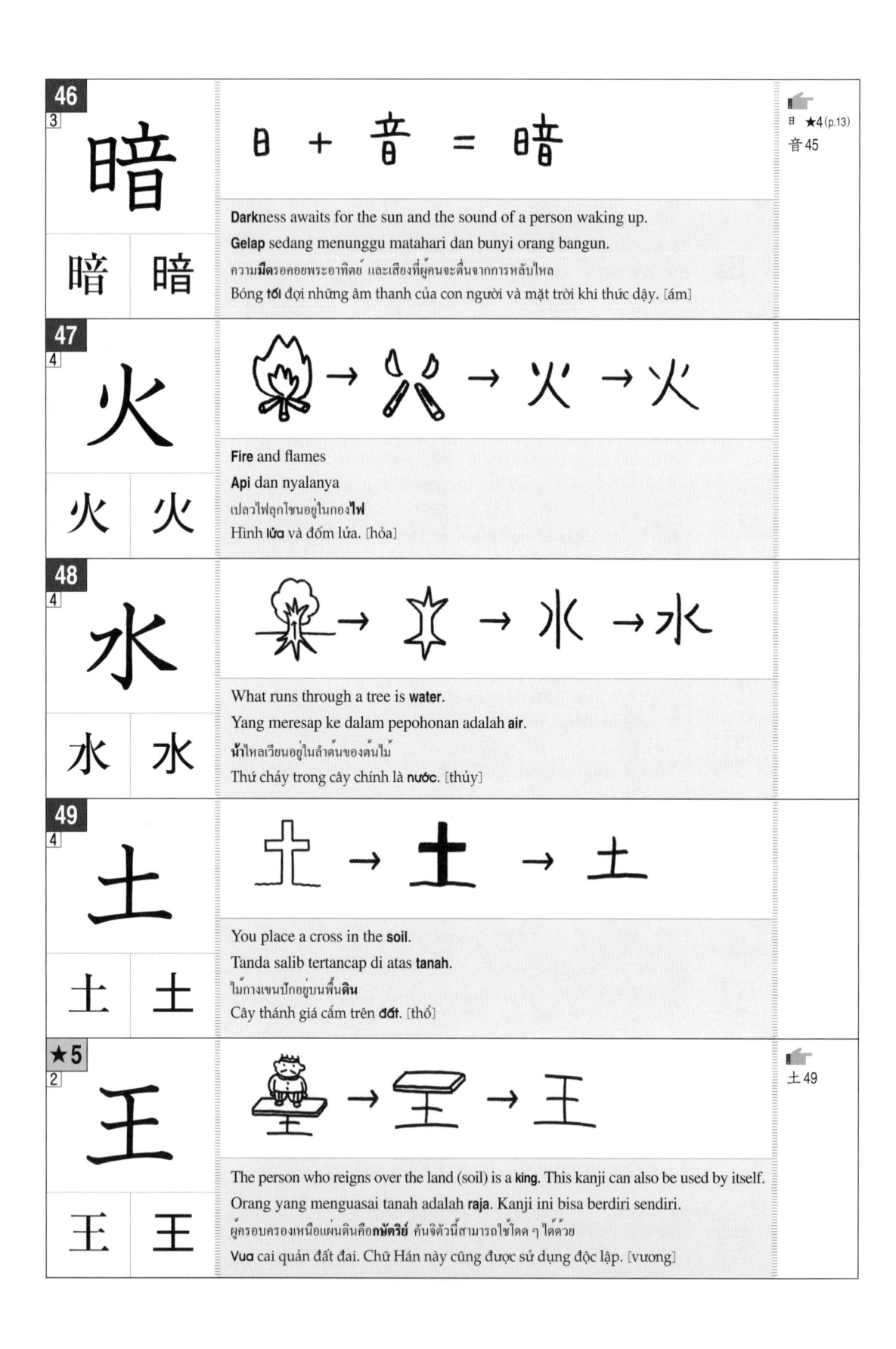

日 + 音 = 暗

Darkness awaits for the sun and the sound of a person waking up.
Gelap sedang menunggu matahari dan bunyi orang bangun.
ความ**มืด**รอคอยพระอาทิตย์ และเสียงที่ผู้คนจะตื่นจากการหลับไหล
Bóng **tối** đợi những âm thanh của con người và mặt trời khi thức dậy. [ám]

日 ★4 (p.13)
音 45

47
火

Fire and flames
Api dan nyalanya
เปลวไฟลุกโชนอยู่ในกอง**ไฟ**
Hình **lửa** và đốm lửa. [hỏa]

48
水

What runs through a tree is **water**.
Yang meresap ke dalam pepohonan adalah **air**.
น้ำไหลเวียนอยู่ในลำต้นของต้นไม้
Thứ chảy trong cây chính là **nước**. [thủy]

49
土

You place a cross in the **soil**.
Tanda salib tertancap di atas **tanah**.
ไม้กางเขนปักอยู่บนพื้น**ดิน**
Cây thánh giá cắm trên **đất**. [thổ]

★5
王

The person who reigns over the land (soil) is a **king**. This kanji can also be used by itself.
Orang yang menguasai tanah adalah **raja**. Kanji ini bisa berdiri sendiri.
ผู้ครอบครองเหนือแผ่นดินคือ**กษัตริย์** คันจิตัวนี้สามารถใช้โดด ๆ ได้ด้วย
Vua cai quản đất đai. Chữ Hán này cũng được sử dụng độc lập. [vương]

土 49

▶意味
第3回 37〜56

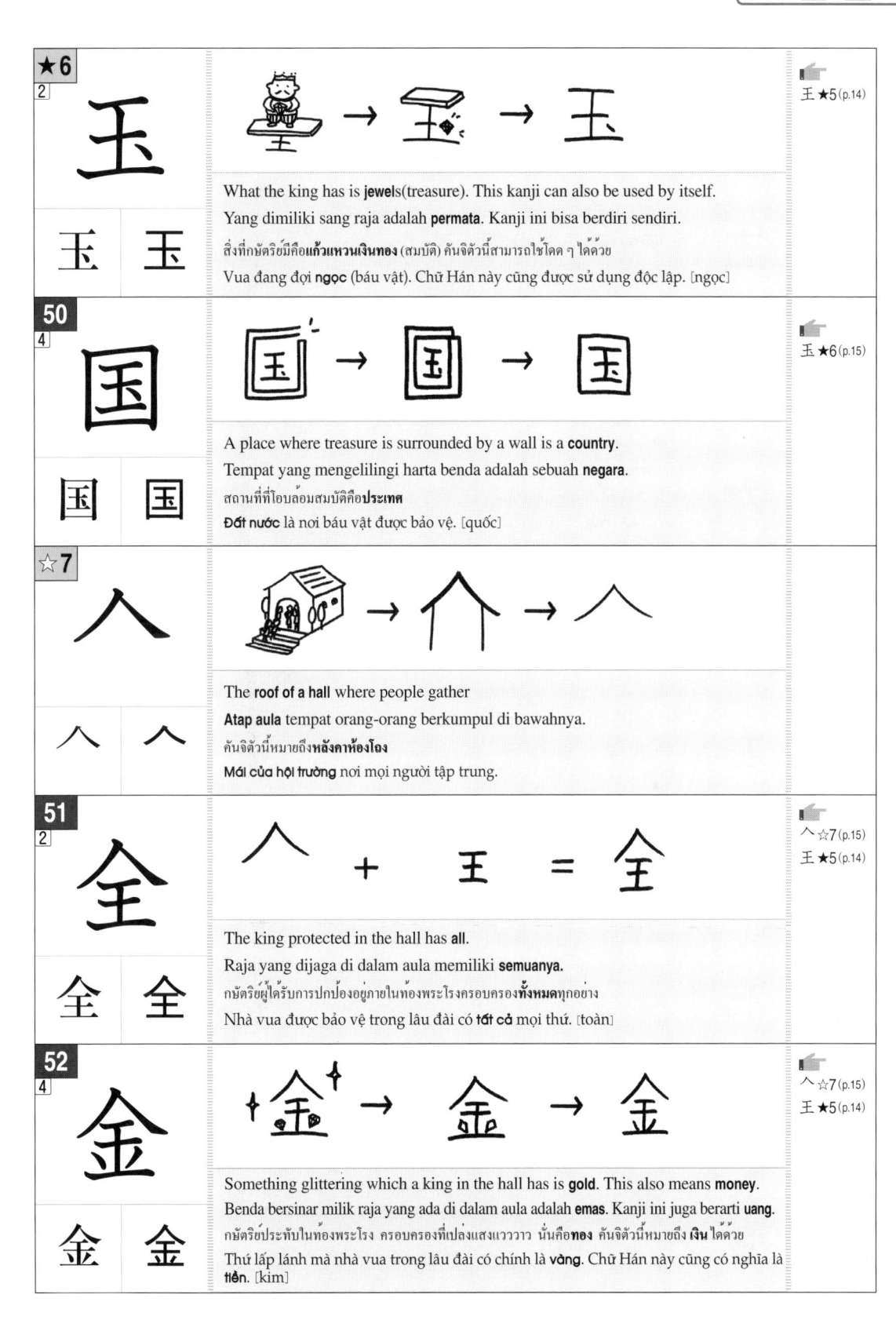

★6 玉 [2]

玉 玉

What the king has is **jewel**s(treasure). This kanji can also be used by itself.
Yang dimiliki sang raja adalah **permata**. Kanji ini bisa berdiri sendiri.
สิ่งที่กษัตริย์มีคือ**แก้วแหวนเงินทอง** (สมบัติ) คันจิตัวนี้สามารถใช้โดด ๆ ได้ด้วย
Vua đang đợi **ngọc** (báu vật). Chữ Hán này cũng được sử dụng độc lập. [ngọc]

王 ★5 (p.14)

50 国 [4]

国 国

A place where treasure is surrounded by a wall is a **country**.
Tempat yang mengelilingi harta benda adalah sebuah **negara**.
สถานที่ที่โอบล้อมสมบัติคือ**ประเทศ**
Đất nước là nơi báu vật được bảo vệ. [quốc]

玉 ★6 (p.15)

☆7 𠆢

𠆢 𠆢

The **roof of a hall** where people gather
Atap aula tempat orang-orang berkumpul di bawahnya.
คันจิตัวนี้หมายถึง**หลังคาห้องโถง**
Mái của hội trường nơi mọi người tập trung.

51 全 [2]

全 全

𠆢 + 王 = 全

The king protected in the hall has **all**.
Raja yang dijaga di dalam aula memiliki **semuanya**.
กษัตริย์ผู้ได้รับการปกป้องอยู่ภายในท้องพระโรงครอบครอง**ทั้งหมด**ทุกอย่าง
Nhà vua được bảo vệ trong lâu đài có **tất cả** mọi thứ. [toàn]

𠆢 ☆7 (p.15)
王 ★5 (p.14)

52 金 [4]

金 金

Something glittering which a king in the hall has is **gold**. This also means **money**.
Benda bersinar milik raja yang ada di dalam aula adalah **emas**. Kanji ini juga berarti **uang**.
กษัตริย์ประทับในท้องพระโรง ครอบครองที่เปล่งแสงแวววาว นั่นคือ**ทอง** คันจิตัวนี้หมายถึง **เงิน** ได้ด้วย
Thứ lấp lánh mà nhà vua trong lâu đài có chính là **vàng**. Chữ Hán này cũng có nghĩa là **tiền**. [kim]

𠆢 ☆7 (p.15)
王 ★5 (p.14)

53 工

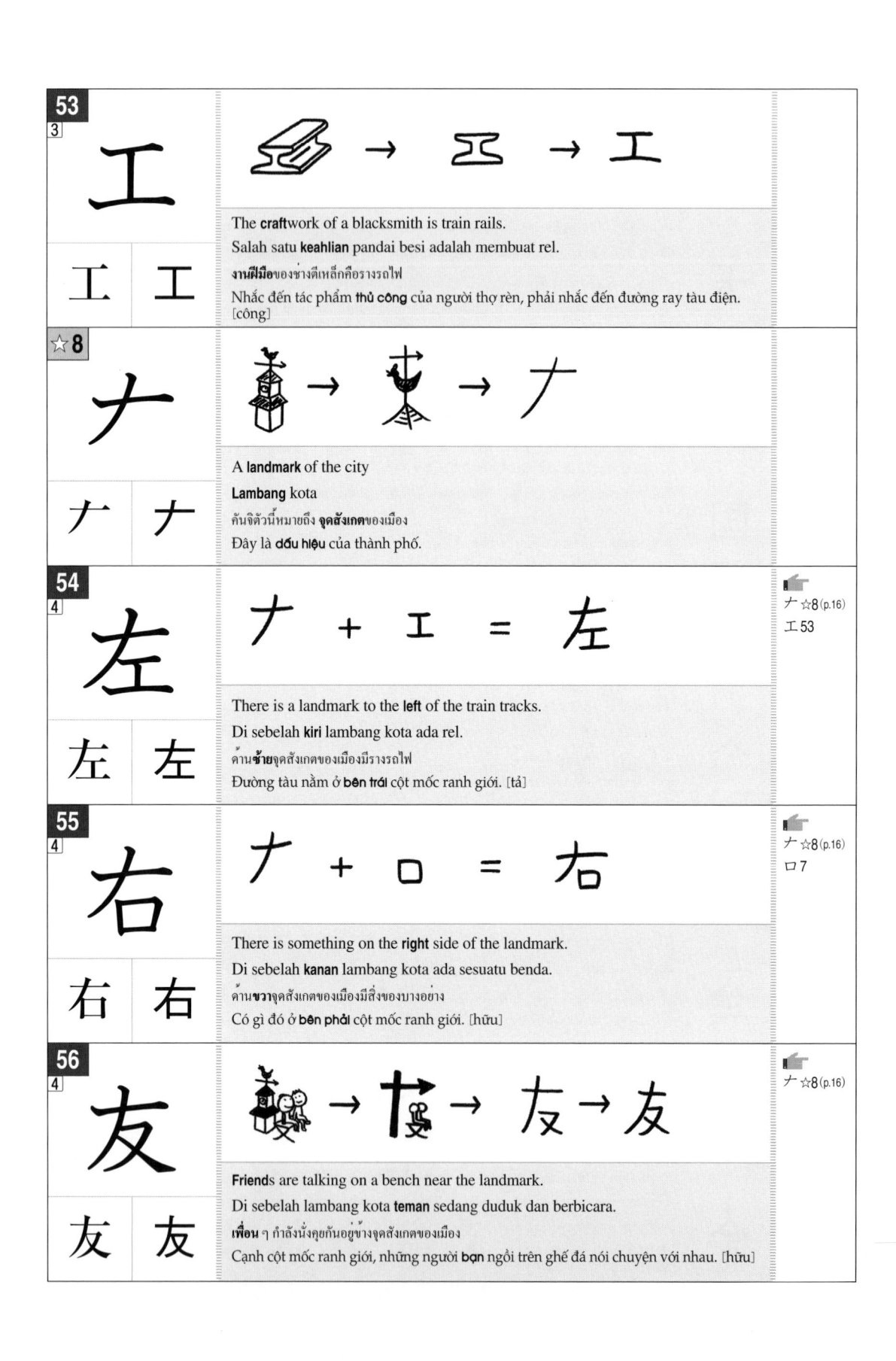

The **craft**work of a blacksmith is train rails.
Salah satu **keahlian** pandai besi adalah membuat rel.
งาน**ฝีมือ**ของช่างตีเหล็กคือรางรถไฟ
Nhắc đến tác phẩm **thủ công** của người thợ rèn, phải nhắc đến đường ray tàu điện. [công]

☆8 ナ

A **landmark** of the city
Lambang kota
คันจิตัวนี้หมายถึง **จุดสังเกต**ของเมือง
Đây là **dấu hiệu** của thành phố.

54 左

ナ + 工 = 左

ナ ☆8 (p.16)
工 53

There is a landmark to the **left** of the train tracks.
Di sebelah **kiri** lambang kota ada rel.
ด้าน**ซ้าย**จุดสังเกตของเมืองมีรางรถไฟ
Đường tàu nằm ở **bên trái** cột mốc ranh giới. [tả]

55 右

ナ + 口 = 右

ナ ☆8 (p.16)
口 7

There is something on the **right** side of the landmark.
Di sebelah **kanan** lambang kota ada sesuatu benda.
ด้าน**ขวา**จุดสังเกตของเมืองมีสิ่งของบางอย่าง
Có gì đó ở **bên phải** cột mốc ranh giới. [hữu]

56 友

ナ ☆8 (p.16)

Friends are talking on a bench near the landmark.
Di sebelah lambang kota **teman** sedang duduk dan berbicara.
เพื่อนๆ กำลังนั่งคุยกันอยู่ข้างจุดสังเกตของเมือง
Cạnh cột mốc ranh giới, những người **bạn** ngồi trên ghế đá nói chuyện với nhau. [hữu]

第3回

練習問題 (れんしゅうもんだい)

Exercise / Soal Latihan / แบบฝึกหัด / Luyện tập

1 意味を書いてください。
(いみ か)

工	水	日	千	音
全	立	土	月	国
万	左	友	火	金
百	明	円	暗	右
★王	★日	★玉	☆へ	☆ナ

Write the meaning of the following kanji.
Tulislah makna dari kanji berikut!
จงเขียนความหมายที่ถูกต้องของคันจิต่อไปนี้
Hãy viết nghĩa các chữ Hán dưới đây.

2 意味を推測して、適当なものをa〜eから選んでください。
(いみ すいそく てきとう えら)

① 本日 （　　）
② 工学 （　　）
③ 人工 （　　）
④ 明日 （　　）
⑤ 火山 （　　）

a. a volcano / gunung berapi / ภูเขาไฟ / núi lửa
b. today / hari ini / วันนี้ / hôm nay
c. engineering / enjinering / วิศวกรรมศาสตร์ / ngành kỹ thuật
d. artificial / buatan / เทียม / nhân tạo
e. tomorrow / besok / พรุ่งนี้ / ngày mai

Guess and choose the appropriate meaning from the box.
Tebak maknanya dengan cara memilih salah satu dari a sampai e!
จงเดาความหมายของคำศัพท์ต่อไปนี้และเลือกคำตอบที่ถูกต้องจาก a ~ e
Hãy đoán nghĩa và chọn các từ thích hợp trong khung.

3 意味を推測してください。
(いみ すいそく)

① 八百万人　（　　　　　　）
② 月よう日　（　　　　　　）
　　 (you)
③ 火よう日　（　　　　　　）
　　 (you)
④ お金　　　（　　　　　　）
　 (o)
⑤ 友人　　　（　　　　　　）
⑥ 三月　　　（　　　　　　）
⑦ 日本　　　（　　　　　　）
⑧ 千日　　　（　　　　　　）

Guess the meaning of the following words.
Silahkan tebak maknanya!
จงเดาความหมายของคำศัพท์ต่อไปนี้
Hãy đoán nghĩa các từ dưới đây.

part I 37-56 Meaning

第4回 ストーリーで意味を覚えよう

Let's memorize kanji with its story
Mengingat makna dari asal-usulnya
มาจำความหมายผ่านเรื่องสนุกกันเถอะ
Hãy nhớ ý nghĩa của chữ Hán qua các mẩu chuyện

★9 可

可 可

口 7

When you are at the dead end of your life, you keep saying 'I **can** do it!' This kanji can be used by itself.

Dikala menghadapi kebuntuan dalam menjalani kehidupan ini, kita perlu berteriak "Saya juga pasti **bisa**"! Kanji ini bisa berdiri sendiri.

เมื่อชีวิตมาถึงทางตัน คนเรามักจะบอกกับตัวเองว่า "ฉันยังทำ**ได้**" คันจิตัวนี้สามารถใช้โดด ๆ ได้ด้วย

Gần đến cuối đời, người ta thường hay nói "Mình cũng **có thể** làm được". Chữ Hán này cũng được sử dụng độc lập. [khả]

57 何

イ + 可 = 何

何 何

亻 ☆1 (p.4)
可 ★9 (p.18)

People ask themselves **what** they can do.

Orang bertanya pada dirinya tetang **apa** yang dapat diperbuatnya.

ผู้คนมักจะถามตัวเองว่า "ฉันทำ**อะไร**ได้"

Con người luôn tự hỏi mình làm được **cái gì**. [hà]

58 手

手 手

The lines on the palm of a **hand**

Garis pada telapak **tangan**.

เส้นลายมือบนฝ่า**มือ**

Hình bàn **tay** có các đường chỉ tay. [thủ]

★10 刀

刀 刀

A pictograph of a **sword**. This kanji can be used by itself.

Gambar sebuah **pedang**. Bisa berdiri sendiri.

รูปร่างของ**ดาบ** คันจิตัวนี้สามารถใช้โดด ๆ ได้ด้วย

Thể hiện hình **lưỡi kiếm**. Chữ Hán này cũng được sử dụng độc lập. [đao]

▶意味
第4回 57〜74

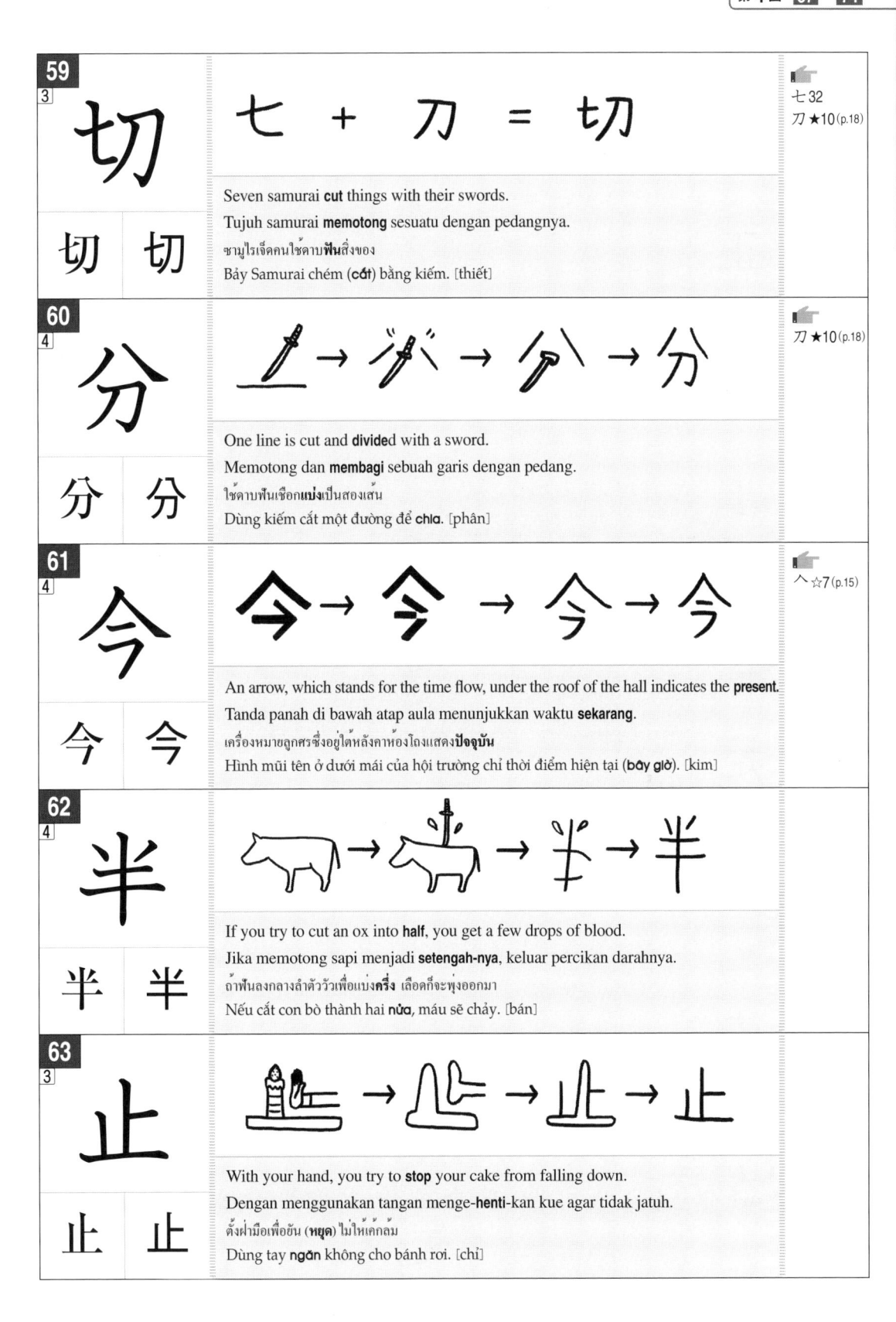

59 切

七 + 刀 = 切

Seven samurai **cut** things with their swords.
Tujuh samurai **memotong** sesuatu dengan pedangnya.
ซามูไรเจ็ดคนใช้ดาบ**ฟัน**สิ่งของ
Bảy Samurai chém (**cắt**) bằng kiếm. [thiết]

七 32
刀 ★10 (p.18)

60 分

One line is cut and **divided** with a sword.
Memotong dan **membagi** sebuah garis dengan pedang.
ใช้ดาบฟันเชือก**แบ่ง**เป็นสองเส้น
Dùng kiếm cắt một đường để **chia**. [phân]

刀 ★10 (p.18)

61 今

An arrow, which stands for the time flow, under the roof of the hall indicates the **present**.
Tanda panah di bawah atap aula menunjukkan waktu **sekarang**.
เครื่องหมายลูกศรซึ่งอยู่ใต้หลังคาห้องโถงแสดง**ปัจจุบัน**
Hình mũi tên ở dưới mái của hội trường chỉ thời điểm hiện tại (**bây giờ**). [kim]

入 ☆7 (p.15)

62 半

If you try to cut an ox into **half**, you get a few drops of blood.
Jika memotong sapi menjadi **setengah-nya**, keluar percikan darahnya.
ถ้าฟันลงกลางลำตัววัวเพื่อแบ่ง**ครึ่ง** เลือดก็จะพุ่งออกมา
Nếu cắt con bò thành hai **nửa**, máu sẽ chảy. [bán]

63 止

With your hand, you try to **stop** your cake from falling down.
Dengan menggunakan tangan menge-**henti**-kan kue agar tidak jatuh.
ตั้งฝ่ามือเพื่อยัน (**หยุด**) ไม่ให้เค้กล้ม
Dùng tay **ngăn** không cho bánh rơi. [chỉ]

64
正

正 正

止 63

It is **correct** / **right** to stop at the STOP sign.
Berhenti di tempat yang ada tanda 止 (Stop) adalah **tepat/benar**.
การหยุดหน้าเครื่องหมายให้หยุด เป็นเรื่อง**ถูกต้อง**
Dừng xe nghiêm chỉnh ở nơi có tín hiệu dừng là **đúng**. [chính]

65
步

步 步

止 + 少 = 步

止 63
少 24

What is the man doing when he stops only a few times? He is **walking**.
Berhenti sedikit kemudian melaju lagi adalah orang yang sedang **berjalan** kaki.
การค่อย ๆ ทำพลางหยุดพักก็เหมือนการ**เดิน**
Vừa làm gì đó vừa dừng lại một chút chính là **đi bộ**. [bộ]

66
足

足 足

口 + 止 = 足 → 足

口 7
止 63

When you see a friend, you stop moving your **legs** and speak with your mouth. Beware of the modified 止 at the bottom of this kanji.
Ketika bertemu teman, kita hentikan langkah **kaki** lalu bicara dengan menggunakan mulut. Perhatikan bahwa garis bawahnya berbeda dengan kanji 止.
เมื่อเจอเพื่อนก็ต้องหยุดเท้า (**ขา**) ที่เดินอยู่และพูดคุยด้วย ระวังส่วนล่างของคันจิตัวนี้เพราะ 止 มีการเปลี่ยนรูป
Nếu gặp một người bạn, bạn sẽ dừng **chân** lại và nói chuyện. Lưu ý, 止 ở phần dưới chữ Hán này có dạng khác. [túc]

67
走

走 走

土 + 止 = 走 → 走

土 49
止 63

A **running** person raises some dust behind him/her. Beware of the modified 止 at the bottom of this kanji.
Jika seseorang **berlari** akan muncul debu tanah dibelakangnya. Perhatikan bagian bawah kanji ini berbeda dengan kanji 止.
เมื่อ**วิ่ง** ฝุ่นจะกระจาย ระวังส่วนล่างของคันจิตัวนี้เพราะ 止 มีการเปลี่ยนรูป
Khi **chạy**, bụi đất bay lên. Lưu ý, 止 ở phần dưới chữ Hán này có dạng khác. [tẩu]

68
起

起 起

走 + 🐍 = 走 + 己 = 起

走 67

We **get up** and run to work like snakes with their heads raised running after their prey.
Pagi hari kita **bangun** lalu berlari untuk bekerja bagaikan ular yang mengangkat kepalanya ketika akan mengejar mangsanya.
เรา**ตื่น**ลุกขึ้น และวิ่งไปทำงานตอนเช้าเหมือนกับงูที่ผงกหัวขึ้นเพื่อล่าเหยื่อ
Giống như rắn ngóc đầu rồi đi săn mồi, buổi sáng, chúng ta **dậy** và chạy đi làm. [khởi]

▶意味 第4回 57〜74

69 夕

The sun 日 is half seen behind a mountain. It is **evening** time.
Matahari tampak sepotong di balik gunung, pertanda sudah **senja** hari.
เวลาที่พระอาทิตย์โผล่ให้เห็นเพียงครึ่งที่สันเขาก็คือ**เวลาเย็น**
Lúc mặt trời khuất núi, chỉ thấy một nửa chính là **buổi chiều**. [tịch]

70 外
夕 69

夕 + 🗝 = 外

In the evening, every door has to be locked with a key, so that no one can enter from the **outside**.
Setelah senja hari, pintu rumah dikunci sehingga tidak ada yang bisa masuk dari **luar**.
เมื่อถึงเวลาเย็น ต้องล็อคกุญแจเพื่อไม่ให้คน**ข้างนอก**เข้ามาได้
Tối đến mọi người khóa cửa để người **ngoài** không vào được. [ngoại]

71 多
夕 69

夕 + 夕 = 多

Every evening, there are **many** people and cars going home.
Senja hari **banyak** orang dan mobil yang pulang ke rumah.
ในเวลาเย็นผู้คนและรถจำนวน**มาก**วิ่งขวักไขว่อยู่บนท้องถนนเพื่อมุ่งกลับบ้าน
Tối đến người và xe về nhà **nhiều** lên. [đa]

72 名
夕 69
口 7

夕 + 口 = 名

A mother calls her child's **name** for home in the evening.
Ibu memanggil **nama** anaknya senja hari agar pulang ke rumah.
ในเวลาเย็น แม่ร้องเรียก**ชื่อ**ลูกเพื่อให้กลับเข้าบ้าน
Buổi tối, mẹ gọi **tên** con để giục về. [danh]

☆11 上

A **hat**
Ini adalah **topi**.
คันจิตัวนี้หมายถึง **หมวก**
Chiếc **mũ**

73

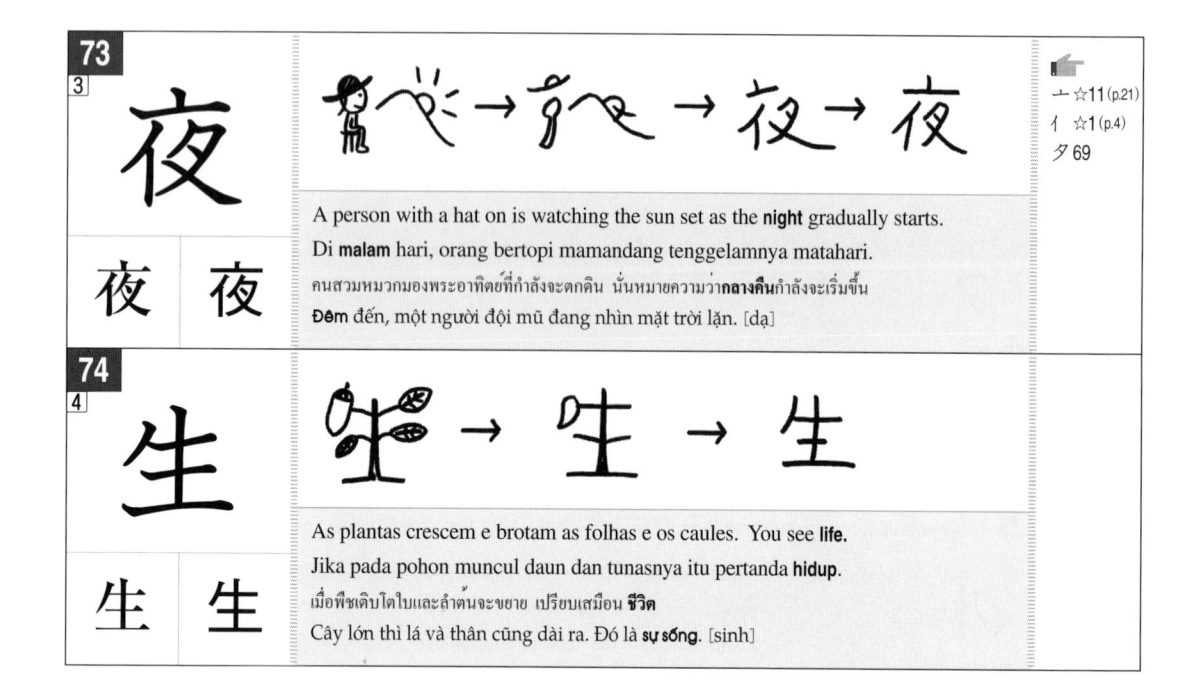

夜

㚅 → 㣇 → 夜 → 夜

⼀ ☆11 (p.21)
亻 ☆1 (p.4)
夕 69

A person with a hat on is watching the sun set as the **night** gradually starts.
Di **malam** hari, orang bertopi mamandang tenggelamnya matahari.
คนสวมหมวกมองพระอาทิตย์ที่กำลังจะตกดิน นั่นหมายความว่า**กลางคืน**กำลังจะเริ่มขึ้น
Đêm đến, một người đội mũ đang nhìn mặt trời lặn. [dạ]

夜 夜

74

生

🌱 → 生 → 生

As plantas crescem e brotam as folhas e os caules. You see **life**.
Jika pada pohon muncul daun dan tunasnya itu pertanda **hidup**.
เมื่อพืชเติบโตใบและลำต้นจะขยาย เปรียบเสมือน**ชีวิต**
Cây lớn thì lá và thân cũng dài ra. Đó là **sự sống**. [sinh]

生 生

第4回

練習問題（れんしゅうもんだい）

Exercise / Soal Latihan / แบบฝึกหัด / Luyện tập

1 意味を書いてください。
　（いみ　か）

何	足	走	手	分
切	夕	今	生	夜
正	起	多	名	外
歩	止	半	★刀	★可
☆六				

Write the meaning of the following kanji.
Tulislah makna dari kanji berikut!
จงเขียนความหมายที่ถูกต้องของคันจิต่อไปนี้
Hãy viết nghĩa các chữ Hán dưới đây.

2 意味を推測して、適当なものをa～eから選んでください。
　（いみ　すいそく　　てきとう　　　　　えら）

① 上手　（　　）
② 大切　（　　）
③ 中止　（　　）
④ 正月　（　　）
⑤ 切手　（　　）

a. skillful / pandai / ชำนาญ / giỏi, tốt
b. a stamp / prangko / แสตมป์ / tem
c. cancellation / membatalkan / ยกเลิก / hoãn
d. New Year / tahun baru / ปีใหม่ / tết
e. important / penting / สำคัญ / quan trọng

Guess and choose the appropriate meaning from the box.
Tebak maknanya dengan cara memilih salah satu dari a sampai e!
จงเดาความหมายของคำศัพท์ต่อไปนี้และเลือกคำตอบที่ถูกต้องจาก a – e
Hãy đoán nghĩa và chọn các từ thích hợp trong khung.

3 意味を推測してください。
　（いみ　すいそく）

① 今日　　（　　　　　　　　　）
② 今夜　　（　　　　　　　　　）
③ 半分　　（　　　　　　　　　）
④ 大学生　（　　　　　　　　　）
⑤ 何月　　（　　　　　　　　　）
⑥ 多少　　（　　　　　　　　　）
⑦ 外出中　（　　　　　　　　　）
⑧ 夕日　　（　　　　　　　　　）

Guess the meaning of the following words.
Silahkan tebak maknanya!
จงเดาความหมายของคำศัพท์ต่อไปนี้
Hãy đoán nghĩa các từ dưới đây.

第5回 ストーリーで意味を覚えよう

> Let's memorize kanji with its story
> Mengingat makna dari asal-usulnya
> มาจำความหมายผ่านเรื่องสนุกกันเถอะ
> Hãy nhớ ý nghĩa của chữ Hán qua các mẫu chuyện

☆12 儿

儿 儿

Two legs
Ini berarti **dua kaki**.
คันจิตัวนี้หมายถึง **ขาสองข้าง**
Thể hiện hai **chân**.

75 ④ 見

見 見

目 + 儿 = 見

👉 目 6
儿 ☆12 (p.24)

We walk on foot and **see** things we want to see with our eyes.
Berjalan dengan kaki untuk **melihat** sesuatu dengan mata.
เดินเท้า กวาดตามองหาสิ่งที่อยาก**ดู**
Chúng tôi đi bộ để tận mắt nhìn thứ mình muốn **nhìn**. [kiến]

76 ③ 元

元 元

二 + 儿 = 元

👉 二 2
儿 ☆12 (p.24)

Man started walking with two legs, which is the **origin** of human beings.
Manusia mulai berjalan dengan kedua kakinya, begitulah **awal** kehidupannya.
การที่คนเริ่มเดินสองเท้า คือจุดเริ่มต้น (**ต้นกำเนิด**)ของมนุษย์
Con người bắt đầu đi bằng hai chân. Đó chính là **nguồn gốc** của nhân loại. [nguyên]

77 ④ 先

先 先

👤🚩 → 先 → 先

👉 儿 ☆12 (p.24)

A person with a flag walks **ahead** and leads the others.
Yang membawa bendera jalan **duluan**, dan yang lainnya dibelakang.
คนถือธงเดิน**นำหน้า**ก่อน คนอื่นเดินตามหลัง
Người cầm cờ đi **phía trước** những người khác. [tiên]

▶意味
第5回 75～92

78
天

一 + 大 = 天

一 1
大 21

The one big thing that exists above all is **heaven**.
Sesuatu yang paling besar dan berada di atas yang besar adalah **surga** (angkasa).
ความยิ่งใหญ่ที่สุดซึ่งอยู่เหนือทุกสิ่งคือ**สวรรค์**
Cái còn lớn hơn cả lớn một bậc chính là **trời**. [thiên]

79
文

You write **sentence**s with a pen on a table.
Di atas meja kita menulis **kalimat** dengan menggunakan pinsil.
นั่งจับปากกาเขียน**ประโยค**บนโต๊ะ
Bạn ngồi ở bàn, dùng bút viết **câu**. [văn]

80
父

Eyes and a nose with a moustache make a **father**.
Kalau menggambar hidung, mata dan dengan kumisnya, maka jadinya **ayah**.
วาดตา จมูก และหนวดก็จะกลายเป็นหน้า**พ่อ**
Nếu vẽ mắt, mũi và râu sẽ thành **bố**. [phụ]

81
母

女 16

A woman with two breasts is a **mother**.
Seorang **ibu** memiliki dua payu dara.
แม่มีนมสองข้าง
Mẹ có hai bầu vú. [mẫu]

☆13
彳

A **T-intersection**
Melambangkan **jalan leter T** (simpang tiga).
คันจิตัวนี้หมายถึง **ทางแยก**
Đây là **ngã ba**.

82

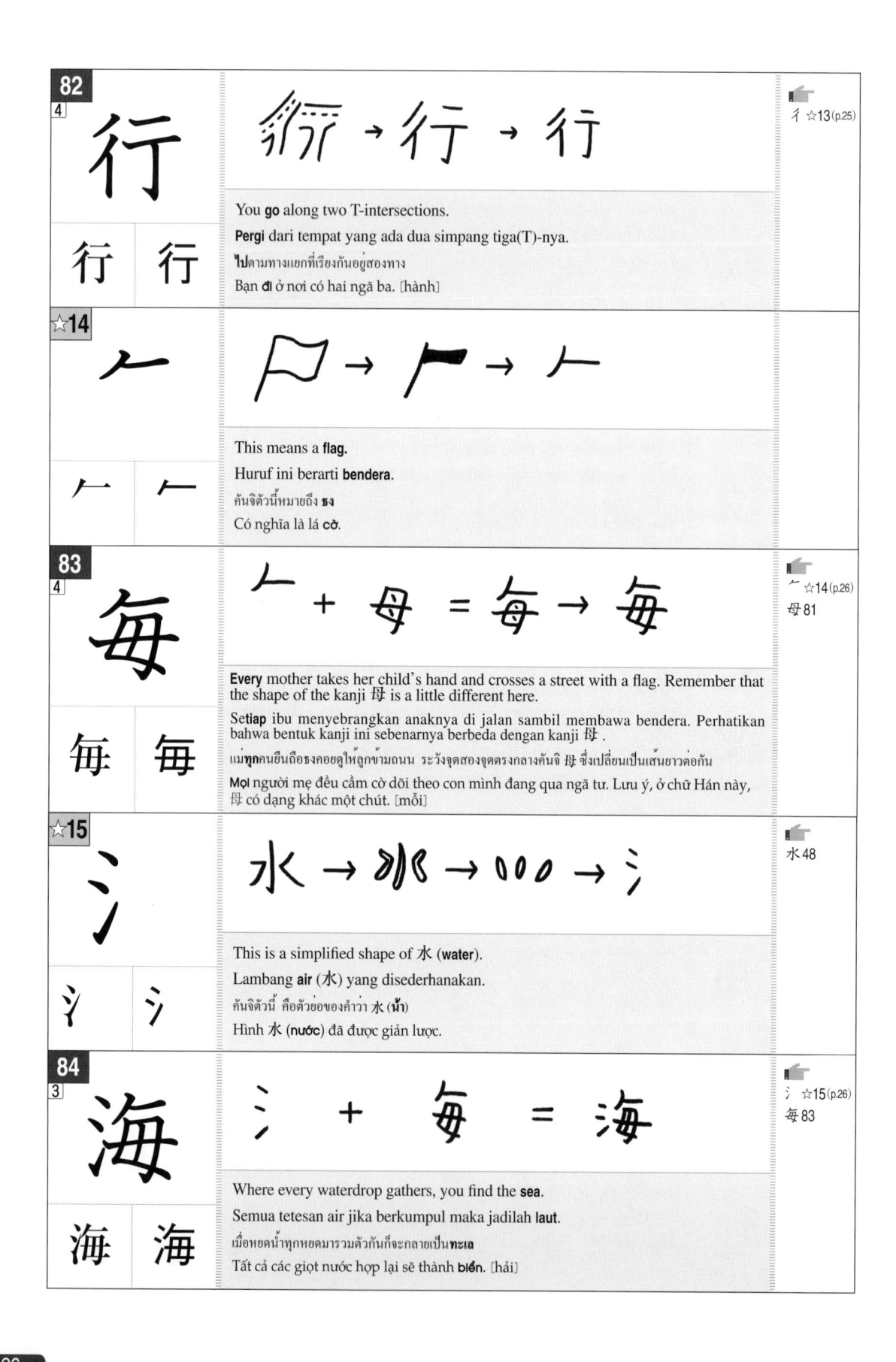

行

彳 ☆13 (p.25)

行 → 行 → 行

You go along two T-intersections.
Pergi dari tempat yang ada dua simpang tiga(T)-nya.
ไปตามทางแยกที่เรียงกันอยู่สองทาง
Bạn **đi** ở nơi có hai ngã ba. [hành]

☆14

⺈

🏳 → ⺈ → ⺈

This means a **flag**.
Huruf ini berarti **bendera**.
คันจิตัวนี้หมายถึง **ธง**
Có nghĩa là lá **cờ**.

83

每

⺈ ☆14 (p.26)
母 81

⺈ + 母 = 每 → 每

Every mother takes her child's hand and crosses a street with a flag. Remember that the shape of the kanji 母 is a little different here.
Setiap ibu menyebrangkan anaknya di jalan sambil membawa bendera. Perhatikan bahwa bentuk kanji ini sebenarnya berbeda dengan kanji 母.
แม่**ทุก**คนยืนถือธงคอยให้ลูกข้ามถนน ระวังจุดสองจุดตรงกลางคันจิ 母 ซึ่งเปลี่ยนเป็นเส้นยาวต่อกัน
Mọi người mẹ đều cầm cờ dõi theo con mình đang qua ngã tư. Lưu ý, ở chữ Hán này, 母 có dạng khác một chút. [mỗi]

☆15

氵

水 48

水 → 氺 → ◦◦◦ → 氵

This is a simplified shape of 水 (**water**).
Lambang **air** (水) yang disederhanakan.
คันจิตัวนี้ คือตัวย่อของคำว่า 水 (**น้ำ**)
Hình 水 (**nước**) đã được giản lược.

84

海

氵 ☆15 (p.26)
每 83

氵 + 每 = 海

Where **every** waterdrop gathers, you find the **sea**.
Semua tetesan air jika berkumpul maka jadilah **laut**.
เมื่อหยดน้ำทุกหยดมารวมตัวกันก็จะกลายเป็น**ทะเล**
Tất cả các giọt nước hợp lại sẽ thành **biển**. [hải]

▶意味
第5回 75〜92

85 東

木 + 日 = 木 + 日 = 東

木9
日41

You can see the sun behind a tree in the **east**.
Matahari di sebelah **timur** nampak dibalik pohon.
พระอาทิตย์โผล่ให้เห็นจากต้นไม้ทาง**ทิศตะวันออก**
Bạn nhìn thấy mặt trời mọc **phía đông**, đằng sau một cái cây. [đông]

86 西

The sun sets underneath the horizon in the **west**.
Matahari tenggelam di upuk **barat**.
พระอาทิตย์ลับขอบฟ้าทาง**ทิศตะวันตก**
Mặt trời lặn ở **phía tây** đường chân trời. [tây]

87 南

In church, you donate money (yen). The church is usually facing the **south**.
Menyumbang uang (yen) ke gereja. Di Jepang gereja biasanya menghadap ke **selatan**.
บริจาคเงิน(เยน)ให้กับโบสถ์ โบสถ์มักจะหันหน้าไปทาง**ทิศใต้**
Bạn tặng tiền cho nhà thờ. Nhà thờ thường hướng về **phía nam**. [nam]

88 北

Two people sit back to back, both of them arguing this way is **north**.
Dua orang duduk saling membelakangi sambil berdebat bahwa arah yang ditunjuknya adalah **utara**.
สองคนนั่งหันหลังประกบกัน ต่างยืนกรานว่าตนหันหน้าไปทาง**ทิศเหนือ**
Hai người ngồi quay lưng vào nhau và cùng nói phía này là **phía bắc**. [bắc]

89 耳

A pictograph of an **ear**
Sketsa gambar **telinga**.
รูปร่างของ**หู**
Hình **tai** [nhĩ]

90

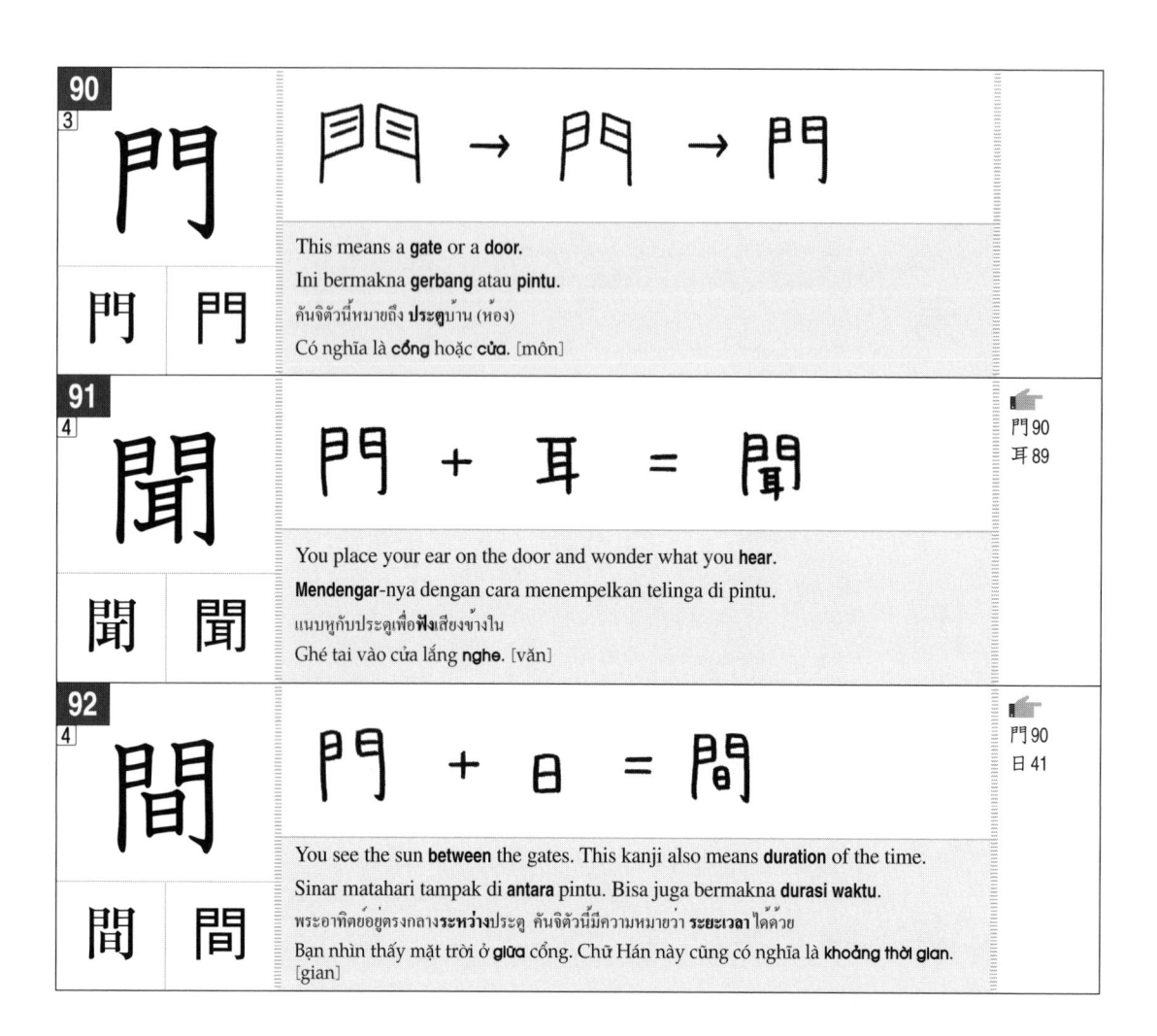

門

門 門

冃目 → 門 → 門

This means a **gate** or a **door**.
Ini bermakna **gerbang** atau **pintu**.
คันจิตัวนี้หมายถึง **ประตู**บ้าน (ห้อง)
Có nghĩa là **cổng** hoặc **cửa**. [môn]

91

聞

聞 聞

門 + 耳 = 聞

門 90
耳 89

You place your ear on the door and wonder what you **hear**.
Mendengar-nya dengan cara menempelkan telinga di pintu.
แนบหูกับประตูเพื่อ**ฟัง**เสียงข้างใน
Ghé tai vào cửa lắng **nghe**. [văn]

92

間

間 間

門 + 日 = 間

門 90
日 41

You see the sun **between** the gates. This kanji also means **duration** of the time.
Sinar matahari tampak di **antara** pintu. Bisa juga bermakna **durasi waktu**.
พระอาทิตย์อยู่ตรงกลาง**ระหว่าง**ประตู คันจิตัวนี้มีความหมายว่า **ระยะเวลา** ได้ด้วย
Bạn nhìn thấy mặt trời ở **giữa** cổng. Chữ Hán này cũng có nghĩa là **khoảng thời gian**. [gian]

第5回

練習問題 Exercise / Soal Latihan / แบบฝึกหัด / Luyện tập

1 意味を書いてください。

天	聞	元	西	母
耳	間	毎	東	行
海	先	南	見	文
父	北	門	☆氵	☆宀
☆亻	☆儿			

2 意味を推測して、適当なものをa～eから選んでください。

① 先生（　　）
② 毎日（　　）
③ 見学（　　）
④ 海外（　　）
⑤ 母子（　　）

a. a visit of a place to learn / studi banding / ทัศนศึกษา / tham quan
b. overseas / luar negeri / ต่างประเทศ / hải ngoại
c. a mother and her child / ibu dan anak / แม่และลูก / mẹ con
d. every day / tiap hari / ทุกวัน / hàng ngày
e. a teacher / guru / ครู อาจารย์ / giáo viên

3 意味を推測してください。

① 東口（　　　　　　）
② 西門（　　　　　　）
③ 先月（　　　　　　）
④ 海水（　　　　　　）
⑤ 毎月（　　　　　　）
⑥ 文学（　　　　　　）
⑦ 父母（　　　　　　）
⑧ 南北（　　　　　　）

第6回 ストーリーで意味を覚えよう

Let's memorize kanji with its story
Mengingat makna dari asal-usulnya
มาจำความหมายผ่านเรื่องสนุกกันเถอะ
Hãy nhớ ý nghĩa của chữ Hán qua các mẩu chuyện

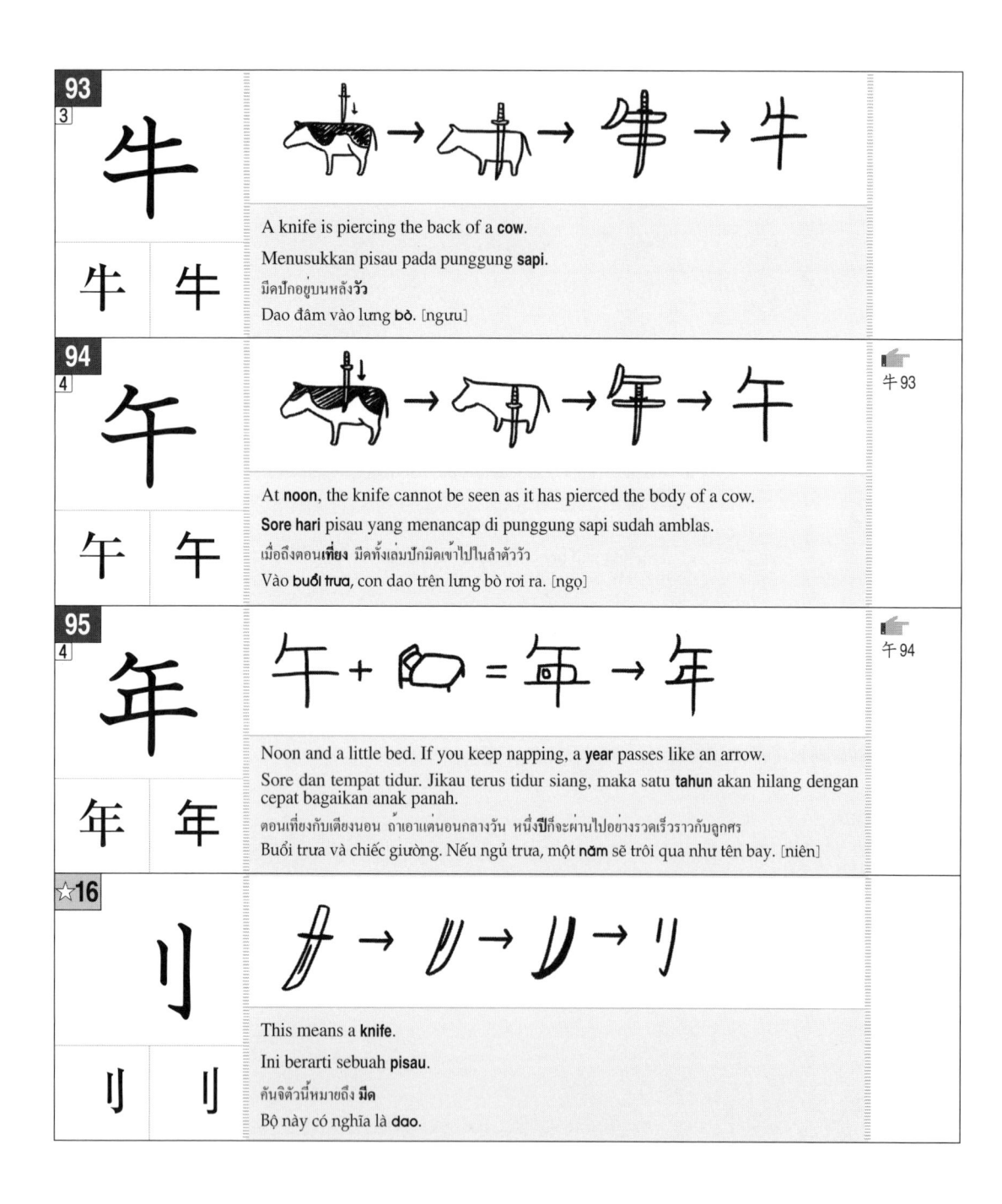

93 [3] 牛 / 牛 牛

A knife is piercing the back of a **cow**.
Menusukkan pisau pada punggung **sapi**.
มีดปักอยู่บนหลัง**วัว**
Dao đâm vào lưng **bò**. [nguu]

94 [4] 午 / 午 午 ☞牛93

At **noon**, the knife cannot be seen as it has pierced the body of a cow.
Sore hari pisau yang menancap di punggung sapi sudah amblas.
เมื่อถึงตอน**เที่ยง** มีดทั้งเล่มปักมิดเข้าไปในลำตัววัว
Vào **buổi trưa**, con dao trên lưng bò rơi ra. [ngọ]

95 [4] 年 / 年 年 ☞午94

Noon and a little bed. If you keep napping, a **year** passes like an arrow.
Sore dan tempat tidur. Jikau terus tidur siang, maka satu **tahun** akan hilang dengan cepat bagaikan anak panah.
ตอนเที่ยงกับเตียงนอน ถ้าเอาแต่นอนกลางวัน หนึ่ง**ปี**ก็จะผ่านไปอย่างรวดเร็วราวกับลูกศร
Buổi trưa và chiếc giường. Nếu ngủ trưa, một **năm** sẽ trôi qua như tên bay. [niên]

☆16 リ / リ リ

This means a **knife**.
Ini berarti sebuah **pisau**.
กันจิตัวนี้หมายถึง **มีด**
Bộ này có nghĩa là **dao**.

▶意味 第6回 93～111

96 前
前 前

ノノ + 月 + リ = 前 → 前 → 前

月 42
リ ☆16 (p.30)

People cook with a knife **before** the moon comes out and it gets dark. This also means **front**.
Orang-orang memasak **sebelum** bulan muncul. Kan ji ini bisa juga berarti **depan**.
ผู้คนใช้มีดหั่นผักเตรียมอาหาร**ก่อน**พระจันทร์ขึ้น คันจิตัวนี้มีความหมายว่า **หน้า** ~ ได้ด้วย
Trước khi mặt trăng lên mọi người dùng dao để chế biến thức ăn. Nó cũng có nghĩa là **trước** ~ [tiền]

☆17 夂
夂 夂

Legs of a **skip**ping person
Bentuk kaki yang sedang ber-**jingkat** (loncat).
รูปขาที่กำลัง**กระโดด**
Hình chân đang **nhảy lò cò**.

97 後
後 後

彳 ☆13 (p.25)
夂 ☆17 (p.31)

A skipping child turns around at the T-intersection. Watch out! There might be something **behind** you.
Di simpangan T (tiga) anak berjingkat-jingkat. Hati-hati di **belakang** mungkin ada sesuatu!
เด็กกระโดดไปมาอยู่ตรงทางแยก หันไปมอง**ข้างหลัง**ระวังว่าอาจมีอะไรเกิดขึ้น
Đứa trẻ đang nhảy lò cò ở ngã ba đường quay lại phía sau. Cẩn thận kẻo có gì ở **đằng sau** đấy. [hậu]

98 高
高 高

You stand on a stool with your hat on so that you will look tall (**high**).
Supaya kelihatan **tinggi**, ia pakai topi dan berdiri di atas pondasi.
ใส่หมวกและขึ้นไปยืนบนแท่น เพื่อให้ตัวเองดู**สูง**ขึ้น
Đội mũ đứng trên bục để trông **cao** hơn. [cao]

★18 良
良 良

Giving a gift is a **good** deed. This kanji can be used by itself.
Memberi kado (bunga) adalah hal yang **baik**. Kanji ini bisa berdiri sendiri.
การให้ของขวัญคนอื่นเป็นเรื่อง**ดี** คันจิตัวนี้สามารถใช้โดด ๆ ได้ด้วย
Gửi quà là một việc **tốt**. Chữ Hán này cũng được sử dụng độc lập. [lương]

★19

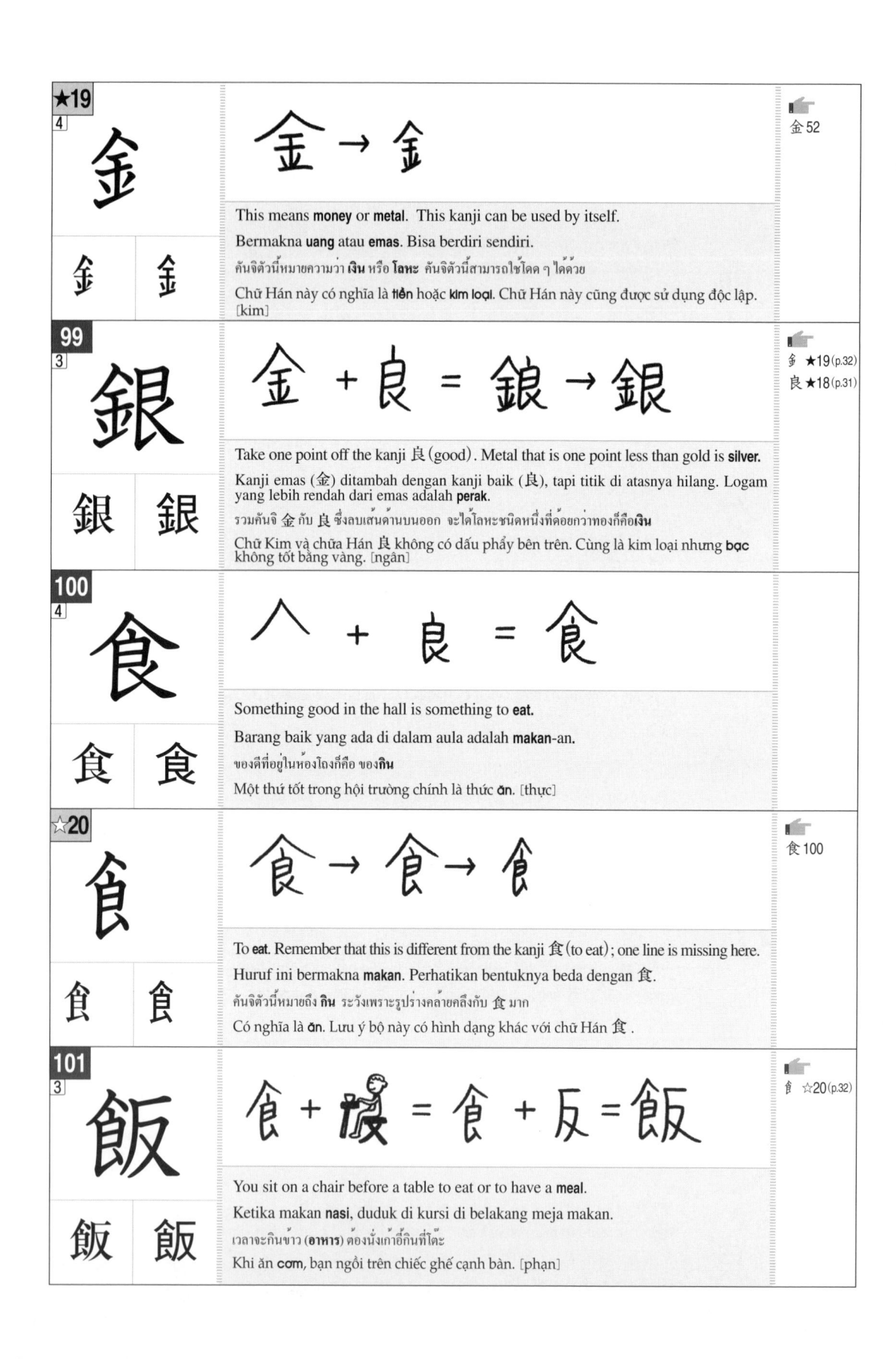

金 → 金

金 52

This means **money** or **metal**. This kanji can be used by itself.
Bermakna **uang** atau **emas**. Bisa berdiri sendiri.
คันจิตัวนี้หมายความว่า **เงิน** หรือ **โลหะ** คันจิตัวนี้สามารถใช้โดด ๆ ได้ด้วย
Chữ Hán này có nghĩa là **tiền** hoặc **kim loại**. Chữ Hán này cũng được sử dụng độc lập. [kim]

99

金 + 良 = 銀 → 銀

金 ★19 (p.32)
良 ★18 (p.31)

Take one point off the kanji 良 (good). Metal that is one point less than gold is **silver**.
Kanji emas (金) ditambah dengan kanji baik (良), tapi titik di atasnya hilang. Logam yang lebih rendah dari emas adalah **perak**.
รวมคันจิ 金 กับ 良 ซึ่งลบเส้นด้านบนออก จะได้โลหะชนิดหนึ่งที่ด้อยกว่าทองก็คือ**เงิน**
Chữ Kim và chữa Hán 良 không có dấu phẩy bên trên. Cùng là kim loại nhưng **bạc** không tốt bằng vàng. [ngân]

100

人 + 良 = 食

Something good in the hall is something to **eat**.
Barang baik yang ada di dalam aula adalah **makan**-an.
ของดีที่อยู่ในห้องโถงก็คือ ของ**กิน**
Một thứ tốt trong hội trường chính là thức **ăn**. [thực]

☆20

食 → 食 → 食

食 100

To **eat**. Remember that this is different from the kanji 食 (to eat); one line is missing here.
Huruf ini bermakna **makan**. Perhatikan bentuknya beda dengan 食.
คันจิตัวนี้หมายถึง **กิน** ระวังเพราะรูปร่างคล้ายคลึงกับ 食 มาก
Có nghĩa là **ăn**. Lưu ý bộ này có hình dạng khác với chữ Hán 食.

101

食 + 🪑 = 食 + 反 = 飯

食 ☆20 (p.32)

You sit on a chair before a table to eat or to have a **meal**.
Ketika makan **nasi**, duduk di kursi di belakang meja makan.
เวลาจะกินข้าว (**อาหาร**) ต้องนั่งเก้าอี้กินที่โต๊ะ
Khi ăn **cơm**, bạn ngồi trên chiếc ghế cạnh bàn. [phạn]

★21 欠

炎 → 欠 → 欠 → 欠

A person who **lack**s his head. This kanji can also be used by itself.
Manusia yang tidak ada (**kurang**) kepalanya. Kanji ini bisa berdiri sendiri.
ภาพคนหัว**ขาด** คันจิตัวนี้สามารถใช้โดดๆ ได้ด้วย
Hình người bị **thiếu** đầu. Chữ Hán này cũng được sử dụng độc lập. [khuyết]

102 飲

食 + 欠 = 飲

食 ☆20 (p.32)
欠 ★21 (p.33)

What do you do when there is a lack of food? All you can do is to **drink**.
Yang bisa dilakukan ketika kekurangan makanan adalah hanya **minum**.
เวลาที่ของกินขาดแคลน ก็ต้อง**ดื่ม**น้ำแทน
Khi không có đủ thức ăn (khi thiếu), bạn thường **uống**. [ẩm]

103 白

☀ → 白 → 白 → 白

日 41

The sun's rays are **white**.
Sinar matahari berwarna **putih**.
แสงพระอาทิตย์มีสี**ขาว**
Ánh sáng mặt trời màu **trắng**. [bạch]

104 赤

土🔥 → 赤 → 赤

土 49

Soil turns **red** when you heat it with fire.
Tanah jika dibakar akan menjadi **merah**.
ถ้าเผาดิน ดินก็จะกลายเป็นสี**แดง**
Khi được làm nóng, đất sẽ có màu **đỏ**. [xích]

105 青

✧ + 月 = 青 → 青 → 青

月 42

You see stars and the moon in the **blue** sky.
Di langit **biru** akan kelihatan bintang dan bulan.
มองเห็นดวงดาวและพระจันทร์บนท้องฟ้าสี**คราม (น้ำเงิน)**
Bạn nhìn thấy trăng và sao trên bầu trời **xanh**. [thanh]

106

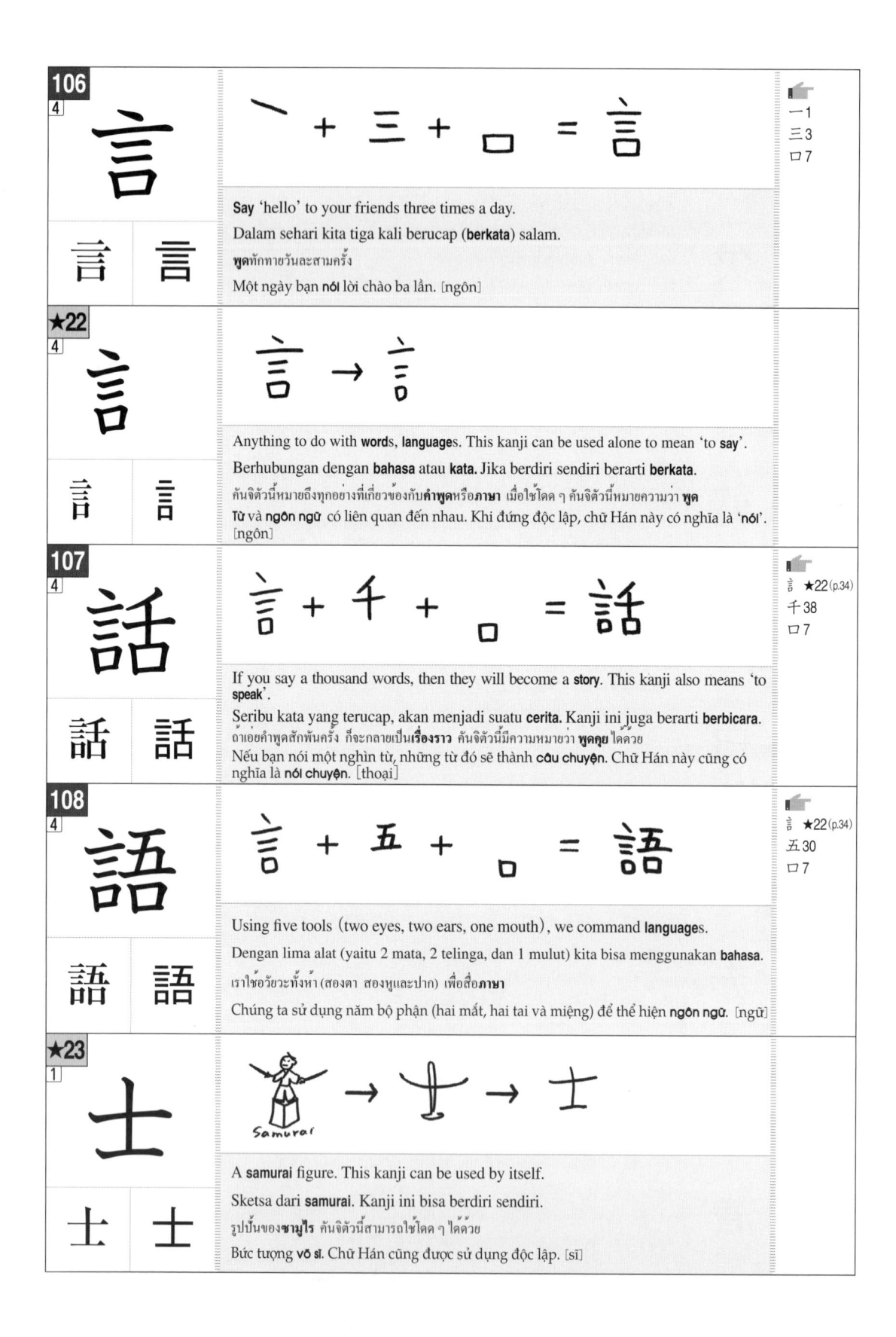

言

、 + 三 + 口 = 言

一 1
三 3
口 7

Say 'hello' to your friends three times a day.
Dalam sehari kita tiga kali berucap (**berkata**) salam.
พูดทักทายวันละสามครั้ง
Một ngày bạn **nói** lời chào ba lần. [ngôn]

★22

言

言 → 言

Anything to do with **word**s, **language**s. This kanji can be used alone to mean 'to **say**'.
Berhubungan dengan **bahasa** atau **kata**. Jika berdiri sendiri berarti **berkata**.
คันจิตัวนี้หมายถึงทุกอย่างที่เกี่ยวข้องกับ**คำพูด**หรือ**ภาษา** เมื่อใช้โดด ๆ คันจิตัวนี้หมายความว่า **พูด**
Từ và **ngôn ngữ** có liên quan đến nhau. Khi đứng độc lập, chữ Hán này có nghĩa là '**nói**'. [ngôn]

107

話

言 + 千 + 口 = 話

言 ★22 (p.34)
千 38
口 7

If you say a thousand words, then they will become a **story**. This kanji also means 'to **speak**'.
Seribu kata yang terucap, akan menjadi suatu **cerita**. Kanji ini juga berarti **berbicara**.
ถ้าเอ่ยคำพูดสักพันครั้ง ก็จะกลายเป็น**เรื่องราว** คันจิตัวนี้มีความหมายว่า **พูดคุย** ได้ด้วย
Nếu bạn nói một nghìn từ, những từ đó sẽ thành **câu chuyện**. Chữ Hán này cũng có nghĩa là **nói chuyện**. [thoại]

108

語

言 + 五 + 口 = 語

言 ★22 (p.34)
五 30
口 7

Using five tools (two eyes, two ears, one mouth), we command **language**s.
Dengan lima alat (yaitu 2 mata, 2 telinga, dan 1 mulut) kita bisa menggunakan **bahasa**.
เราใช้อวัยวะทั้งห้า (สองตา สองหูและปาก) เพื่อสื่อ**ภาษา**
Chúng ta sử dụng năm bộ phận (hai mắt, hai tai và miệng) để thể hiện **ngôn ngữ**. [ngữ]

★23

士

A **samurai** figure. This kanji can be used by itself.
Sketsa dari **samurai**. Kanji ini bisa berdiri sendiri.
รูปปั้นของ**ซามูไร** คันจิตัวนี้สามารถใช้โดด ๆ ได้ด้วย
Bức tượng **võ sĩ**. Chữ Hán cũng được sử dụng độc lập. [sĩ]

▶意味
第6回 93〜111

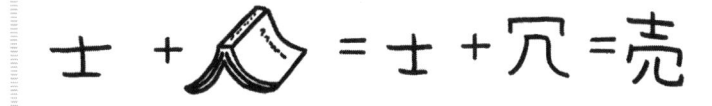

109 売

士 + 📖 = 士 + 冗 = 売

士 ★23(p.34)

売 売

Books on samurai **sell** well.
Buku tentang samurai laku ter-**jual**.
หนังสือเกี่ยวกับซามูไรมัก**ขายดี**
Sách về võ sĩ **bán** rất chạy. [mại]

110 読

言 + 売 = 読

言 ★22(p.34)
売 109

読 読

You write a book based on words someone said. You sell your book, which someone else will **read**.
Orang menulis buku berdasarkan pada ucapan seseorang, kemudian dijualnya, sehingga orang lain **membaca**-nya.
เขียนหนังสือจากคำบอกเล่าของใครบางคน พิมพ์ขาย แล้วบางคนก็ซื้อเอาไป**อ่าน**
Bạn viết sách dựa trên những lời người khác kể, rồi bán sách. Những người khác **đọc** cuốn sách đó. [độc]

111 書

土 + 日 + ✒ = 土 + 日 + ヨ = 書

土 49
日 41

書 書

If you want to be able to **write** neatly with a brush, you should practice even on Saturday and Sunday.
Kalau ingin pandai **menulis** dengan menggunakan koas, maka hari Sabtu dan Minggu pun harus berlatih.
ถ้าอยาก**เขียน**พู่กันเก่ง ต้องฝึกฝนไม่เว้นแม้วันหยุดเสาร์อาทิตย์
Nếu muốn **viết** chữ bằng bút lông giỏi, phải luyện tập cả thứ bảy và chủ nhật. [thư]

第6回 練習問題

Exercise / Soal Latihan / แบบฝึกหัด / Luyện tập

1 意味を書いてください。

牛	後	赤	売	言
話	年	前	良	読
食	飯	銀	白	書
飲	青	午	高	語
★士	★欠	★言	★金	☆刂
☆夂	☆飠			

Write the meaning of the following kanji.
Tulislah makna dari kanji berikut!
จงเขียนความหมายที่ถูกต้องของคันจิต่อไปนี้
Hãy viết nghĩa các chữ Hán dưới đây.

2 意味を推測して、適当なものをa〜eから選んでください。

① 語学力　（　　）
② 円高　　（　　）
③ 銀行　　（　　）
④ 読書　　（　　）
⑤ 売り切れ（　　）
　　ri　re

a. a bank / bank / ธนาคาร / ngân hàng
b. reading / membaca / การอ่าน / đọc sách
c. language competence / penguasaan bahasa / ความสามารถทางภาษา / khả năng ngôn ngữ
d. sold out / habis terjual / ขายหมด / bán hết
e. yen's appreciation / nilai yen menguat / เงินเยนแข็งค่า / Yên cao

Guess and choose the appropriate meaning from the box.
Tebak maknanya dengan cara memilih salah satu dari a sampai e!
จงเดาความหมายของคำศัพท์ต่อไปนี้และเลือกคำตอบที่ถูกต้องจาก a ~ e
Hãy đoán nghĩa và chọn các từ thích hợp trong khung.

3 意味を推測してください。

① 食前　　（　　　　　　）
② 午後　　（　　　　　　）
③ 飲食　　（　　　　　　）
④ 母語　　（　　　　　　）
⑤ 一言　　（　　　　　　）
⑥ 生年月日（　　　　　　）
⑦ 五年前　（　　　　　　）
⑧ 年上　　（　　　　　　）

Guess the meaning of the following words.
Silahkan tebak maknanya!
จงเดาความหมายของคำศัพท์ต่อไปนี้
Hãy đoán nghĩa các từ dưới đây.

36

第7回 ストーリーで意味を覚えよう

Let's memorize kanji with its story
Mengingat makna dari asal-usulnya
มาจำความหมายผ่านเรื่องสนุกกันเถอะ
Hãy nhớ ý nghĩa của chữ Hán qua các mẩu chuyện

part I 112-130 Meaning

☆24 斤

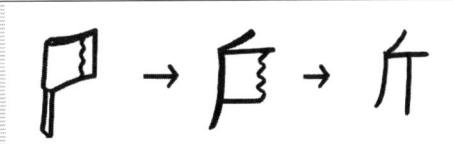

A pictograph of an **ax**
Ini adalah gambar **kapak**.
รูปขวาน
Hình cái **rìu**

112 新

立 + 木 + 斤 = 新

立 44
木 9
斤 ☆24 (p.37)

You cannot cut down standing trees unless your ax is **new**.
Untuk menebang pohon yang masih berdiri perlu kapak yang **baru**.
การจะตัดไม้ที่ยืนต้นอยู่ต้องใช้ขวาน**ใหม่**
Để chặt đổ cây, cần phải có chiếc rìu **mới**. [tân]

113 馬

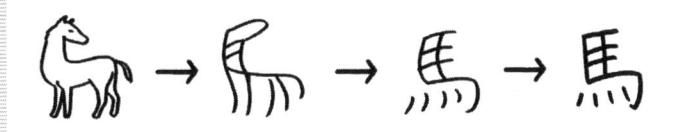

A pictograph of a **horse**
Ini menunjukkan gambar **kuda**.
รูปม้า
Thể hiện hình con **ngựa**. [mã]

114 駅

馬 + JR = 馬 + R = 駅

馬 113

Can you see the JR(Japan Railways) sign on the right? A place where you used to find horses long ago, and now JR signs is a **station**.
Di belakang kanji kuda nampak huruf JR (Perusahaan Kereta Jepang). Tempat yang dulunya ada kuda dan sekarang diganti dengan lambang JR adalah **statsion**.
เครื่องหมายที่รวมกันกับคำว่า "ม้า" คือสัญลักษณ์ของบริษัท JR (การรถไฟแห่งญี่ปุ่น) สถานที่ซึ่งสมัยโบราณใช้ม้าเป็นพาหนะปัจจุบันกลายเป็น**สถานี**รถไฟ
Các bạn có nhìn thấy dấu JR ở bên phải chữ Hán không? Nơi mà trước đây có ngựa, còn ngày nay có dấu JR chính là **ga**. [dịch]

115 魚

魚 魚

A pictograph of a **fish**
Ini adalah gambar **ikan**.
รูป**ปลา**
Hình con **cá** [ngu]

116 米

米 米

From every direction, **rice** comes to a city.
Beras didatangkan ke kota dari segala penjuru.
ข้าวเดินทางมาจากทุกสารทิศเพื่อเข้าเมือง
Gạo tới thành phố từ khắp nơi. [mễ]

117 来

来 来

一 + 米 = 来

→ 一 1
→ 米 116

People **come** over to get the best (number one) rice.
Orang **datang** untuk mendapatkan beras yang terbaik.
ผู้คนเดินทาง**มา**เพื่อให้ได้ข้าวคุณภาพดีที่สุด
Mọi người **đến** để mong có gạo ngon nhất. [lai]

118 雨

雨 雨

Rain drops from the sky above.
Hujan turun dari langit.
เม็ด**ฝน**ตกลงมาจากฟากฟ้า
Những giọt **mưa** từ trên trời rơi xuống. [vũ]

★25 雨

雨 雨

→ 雨 118

This is **rain**. This kanji can be used by itself.
Menyatakan arti **hujan** dan bisa berdiri sendiri.
คันจิตัวนี้หมายถึง **ฝน** คันจิตัวนี้สามารถใช้โดด ๆ ได้ด้วย
Đây là **mưa**. Chữ Hán này cũng được sử dụng độc lập. [vũ]

▶意味
第7回 112～130

119 電

電 電

雨 + 田 + 乙 = 電

★25(p.38)
田 13

In the countryside, lightning sometimes hits a utility pole. **Electricity** runs through the electric wires.

Di kampung petir terkadang menyambar tiang listrik, **aliran listrik** dari petir tadi mengalir melalui kabel.

ในชนบทบางที่ฟ้าผ่าลงเสาไฟฟ้า กระแส**ไฟฟ้า**ที่เกิดขึ้นจะไหลเข้าสายไฟ

Ở nông thôn, thỉnh thoảng sấm lại rơi xuống cột điện. **Điện** của sấm chạy qua dây điện. [điện]

120 気

気 気

From a magical spot, **spirit**ual power comes out.

Dari tempat ajaib munculah suatu **spirit**.

พลัง**จิต**พุ่งออกจากสถานที่ซึ่งเต็มไปด้วยพลังประหลาด

Từ nơi phát ra sức mạnh kỳ bí, xuất hiện tinh **khí**. [khí]

121 車

車 車

Four seats and four wheels. Yes, you are in a **car**.

Empat tempat duduk dengan empat buah roda adalah **mobil**.

รถคือสิ่งที่ประกอบด้วยที่นั่งสี่ที่และล้อสี่เส้น

Ô tô có bốn chỗ ngồi và bốn bánh. [xa]

122 空

空 空

宀 + 八 + 工 = 空

☆2(p.5)
八 33
工 53

A craftsperson started working at eight but nothing has been done and the house is **empty**. This kanji also means 'a sky'.

Pengrajin mulai bekerja pukul 8, jika ia tidak menghasilkan apa-apa, ia dalam keadaan hampa (**kosong**). Huruf Kanji ini bisa juga berarti **langit**.

ช่างประดิษฐ์เริ่มงานที่บ้านตั้งแต่แปดโมงเช้า แต่ในบ้านกลับ**ว่าง**เปล่าปราศจากชิ้นงาน คันจิตัวนี้มีความหมายว่า **ท้องฟ้า** ด้วย

Nghệ nhân bắt đầu làm việc ở trong nhà lúc 8 giờ nhưng chẳng làm được gì nên ngôi nhà vẫn **trống không**. Chữ Hán này cũng có nghĩa là **bầu trời**. [không]

123 社

社 社

土 49

On the left, you see a priest in a Japanese shrine who protects the land around it. A shrine used to be the place where people gathered, and now it is a **company**.

Sebelah kirinya adalah dewa kuil yang menjaga wilayah itu. Dahulu orang berkumpul di kuil, tetapi sekarang adalah di **perusahaan**.

ด้านซ้ายคือเจ้าอาวาสผู้ปกป้องพื้นที่นั้น ศาลเจ้าคือสถานที่ซึ่งในอดีตผู้คนรวมตัวกัน ปัจจุบันสถานที่ซึ่งทำหน้าที่นั้นแทนคือ**บริษัท**

Bên phải là vị thần của đền thờ đang bảo vệ mảnh đất đó. Đền là nơi mọi người tập trung nhau lại. Hiện nay **công ty** nắm giữ vai trò đó. [xã]

39

124 内

The shape of an entrance through which you go **inside**.
Ini adalah lambang dari pintu gerbang, jika dilewati maka kita berada di **bagian dalam**.
ภาพของทางเข้า เมื่อลอดผ่านเข้าไปก็จะเป็น**ข้างใน**
Chữ Hán có hình dạng của tiền sảnh. Đi qua tiền sảnh sẽ vào **bên trong**. [nội]

125 長

A girl with **long** hair
Anak perempuan berambut **panjang**.
ภาพเด็กผู้หญิงผม**ยาว**ยืนสยายผม
Hình cô gái có mái tóc **dài** [trường, trưởng]

★26 木

木9

A **tree**. This kanji can be used by itself.
Bentuk sederhana dari kanji **pohon**.
คันจิตัวนี้หมายถึง **ต้นไม้** คันจิตัวนี้สามารถใช้โดด ๆ ได้ด้วย
Hình **cây**. Chữ Hán này cũng được sử dụng độc lập. [mộc]

★27 交

亠 ☆11 (p.21)
父 80

A father with a hat on **mingles** with others. This kanji can be used by itself.
Ayah yang bertopi sedang **bergaul** dengan yang lain. Kanji ini bisa berdiri sendiri.
พ่อสวมหมวกไป**สังสรรค์**กับคนอื่น คันจิตัวนี้สามารถใช้โดด ๆ ได้ด้วย
Người bố đội mũ đang **giao lưu** với những người khác. Chữ Hán này cũng được sử dụng độc lập. [giao]

126 校

木 ★26 (p.40)
交 ★27 (p.40)

A father goes to a wooden building to mingle with others, which is a **schoolhouse**.
Ayah pergi ke bangunan yang terbuat dari kayu, lalu bergaul dengan yang lainnya. Tempat itu adalah **sekolah**.
พ่อไปสังสรรค์กับคนอื่นที่อาคารไม้ ที่นั่นคือ**โรงเรียน**
Bố đến toà nhà bằng gỗ, giao lưu với mọi người. Đó là **trường học**. [hiệu]

127 会

会 → 会 → 会

人 ☆7(p.15)

People gather at a table with food on the plate in the hall. That is how you **meet** others.

Orang berkumpul di depan meja makan dalam aula. Di sana mereka **bertemu** dengan yang lain.

ผู้คนไปรวมตัวกันที่โต๊ะในห้องโถงซึ่งมีอาหารเรียงราย นั่นหมายถึงการ**พบ**ปะกับผู้อื่น

Mọi người tập trung quanh chiếc bàn có thức ăn ở hội trường. Điều đó có nghĩa là **gặp** gỡ. [hội]

★28 寸

手 → 手 → 才 → 寸

手 58

A simplified shape of a **hand**. This kanji can be used by itself.

Bentuk sederhana dari kanji **tangan**, bisa berdiri sendiri.

คันจิตัวนี้เป็นตัวย่อของคำว่า**มือ** 手 คันจิตัวนี้สามารถใช้โดด ๆ ได้ด้วย

Hình bàn **tay** đã giản lược. Chữ Hán này cũng được sử dụng độc lập. [thốn]

128 寺

土 + 寸 = 寺

土 49
寸 ★28(p.41)

Graves are where hands are under the ground. You find graves in **temple**s.

Tempat yang di bawah tanahnya ada tangan adalah makam, dan makam berada di dalam **kuil**.

สถานที่ที่มีมือฝังอยู่ใต้ดินคือหลุมศพ ที่ที่มีหลุมศพคือ**วัด**

Nơi có bàn tay ở dưới đất chính là ngôi mộ. Nơi có mộ chính là **chùa**. [tự]

129 待

彳 + 寺 = 亻 + 寺 = 待

彳 ☆13(p.25)
寺 128

There is a temple near the T-intersection, where I will **wait** for you.

Di dekat simpang T (tiga) ada kuil. Saya **menunggu** di sana.

ที่ใกล้ทางแยกมีวัด ฉันจะ**รอ**อยู่ที่นั่น

Có một ngôi chùa gần ngã ba. Tôi **đợi** ở đó. [đãi]

130 時

日 + 寺 = 時

日 ★4(p.13)
寺 128

The angles of the sun's rays from the horizon or the bell-ringing from a temple tell you the **time**.

Dengan melihat posisi matahari atau mendengar bunyi lonceng di kuil, kita bisa mengetahui **waktu**.

เราจะรู้**เวลา**ได้โดยการสังเกตทิศทางของแสงอาทิตย์ หรือฟังเสียงระฆังที่ดังจากวัด

Có thể biết **thời gian** bằng cách nhìn các góc độ của mặt trời hoặc nghe chuông chùa. [thời]

第7回

Exercise / Soal Latihan / แบบฝึกหัด / Luyện tập

1　意味を書いてください。

内	雨	会	米	寺
長	新	電	空	魚
校	車	馬	社	気
駅	来	待	時	★寸
★雷	★交	★木	☆片	

Write the meaning of the following kanji.
Tulislah makna dari kanji berikut!
จงเขียนความหมายที่ถูกต้องของคันจิต่อไปนี้
Hãy viết nghĩa các chữ Hán dưới đây.

2　意味を推測して、適当なものをa〜eから選んでください。

① 来日　（　　）
② 会社　（　　）
③ 新聞　（　　）
④ 長男　（　　）
⑤ 天気　（　　）

a. a company / perusahaan / บริษัท / công ty
b. a weather / cuaca / อากาศ / thời tiết
c. a newspaper / surat kabar / หนังสือพิมพ์ / báo
d. one's oldest son / anak laki-laki pertama / ลูกชายคนโต / trưởng nam
e. coming to Japan / datang ke Jepang / มาญี่ปุ่น / đến Nhật Bản

Guess and choose the appropriate meaning from the box.
Tebak maknanya dengan cara memilih salah satu dari a sampai e!
จงเดาความหมายของคำศัพท์ต่อไปนี้และเลือกคำตอบที่ถูกต้องจาก a ~ e
Hãy đoán nghĩa và chọn các từ thích hợp trong khung.

3　意味を推測してください。

① 校長　　（　　　　　　）
② 電車　　（　　　　　　）
③ 社内　　（　　　　　　）
④ 電気　　（　　　　　　）
⑤ 待ち時間（chi）（　　　　　　）
⑥ 駅前　　（　　　　　　）
⑦ 新人　　（　　　　　　）
⑧ 空車　　（　　　　　　）

Guess the meaning of the following words.
Silahkan tebak maknanya!
จงเดาความหมายของคำศัพท์ต่อไปนี้
Hãy đoán nghĩa các từ dưới đây.

第8回 ストーリーで意味を覚えよう

Let's memorize kanji with its story
Mengingat makna dari asal-usulnya
มาจำความหมายผ่านเรื่องสนุกกันเถอะ
Hãy nhớ ý nghĩa của chữ Hán qua các mẩu chuyện

part I 131-150 Meaning

☆29

才

才　才

手 → 手 → 才 → 扌

手 58

A simplified shape of a **hand**
Bentuk sederhana dari kanji **tangan**.
คันจิตัวนี้เป็นตัวย่อของคำว่า**มือ**
Hình bàn **tay** đã được giản lược.

---

131 3

持

持　持

扌 ＋ 寺 ＝ 持

扌 ☆29 (p.43)
寺 128

People **hold** offerings in their hands and bring them to temples.
Orang pergi ke kuil dengan **membawa** sesaji (persembahan) di tangannya.
ผู้คนไปวัดโดย**ถือ**ของไหว้ในมือ
Mọi người cầm đồ cúng trên tay và **cầm** đến chùa. [trì]

★30 3

牛

牛　牛

牛 → 牛

牛 93

A **cow**. This kanji can be used alone.
Bentuk sederhana dari kanji **sapi**.
คันจิตัวนี้เป็นตัวเดียวกับคำว่า**วัว** คันจิตัวนี้สามารถใช้โดด ๆ ได้ด้วย
Hình con **bò**. Chữ Hán này cũng được sử dụng độc lập. [ngưu]

---

132 3

特

特　特

牛 ＋ 寺 ＝ 特

牛 ★30 (p.43)
寺 128

Cows are considered to be sacred and **special** in temples.
Sapi dianggap binatang keramat, dan di kuil-kuil dijadikan binatang **spesial**.
ที่วัดวัวถือว่าเป็นสัตว์ศักดิ์สิทธิ์ และมีความ**พิเศษ**
Bò được coi là con vật thiêng và ở những ngôi chùa bò được coi là sinh vật **đặc biệt**. [đặc]

43

★31

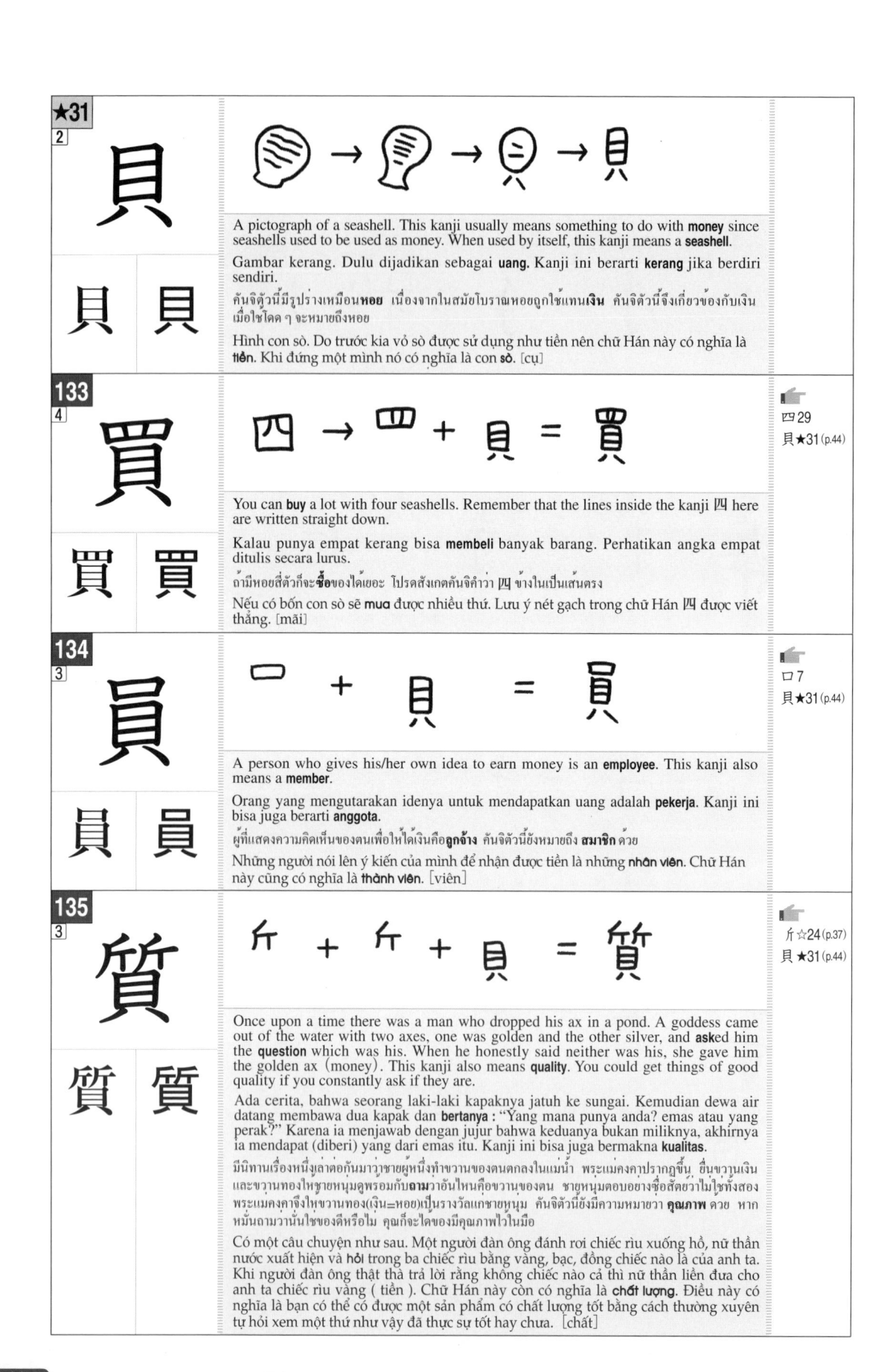

貝

貝 貝

○ → ○ → ○ → 貝

A pictograph of a seashell. This kanji usually means something to do with **money** since seashells used to be used as money. When used by itself, this kanji means a **seashell**.

Gambar kerang. Dulu dijadikan sebagai **uang**. Kanji ini berarti **kerang** jika berdiri sendiri.

คันจิตัวนี้มีรูปร่างเหมือน**หอย** เนื่องจากในสมัยโบราณหอยถูกใช้แทน**เงิน** คันจิตัวนี้จึงเกี่ยวข้องกับเงิน เมื่อใช้โดด ๆ จะหมายถึงหอย

Hình con sò. Do trước kia vỏ sò được sử dụng như tiền nên chữ Hán này có nghĩa là **tiền**. Khi đứng một mình nó có nghĩa là con **sò**. [cụ]

133

買

買 買

四 → 四 + 貝 = 買

四 29
貝 ★31 (p.44)

You can **buy** a lot with four seashells. Remember that the lines inside the kanji 四 here are written straight down.

Kalau punya empat kerang bisa **membeli** banyak barang. Perhatikan angka empat ditulis secara lurus.

ถ้ามีหอยสี่ตัวก็จะ**ซื้อ**ของได้เยอะ โปรดสังเกตคันจิคำว่า 四 ข้างในเป็นเส้นตรง

Nếu có bốn con sò sẽ **mua** được nhiều thứ. Lưu ý nét gạch trong chữ Hán 四 được viết thẳng. [mãi]

134

員

員 員

口 + 貝 = 員

口 7
貝 ★31 (p.44)

A person who gives his/her own idea to earn money is an **employee**. This kanji also means a **member**.

Orang yang mengutarakan idenya untuk mendapatkan uang adalah **pekerja**. Kanji ini bisa juga berarti **anggota**.

ผู้ที่แสดงความคิดเห็นของตนเพื่อให้ได้เงินคือ**ลูกจ้าง** คันจิตัวนี้ยังหมายถึง **สมาชิก** ด้วย

Những người nói lên ý kiến của mình để nhận được tiền là những **nhân viên**. Chữ Hán này cũng có nghĩa là **thành viên**. [viên]

135

質

質 質

斤 + 斤 + 貝 = 質

斤 ☆24 (p.37)
貝 ★31 (p.44)

Once upon a time there was a man who dropped his ax in a pond. A goddess came out of the water with two axes, one was golden and the other silver, and **ask**ed him the **question** which was his. When he honestly said neither was his, she gave him the golden ax (money). This kanji also means **quality**. You could get things of good quality if you constantly ask if they are.

Ada cerita, bahwa seorang laki-laki kapaknya jatuh ke sungai. Kemudian dewa air datang membawa dua kapak dan **bertanya** : "Yang mana punya anda? emas atau yang perak?" Karena ia menjawab dengan jujur bahwa keduanya bukan miliknya, akhirnya ia mendapat (diberi) yang dari emas itu. Kanji ini bisa juga bermakna **kualitas**.

มีนิทานเรื่องหนึ่งเล่าต่อกันมาว่าชายผู้หนึ่งทำขวานของตนตกลงในแม่น้ำ พระแม่คงคาปรากฏขึ้น ยื่นขวานเงิน และขวานทองให้ชายหนุ่มดูพร้อมกับ**ถาม**ว่าอันไหนคือขวานของตน ชายหนุ่มตอบอย่างซื่อสัตย์ว่าทั้งสอง เล่มไม่ใช่ของเขา พระแม่คงคาจึงให้ขวานทอง(เงิน=หอย)เป็นรางวัลแก่ชายหนุ่ม คันจิตัวนี้ยังมีความหมายว่า **คุณภาพ** ด้วย หาก หมั่นถามว่านั่นใช่ของมีคุณภาพดีหรือไม่ คุณก็จะได้ของมีคุณภาพไว้ในมือ

Có một câu chuyện như sau. Một người đàn ông đánh rơi chiếc rìu xuống hồ, nữ thần nước xuất hiện và **hỏi** trong ba chiếc rìu bằng vàng, bạc, đồng chiếc nào là của anh ta. Khi người đàn ông thật thà trả lời rằng không chiếc nào cả thì nữ thần liền đưa cho anh ta chiếc rìu vàng (tiền). Chữ Hán này còn có nghĩa là **chất lượng**. Điều này có nghĩa là bạn có thể có được một sản phẩm có chất lượng tốt bằng cách thường xuyên tự hỏi xem một thứ như vậy đã thực sự tốt hay chưa. [chất]

▶意味
第8回 131〜150

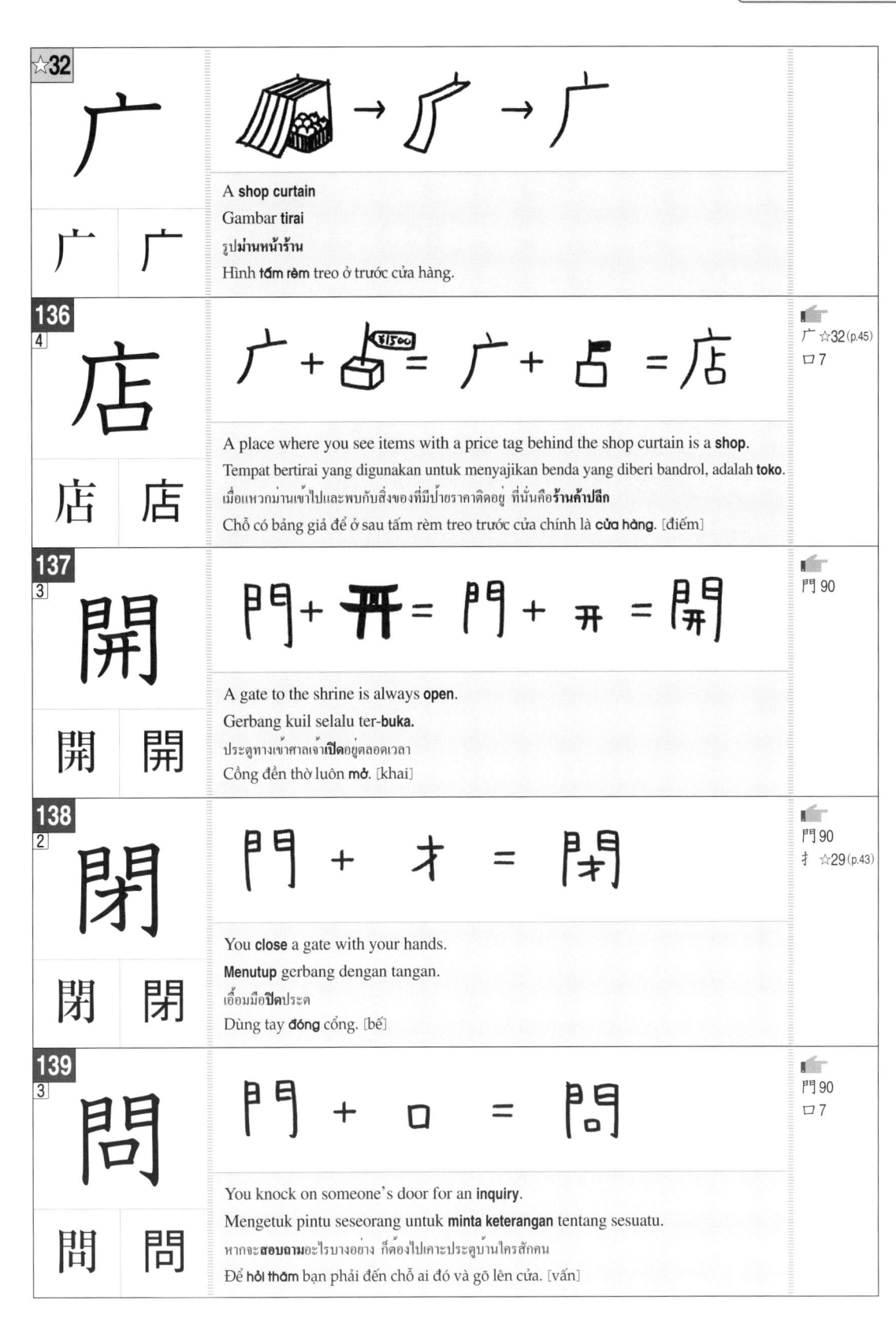

☆32 广

广 广

A **shop curtain**
Gambar **tirai**
รูป**ม่าน**หน้าร้าน
Hình **tấm rèm** treo ở trước cửa hàng.

136 店 [4]

广 + 🏷️ = 广 + 占 = 店

店 店

广 ☆32 (p.45)
口 7

A place where you see items with a price tag behind the shop curtain is a **shop**.
Tempat bertirai yang digunakan untuk menyajikan benda yang diberi bandrol, adalah **toko**.
เมื่อแหวกม่านเข้าไปและพบกับสิ่งของที่มีป้ายราคาติดอยู่ ที่นั่นคือ**ร้านค้าปลีก**
Chỗ có bảng giá để ở sau tấm rèm treo trước cửa chính là **cửa hàng**. [điếm]

137 開 [3]

門 + 开 = 門 + 开 = 開

開 開

門 90

A gate to the shrine is always **open**.
Gerbang kuil selalu ter-**buka**.
ประตูทางเข้าศาลเจ้า**เปิด**อยู่ตลอดเวลา
Cổng đền thờ luôn **mở**. [khai]

138 閉 [2]

門 + 才 = 閉

閉 閉

門 90
扌 ☆29 (p.43)

You **close** a gate with your hands.
Menutup gerbang dengan tangan.
เอื้อมมือ**ปิด**ประตู
Dùng tay **đóng** cổng. [bế]

139 問 [3]

門 + 口 = 問

問 問

門 90
口 7

You knock on someone's door for an **inquiry**.
Mengetuk pintu seseorang untuk **minta keterangan** tentang sesuatu.
หากจะ**สอบถาม**อะไรบางอย่าง ก็ต้องไปเคาะประตูบ้านใครสักคน
Để **hỏi thăm** bạn phải đến chỗ ai đó và gõ lên cửa. [vấn]

140

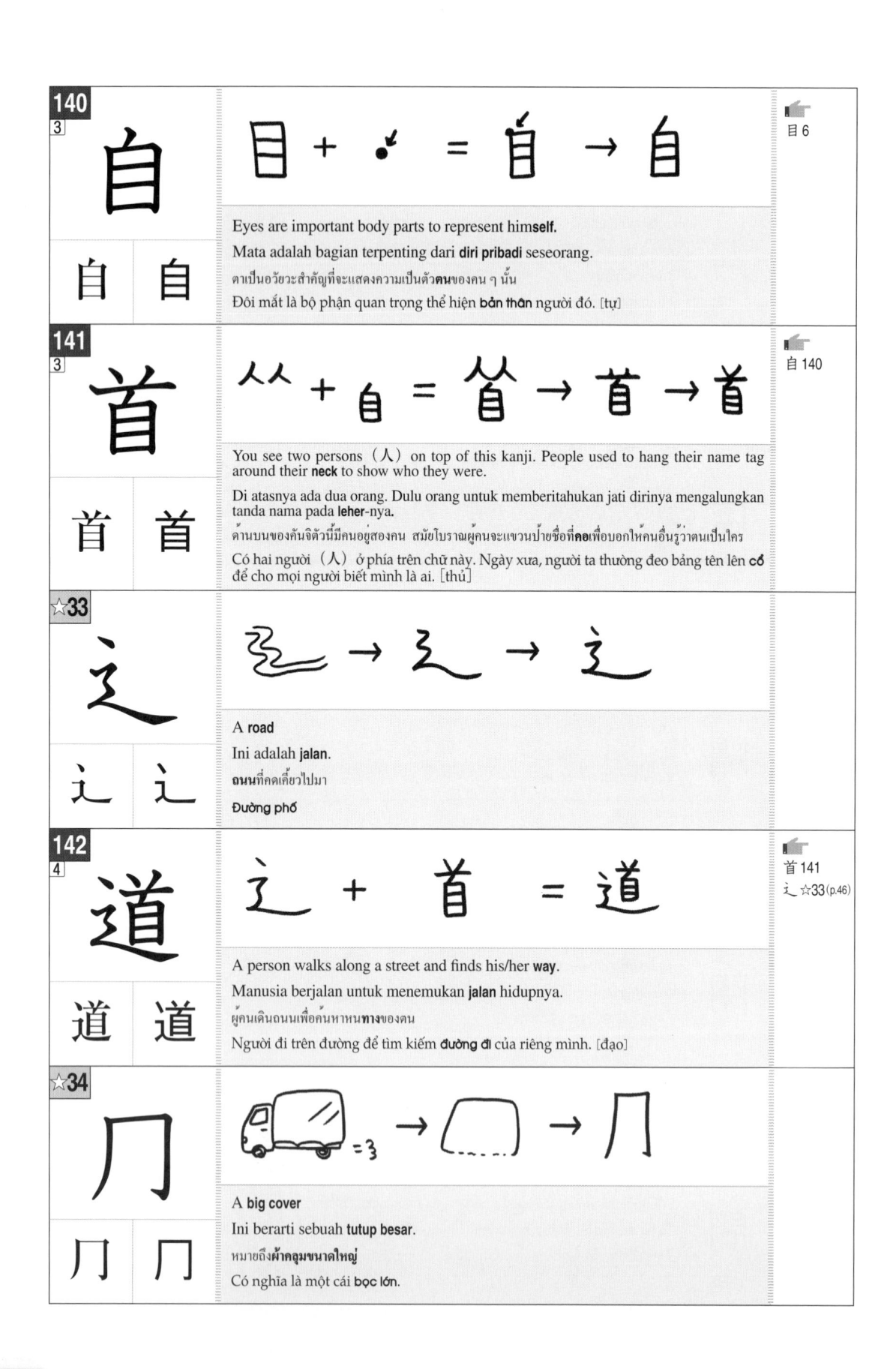

自

目 + ˋ = 自 → 自

目 6

Eyes are important body parts to represent him**self**.
Mata adalah bagian terpenting dari **diri pribadi** seseorang.
ตาเป็นอวัยวะสำคัญที่จะแสดงความเป็น**ตัวตน**ของคน ๆ นั้น
Đôi mắt là bộ phận quan trọng thể hiện **bản thân** người đó. [tự]

141

首

从 + 自 = 𩠐 → 首 → 首

自 140

You see two persons（人）on top of this kanji. People used to hang their name tag around their **neck** to show who they were.
Di atasnya ada dua orang. Dulu orang untuk memberitahukan jati dirinya mengalungkan tanda nama pada **leher**-nya.
ด้านบนของคันจินี้มีคนอยู่สองคน สมัยโบราณผู้คนจะแขวนป้ายชื่อที่**คอ**เพื่อบอกให้คนอื่นรู้ว่าตนเป็นใคร
Có hai người（人）ở phía trên chữ này. Ngày xưa, người ta thường đeo bảng tên lên **cổ** để cho mọi người biết mình là ai. [thủ]

☆33

辶

𢌬 → 辶 → 辶

A **road**
Ini adalah **jalan**.
ถนนที่คดเคี้ยวไปมา
Đường phố

142

道

辶 + 首 = 道

首 141
辶 ☆33 (p.46)

A person walks along a street and finds his/her **way**.
Manusia berjalan untuk menemukan **jalan** hidupnya.
ผู้คนเดินถนนเพื่อค้นหา**ทาง**ของตน
Người đi trên đường để tìm kiếm **đường đi** của riêng mình. [đạo]

☆34

冂

🚚 → ⌐¬ → 冂

A big **cover**
Ini berarti sebuah **tutup besar**.
หมายถึง**ผ้าคลุม**ขนาดใหญ่
Có nghĩa là một cái **bọc lớn**.

143

週

週 週

土 + 口 + 冂 + 辶 = 週

On Saturday you buy and bring lots of things home wrapped with a big cover for the following **week**.

Hari Sabtu belanja banyak untuk menutupi kebutuhan sampai **seminggu** berikutnya, lalu dibawa pulang ke rumah.

วันเสาร์ซื้อของจำนวนมาก เอาผ้าคลุมและหอบกลับบ้านเพื่อ**สัปดาห์**ถัดไป

Vào thứ bảy, bạn mua nhiều đồ cho **tuần** sau rồi cho chúng vào một cái bọc lớn, mang về nhà. [chu]

冂 ☆34(p.46)
土 49
口 7
辶 ☆33(p.46)

144

重

重 重

千 + 田 + 土 = 重

It is **heavy** to carry thousands of loads in the countryside (rice field + soil).

Mengangkut seribu barang dengan melewati jalan kampung di hari Sabtu adalah sangat **berat**.

การขนของพัน ๆ ชิ้นเดินผ่านถนนในชนบท(นาข้าว+ดิน)วันเสาร์เป็นเรื่อง**หนัก**

Phải mang hàng nghìn đồ vật đi trên đường làng (ruộng và đất) thì thật **nặng**. [trọng]

千 38
田 13
土 49

145

動

動 動

重 + 力 = 動

You could **move** a heavy thing with strength.

Kalau punya tenaga, barang berat pun bisa kita **gerak**-kan.

ถ้ามีกำลังก็**ย้าย**ของหนัก ๆ ได้

Nếu có sức lực có thể **di chuyển** cả những vật nặng. [động]

重 144
力 14

146

働

働 働

亻 + 動 = 働

People move around. For what? For **work**.

Kenapa manusia bergerak? Tiada lain adalah untuk **bekerja**.

ผู้คนโยกย้ายไปมาเพื่ออะไรกัน เพื่อ**ทำงาน**ไงล่ะ

Con người di chuyển để làm gì vậy? Đó là để **làm việc**. [động]

亻 ☆1(p.4)
動 145

147

早

早 早

日 + 十 = 早

If you can finish your work **early**, then maybe you need only ten days.

Untuk menyelesaikan pekerjaan dengan **cepat**, mungkin perlu waktu 10 hari.

คงต้องใช้เวลาสักสิบวันเพื่อให้งานนี้เสร็จ**เร็ว**

Có lẽ phải mất mười ngày để làm xong **sớm** công việc. [tảo]

日 41
十 35

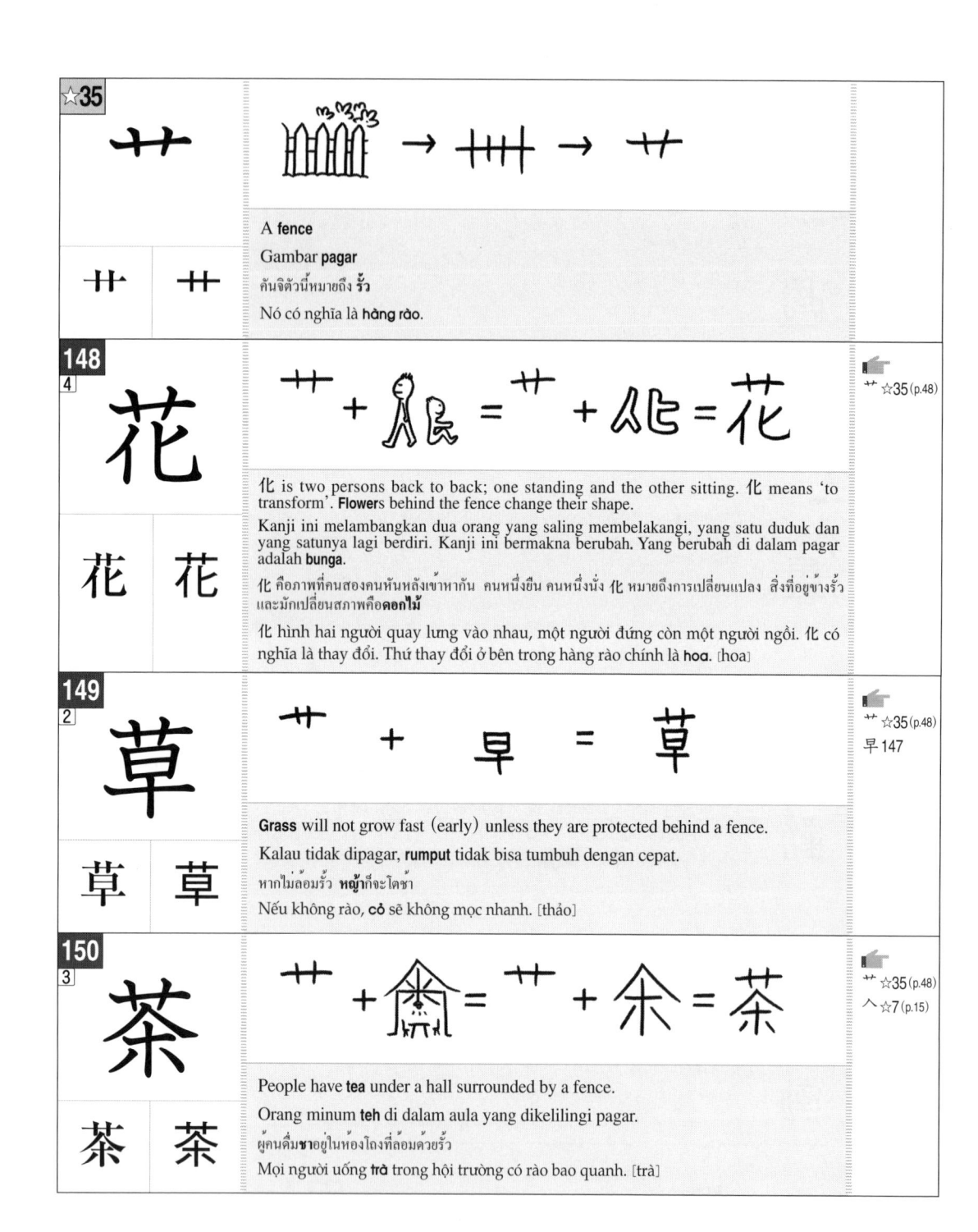

☆35

艹

A **fence**
Gambar **pagar**
คันจิตัวนี้หมายถึง **รั้ว**
Nó có nghĩa là **hàng rào**.

148

花

艹 + 🚶 = 艹 + 化 = 花

☞ 艹 ☆35 (p.48)

化 is two persons back to back; one standing and the other sitting. 化 means 'to transform'. **Flower**s behind the fence change their shape.
Kanji ini melambangkan dua orang yang saling membelakangi, yang satu duduk dan yang satunya lagi berdiri. Kanji ini bermakna berubah. Yang berubah di dalam pagar adalah **bunga**.
化 คือภาพที่คนสองคนหันหลังเข้าหากัน คนหนึ่งยืน คนหนึ่งนั่ง 化 หมายถึงการเปลี่ยนแปลง สิ่งที่อยู่ข้างรั้วและมักเปลี่ยนสภาพคือ**ดอกไม้**
化 hình hai người quay lưng vào nhau, một người đứng còn một người ngồi. 化 có nghĩa là thay đổi. Thứ thay đổi ở bên trong hàng rào chính là **hoa**. [hoa]

149

草

艹 + 早 = 草

☞ 艹 ☆35 (p.48)
早 147

Grass will not grow fast (early) unless they are protected behind a fence.
Kalau tidak dipagar, **rumput** tidak bisa tumbuh dengan cepat.
หากไม่ล้อมรั้ว **หญ้า**ก็จะโตช้า
Nếu không rào, **cỏ** sẽ không mọc nhanh. [thảo]

150

茶

艹 + 🏠 = 艹 + 余 = 茶

☞ 艹 ☆35 (p.48)
八 ☆7 (p.15)

People have **tea** under a hall surrounded by a fence.
Orang minum **teh** di dalam aula yang dikelilingi pagar.
ผู้คนดื่ม**ชา**อยู่ในห้องโถงที่ล้อมด้วยรั้ว
Mọi người uống **trà** trong hội trường có rào bao quanh. [trà]

第8回 練習問題

Exercise / Soal Latihan / แบบฝึกหัด / Luyện tập

1 意味を書いてください。

特	員	花	動	道
開	週	草	自	重
早	閉	持	買	質
茶	首	働	問	店
★貝	★牛	☆广	☆艹	☆辶
☆扌	☆冂			

2 意味を推測して、適当なものを a〜e から選んでください。

① 自分 （　）
② 気持ち （　）
③ 社員 （　）
④ 本店 （　）
⑤ 質問 （　）

a. oneself / diri sendiri / ตนเอง / tự mình
b. a company employee / karyawan / พนักงานบริษัท / nhân viên công ty
c. a question / pertanyaan / คำถาม / câu hỏi
d. feeling / perasaan / ความรู้สึก / cảm giác
e. a head store / toko pusat / สาขาใหญ่ / cửa hàng chính

3 意味を推測してください。

① 特売 （　　　　）
② 日本茶 （　　　　）
③ 来週 （　　　　）
④ 自動車 （　　　　）
⑤ 閉店 （　　　　）
⑥ 体重 （　　　　）
⑦ 早起き （　　　　）
⑧ 花見 （　　　　）

第1回 読み方と書き方を覚えよう

Let's learn reading and writing
Menghapal cara baca dan menulisnya
มาจำเสียงอ่านและวิธีเขียนกันเถอะ
Hãy nhớ cách đọc và cách viết

1 一 (1) one / satu / หนึ่ง / một [nhất]

一つ ④	ひとつ	**hito**tsu	one thing / sebuah / หนึ่งอัน / một cái
一人 ④	ひとり*	**hitori***	one person / seorang / หนึ่งคน / một người
一日 ④	ついたち*	**tsuitachi***	the first day of a month / tanggal satu / วันที่หนึ่ง / ngày mồng một
一日 ④	いちにち	**ichi**nichi	one day / satu hari / หนึ่งวัน / một ngày
一緒に ④	いっしょに*	**issho ni***	together / bersama-sama / ด้วยกัน / cùng nhau

ひと-つ 　一
いち

2 二 (2) two / dua / สอง / hai [nhị]

二つ ④	ふたつ	**futa**tsu	two things / dua buah / สองอัน / hai cái
二人 ④	ふたり*	**futari***	two people / dua orang / สองคน / hai người
二日 ④	ふつか*	**futsu**ka*	two days, the second day of a month / tanggal dua, dua hari / สองวัน วันที่สอง / hai ngày, ngày mồng hai
二月 ④	にがつ	**ni**gatsu	February / Pebruari / เดือนกุมภาพันธ์ / tháng hai

ふた-つ 　一 二
に

3 三 (3) three / tiga / สาม / ba [tam]

三つ ④	みっつ	**mitt**su	three things / tiga buah / สามอัน / ba cái
三日 ④	みっか	**mik**ka	three days, the third day of a month / tanggal tiga, tiga hari / สามวัน วันที่สาม / ba ngày, ngày mồng ba
三月 ④	さんがつ	**san'**gatsu	March / Maret / เดือนมีนาคม / tháng ba
三年 ④	さんねん	**san'**nen	three years / tiga tahun / สามปี / ba năm

みっ-つ 　一 二 三
さん

4	山 (3) mountain / gunung / ภูเขา / núi [sơn]	山 ④	やま	**yama**	mountain / gunung / ภูเขา / núi
		山川さん	やまかわさん	**yama**kawa san	Mr./Ms. Yamakawa / Bapa/Ibu Yamakawa / คุณยะมะกะวะ / ông/bà Yamakawa
		山田さん	やまださん	**yama**da san	Mr./Ms. Yamada / Bapak/Ibu Yamada / คุณยะมะดะ / ông/bà Yamada
		(富士)山 ②	ふじさん	fuji **san**	Mt.(Fuji) / gunung (Fuji) / ภูเขา (ฟูจิ) / núi (Phú Sĩ)
	やま	山 山 山			
	さん				
5	川 (3) river / sungai / แม่น้ำ / sông [xuyên]	川 ④	かわ	**kawa**	river / sungai / แม่น้ำ / sông
		川口さん	かわぐちさん	**kawa**guchi san	Mr./Ms. Kawaguchi / Bapa/Ibu Kawaguchi / คุณคะวะงุจิ / ông/bà Kawaguchi
		(ナイル)川	ナイルがわ	nairu **gawa**	the (Nile) river / sungai (Nil) / แม่น้ำ(ไนล์) / sông (Nile)
	かわ / がわ	川 川 川			
6	目 (5) eye / mata / ตา / mắt [mục]	目 ④	め	**me**	eye / mata / ตา / mắt
		一つ目 ③	ひとつめ	hitotsu**me**	the first / yang pertama / อันที่หนึ่ง / thứ nhất
		目上 ②	めうえ	**me**ue	superior(s) / atasan / สถานะสูงกว่า / người bề trên
		目下 ②	めした	**me**shita	inferior(s) / bawahan / สถานะต่ำกว่า / người dưới
		目的 ②	もくてき	**moku**teki	purpose / tujuan / วัตถุประสงค์ / mục đích
	め	目 目 目 目			
	もく				
7	口 (3) mouth, thing / mulut, benda / ปาก, สิ่งของ / miệng, vật [khẩu]	口 ④	くち	**kuchi**	mouth / mulut / ปาก / miệng
		入(り)口 ④	いりぐち	iri**guchi**	entrance / pintu masuk / ทางเข้า / cửa vào
		出口 ④	でぐち	de**guchi**	exit / pintu keluar / ทางออก / cửa ra
		東口 ②	ひがしぐち	higashi**guchi**	east exit / pintu timur / ทางออกทิศตะวันออก / cửa đông
		人口 ③	じんこう	jin**kō**	population / penduduk / ประชากร / dân số
	くち / ぐち	口 口 口			
	こう				

8 人 (2) person, people / orang / คน / người [nhân]	人	ひと	**hito**	person, people / orang / คน / người
	一人	ひとり※	**hito**ri※	one person / seorang / หนึ่งคน / một người
	三人	さんにん	san'**nin**	three people / tiga orang / สามคน / ba người
	人形	にんぎょう	**nin**'gyō	doll / boneka / ตุ๊กตา / búp bê
	(イギリス)人	イギリスじん	igirisu **jin**	(English) person / orang (Inggris) / คน(อังกฤษ) / người (Anh)
	大人	おとな※	otona※	adult / dewasa / ผู้ใหญ่ / người lớn

ひと
にん
じん

人 人

9 木 (4) tree / pohon / ต้นไม้ / cây [mộc]	木	き	**ki**	tree / pohon / ต้นไม้ / cây
	木曜日	もくようび	**moku**yōbi	Thursday / Kamis / วันพฤหัสบดี / thứ năm
	木綿	もめん※	**mo**men※	cotton / kain katun / ฝ้าย / vải bông

き
もく

一 十 才 木

10 休 (6) rest / istirahat / พัก / nghỉ [hưu]	休み	やすみ	**yasu**mi	rest, a day-off / istirahat, libur / การพัก วันหยุด / nghỉ
	休む	やすむ	**yasu**mu	to rest, to be absent / beristirahat, berlibur / พัก หยุด / nghỉ
	休日	きゅうじつ	**kyū**jitsu	holiday / hari libur / วันหยุด / ngày nghỉ
	有休	ゆうきゅう	yū**kyū**	paid holiday / ada hari libur / วันหยุดที่ได้รับเงินเดือน / có ngày nghỉ
	定休日	ていきゅうび	tei**kyū**bi	regular holiday / hari libur berkala / วันหยุดประจำสัปดาห์ / ngày nghỉ định kỳ

やす-み
やす-む
きゅう

休 休 仁 什 休 休

第1回 1〜17 読み方と書き方

11 本 (5)
essential, book / mendasar, buku / พื้นฐาน หนังสือ / cơ bản, sách [本]

山本さん	やまもとさん	yama**moto** san	Mr./Ms. Yamamoto / Bapak/Ibu Yamamoto / คุณยะมะโมะโตะ / ông/bà Yamamoto
本 ④	ほん	**hon**	book / buku / หนังสือ / sách
本当 ④	ほんとう	**hon**'tō	real, really / benar-benar / (ของ) จริง จริง ๆ / thực sự
本棚 ④	ほんだな	**hon**'dana	bookshelf / rak buku / ชั้นหนังสือ / giá sách
日本 ②	にほん / にっぽん	ni**hon** / nip**pon**	Japan / Jepang / ญี่ปุ่น / Nhật Bản

- もと
- ほん

一 十 才 木 本

12 体 (7)
body / badan / ร่างกาย / cơ thể [体]

| 体 ④ | からだ | **karada** | body / badan / ร่างกาย / cơ thể |
| 体力 ① | たいりょく | **tai**ryoku | physical strength / stamina / สมรรถภาพร่างกาย กำลังกาย / thể lực |

- からだ
- たい

体 体 仁 什 休 休
体

13 田 (5)
rice field / sawah / นาข้าว / ruộng lúa [田]

田んぼ ②	たんぼ	**tan**'bo	rice field / sawah / นาข้าว / ruộng lúa
山田さん	やまださん	yama**da** san	Mr./Ms. Yamada / Bapa/Ibu Yamada / คุณยะมะดะ / ông/bà Yamada
田中さん	たなかさん	**ta**naka san	Mr./Ms. Tanaka / Bapak/Ibu Tanaka / คุณทะนะกะ / ông/bà Tanaka
田舎 ③	いなか※	inaka※	countryside, one's home town / kampung halaman / บ้านนอก ชนบท / nông thôn

- た / だ

田 口 冊 田 田

14 力 (2)
strength / tenaga / พลัง / sức lực [力]

| 力 ③ | ちから | **chikara** | power / tenaga / พลัง กำลัง / sức lực |
| 体力 ① | たいりょく | **tai**ryoku | physical strength / stamina / สมรรถภาพร่างกาย กำลังกาย / thể lực |

- ちから
- りょく

フ 力

15 男 (7)

man / laki-laki / ผู้ชาย / đàn ông [nam]

男 ④	おとこ	otoko	man / laki-laki / ผู้ชาย / đàn ông
男の子 ④	おとこのこ	otoko no ko	boy / anak laki-laki / เด็กผู้ชาย / cậu bé
男の人 ④	おとこのひと	otoko no hito	man / orang laki-laki / ผู้ชาย / đàn ông
男性 ③	だんせい	dan'sē	male / pria / เพศชาย ผู้ชาย / nam giới
長男 ②	ちょうなん※	chōnan※	eldest son / anak laki-laki pertama / ลูกชายคนโต / trưởng nam

おとこ： 男 男 男 男 男 男
だん： 男

16 女 (3)

woman / perempuan / ผู้หญิง / đàn bà [nữ]

女 ④	おんな	on'na	woman / perempuan / ผู้หญิง / đàn bà
女の子 ④	おんなのこ	on'na no ko	girl / anak perempuan / เด็กผู้หญิง / cô bé
彼女 ③	かのじょ	kanojo	she, girlfriend / dia (perempuan) / เขา แฟน (ผู้หญิง) / cô ấy, bạn gái
女性 ③	じょせい	josē	female / wanita / เพศหญิง ผู้หญิง / nữ giới
女房 ②	にょうぼう※	nyōbō※	my wife / istri saya / ภรรยาผม / vợ

おんな： 女 女 女
じょ：

17 安 (6)

comfort, inexpensive / kesenangan, murah / ความสงบสุข ถูก / dễ chịu, rẻ [an]

安い ④	やすい	yasui	cheap / murah / ราคาถูก / rẻ
円安	えんやす	en'yasu	yen's depreciation / nilai yen melemah / เงินเยนอ่อนค่า / đồng Yên rẻ
安全な ③	あんぜんな	an'zen' na	safe / aman / ปลอดภัย / an toàn
安心する ③	あんしんする	an'shin' suru	to be relieved / tenang, damai / อุ่นใจ / an tâm
不安な ②	ふあんな	fuan' na	anxious, worried / tidak nyaman / กังวล เป็นห่วง / bất an

やす-い： 安 安 安 安 安 安
あん：

第1回

練習問題 Exercise / Soal Latihan / แบบฝึกหัด / Luyện tập

1 キーボードでどう入力しますか。

① 一人　　a. ichi ninn　　b. ichi hito　　c. hito ri
② 安い　　a. yasu i　　　b. ann i　　　　c. an i
③ 三人　　a. sann ninn　 b. san nin　　　c. sa nin
④ 休み　　a. kyuu mi　　 b. kyu mi　　　c. yasu mi
⑤ 体　　　a. hon　　　　b. yasu　　　　c. karada

2 ひらがなでどう書きますか。

① 人口　　　a. じんこう　　b. ひとくち　　c. じんくち
② 本　　　　a. た　　　　　b. ほん　　　　c. かわ
③ 二人　　　a. ふたり　　　b. にひと　　　c. ににん
④ インド人　a. インドひと　b. インドじん　c. インドり
⑤ 三つ目　　a. みっつめ　　b. みっつもく　c. さんつめ

3 下線部の読み方を書いてください。

① 山田さんは、あの男の人です。あちらの女の人は、山川さんです。

② 川口さんは、力があります。　　③ これは、安いですね。

④ ホットコーヒー、一つ、おねがいします。

⑤ 木曜日に日本語の本を読みました。

4 読んで意味を考えましょう。

① A：ちょっと休みましょうか。
　　B：そうですね。

② A：体に気をつけてください。
　　B：ありがとうございます。

③ A：一緒に、ばんごはんはどうですか。
　　B：いいですね。駅前に安くておいしいレストランがありますよ。

第1回 チャレンジ！

Challenge! / Cobalah! / แบบฝึกหัดท้าทาย / Thử sức!

1 画数はいくつですか。

① 男（　　） ② 女（　　） ③ 口（　　）
④ 力（　　） ⑤ 体（　　） ⑥ 目（　　）

How many strokes are there?
Berapa struknya?
จงบอกจำนวนเส้นของคันจิต่อไปนี้
Các chữ Hán dưới đây có bao nhiêu nét?

2 適当な漢字を選んでください。

① おひとりですか。
1. 一人
2. 一山
3. 一本

② 入りぐちは、ここです。
1. 入山
2. 入目
3. 入口

③ このカメラは、やすいです。
1. 安
2. 女
3. 安い

④ 明日、やすみます。
1. 安みます
2. 休みます
3. 休ます

⑤ サラダ、ふたつ、お願いします。
1. 一つ
2. 二つ
3. 三つ

⑥ ほん当ですか。
1. 体当
2. 本当
3. 休当

Choose the appropriate kanji.
Pilih huruf kanji yang tepat!
จงเลือกคันจิที่ถูกต้อง
Hãy chọn chữ Hán thích hợp.

3 適当な漢字を書いてください。

① 今日は、もく曜日です。

② ふじさんは、きれいなやまです。

③ あのおとこの子は、だれですか。

④ きょうだいが、さんにんいます。

⑤ 英語のほんは、あのほんだなにあります。

⑥ あのめが大きいおんなのひとは、たぐちさんです。

Write the kanji of the underlined portion.
Tulis kata yang digaris-bawahi dengan huruf kanji!
จงเขียนคันจิของคำที่ขีดเส้นใต้
Hãy viết chữ Hán thích hợp.

56

第2回 読み方と書き方を覚えよう

Let's learn reading and writing
Menghapal cara baca dan menulisnya
มาจำเสียงอ่านและวิธีเขียนกันเถอะ
Hãy nhớ cách đọc và cách viết

18 上 (3)
up / atas / บน / trên [thượng]

うえ / あ-がる / あ-げる / じょう

漢字	かな	ローマ字	意味
上 ④	うえ	ue	on, above, up / atas / บน ด้านบน / trên, bên trên
上げる ④	あげる	ageru	to raise / meningkat / ยกขึ้น เอาขึ้น / nâng lên
売(り)上(げ) ②	うりあげ	uriage	sales / penjualan / ยอดขาย รายได้จากการขาย / doanh thu
上がる ③	あがる	agaru	to rise / naik / ขึ้น สูงขึ้น / tăng lên
上手な ④	じょうずな※	jōzu na※	skillful / pandai / ชำนาญ เก่ง / giỏi, tốt

上 上 上

19 下 (3)
down / bawah / ล่าง / dưới [hạ]

した / さ-がる / くだ-さい / か / げ

漢字	かな	ローマ字	意味
下 ④	した	shita	below, down / bawah / ล่าง ใต้ ด้านล่าง / dưới, bên dưới
靴下 ④	くつした	kutsushita	sock / kaus kaki / ถุงเท้า / tất
下がる ③	さがる	sagaru	to go down / turun / ลง ต่ำลง / giảm
(待って)下さい ④	まってください	matte kudasai	please (wait) / silahkan (tunggu) / กรุณา (รอ) / xin hãy (đợi)
下手な ④	へたな※	heta na※	unskillful / bodoh / ไม่เก่ง ไม่ชำนาญ / kém, dốt, tồi
廊下 ④	ろうか	rōka	hallway, corridor / koridor / ระเบียงทางเดิน / hành lang
下宿する ③	げしゅくする	geshuku suru	to lodge at someone's house / kos / เช่าห้องอยู่กับเจ้าของบ้าน / ở trọ

下 下 下

20 中 (4)
middle / dalam / กลาง / trong [trung]

なか / じゅう / ちゅう

漢字	かな	ローマ字	意味
中 ④	なか	naka	inside / dalam / กลาง ข้างใน / bên trong
背中 ③	せなか	senaka	one's back / punggung / หลัง แผ่นหลัง / lưng
一日中 ④	いちにちじゅう	ichinichijū	throughout the day / sepanjang hari / ตลอดวัน / cả ngày
電話中 ④	でんわちゅう	den'wachū	to be on the phone / sedang sibuk / อยู่ระหว่างคุยโทรศัพท์ / máy bận
途中 ③	とちゅう	tochū	on the way, in the middle of (doing something) / di tengah perjalanan / ระหว่างทาง ระหว่างทำสิ่งหนึ่งสิ่งใด / giữa đường, giữa chừng

中 口 口 中

part I 18-36 Reading

21 (4)	大 (3) big / besar / ใหญ่ / to [đại]	大きい [4]	おおきい	ōkii	big / besar / ใหญ่ / lớn, to
		大勢 [4]	おおぜい	ōzē	many people / banyak / (คน) จำนวนมาก / nhiều người
		大人 [4]	おとな*	otona*	adult / dewasa / ผู้ใหญ่ / người lớn
		大学 [4]	だいがく	daigaku	college, university / universitas / วิทยาลัย มหาวิทยาลัย / trường đại học
		大丈夫な [4]	だいじょうぶな	daijōbu na	fine, okay / tidak apa-apa / ไม่เป็นไร / khỏe, ổn
		大切な [4]	たいせつな	taisetsu na	important / penting / สำคัญ / quan trọng

おお - きい
だい
たい

22 (3)	太 (4) fat / gemuk / อ้วน / béo [thái]	太い [4]	ふとい	futoi	fat / gemuk / อ้วน (คุณศัพท์) / béo, mập
		太る [3]	ふとる	futoru	to gain weight / menjadi gemuk / อ้วน (กริยา) / béo, mập
		太陽 [2]	たいよう	taiyō	the sun / matahari / พระอาทิตย์ / mặt trời
		太平洋	たいへいよう	taiheiyō	the Pacific Ocean / lautan Pasifik / มหาสมุทรแปซิฟิก / Thái Bình Dương

ふと - い
ふと - る
たい

23 (4)	小 (3) small / kecil / เล็ก / nhỏ [tiểu]	小さい [4]	ちいさい	chiisai	small / kecil / เล็ก / nhỏ, bé
		小川さん	おがわさん*	ogawa san*	Mr./Ms. Ogawa / Bapak/Ibu Ogawa / คุณโอะงะวะ / ông / bà Ogawa
		小鳥 [3]	ことり	kotori	small bird / Burung kecil / นกน้อย / chim nhỏ
		小切手 [1]	こぎって	kogitte	check / cek / เช็คเงินสด / séc
		小学校 [3]	しょうがっこう	shōgakkō	elementary school / SD / โรงเรียนประถมศึกษา / trường tiểu học

ちい - さい
こ
しょう

▶読み方と書き方
第2回 18〜36

24 少 (4)

few / sedikit / น้อย / ít [thiểu, hiểu]

少し	すこし	**suko**shi	a little, a few / sedikit / น้อย นิดหน่อย / ít, chút
少ない	すくない	**suku**nai	a little, a few / sedikit / น้อย นิดหน่อย / ít
少年	しょうねん	**shō**nen	boy / pemuda / เด็กชาย / thiếu niên
少女	しょうじょ	**shō**jo	girl / gadis / เด็กหญิง / thiếu nữ
多少	たしょう	ta**shō**	more or less / banyak atau sedikit / ไม่มากก็น้อย นิดหน่อย / ít nhiều

すこ-し / すく-ない
しょう

亅 小 小 少

25 入 (2)

enter / masuk / เข้า / vào [nhập]

入る	はいる	**hai**ru	to enter / masuk / เข้า / vào
入れる	いれる	**ire**ru	to put (something) in (something else) / memasukkan / เอาใส่ / cho vào
入(り)口	いりぐち	**iri**guchi	entrance / pintu masuk / ทางเข้า / cửa vào
入学する	にゅうがくする	**nyū**gaku suru	to enter school / masuk sekolah / เข้าโรงเรียน / nhập học
輸入する	ゆにゅうする	yu**nyū** suru	to import / mengimfor / นำเข้า / nhập khẩu

はい-る / い-れる
にゅう

入 入

26 出 (5)

go out / keluar / ออก / ra [xuất]

出る	でる	**de**ru	to leave, to attend / keluar / ออกจาก เข้าร่วม (งาน) / ra, rời khỏi
出口	でぐち	**de**guchi	exit / pintu keluar / ทางออก / cửa ra
出す	だす	**da**su	to take (something) out, to send (a mail) / mengeluarkan / เอาออก / lấy ra, gửi đi
思い出す	おもいだす	omoi**da**su	to recall / teringat / นึก นึกออก / nhớ ra
輸出する	ゆしゅつする	yu**shutsu** suru	to export / mengekspor / ส่งออก / xuất khẩu

で-る / だ-す
しゅつ

⼁ 凵 出 出 出

27 子 (3)

child / anak / เด็ก / đứa trẻ [tử]

子供	こども	**ko**domo	child(ren) / anak-anak / เด็ก ๆ / đứa trẻ
男の子	おとこのこ	otoko no **ko**	boy / anak laki-laki / เด็กผู้ชาย / bé trai
女の子	おんなのこ	on'na no **ko**	girl / anak perempuan / เด็กผู้หญิง / bé gái
お子さん	おこさん	o**ko**san	someone's child(ren) / anak (orang lain) / ลูกของคุณ (หรือบุคคลที่กล่าวถึง) / con
帽子	ぼうし	bō**shi**	hat, cap / topi / หมวก / mũ

こ
し

了 子 子

28	学 (8) study / studi / เรียน / học [học]		学生	がくせい	**gaku**sē	student / mahasiswa / นักเรียน / sinh viên
			大学	だいがく	dai**gaku**	university / universitas / มหาวิทยาลัย / trường đại học
			留学生	りゅうがくせい	ryū**gaku**sē	foreign student / mahasiswa asing / นักเรียนต่างชาติ / lưu học sinh
			学部	がくぶ	**gaku**bu	department/ faculty of school / fakultas / คณะ / khoa
			数学	すうがく	sū**gaku**	mathematics / matematika / คณิตศาสตร์ / số học
			学校	がっこう	**gak**kō	school / sekolah / โรงเรียน / trường học
	がく / がっ					
29	四 (5) four / empat / สี่ / bốn [tứ]		四つ	よっつ	**yot**tsu	four things / empat buah / สี่อัน / bốn cái
			四日	よっか	**yok**ka	four days, the fourth day of a month / tanggal empat, empat hari / สี่วัน วันที่สี่ / bốn ngày, ngày mồng bốn
			四	よん / し	**yon**/**shi**	four / empat / สี่ / bốn
			四年	よねん*	**yo**nen*	four years / empat tahun / สี่ปี / bốn năm
			四月	しがつ	**shi**gatsu	April / April / เดือนเมษายน / tháng tư
	よっ-つ よん し					
30	五 (4) five / lima / ห้า / năm [ngũ]		五つ	いつつ	**itsu**tsu	five things / lima buah / ห้าอัน / năm cái
			五日	いつか	**itsu**ka	five days, the fifth day of a month / tanggal lima, lima hari / ห้าวัน วันที่ห้า / năm ngày, ngày mồng năm
			五	ご	**go**	five / lima / ห้า / năm
			五月	ごがつ	**go**gatsu	May / Mei / เดือนพฤษภาคม / tháng năm
			五年	ごねん	**go**nen	five years / lima tahun / ห้าปี / năm năm
	いつ-つ ご					

31 六 (4)

six / enam / หก / sáu [lục]

六つ	むっつ	muttsu	six things / enam buah / หกอัน / sáu cái
六日	むいか※	muika※	six days, the sixth day of a month / tanggal enam, enam hari / หกวัน วันที่หก / sáu ngày, ngày mồng sáu
六月	ろくがつ	rokugatsu	June / Juni / เดือนมิถุนายน / tháng sáu
六年	ろくねん	rokunen	six years / enam tahun / หกปี / sáu năm
六分	ろっぷん	roppun	six minutes / enam menit / หกนาที / sáu phút

むっ-つ
ろく / ろっ

32 七 (2)

seven / tujuh / เจ็ด / bảy [thất]

七つ	ななつ	nanatsu	seven things / tujuh buah / เจ็ดอัน / bảy cái
七日	なのか※	nanoka※	seven days, the seventh day of a month / tanggal tujuh, tujuh hari / เจ็ดวัน วันที่เจ็ด / bảy ngày, ngày mồng bảy
七	なな / しち	nana/shichi	seven / tujuh / เจ็ด / bảy
七月	しちがつ	shichigatsu	July / Juli / เดือนกรกฎาคม / tháng bảy
七年	ななねん / しちねん	nananen/ shichinen	seven years / tujuh tahun / เจ็ดปี / bảy năm

なな-つ
しち

33 八 (2)

eight / delapan / แปด / tám [bát]

八つ	やっつ	yattsu	eight things / delapan buah / แปดอัน / tám cái
八日	ようか※	yōka※	eight days, the eighth day of a month / tanggal delapan, delapan hari / แปดวัน วันที่แปด / tám ngày, ngày mồng tám
八月	はちがつ	hachigatsu	August / Agustus / เดือนสิงหาคม / tháng tám
八年	はちねん	hachinen	eight years / delapan tahun / แปดปี / tám năm
八分	はっぷん	happun	eight minutes / delapan menit / แปดนาที / tám phút

やっ-つ
はち / はっ

34 九 (2)

nine / sembilan / เก้า / chín [cửu]

九つ	ここのつ	kokonotsu	nine things / sembilan buah / เก้าอัน / chín cái
九日	ここのか	kokonoka	nine days, the ninth day of a month / tanggal sembilan, sembilan hari / เก้าวัน วันที่เก้า / chín ngày, ngày mồng chín
九	きゅう / く	kyū/ku	nine / sembilan / เก้า / chín
九年	きゅうねん	kyūnen	nine years / sembilan tahun / เก้าปี / chín năm
九月	くがつ	kugatsu	September / September / เดือนกันยายน / tháng chín

ここの-つ
きゅう
く

35 十 (2)

ten / sepuluh / สิบ / mười [thập]

十 [4]	とお	tō	ten / sepuluh / สิบ / mười cái
十日 [4]	とおか	tōka	ten days / tanggal sepuluh, sepuluh hari / สิบวัน วันที่สิบ / mười ngày, ngày mồng mười
十月 [4]	じゅうがつ	jūgatsu	October / Oktober / เดือนตุลาคม / tháng mười
十分な [3]	じゅうぶんな	jūbun'na	enough / cukup / พอ พอเพียง / đủ
十分 [4]	じゅっぷん	juppun	ten minutes / sepuluh menit / สิบนาที / mười phút
二十日 [4]	はつか※	hatsuka※	twenty days, the twentieth day of a month / tanggal duapuluh / ยี่สิบวัน วันที่ยี่สิบ / hai mươi ngày, ngày hai mươi
二十歳 [4]	はたち※	hatachi※	twenty years old / duapuluh tahun (usia) / อายุ ยี่สิบปี / hai mươi tuổi

とお: 十 十
じゅう / じゅっ:

36 古 (5)

old / tua / เก่า / cũ [cổ]

古い [4]	ふるい	furui	old / tua / เก่า / cũ
中古車 [2]	ちゅうこしゃ	chūkosha	used cars / mobil bekas / รถมือสอง / xe cũ

ふる-い: 古 古 古 古 古
こ:

第2回

練習問題 / Exercise / Soal Latihan / แบบฝึกหัด / Luyện tập

1 キーボードでどう入力しますか。

① 四つ　　　　a. yonn tsu　　　b. shi tsu　　　　c. yot tsu
② 女の人　　　a. otoko no hito　b. onnna no hito　c. otoko no ko
③ 九つ　　　　a. kokono tsu　　b. nana tsu　　　c. yat tsu
④ 大学　　　　a. dai gaku　　　b. oo gaku　　　　c. tai gakku
⑤ 古い　　　　a. furu i　　　　b. fru i　　　　　c. fuuru i

2 ひらがなでどう書きますか。

① 大人　　　a. だいにん　　　b. おとな　　　　　c. おおひと
② 少ない　　a. すくない　　　b. すこしない　　　c. しょうない
③ 男の子　　a. おんなのこ　　b. おとこのひと　　c. おとこのこ
④ 入口　　　a. はいりぐち　　b. いりぐち　　　　c. いりくち
⑤ 入学　　　a. はいるがく　　b. にゅうがっこう　c. にゅうがく

3 下線部の読み方を書いてください。

① <u>大人</u> <u>五人</u>と子ども <u>八人</u>です。

② <u>小さい</u>のを<u>五つ</u>、<u>大きい</u>のを<u>七つ</u>、<u>下さい</u>。

③ いつも<u>九時</u>ごろ、おふろに<u>入ります</u>。

④ このエレベーターは、<u>上</u>に行きますか。

⑤ 日本の<u>小学校</u>は<u>六年</u>、<u>中学校</u>は<u>三年</u>ですよ。

4 読んで意味を考えましょう。

① A：じゃあ、明日の四時に。
　 B：はい、B1の出口で。

② A：すみません。子どものくつ下は、どこですか。
　 B：このビルの七階です。

③ A：お水、よろしいですか。
　 B：はい、じゃあ、少しだけお願いします。

第2回

チャレンジ！ Challenge! / Cobalah! / แบบฝึกหัดท้าทาย / Thử sức!

1 画数はいくつですか。
① 中（　　）　② 出（　　）　③ 四（　　）
④ 五（　　）　⑤ 古（　　）　⑥ 子（　　）

How many strokes are there?
Berapa struknya?
จงบอกจำนวนเส้นของคันจิต่อไปนี้
Các chữ Hán dưới đây có bao nhiêu nét?

2 適当な漢字を選んでください。

① どのだいがくに行きましたか。
1	大学
2	太学
3	人学

② 今、にじゅうよんさいです。
1	十二四
2	二十四
3	二四

③ 今、電車のなかです。
1	中
2	日
3	口

④ 毎日、八時にうちをでます。
1	山ます
2	上ます
3	出ます

⑤ オフィスのしたに駅があります。
1	下
2	中
3	本

⑥ 円があがりました。
1	下がり
2	上がり
3	大がり

Choose the appropriate kanji.
Pilih huruf kanji yang tepat!
จงเลือกคันจิที่ถูกต้อง
Hãy chọn chữ Hán thích hợp.

3 適当な漢字を書いてください。

① あとじゅっ分です。
② ご月は、やすみがたくさんありますね。
③ すこし、ふとりました。
④ ふたつうえに兄がいます。
⑤ 父のからだは、おおきいです。
⑥ このビルは、とてもふるいです。

Write the kanji of the underlined portion.
Tulis kata yang digaris-bawahi dengan huruf kanji!
จงเขียนคันจิของคำที่ขีดเส้นใต้
Hãy viết chữ Hán thích hợp.

第3回 読み方と書き方を覚えよう

Let's learn reading and writing
Menghapal cara baca dan menulisnya
มาจำเสียงอ่านและวิธีเขียนกันเถอะ
Hãy nhớ cách đọc và cách viết

37 百 (6)
hundred / seratus / ร้อย / một trăm [бách]

百	ひゃく	hyaku	hundred / seratus / ร้อย / một trăm
三百	さんびゃく	san**byaku**	three hundred / tiga ratus / สามร้อย / ba trăm
六百	ろっぴゃく	rop**pyaku**	six hundred / enam ratus / หกร้อย / sáu trăm
八百	はっぴゃく	hap**pyaku**	eight hundred / delapan ratus / แปดร้อย / tám trăm
八百屋	やおや※	yaoya※	green grocer / toko sayuran / ร้านขายผัก / cửa hàng rau

ひゃく / びゃく / ぴゃく

38 千 (3)
thousand / seribu / พัน / một nghìn [thiên]

千	せん	sen	thousand / seribu / พัน / một nghìn
千円	せんえん	sen'en	one thousand yen / seribu yen / หนึ่งพันเยน / một nghìn Yên
三千	さんぜん	san'**zen**	three thousand / tiga ribu / สามพัน / ba nghìn Yên

せん / ぜん

39 万 (3)
ten thousand / sepuluh ribu / หมื่น / mười nghìn [vạn]

万	まん	man	ten thousand / sepuluh ribu / หมื่น / mười nghìn Yên
百万円	ひゃくまんえん	hyaku**man**'en	one million yen / satu juta / ล้านเยน / một triệu Yên
万年筆	まんねんひつ	**man**'nen'hitsu	fountain pen / pena / ปากกาหมึกซึม / bút máy

まん

40 円 (4)

yen, round / yen, bulat / เยน, กลม / Yên, tròn [viên]

円い [4]	まるい	**maru**i	round / bulat / กลม / tròn
円 [4]	えん	**en**	yen, circle / yen / เยน วงกลม / Yên, vòng tròn
千円 [4]	せんえん	sen'**en**	one thousand yen / seribu yen / พันเยน / một nghìn Yên
三千円 [4]	さんぜんえん	san'zen'**en**	three thousand yen / tiga ribu yen / สามพันเยน / ba nghìn Yên
一万円 [4]	いちまんえん	ichiman'**en**	ten thousand yen / sepuluh ribu yen / หนึ่งหมื่นเยน / mười nghìn Yên
円高	えんだか	**en**'daka	yen's appreciation / nilai yen menguat / เงินเยนแข็งค่า / Yên cao

まる-い
えん

41 日 (4)

sun, day / matahari, hari / พระอาทิตย์ วัน / mặt trời, ngày [nhật]

日 [3]	ひ	**hi**	day, date / hari, tanggal / วัน วันที่ / ngày
木曜日 [4]	もくようび	mokuyō**bi**	Thursday / hari Kamis / วันพฤหัสบดี / thứ năm
二日 [4]	ふつか	futsu**ka**	two days, the second day of a month / tanggal dua, dua hari / สองวัน วันที่สอง / hai ngày, ngày thứ hai
毎日 [4]	まいにち	mai**nichi**	everyday / tiap hari / ทุกวัน / mỗi ngày, hàng ngày
日記 [3]	にっき	**nik**ki	diary / buku harian / บันทึกประจำวัน / nhật ký
日本 [2]	にほん / にっぽん	**ni**hon / **nip**pon	Japan / Jepang / ญี่ปุ่น / Nhật Bản
今日 [4]	きょう※	kyō※	today / hari ini / วันนี้ / hôm nay
昨日 [4]	きのう※	kinō※	yesterday / kemarin / เมื่อวานนี้ / hôm qua
明日 [4]	あした※	ashita※	tomorrow / besok / พรุ่งนี้ / ngày mai
明日 [3]	あす※	asu※	tomorrow / besok / พรุ่งนี้ / ngày mai

ひ / び
か
にち / にっ
に

42 月 (4)

moon, month / bulan / พระจันทร์ เดือน / mặt trăng, tháng [nguyệt]

月 ③	つき	**tsuki**	the moon, month / bulan / พระจันทร์ เดือน / mặt trăng, tháng
一月 ④	いちがつ	ichi**gatsu**	January / Januari / เดือนมกราคม / tháng một
月曜日 ④	げつようび	**getsu**yōbi	Monday / Senin / วันจันทร์ / thứ hai
今月 ④	こんげつ	kon'**getsu**	this month / bulan ini / เดือนนี้ / tháng này
先月 ④	せんげつ	sen'**getsu**	last month / bulan lalu / เดือนที่แล้ว / tháng trước
来月 ④	らいげつ	rai**getsu**	next month / bulan depan / เดือนหน้า / tháng tới
再来月 ③	さらいげつ	sarai**getsu**	two months from now / dua bulan mendatang / สองเดือนหน้า / tháng sau nữa
一ヶ月 ④	いっかげつ	ikka**getsu**	one month / satu bulan / หนึ่งเดือน / một tháng

つき / がつ / げつ: 月 刀 月 月

43 明 (8)

bright / terang / สว่าง / sáng [minh]

明るい ④	あかるい	**aka**rui	bright / terang / สว่าง / sáng sủa, tươi tắn
明日 ④	あした*	ashita*	tomorrow / besok / พรุ่งนี้ / ngày mai
明日 ③	あす*	asu*	tomorrow / besok / พรุ่งนี้ / ngày mai
説明する ③	せつめいする	setsu**mē** suru	to explain / menjelaskan / อธิบาย / giải thích

あか-るい / めい: 明 明 明 明 明 明 明

44 立 (5)

stand / berdiri / ยืน / đứng [lập]

立つ ④	たつ	**ta**tsu	to stand up / berdiri / ยืน / đứng
立てる ③	たてる	**ta**teru	to stand something / mendirikan / ตั้ง / dựng
国立の ②	こくりつの	koku**ritsu** no	national / negeri / ～แห่งชาติ / quốc lập
独立する ②	どくりつする	doku**ritsu** suru	to be independent / merdeka / เป็นอิสระ / độc lập
立派な ④	りっぱな	**rip**pa na	excellent, respectable / megah / ดีเลิศ ยอดเยี่ยม / tuyệt vời, tuyệt hảo

た-つ / た-てる / りつ / りっ: 立 立 立 立 立

45 (3) 音 (9) sound / bunyi / เสียง / âm thanh [âm]	音 ③	おと	**oto**	sound / bunyi / เสียง / âm thanh, tiếng động
	音楽 ④	おんがく	**on**'gaku	music / musik / ดนตรี / âm nhạc
	発音 ③	はつおん	hatsu**on**	pronunciation / lafal / การออกเสียง / phát âm

おと	音 音 音 音 音 音
おん	音 音 音

46 (3) 暗 (13) dark / gelap / มืด / tối [ám]	暗い ④	くらい	**kura**i	dark / gelap / มืด / tối
	暗室	あんしつ	**an**'shitsu	darkroom / ruang gelap / ห้องมืด / phòng tối

くら-い	暗 暗 暗 暗 暗 暗
あん	暗 暗 暗 暗 暗 暗

47 (4) 火 (4) fire / api / ไฟ / lửa [hỏa]	火 ③	ひ	**hi**	fire, flame / ไฟ เปลวไฟ / api / lửa, ngọn lửa
	火曜日 ④	かようび	**ka**yōbi	Tuesday / วันอังคาร / Selasa / thứ ba
	花火 ②	はなび	hana**bi**	fireworks / ดอกไม้ไฟ / kembang api / pháo hoa
	火事 ③	かじ	**ka**ji	fire / kebakaran / ไฟไหม้ / hỏa hoạn
	火山 ②	かざん	**ka**zan	volcano / gunung berapi / ภูเขาไฟ / núi lửa

ひ / び	火 火 火 火
か	

48 (4) 水 (4) water / air / น้ำ / nước [thủy]	水 ④	みず	**mizu**	water / air / น้ำ / nước
	水曜日 ④	すいようび	**sui**yōbi	Wednesday / Rabu / วันพุธ / thứ tư
	水道 ③	すいどう	**sui**dō	waterworks / air ledeng / น้ำประปา / đường ống dẫn nước
	水泳 ③	すいえい	**sui**ē	swimming / renang / การว่ายน้ำ / bơi

みず	水 水 水 水
すい	

49 土 (3) soil / tanah / ดิน / đất [thổ]

土	[2]	つち	**tsuchi**	soil / tanah / ดิน / đất
土曜日	[4]	どようび	**do**yōbi	Saturday / Sabtu / วันเสาร์ / thứ bảy
土地	[2]	とち	**to**chi	land / wilayah / ที่ดิน / vùng đất
お土産	[3]	おみやげ※	omiyage※	souvenir / oleh-oleh / ของฝาก / quà kỷ niệm

- つち: 一 十 土
- ど / と

50 国 (8) country / negara / ประเทศ / đất nước [quốc]

国	[4]	くに	**kuni**	country, one's hometown / negara / ประเทศ บ้านเกิด / đất nước
外国	[4]	がいこく	gai**koku**	foreign country / luar negeri / ต่างประเทศ / nước ngoài
外国人	[4]	がいこくじん	gai**koku**jin	foreign person/people / orang asing / ชาวต่างชาติ / người nước ngoài
国際的な	[2]	こくさいてきな	**koku**saiteki na	international / internasional / นานาชาติ / mang tính quốc tế
国旗		こっき	**kok**ki	national flag / bendera negara / ธงชาติ / quốc kỳ

- くに: 国 国 国 国 国 国
- こく / こっ: 国 国

51 全 (6) all / semuanya / ทั้งหมด / tất cả [toàn]

全部	[1]	ぜんぶ	**zen**'bu	everything / semuanya / ทั้งหมด / tất cả, toàn bộ
全然	[3]	ぜんぜん	**zen**'zen	not at all, never / sama sekali / ไม่...เลย / hoàn toàn
全員	[2]	ぜんいん	**zen**'in	all of the members / seluruhnya / ทุกคน / tất cả mọi người

- ぜん: 全 全 全 全 全 全

52 金 (8) gold, money / emas, uang / ทอง เงิน / vàng, tiền [kim]

お金	[1]	おかね	o**kane**	money / uang / เงิน / tiền
お金持ち	[3]	おかねもち	o**kane**mochi	rich person / kaya / คนรวย / người giàu
金	[1]	きん	**kin**	gold / emas / ทอง / vàng
金曜日	[1]	きんようび	**kin**'yōbi	Friday / Jum'at / วันศุกร์ / thứ sáu

- かね: 金 金 金 金 金
- きん: 金 金

53 (3) 工 craft / keahlian / งานฝีมือ / thủ công [công]	大工 [2]	だいく	**dai**ku	carpenter / tukang / ช่างไม้ / thợ mộc
	工場 [3]	こうじょう	**kō**jō	factory, plant / pabrik / โรงงาน / nhà máy, công trường
	工業 [3]	こうぎょう	**kō**gyō	industry / industri / อุตสาหกรรม / công nghiệp
	工学 [1]	こうがく	**kō**gaku	engineering / enjinering / วิศวกรรมศาสตร์ / ngành kỹ thuật
	人工の [2]	じんこうの	jin**kō** no	artificial / buatan / ~เทียม / nhân tạo

く / こう

工 工 工

54 (5) 左 left / kiri / ซ้าย / bên trái [tả]	左 [4]	ひだり	**hidari**	left / kiri / ซ้าย / bên trái
	左手 [4]	ひだりて	**hidari**te	left hand / tangan kiri / มือซ้าย / tay trái
	左側 [4]	ひだりがわ	**hidari**gawa	left side / sebelah kiri / ข้างซ้าย / phía bên trái
	左きき [1]	ひだりきき	**hidari**kiki	left-handed / kidal / ถนัดซ้าย / thuận tay trái
	左折する	させつする	**sa**setsu suru	turn left / belok ke kiri / เลี้ยวซ้าย / rẽ trái

ひだり / さ

左 左 左 左

55 (5) 右 right / kanan / ขวา / bên phải [hữu]	右 [4]	みぎ	**migi**	right / kanan / ขวา / bên phải
	右手 [4]	みぎて	**migi**te	right hand / tangan kanan / มือขวา / tay phải
	右側 [4]	みぎがわ	**migi**gawa	right side / sebelah kanan / ข้างขวา / phía bên phải
	右折する	うせつする	**u**setsu suru	turn right / belok kanan / เลี้ยวขวา / rẽ phải
	左右 [2]	さゆう※	sa**yū**※	left and right / kiri dan kanan / ซ้ายขวา / trái và phải

みぎ / う

右 右 右 右

56 (4) 友 friend / teman / เพื่อน / bạn [hữu]	友達 [4]	ともだち	**tomo**dachi	friend / teman / เพื่อน / bạn
	友人 [2]	ゆうじん	**yū**jin	friend / sahabat / เพื่อน / bạn
	親友 [2]	しんゆう	shin'**yū**	best friend / teman akrab / เพื่อนสนิท / bạn thân
	友情 [2]	ゆうじょう	**yū**jō	friendship / setia kawan / มิตรภาพ / tình bạn

とも / ゆう

友 友 友 友

第3回

練習問題 Exercise / Soal Latihan / แบบฝึกหัด / Luyện tập

1 キーボードでどう入力しますか。

① 土曜日	a. do you bi	b. tsuchi you nichi	c. do you hi
② 暗い	a. kura i	b. kuro i	c. kira i
③ 明るい	a. an ru i	b. aka ru i	c. mei ru i
④ 四月	a. shi getsu	b. yonn senn	c. shi gatsu
⑤ 三百	a. sann byaku	b. sann pyaku	c. sann senn

2 ひらがなでどう書きますか。

① 六千円	a. ろくぜんえん	b. ろくせんえん	c. ろっせんえん
② 五万	a. ごひゃく	b. ごぜん	c. ごまん
③ 大きい音	a. だいきいおん	b. おおきいおん	c. おおきいおと
④ 左	a. みぎ	b. ひだり	c. さ
⑤ 明日	a. あした	b. あかひ	c. あかび

3 下線部の読み方を書いてください。

① A：<u>全部</u>でおいくらですか。
B：<u>七百円</u>です。

② A：お<u>国</u>はどちらですか。
B：<u>日本</u>です。

③ <u>金曜日</u>に<u>友</u>だちと<u>映画</u>を<u>見</u>ます。

④ <u>工場</u>は<u>右</u>にあります。

⑤ あの人は、お<u>金持</u>ちです。

4 読んで意味を考えましょう。

① A：来週、一緒にばんごはんは、いかがですか。
B：いいですね。でも、火、水はちょっと。金曜と土曜はあいていますが。

② A：この水はきれいですか。
B：ええ、大丈夫、飲めますよ。

③ A：写真をとりますよ。そこに立ってください。
B：はい。ここでいいですか。

④ A：休みの日は、何をしますか。
B：音楽が好きで、よく家でCDを聞きます。

第3回

チャレンジ！ Challenge! / Cobalah! / แบบฝึกหัดท้าทาย / Thử sức!

1 画数はいくつですか。
  ① 百（　　） ② 暗（　　） ③ 国（　　）
  ④ 円（　　） ⑤ 金（　　） ⑥ 水（　　）

How many strokes are there?
Berapa struknya?
จงบอกจำนวนเส้นของคันจิต่อไปนี้
Các chữ Hán dưới đây có bao nhiêu nét?

2 適当な漢字を選んでください。

① 今日はいちがつふつかです。
  1 一月二日
  2 七月一日
  3 四月三日

② ぜん然、わかりません。
  1 全然
  2 千然
  3 金然

③ この部屋は、くらいですね。
  1 暗い
  2 暗
  3 明

④ ともだちとレストランに行きます。
  1 左だち
  2 右だち
  3 友だち

⑤ 専門は、こうがくです。
  1 大学
  2 工学
  3 土学

⑥ それは、よんまんえんです。
  1 四万円
  2 四千円
  3 四百円

Choose the appropriate kanji.
Pilih huruf kanji yang tepat!
จงเลือกคันจิที่ถูกต้อง
Hãy chọn chữ Hán thích hợp.

3 適当な漢字を書いてください。

① 来げつは、ごがつです。

② このコートは、はちまんきゅうせんえんです。

③ あしたは、げつ曜びです。

④ トイレは、みぎにあります。

⑤ テープのおとは、ちいさいですね。

⑥ くらいですから、気をつけてください。

⑦ わたしのくには、外こくじんがたくさんいます。

Write the kanji of the underlined portion.
Tulis kata yang digaris-bawahi dengan huruf kanji!
จงเขียนคันจิของคำที่ขีดเส้นใต้
Hãy viết chữ Hán thích hợp.

72

第4回 読み方と書き方を覚えよう

Let's learn reading and writing
Menghapal cara baca dan menulisnya
มาจำเสียงอานและวิธีเขียนกันเถอะ
Hãy nhớ cách đọc và cách viết

57 何 (7)
what / apa / อะไร / cái gì [hà]

何 ④	なに / なん	nani/nan	what / apa / อะไร กี่... / cái gì
何人 ④	なにじん	**nani**jin	what nationality / bangsa apa / ชาวอะไร / người nước nào
何人 ④	なんにん	**nan**'nin	how many people / berapa orang / กี่คน / bao nhiêu người
何年 ④	なんねん	**nan**'nen	how many years, what year / tahun berapa, berapa tahun / กี่ปี ปีอะไร / bao nhiêu năm, năm nào
何時 ④	なんじ	**nan**'ji	what time / pukul berapa / กี่โมง / mấy giờ

なに / なん: 何 何 何 何 何 何

58 手 (4)
hand / tangan / มือ / tay [thủ]

手 ④	て	**te**	hand / tangan / มือ / tay
手紙 ④	てがみ	**te**gami	letter / surat / จดหมาย / bức thư
手伝う ③	てつだう	**te**tsudau	to give a hand, to help / membantu / ยื่นมือช่วยเหลือ ช่วย / giúp đỡ
手袋 ③	てぶくろ	**te**bukuro	glove / kantong / ถุงมือ / găng tay
運転手 ③	うんてんしゅ	unten**'shu**	driver / sopir / คนขับรถ / lái xe
上手な ④	じょうずな*	jō**zu** na*	skillful / pandai / ชำนาญ เก่ง / giỏi, tốt
下手な ④	へたな*	**he**ta na*	unskillful / bodoh / ไม่ชำนาญ ไม่เก่ง / kém, dốt

て: 手 手 手 手
しゅ:

59 切 (4)
cut / memotong / ฟัน / cắt [thiết]

切る ④	きる	**ki**ru	to cut / memotong / ฟัน ตัด ผ่า หั่น / cắt
切手 ④	きって	**kit**te	stamp / pranko / แสตมป์ / tem
切符 ④	きっぷ	**kip**pu	ticket / karcis / ตั๋ว / vé
大切な ④	たいせつな	tai**setsu** na	important / penting / สำคัญ / quan trọng
親切な ③	しんせつな	shin**'setsu** na	kind / ramah / ใจดี โอบอ้อมอารี / thân thiện, tử tế

き-る / きっ: 切 切 切 切
せつ:

60 分 (4)

divide / membagi / แบ่ง / chia [phân]

分かる [4]	わかる	**wa**karu	to understand / paham / เข้าใจ / hiểu
分ける [2]	わける	**wa**keru	to divide / membagi / แบ่ง / chia
五分 [4]	ごふん	go**fun**	five minutes / lima menit / ห้านาที / năm phút
二十分 [4]	にじゅっぷん	niju**ppun**	twenty minutes / dua puluh menit / ยี่สิบนาที / hai mươi phút
半分 [4]	はんぶん	han'**bun**	half / setengahnya / ครึ่งหนึ่ง / một nửa
十分な [3]	じゅうぶんな	jū**bun**' na	enough / cukup / พอ เพียงพอ / đủ

わ-かる
わ-ける
ふん / ぷん / ぶん

61 今 (4)

present / sekarang / ปัจจุบัน / bây giờ [kim]

今 [4]	いま	**ima**	now / sekarang / ปัจจุบัน เวลานี้ / bây giờ
今晩 [4]	こんばん	**kon**'ban	tonight / malam ini / คืนนี้ / tối nay, đêm nay
今年 [4]	ことし*	**ko**toshi*	this year / tahun ini / ปีนี้ / năm nay
今朝 [4]	けさ*	kesa*	this morning / tadi pagi / เมื่อเช้า / sáng nay
今日 [4]	きょう*	kyō*	today / hari ini / วันนี้ / hôm nay

いま
こん

62 半 (5)

half / setengahnya / ครึ่ง / nửa [bán]

半分 [4]	はんぶん	han'**bun**	half / setengahnya / ครึ่งหนึ่ง / nửa
三時半 [4]	さんじはん	sanji**han**	half past three / pukul setengah empat / สามโมงครึ่ง / ba giờ rưỡi
半年 [4]	はんとし	**han**'toshi	half a year / setengah tahun / ครึ่งปี / nửa năm
前半 [1]	ぜんはん	zen'**han**	the first half / paruh pertama / ครึ่งแรก / hiệp một
後半 [1]	こうはん	kō**han**	the second half / paruh kedua / ครึ่งหลัง / hiệp hai

はん

第4回 57〜74 読み方と書き方

63 止 (4) — stop / henti / หยุด / ngăn [chỉ]

止まる ④	とまる	tomaru	to stop / berhenti / หยุด จอด / dừng, đỗ
止める ③	とめる	tomeru	to stop something / menyetop, menghentikan / หยุด กั้น / ngăn, chặn
通行止(め) ⓪	つうこうどめ	tūkōdome	closed to traffic / dilarang lewat / ปิดการจราจร / cấm qua lại
中止する ⓪	ちゅうしする	chūshi suru	to cancel / menghentikan / ยกเลิก / hoãn

と-まる / と-める / し

止 ト 止 止

64 正 (5) — correct, right / tepat, benar / ถูกต้อง / đúng [chính]

正しい ③	ただしい	tadashii	correct / betul / ถูกต้อง / đúng, chính xác
(お)正月 ③	おしょうがつ	oshōgatsu	New Year / tahun baru / ปีใหม่ / tết
正確な ⓪	せいかくな	sēkaku na	accurate / tepat / ถูกต้อง / chính xác

ただ-しい / しょう / せい

正 丁 F 正 正

65 歩 (8) — walk / berjalan / เดิน / đi bộ [bộ]

歩く ④	あるく	aruku	to walk / berjalan / เดิน / đi bộ
歩道 ⓪	ほどう	hodō	sidewalk / trotoar / ทางเดินเท้า / đường dành cho người đi bộ
歩行者 ⓪	ほこうしゃ	hokōsha	pedestrian / pejalan kaki / คนเดินเท้า / người đi bộ
散歩する ④	さんぽする	san'po suru	to take a walk / jalan-jalan / เดินเล่น / đi dạo

ある-く / ほ / ぽ

歩 歩 止 歩 歩 歩 歩 歩

66 足 (7) — leg / kaki / ขา / chân [túc]

足 ④	あし	ashi	leg, foot / kaki / ขา เท้า / chân
足す ③	たす	tasu	to add / menambah / บวก / cộng vào
足りる ③	たりる	tariru	to be sufficient / mencukupi / พอ / đủ
二足 ②	にそく	nisoku	two pairs of (shoes) / dua pasang (sepatu dll.) / (รองเท้า) 2 คู่ / hai đôi
不足する ②	ふそくする	fusoku suru	to be insufficient / tidak mencukupi / ไม่พอ / thiếu

あし / た-りる / た-す / そく

足 足 足 足 足 足 足

67 走 (7) — run / berlari / วิ่ง / chạy [tẩu]

走る	はしる	hashiru	to run / berlari / วิ่ง / chạy
走者	そうしゃ	sōsha	runner / pelari / นักวิ่ง / người chạy

- はし-る
- そう

68 起 (10) — get up / bangun / ตื่น / dậy [khởi]

起きる	おきる	okiru	to get up / bangun / ตื่น / dậy
早起きする	はやおきする	hayaoki suru	to get up early / cepat bangun / ตื่นเช้า / dậy sớm
起こす	おこす	okosu	to wake someone up / membangunkan / ปลุก / đánh thức

- お-きる
- お-こす

69 夕 (3) — evening / senja / เวลาเย็น / buổi chiều [tịch]

夕方	ゆうがた	yūgata	late afternoon or early evening (around sunset time) / senja hari / ตอนเย็น / buổi chiều
夕飯	ゆうはん	yūhan	dinner / makan malam / อาหารเย็น / bữa tối
夕食	ゆうしょく	yūshoku	dinner / makan malam / อาหารเย็น / bữa tối

- ゆう

70 外 (5) — outside / luar / ข้างนอก / ngoài [ngoại]

外	そと	soto	outside / luar / ข้างนอก / ngoài, bên ngoài
外の	ほかの	hoka no	other / yang lain / ~อื่น / cái khác, thứ khác
海外	かいがい	kaigai	overseas / luar negeri / ต่างประเทศ / hải ngoại, nước ngoài
郊外	こうがい	kōgai	suburb / pinggiran kota / ชานเมือง / ngoại ô
外出する	がいしゅつする	gaishutsu suru	go out / keluar / ออกไปข้างนอก / đi ra ngoài
時間外	じかんがい	jikan'gai	over time / di luar batas waktu / นอกเวลา / vượt giờ

- そと
- ほか
- がい

71 多 (6) — many / banyak / มาก / nhiều [đa]

多い ④	おおい	ōi	many, much / banyak / มาก เยอะ / nhiều
多分 ④	たぶん	**ta**bun	maybe / mungkin / อาจจะ / có lẽ
多数	たすう	**ta**sū	many / banyak / มาก เยอะ / đa số
多少 ②	たしょう	**ta**shō	more or less / banyak atau sedikit / ไม่มากก็น้อย นิดหน่อย / ít nhiều

おお-い
た

72 名 (6) — name / nama / ชื่อ / tên [danh]

名前 ④	なまえ	**na**mae	name / nama / ชื่อ / tên
有名な ④	ゆうめいな	yū**mē** na	famous, well-known / terkenal / มีชื่อเสียง เป็นที่รู้จัก / nổi tiếng
名所 ②	めいしょ	**mē**sho	famous sights / tempat terkenal / สถานที่เลื่องชื่อ สถานที่สำคัญ / danh thắng
名物 ②	めいぶつ	**mē**butsu	specialty / ciri khas / ของเลื่องชื่อ ของดีประจำถิ่น / đặc sản
名字 ②	みょうじ※	**myō**ji※	surname, last name / nama diri / นามสกุล / họ

な
めい

73 夜 (8) — night / malam / กลางคืน / đêm [dạ]

夜 ④	よる	**yo**ru	night, evening / malam / กลางคืน เวลาค่ำ / đêm, buổi tối
今夜 ③	こんや	kon'ya	tonight / malam ini / คืนนี้ / tối nay, đêm nay
夜食	やしょく	**ya**shoku	night snack / cemilan malam / อาหารมื้อดึก / bữa ăn nhẹ buổi tối

よる
や

74 生 (5)

life / hidup / ชีวิต / sự sống [sinh]

生まれる ④	うまれる	**u**mareru	to be born / lahir / เกิด / được sinh ra
生きる ③	いきる	**i**kiru	to be alive / hidup / มีชีวิต อยู่ / sống
大学生 ③	だいがくせい	daigaku**sē**	college/university student / mahasiswa / นิสิต นักศึกษา / sinh viên
先生 ④	せんせい	sen'**sē**	teacher / guru / ครู อาจารย์ / giáo viên
生徒 ④	せいと	**sē**to	student / murid / นักเรียน / học sinh
生活する ③	せいかつする	**sē**katsu suru	to live / hidup / ใช้ชีวิต / sinh sống
誕生日 ④	たんじょうび	tan'**jō**bi	birthday / hari ulang tahun / วันเกิด / ngày sinh
一生懸命 ③	いっしょうけんめい	iss**hō**ken'**mē**	with all one's might / sungguh-sungguh / ～อย่างเต็มที่ / chăm chỉ

う-まれる
い-きる
せい, じょう, しょう

第4回

練習問題 — Exercise / Soal Latihan / แบบฝึกหัด / Luyện tập

1 キーボードでどう入力(にゅうりょく)しますか。

① 半分　　a. hann bunn　　b. hamm bunn　　c. hamm punn
② 切手　　a. kii te　　b. kit te　　c. kiri te
③ 今日　　a. kyo　　b. kyoo　　c. kyou
④ 中止　　a. chuu shi　　b. chu shi　　c. chou shi
⑤ 今夜　　a. konn nya　　b. konn ya　　c. konn nya

2 ひらがなでどう書(か)きますか。

① 多分　　a. だいたい　　b. だいぶ　　c. たぶん
② 今月　　a. こんげつ　　b. こんがつ　　c. このがつ
③ 上手　　a. うえて　　b. じょうて　　c. じょうず
④ 下手　　a. したで　　b. したのて　　c. へた
⑤ 何日　　a. なんにち　　b. なにか　　c. なんじつ

3 下線部(かせんぶ)の読(よ)み方(かた)を書(か)いてください。

① 明日は、七時に起きます。
② お体を大切にして下さい。
③ 五十円 切手を三まい下さい。
④ 夜ごはんは、六時半ごろ食べます。
⑤ 九月に女の子が生まれました。

4 読(よ)んで意味(いみ)を考(かんが)えましょう。

① A：おうちは駅の近くですか。
　　B：はい、歩いて五分です。

② A：日本語、上手ですね。
　　B：いいえ、まだまだです。

③ A：お正月はどうでしたか。
　　B：おかげさまで。ゆっくり休みました。

④ A：こちらにお名前とご住所をおねがいします。
　　B：はい、これでいいですか。

第4回

チャレンジ！ Challenge! / Cobalah! / แบบฝึกหัดท้าทาย / Thử sức!

1 画数はいくつですか。
① 夜（　） ② 名（　） ③ 走（　）
④ 何（　） ⑤ 今（　） ⑥ 切（　）

How many strokes are there?
Berapa struknya?
จงบอกจำนวนเส้นของคันจิต่อไปนี้
Các chữ Hán dưới đây có bao nhiêu nét?

2 適当な漢字を選んでください。

① あの人のお名前がわかりますか。
1	分かります
2	切かります
3	今かります

② 六時半におきました。
1	起きました
2	起ました
3	起した

③ そとに、行きましょう。
1	多
2	夕
3	外

④ きょうは、なんにん来ますか。
1	今月
2	日今
3	今日

1	何人
2	何男
3	何子

⑤ ここは、がくせいがおおいです。
1	学子
2	学年
3	学生

1	多い
2	少い
3	大い

Choose the appropriate kanji.
Pilih huruf kanji yang tepat!
จงเลือกคันจิที่ถูกต้อง
Hãy chọn chữ Hán thích hợp.

3 適当な漢字を書いてください。

① うまれは名古屋です。

② ひゃくえん、たりませんよ。

③ かみが長いから、きりたいです。

④ さんじゅっぷん前から水がとまっています。

⑤ たくさんあるいて、あしがいたいです。

⑥ あぶないですから、はしらないでください。

⑦ 料理がへたですから、じょうずになりたいです。

Write the kanji of the underlined portion.
Tulis kata yang digaris-bawahi dengan huruf kanji!
จงเขียนคันจิของคำที่ขีดเส้นใต้
Hãy viết chữ Hán thích hợp.

第5回 読み方と書き方を覚えよう

Let's learn reading and writing
Menghapal cara baca dan menulisnya
มาจำเสียงอ่านและวิธีเขียนกันเถอะ
Hãy nhớ cách đọc và cách viết

75 見 (7)
see / melihat / ดู / nhìn [kiến]

見る ④	みる	**mi**ru	to see, to look / melihat / ดู มอง / nhìn, xem
見せる ④	みせる	**mi**seru	to show / memperlihatkan / ให้ดู / cho xem
見つかる ③	みつかる	**mi**tsukaru	to be found / ketemu / เจอ / tìm thấy
見つける ③	みつける	**mi**tsukeru	to find / menemukan / หา หาเจอ / tìm thấy
拝見する ③	はいけんする	hai**ken'** suru	to see humbly / melihat (sopan) / ดู (รูปถ่อมตัว) / động từ khiêm nhường của xem

み-る, み-せる
み-つかる,
み-つける
けん

76 元 (4)
origin / awal / ต้นกำเนิด / nguồn gốc [nguyên]

| 元気な ④ | げんきな | **gen'**ki na | fine, active / sehat / สบายดี แข็งแรง / khỏe mạnh |
| 元日 ② | がんじつ | **gan'**jitsu | New Year's day / hari awal tahun / วันขึ้นปีใหม่ / ngày mồng một tết |

げん
がん

77 先 (6)
ahead / duluan / นำหน้า / phía trước [tiên]

先に ④	さきに	**saki** ni	ahead / duluan / ก่อน / phía trước, trước hết
先生 ④	せんせい	**sen'**sē	teacher / guru / ครู อาจารย์ / giáo viên
先週 ④	せんしゅう	**sen'**shū	last week / minggu lalu / อาทิตย์ที่แล้ว / tuần trước
先月 ④	せんげつ	**sen'**getsu	last month / bulan lalu / เดือนที่แล้ว / tháng trước
先輩 ③	せんぱい	**sen'**pai	senior(s) / senior / รุ่นพี่ / bậc đàn anh, đàn chị

さき
せん

78 天 (4)

heaven / surga / สวรรค์ / trời [thiên]

天気 ④	てんき	ten'ki	weather / cuaca / อากาศ / thời tiết
天気予報 ③	てんきよほう	ten'kiyohō	weather forecast / prakiraan cuaca / พยากรณ์อากาศ / dự báo thời tiết
天国 ①	てんごく	ten'goku	heaven / surga / สวรรค์ / thiên đường

てん

79 文 (4)

sentence / kalimat / ประโยค / câu [văn]

作文 ④	さくぶん	sakubun	composition / karangan / เรียงความ / bài văn
文章 ④	ぶんしょう	bun'shō	sentence / wacana / ประโยค / văn bản
文化 ③	ぶんか	bun'ka	culture / budaya / วัฒนธรรม / văn hóa
文学 ③	ぶんがく	bun'gaku	literature / kesusastraan / วรรณคดี / văn học
文法 ③	ぶんぽう	bun'pō	grammar / tata bahasa / ไวยากรณ์ / ngữ pháp

ぶん

80 父 (4)

father / ayah / พ่อ / bố [phụ]

お父さん ④	おとうさん	otōsan	someone's father / ayah (untuk orang lain) / คุณพ่อ (ของผู้อื่น) / bố của ai đó
父 ④	ちち	chichi	my father / ayah saya / พ่อ (ของผู้พูด) / bố tôi
父親 ②	ちちおや	chichioya	father / bapak / พ่อ / bố
父母 ②	ふぼ	fubo	father and mother / ayah dan ibu / พ่อและแม่ / bố mẹ

お-とう-さん
ちち

ふ

81 母 (5)

mother / ibu / แม่ / mẹ [mẫu]

お母さん ④	おかあさん	okāsan	someone's mother / ibu (untuk orang lain) / คุณแม่ (ของผู้อื่น) / mẹ của ai đó
母 ④	はは	haha	my mother / ibu saya / แม่ (ของผู้พูด) / mẹ tôi
母親 ②	ははおや	hahaoya	mother / ibu / แม่ / mẹ
母国 ①	ぼこく	bokoku	home country / negara sendiri / มาตุภูมิ / tổ quốc
母語	ぼご	bogo	mother tongue, native language / bahasa ibu / ภาษาแม่ / tiếng mẹ đẻ

お-かあ-さん
はは

ぼ

▶読み方と書き方
第5回 75〜92

82 行 (6)
go / pergi / ไป / đi [hành]

行く ④	いく	iku	to go / pergi / ไป / đi
行う ③	おこなう	okonau	to carry out / menyelenggarakan / ทำ ปฏิบัติ / tiến hành, thực hiện
銀行 ④	ぎんこう	gin'kō	bank / bank / ธนาคาร / ngân hàng
旅行する ④	りょこうする	ryokō suru	to travel / berwisata / ท่องเที่ยว / du lịch
飛行機 ④	ひこうき	hikōki	airplane / pesawat terbang / เครื่องบิน / máy bay

い-く / おこな-う / こう

83 毎 (6)
every / tiap / ทุก / mọi [mỗi]

毎朝 ④	まいあさ	maiasa	every morning / tiap pagi / ทุกเช้า / hàng sáng, mỗi sáng
毎晩 ④	まいばん	maiban	every night/evening / tiap malam / ทุกเย็น / hàng tối, hàng đêm
毎週 ④	まいしゅう	maishū	every week / tiap minggu / ทุกอาทิตย์ / hàng tuần, mỗi tuần
毎月 ④	まいつき / まいげつ	maitsuki / maigetsu	every month / tiap bulan / ทุกเดือน / hàng tháng, mỗi tháng
毎年 ④	まいとし / まいねん	maitoshi / mainen	every year / tiap tahun / ทุกปี / hàng năm

まい

84 海 (9)
sea / laut / ทะเล / biển [hải]

海 ④	うみ	umi	sea / laut / ทะเล / biển
海岸 ③	かいがん	kaigan	seaside / pantai / ชายฝั่ง ชายทะเล / bờ biển
海水	かいすい	kaisui	sea water / air laut / น้ำทะเล / nước biển
海外 ②	かいがい	kaigai	overseas / luar negeri / ต่างประเทศ / hải ngoại, nước ngoài

うみ / かい

85 東 (8)
east / timur / ทิศตะวันออก / phía đông [đông]

東 ④	ひがし	higashi	east / timur / ทิศตะวันออก / phía đông
東口 ②	ひがしぐち	higashiguchi	east exit / pintu timur / ทางออกทิศตะวันออก / cửa đông
東京	とうきょう	tōkyō	Tokyo / Tokyo / โตเกียว / Tokyo
関東 ②	かんとう	kantō	the Kanto region / daerah Kanto / แถบคันโต / vùng Kanto

ひがし / とう

part I 75-92 Reading

86	西 (6) west / barat / ทิศตะวันตก / phía tây [tây]		西 [4]	にし	**nishi**	west / barat / ทิศตะวันตก / phía tây
			西口 [2]	にしぐち	**nishi**guchi	west exit / pintu barat / ทางออกทิศตะวันตก / cửa tây
			西洋 [3]	せいよう	**sēyō**	Western / Eropa / ยุโรป / tây dương
			関西 [2]	かんさい*	kan'**sai***	the Kansai region / daerah Kansai / แถบคันไซ / vùng Kansai
	にし		西 西 西 西 西			
	せい					
87	南 (9) south / selatan / ทิศใต้ / phía nam [nam]		南 [4]	みなみ	**minami**	south / selatan / ทิศใต้ / phía nam
			南口 [2]	みなみぐち	**minami**guchi	south exit / pintu selatan / ทางออกทิศใต้ / cửa nam
			南米 [2]	なんべい	**nan**'bē	South America / Amerika Latin / อเมริกาใต้ / Nam Mỹ
			南北 [2]	なんぼく	**nan**'boku	south and north, south to north / selatan dan utara / เหนือและใต้, เหนือจรดใต้ / nam bắc, bắc nam
	みなみ		南 南 南 南 南 南			
	なん		南 南 南			
88	北 (5) north / utara / ทิศเหนือ / phía bắc [bắc]		北 [4]	きた	**kita**	north / utara / ทิศเหนือ / phía bắc
			北口 [2]	きたぐち	**kita**guchi	north exit / pintu utara / ทางออกทิศเหนือ / cửa bắc
			北風	きたかぜ	**kita**kaze	north wind / angin utara / ลมเหนือ / gió bắc
			北米 [2]	ほくべい	**hoku**bē	North America / Amerika Utara / อเมริกาเหนือ / Bắc Mỹ
			北海道	ほっかいどう	**hok**kaidō	Hokkaido Prefecture / Hokaido / เกาะฮอกไกโด / Hokkaido
	きた		北 北 北 北			
	ほく / ほっ					
89	耳 (6) ear / telinga / หู / tai [nhĩ]		耳 [4]	みみ	**mimi**	ear / telinga / หู / tai
			右耳	みぎみみ	migi**mimi**	right ear / telinga kanan / หูขวา / tai phải
			耳鼻科 [1]	じびか	**ji**bika	otolaryngology / bagian THT / แผนกหูและจมูก / Khoa tai mũi
	みみ		耳 耳 耳 耳 耳			
	じ					

90 門 (8)
gate, door / gerbang, pintu / ประตู / cổng, cửa [môn]

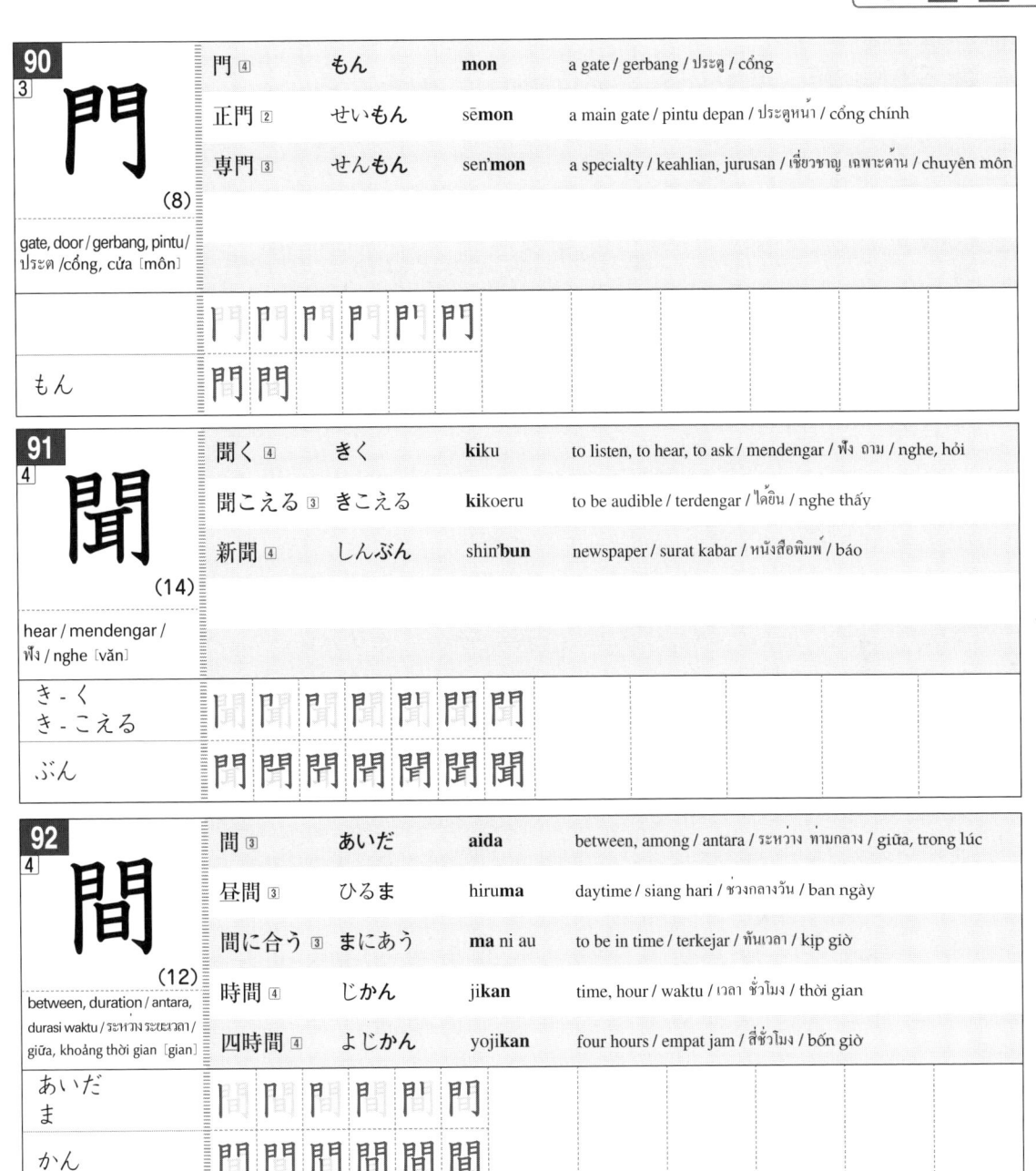

門 [4]	もん	**mon**	a gate / gerbang / ประตู / cổng
正門 [2]	せいもん	sē**mon**	a main gate / pintu depan / ประตูหน้า / cổng chính
専門 [3]	せんもん	sen'**mon**	a specialty / keahlian, jurusan / เชี่ยวชาญ เฉพาะด้าน / chuyên môn

もん

91 聞 (14)
hear / mendengar / ฟัง / nghe [văn]

聞く [0]	きく	**ki**ku	to listen, to hear, to ask / mendengar / ฟัง ถาม / nghe, hỏi
聞こえる [0]	きこえる	**ki**koeru	to be audible / terdengar / ได้ยิน / nghe thấy
新聞 [0]	しんぶん	shin'**bun**	newspaper / surat kabar / หนังสือพิมพ์ / báo

き‐く
き‐こえる

ぶん

92 間 (12)
between, duration / antara, durasi waktu / ระหว่าง ระยะเวลา / giữa, khoảng thời gian [gian]

間 [3]	あいだ	**aida**	between, among / antara / ระหว่าง ท่ามกลาง / giữa, trong lúc
昼間 [3]	ひるま	hiru**ma**	daytime / siang hari / ช่วงกลางวัน / ban ngày
間に合う [3]	まにあう	**ma** ni au	to be in time / terkejar / ทันเวลา / kịp giờ
時間 [0]	じかん	ji**kan**	time, hour / waktu / เวลา ชั่วโมง / thời gian
四時間 [0]	よじかん	yo ji**kan**	four hours / empat jam / สี่ชั่วโมง / bốn giờ

あいだ
ま

かん

第5回

練習問題 / Exercise / Soal Latihan / แบบฝึกหัด / Luyện tập

1 キーボードでどう入力しますか。

① 毎日　　　a. kai hi　　　b. kai nichi　　　c. mai nichi
② お父さん　a. o too san　b. o tou sann　　c. o tou san
③ 文学　　　a. bun gak　　b. bun gaku　　　c. bunn gaku
④ 海　　　　a. umi　　　　b. kaii　　　　　c. uumi
⑤ 先生　　　a. sen see　　b. senn se　　　c. senn sei

How do you type this kanji?
Bagaimana jika ditik (pakai keybord)?
คีย์บอร์ดไปนี้พิมพ์อย่างไร
Hãy chọn cách đánh máy đúng.

2 ひらがなでどう書きますか。

① 先月　　　a. こんげつ　　　b. らいげつ　　　c. せんげつ
② お母さん　a. おかあさん　　b. おははさん　　c. おばさん
③ 北口　　　a. きたぐち　　　b. みなみぐち　　c. ひがしぐち
④ 新聞　　　a. しんぶん　　　b. あたらぶん　　c. あたらしいぶん
⑤ 時間　　　a. じあいだ　　　b. じま　　　　　c. じかん

How do you write this kanji in hiragana?
Bagaimana jika ditulis dengan hiragana?
คันจิตัวนี้ไปเขียนเป็นอักษรฮิระงะนะอย่างไร
Hãy phiên âm Hiragana các chữ Hán dưới đây.

3 下線部の読み方を書いてください。

① 明日、友だちと映画を見ます。　② 毎日、日本語のCDを聞きます。

③ A：何時にしましょうか。　　　④ A：近くに銀行は、ありますか。
　 B：じゃ、九時に。駅の南口で。　　B：あそこですよ。

⑤ 夏休みに、イタリアに旅行に行きました。

Write the reading of the underlined portion.
Tulis cara baca kata yang digarisbawahi!
จงเขียนเสียงอ่านของคำที่ขีดเส้นใต้
Hãy viết cách đọc các chữ Hán có gạch chân.

4 読んで意味を考えましょう。

① A：お元気ですか。
　 B：ええ、おかげさまで。田川さんは？

② A：いい天気ですね。
　 B：ええ、本当に。

③ A：お先に失礼します。
　 B：おつかれさまでした。また明日。

④ A：急いで下さい。間に合いませんよ。
　 B：はい、今行きます。

Read and figure out the meaning of the sentences.
Baca dan pikirkan artinya!
จงอ่านและเดาความหมายของประโยคต่อไปนี้
Hãy đọc và đoán nghĩa các câu dưới đây.

チャレンジ！

Challenge! / Cobalah! / แบบฝึกหัดท้าทาย / Thử sức!

① 画数はいくつですか。
① 西（　　） ② 聞（　　） ③ 毎（　　）
④ 母（　　） ⑤ 北（　　） ⑥ 見（　　）

② 適当な漢字を選んでください。

① 今日は、いいてん気です。
きょう
1	天気
2	元気
3	日気

② 音楽をききます。
おんがく
1	聞きます
2	聞ます
3	聞す

③ とう京に住んでいます。
きょう　　す
1	南京
2	東京
3	北京

④ かいがい旅行に行きたいです。
りょ
1	海外
2	毎外
3	海水

⑤ すみません。きこえません。
1	聞ません
2	聞えません
3	聞こえません

⑥ みなみ口で待っています。
ま
1	西
2	北
3	南

③ 適当な漢字を書いてください。

① おげん気ですか。
き

② わたしは、テレビをみません。

③ にほんのぶん化をまなびたいです。
か

④ まいにち、四時かん、にほん語の勉強をします。
じ　　　　　　　ご　べんきょう

⑤ ちちは、英語のせんせいで、専もんは英ぶんがくです。
えいご　　　　　　　　　　せん　　えい

⑥ うみにいきます。

⑦ ははに、ほっかい道の写真をみせました。
どう　しゃしん

第6回 読み方と書き方を覚えよう

Let's learn reading and writing
Menghapal cara baca dan menulisnya
มาจำเสียงอ่านและวิธีเขียนกันเถอะ
Hãy nhớ cách đọc và cách viết

93 牛 (4)
cow / sapi / วัว / bò [ngưu]

牛 [2]	うし	**ushi**	cow / sapi / วัว / bò
牛肉 [4]	ぎゅうにく	**gyū**niku	beef / daging sapi / เนื้อวัว / thịt bò
牛乳 [4]	ぎゅうにゅう	**gyū**nyū	milk / susu sapi / นมวัว / sữa

うし
ぎゅう

94 午 (4)
noon / sore hari / เที่ยง / buổi trưa [ngọ]

| 午前 [4] | ごぜん | **go**zen | before noon / pagi hari (am) / ก่อนเที่ยง / buổi sáng |
| 午後 [4] | ごご | **go**go | afternoon / sore hari (pm) / หลังเที่ยง / buổi chiều |

ご

95 年 (6)
year / tahun / ปี / năm [niên]

年 [4]	とし	**toshi**	year, age / tahun / ปี อายุ / năm, tuổi
今年 [4]	ことし※	ko**toshi**※	this year / tahun ini / ปีนี้ / năm nay
年上	としうえ	**toshi**ue	senior(s) / lebih tua / อาวุโสกว่า ผู้ใหญ่กว่า / người lớn tuổi hơn
年下	としした	**toshi**shita	junior(s) / lebih muda / เด็กกว่า / người nhỏ tuổi hơn
去年 [4]	きょねん	kyo**nen**	last year / tahun lalu / ปีที่แล้ว / năm ngoái
来年 [4]	らいねん	rai**nen**	next year / tahun depan / ปีหน้า / năm tới
再来年 [4]	さらいねん	sarai**nen**	two years from now / dua tahun mendatang / สองปีหน้า / sang năm tới nữa
生年月日 [2]	せいねんがっぴ	sē**nen**'gappi	birth year and date / tanggal lahir / วัน เดือน ปีเกิด / ngày tháng năm sinh

とし
ねん

第6回 93〜111

96 前 (9)
before, front / sebelum, depan / ก่อน หน้า / trước, trước ~ [tiền]

漢字	よみ	ローマ字	意味
前	まえ	mae	before, in front / sebelum, depan / ก่อน ข้างหน้า / trước, đằng trước
名前	なまえ	na**mae**	name / nama / ชื่อ / tên
三年前	さんねんまえ	san'nen'**mae**	three years ago / tiga tahun yang lalu / สามปีก่อน / ba năm trước
午前	ごぜん	go**zen**	before noon / pagi hari (am) / ก่อนเที่ยง / buổi sáng
前半	ぜんはん	**zen**'han	the first half / paroh pertama / ครึ่งแรก / hiệp một

まえ: 前 前 前 前 前
ぜん: 前 前 前

97 後 (9)
behind / belakang / ข้างหลัง / đằng sau [hậu]

漢字	よみ	ローマ字	意味
後ろ	うしろ	**ushi**ro	back, behind / belakang / ข้างหลัง / đằng sau
後で	あとで	**ato** de	later / nanti / ทีหลัง / sau đó, sau
五年後	ごねんご	gonen'**go**	five years later / setelah lima tahun / ห้าปีหลัง / năm năm sau
最後	さいご	sai**go**	the last / terakhir / สุดท้าย / cuối cùng
後半	こうはん	**kō**han	the second half / paroh kedua / ครึ่งหลัง / hiệp hai

うし-ろ / あと: 後 後 後 後 後 後
ご / こう: 後 後 後

98 高 (10)
high / tinggi / สูง / cao [cao]

漢字	よみ	ローマ字	意味
高い	たかい	**taka**i	high, tall / tinggi / สูง แพง / cao
円高	えんだか	en'**daka**	yen's appreciation / nilai yen menguat / เงินเยนแข็งค่า / Yên cao
高校	こうこう	**kō**kō	high school / SMA / โรงเรียนมัธยมศึกษาตอนปลาย / trường THPT
高校生	こうこうせい	**kō**kōsē	high school student / siswa SMA / นักเรียนมัธยมปลาย / học sinh THPT
高速	こうそく	**kō**soku	high speed, highway / cepat / ความเร็วสูง ทางด่วน / đường cao tốc
最高	さいこう	sai**kō**	the best / paling baik / ดีที่สุด สุดยอด / cao nhất

たか-い: 高 高 高 高 高 高
こう: 高 高 高 高

99 銀 (14) — silver / perak / เงิน / bạc [ngân]

銀 [2]	ぎん	gin	silver / perak / เงิน / bạc
銀行 [4]	ぎんこう	gin'kō	bank / bank / ธนาคาร / ngân hàng
銀座	ぎんざ	gin'za	Ginza (place name) / Ginza / กินซ่า / Ginza

ぎん

100 食 (9) — eat / makan / กิน / ăn [thực]

食べる [4]	たべる	taberu	to eat / makan / กิน / ăn
食べ物 [4]	たべもの	tabemono	food / makanan / ของกิน อาหาร / thức ăn
食堂 [4]	しょくどう	shokudō	dining room / kantin / ห้องรับประทานอาหาร โรงอาหาร / phòng ăn
食事する [3]	しょくじする	shokuji suru	to have a meal / makan / ทานอาหาร / ăn cơm
食料品 [3]	しょくりょうひん	shokuryōhin	groceries / bahan makanan / เครื่องอุปโภค / thực phẩm

た-べる / しょく

101 飯 (12) — meal / nasi / อาหาร / cơm [phạn]

ご飯 [4]	ごはん	gohan	meal, cooked rice / nasi / อาหาร ข้าวสวย / cơm
朝ご飯 [4]	あさごはん	asagohan	breakfast / makan pagi / อาหารเช้า / bữa sáng
昼ご飯 [4]	ひるごはん	hirugohan	lunch / makan siang / อาหารกลางวัน / bữa trưa
晩ご飯 [4]	ばんごはん	ban'gohan	dinner / makan malam / อาหารเย็น / bữa tối
夕飯 [4]	ゆうはん	yūhan	dinner / makan malam / อาหารเย็น / bữa tối

はん

102 飲 (12) — drink / minum / ดื่ม / uống [ẩm]

飲む [4]	のむ	nomu	to drink / minum / ดื่ม / uống
飲み物 [4]	のみもの	nomimono	beverage / minuman / เครื่องดื่ม / đồ uống
飲み水	のみみず	nomimizu	drinking water / air minum / น้ำดื่ม / nước uống
飲料水	いんりょうすい	in'ryōsui	drinking water / bahan minuman / น้ำดื่ม / các loại nước uống
飲酒運転	いんしゅうんてん	in'shu un'ten	drinking and driving / sopir yang mabuk / ขับรถขณะดื่มสุรา / uống rượu trong khi lái xe

の-む / いん

103 白 (5) — white / putih / ขาว / trắng [bạch]

白	しろ	**shiro**	white color / putih / สีขาว / màu trắng
白い	しろい	**shiro**i	white / putih / ขาว / trắng
白馬	はくば	**haku**ba	white horse / kuda putih / ม้าขาว / bạch mã

- しろ
- はく

104 赤 (7) — red / merah / แดง / đỏ [xích]

赤い	あかい	**aka**i	red / merah / แดง / đỏ
赤ん坊	あかんぼう	**aka**n'bō	baby / bayi / เด็กทารก / em bé
赤ちゃん	あかちゃん	**aka**chan	baby / bayi / เด็กทารก / em bé
赤字	あかじ	**aka**ji	in the red, deficit / failit, defisit / ขาดทุน ขาดดุลการค้า / lỗ vốn, thâm hụt
赤十字	せきじゅうじ	**seki**jūji	the Red Cross / palang merah / กาชาด / Tổ chức chữ thập đỏ

- あか
- せき

105 青 (8) — blue / biru / น้ำเงิน / xanh [thanh]

青い	あおい	**ao**i	blue / biru / น้ำเงิน / xanh da trời
青信号	あおしんごう	**ao**shin'gō	green light / lampu hijau / ไฟเขียว / đèn xanh
青年	せいねん	**sē**nen	youth / pemuda / วัยรุ่น / thanh niên

- あお
- せい

106 言 (7) — say / berkata / พูด / nói [ngôn]

言う	いう	**i**u	to say / berkata / พูด บอก / nói
言葉	ことば※	**koto**ba※	word, language / kata, bahasa / คำพูด ภาษา / từ, ngôn ngữ
言語	げんご	**gen**'go	language / bahasa / ภาษา / ngôn ngữ
伝言する	でんごんする	den'**gon**'suru	to convey a message / pesan / ฝากข้อความ / nhắn

- い-う
- げん / ごん

107 話 (13)

story, speak / cerita, berbicara / เรื่องราว พูดคุย / câu chuyện, nói chuyện [thoại]

はなし / はな-す / わ

話 [4]	はなし	hanashi	story, something to say / cerita / เรื่องราว / câu chuyện, nói chuyện
話す [4]	はなす	hanasu	to speak, to tell / berbicara / พูดคุย บอก / nói chuyện, kể
電話 [4]	でんわ	den'wa	telephone / telepon / โทรศัพท์ / điện thoại
会話 [3]	かいわ	kaiwa	conversation / percakapan / บทสนทนา / hội thoại
世話する [3]	せわする	sewa suru	to take care / mengurus / ดูแล / giúp đỡ, chăm sóc

108 語 (14)

language / bahasa / ภาษา / ngôn ngữ [ngữ]

ご

英語 [4]	えいご	ēgo	English language / bahasa Inggris / ภาษาอังกฤษ / tiếng Anh
(中国)語 [4]	ちゅうごくご	chūgokugo	(Chinese) language / bahasa Cina / ภาษา (จีน) / tiếng Trung Quốc
言語 [2]	げんご	gen'go	language / bahasa / ภาษา / ngôn ngữ
母語	ぼご	bogo	mother tongue, native language / bahasa ibu / ภาษาแม่ / tiếng mẹ đẻ

109 売 (7)

sell / jual / ขาย / bán [mại]

う-る / ばい

売る [4]	うる	uru	to sell / menjual / ขาย / bán
売(り)場 [3]	うりば	uriba	department (of a department store) / tempat jualan / แผนก~(ในห้างสรรพสินค้า) / nơi bán hàng
売(り)切(れ) [2]	うりきれ	urikire	to be sold out / habis terjual / ขายหมด / bán hết
売店 [2]	ばいてん	baiten	stand, stall / toko / ซุ้มขายของ / cửa hàng

110 読 (14)

read / membaca / อ่าน / đọc [độc]

よ-む / どく

読む [4]	よむ	yomu	to read / membaca / อ่าน / đọc
読書 [2]	どくしょ	dokusho	reading / membaca / การอ่านหนังสือ / đọc sách
読者 [1]	どくしゃ	dokusha	reader / pembaca / ผู้อ่าน / độc giả

111 書 (10)

write / menulis / เขียน / viết [thư]

書く ④	かく	kaku	to write / menulis / เขียน / viết
書道 ②	しょどう	shodō	calligraphy / kaligrafi / การเขียนพู่กัน / thư pháp
書店 ②	しょてん	shoten	book store / toko buku / ร้านหนังสือ / hiệu sách
和書 ①	わしょ	washo	Japanese book / buku berbahasa Jepang / หนังสือญี่ปุ่น / sách Nhật
洋書 ①	ようしょ	yōsho	Western book / buku barat / หนังสือตะวันตก / sách phương Tây

か - く

しょ

第6回

練習問題 Exercise / Soal Latihan / แบบฝึกหัด / Luyện tập

1 キーボードでどう入力しますか。

① 午後　　　a. goo go　　　b. gou go　　　c. go go
② 年上　　　a. nenn jo　　　b. toshi age　　c. toshi ue
③ 青い　　　a. aoo i　　　　b. ao i　　　　　c. aka i
④ 四年前　　a. yo nenn mae　b. yonn toshi mae　c. yo nenn zenn
⑤ 夕飯　　　a. yuu hann　　b. you hann　　c. yoru gohann

2 ひらがなでどう書きますか。

① 今年　　　a. こんとし　　b. ことし　　　c. こんねん
② 後で　　　a. あとで　　　b. あとうで　　c. あとおで
③ 白い　　　a. あかい　　　b. くろい　　　c. しろい
④ 五分後　　a. ごふんあと　b. ごふんのあと　c. ごふんご
⑤ 牛肉　　　a. ぎょにく　　b. ぎゅうにく　c. ぎょうにく

3 下線部の読み方を書いてください。

① 月曜日の午前、銀行はいつもこんでいます。

② ここに、お名前を書いて下さい。③ ポルトガル語と英語を話します。

④ あぶないですよ。後ろに車が来ていますよ。

⑤ この赤ワインは良いですが、高いですね。

4 読んで意味を考えましょう。

① A：飲みものは、何がいいですか。
　　B：じゃあ、日本茶をお願いします。

② A：日本に来て、どのぐらいですか。
　　B：今、三年ぐらいです。

③ A：赤ちゃんの服も売っていますか。
　　B：はい、こちらです。

④ A：これは、何て読むんですか。
　　B：「牛乳」ですよ。

チャレンジ！

Challenge! / Cobalah! / แบบฝึกหัดท้าทาย / Thử sức!

1 画数はいくつですか。
① 年（　　）　② 食（　　）　③ 言（　　）
④ 書（　　）　⑤ 高（　　）　⑥ 語（　　）

How many strokes are there?
Berapa struknya?
จงบอกจำนวนเส้นของคันจิต่อไปนี้
Các chữ Hán dưới đây có bao nhiêu nét?

2 適当な漢字を選んでください。

① ごごは雨がふるでしょう。
1	牛後
2	生後
3	午後

② 朝、牛乳をのみますか。
1	食みます
2	飲みます
3	飯みます

③ え？何ていいましたか。
1	話いました
2	言いました
3	語いました

④ ちゅうごくごが分かります。
1	中語
2	中国語
3	中国母語

⑤ おもしろいはなしを聞きました。
1	話
2	語
3	読

⑥ この漢字は、どうよみますか。
1	売みます
2	書みます
3	読みます

Choose the appropriate kanji.
Pilih huruf kanji yang tepat!
จงเลือกคันจิที่ถูกต้อง
Hãy chọn chữ Hán thích hợp.

3 適当な漢字を書いてください。

① あかですよ。とまって下さい。

② このお店では、古い本をたかくうっています。

③ 朝ごはんをたべたあとに、新聞をよみます。

④ この漢字は、どうかきますか。

⑤ ぎんこうの ATM は駅まえにあります。

⑥ このたべものには、しろワインが合いますよ。

Write the kanji of the underlined portion.
Tulis kata yang digaris-bawahi dengan huruf kanji!
จงเขียนคันจิของคำที่ขีดเส้นใต้
Hãy viết chữ Hán thích hợp.

第7回 読み方と書き方を覚えよう

Let's learn reading and writing
Menghapal cara baca dan menulisnya
มาจำเสียงอ่านและวิธีเขียนกันเถอะ
Hãy nhớ cách đọc và cách viết

112 新 (13)

new / baru / ใหม่ / mới [tân]

新しい ④	あたらしい	atarashii	new / baru / ใหม่ / mới
新聞 ④	しんぶん	shin'bun	newspaper / surat kabar / หนังสือพิมพ์ / báo
新車 ②	しんしゃ	shin'sha	new car / mobil baru / รถใหม่ / xe mới
新年 ①	しんねん	shin'nen	New Year / tahun baru / ปีใหม่ / năm mới
新人 ①	しんじん	shin'jin	newcomer / pendatang baru / ผู้มาใหม่ (เด็กใหม่ หน้าใหม่) / thành viên mới

あたら-しい
しん

113 馬 (10)

horse / kuda / ม้า / ngựa [mã]

馬 ②	うま	uma	horse / kuda / ม้า / ngựa
馬車	ばしゃ	basha	carriage / kereta kuda / รถม้า / xe ngựa

うま
ば

114 駅 (14)

station / statsion / สถานี / ga [dịch]

駅 ④	えき	eki	train station / statsion / สถานีรถไฟ / ga
駅員 ②	えきいん	ekiin	station staff / petugas statsion / เจ้าหน้าที่ประจำสถานี / nhân viên nhà ga
駅長 ②	えきちょう	ekichō	station master / kepala statsion / นายสถานี / trưởng ga

えき

▶読み方と書き方
第7回 112〜130

115 魚 (11)
fish / ikan / ปลา / cá [ngư]

魚 ④	さかな	sakana	fish / ikan / ปลา / cá
魚屋 ④	さかなや	sakanaya	fish market / toko ikan / ร้านขายปลา / cửa hàng cá
焼き魚	やきざかな	yakizakana	grilled fish / ikan bakar / ปลาย่าง / cá nướng

さかな

116 米 (6)
rice / beras / ข้าว / gạo [mễ]

(お)米 ③	おこめ	okome	uncooked rice / beras / ข้าวสาร / gạo
南米 ②	なんべい	nan'bē	South America / Amerika Latin / อเมริกาใต้ / nam Mỹ
米国	べいこく	bē'koku	the United States / Amerika Serikat / สาธารณรัฐอเมริกา / Nước Mỹ
新米	しんまい	shin'mai	rice cropped this year / beras baru / ข้าวใหม่ / gạo mới

こめ

べい

117 来 (7)
come / datang / มา / đến [lai]

来る ④	くる	kuru	to come / datang / มา / đến, tới
来週 ④	らいしゅう	raishū	next week / minggu depan / สัปดาห์หน้า / tuần tới
来年 ④	らいねん	rainen	next year / tahun depan / ปีหน้า / năm tới
将来 ③	しょうらい	shōrai	future / masa depan / อนาคต / tương lai
来日する ②	らいにちする	rainichi suru	to come to Japan / datang ke Jepang / มาญี่ปุ่น / đến Nhật Bản

く-る

らい

118 雨 (8)
rain / hujan / ฝน / mưa [vũ]

雨 ④	あめ	ame	rain / hujan / ฝน / mưa
大雨 ②	おおあめ	ōame	heavy rain / hujan lebat / ฝนตกหนัก / mưa to
梅雨 ②	つゆ※	tsuyu※	(Japanese) rainy season / hujan disertai suhu panas / ฤดูฝน / mùa mưa

あめ

119 (4) 電 (13) electricity / aliran listrik / ไฟฟ้า / điện [điện]	電気 ④	でんき	**den**'ki	electricity / listrik / ไฟฟ้า / điện
	電車 ④	でんしゃ	**den**'sha	train / trem / รถไฟฟ้า / tàu điện
	電話 ④	でんわ	**den**'wa	telephone / telepon / โทรศัพท์ / điện thoại
	電報 ③	でんぽう	**den**'pō	telegram / telegram / โทรเลข / điện báo
	電灯 ③	でんとう	**den**'tō	the light / bohlam / แสงไฟ (จากหลอดไฟฟ้า) / đèn điện

でん

120 (4) 気 (6) spirit / spirit / จิต / khí [khí]	電気 ④	でんき	**den**'ki	electricity / listrik / ไฟฟ้า / điện
	天気 ④	てんき	**ten**'ki	weather / cuaca / อากาศ / thời tiết
	天気予報 ③	てんきよほう	**ten**'kiyohō	weather forecast / prakiraan cuaca / พยากรณ์อากาศ / dự báo thời tiết
	気分 ③	きぶん	**ki**bun	mood / suasana hati / อารมณ์ / tâm trạng
	気持ち ③	きもち	**ki**mochi	feeling / perasaan / ความรู้สึก / cảm giác
	人気がある ②	にんきがある	nin'**ki** ga aru	popular / populer / ได้รับความนิยม / được ưa chuộng

き

121 (4) 車 (7) car / mobil / รถ / ô tô [xa]	車 ④	くるま	**kuruma**	car / mobil / รถ / ô tô
	電車 ④	でんしゃ	den'**sha**	train / trem / รถไฟฟ้า / tàu điện
	駐車場 ③	ちゅうしゃじょう	chū**sha**jō	parking lot / halte / ที่จอดรถ / bãi đỗ xe
	空車	くうしゃ	kū**sha**	vacant (e.g. taxi, parking) / mobil kosong / (ที่จอดรถ)ว่าง / xe không(taxi, bãi đỗ xe)
	満車	まんしゃ	man'**sha**	full (e.g. parking) / penuh (mis: tempat parkir) / (ที่จอดรถ) เต็ม / đầy xe (bãi đỗ xe)

くるま

しゃ

第7回 112〜130

122 空 (8)
empty, sky / kosong, langit / ว่าง, ท้องฟ้า / trống không, bầu trời [không]

空	そら	sora	sky / langit / ท้องฟ้า / bầu trời
空気	くうき	kūki	air / udara / อากาศ / không khí
空港	くうこう	kūkō	airport / bandara / สนามบิน / sân bay

そら
くう

123 社 (7)
company / perusahaan / บริษัท / công ty [xã]

会社	かいしゃ	kaisha	company / perusahaan / บริษัท / công ty
社会	しゃかい	shakai	society / masyarakat / สังคม / xã hội
社長	しゃちょう	shachō	president of a company / direktur / ประธานบริษัท / giám đốc công ty
新聞社	しんぶんしゃ	shin'bun'sha	newspaper company / perusahaan surat kabar / บริษัทหนังสือพิมพ์ / toà soạn
神社	じんじゃ	jin'ja	shrine / kuil / ศาลเจ้า / đền thờ

しゃ / じゃ

124 内 (4)
inside / bagian dalam / ข้างใน / bên trong [nội]

内田さん	うちださん	uchida san	Mr./Ms.Uchida / Bapa/Ibu Uchida / คุณอุจิดะ / ông/bà Uchida
家内	かない	kanai	my wife / istri saya / ภรรยาผม / vợ tôi
以内	いない	inai	within / dalam... / ภายใน / trong giới hạn
社内	しゃない	shanai	in one's company / dalam perusahaan / ภายในบริษัท / trong công ty
国内	こくない	kokunai	inland, domestic / dalam negeri / ภายในประเทศ / trong nước
内科	ないか	naika	internal medicine / bagian dalam / แผนกอายุรกรรม / khoa nội

うち
ない

125 長 (8) long / panjang / ยาว / dài [trường, trưởng]	長い ④	ながい	nagai	long / panjang / ยาว / dài
	社長 ③	しゃちょう	sha**chō**	president of a company / direktur / ประธานบริษัท / giám đốc công ty
	校長 ③	こうちょう	kō**chō**	school principal / kepala sekolah / ครูใหญ่ ผู้อำนวยการโรงเรียน / thầy hiệu trưởng
	長男 ②	ちょうなん	**chō**nan	one's oldest son / anak laki-laki pertama / ลูกชายคนโต / trưởng nam
	長女 ②	ちょうじょ	**chō**jo	one's oldest daughter / anak perempuan pertama / ลูกสาวคนโต / trưởng nữ

なが-い
ちょう

126 校 (10) school house / sekolah / โรงเรียน / trường học [hiệu]	学校 ④	がっこう	gak**kō**	school / sekolah / โรงเรียน / trường học
	小学校 ③	しょうがっこう	shōgak**kō**	elementary school / SD / โรงเรียนประถมศึกษา / trường tiểu học
	中学校 ③	ちゅうがっこう	chūgak**kō**	junior high school / SMP / โรงเรียนมัธยมศึกษาตอนต้น / trường THCS
	高校 ③	こうこう	**kō**kō	high school / SMA / โรงเรียนมัธยมศึกษาตอนปลาย / trường THPT
	高校生 ③	こうこうせい	**kō**kōsē	high school student / siswa SMA / นักเรียนมัธยมปลาย / học sinh THPT

こう

127 会 (6) meet / bertemu / พบ / gặp [hội]	会う ④	あう	au	to meet / bertemu / พบ / gặp
	会社 ④	かいしゃ	**kai**sha	company / perusahaan / บริษัท / công ty
	会議 ③	かいぎ	**kai**gi	conference, meeting / rapat / การประชุม / hội nghị
	会話 ③	かいわ	**kai**wa	conversation / percakapan / การสนทนา / hội thoại
	展覧会 ③	てんらんかい	ten'ran'**kai**	exhibition / pameran / นิทรรศการ / triển lãm

あ-う
かい

128 寺 (6) temple / kuil / วัด / chùa [tự]	(お)寺 ③	おてら	otera	temple / kuil / วัด / chùa
	東大寺	とうだいじ	tōdai**ji**	Todaiji Temple / Kuil Todaiji / วัดโทไดจิ / chùa Todai

てら
じ

129 待 (9)

wait / menunggu / รอ / đợi [đãi]

待つ ④	まつ	**ma**tsu	to wait / menunggu / รอ / đợi
待合室 ②	まちあいしつ	**machi**aishitsu	waiting room / ruang tunggu / ห้องนัดพบ / phòng đợi
招待する ③	しょうたいする	shō**tai** suru	to invite / mengundang / เชิญ / mời
期待する ②	きたいする	ki**tai** suru	to expect (something good) / mengharap / คาดหวัง / hy vọng, mong đợi

ま-つ
たい

130 時 (10)

time / waktu / เวลา / thời gian [thời]

時々 ④	ときどき	**toki**doki	sometimes / kadang-kadang / บางครั้ง / thỉnh thoảng
時計 ④	とけい*	to**kē***	clock, watch / jam / นาฬิกา / đồng hồ
時間 ④	じかん	**ji**kan	time, hour / waktu / เวลา, ชั่วโมง / thời gian, giờ
四時 ④	よじ	yo**ji**	four o'clock / pukul empat / สี่โมง / bốn giờ
時代 ③	じだい	**ji**dai	era / jaman / สมัย / thời đại

とき
じ

🍀 '々' is used when the same kanji is repeated.
'々' é usado para repetir kanji.
เครื่องหมาย "々" ใช้เมื่อต้องการซ้ำคันจิตัวเดิม
'々' sử dụng khi chữ Hán sau lặp lại chữ Hán đầu.

第7回

練習問題 (れんしゅうもんだい)
Exercise / Soal Latihan / แบบฝึกหัด / Luyện tập

1 キーボードでどう入力(にゅうりょく)しますか。

① 馬　　　a. uma　　　　　b. uuma　　　　c. basha
② 電車　　a. denn kuruma　b. denn sha　　c. denn guruma
③ 新聞　　a. shinn bunn　　b. atara kiki　c. shin bun
④ 時間　　a. ji kann　　　b. toki aida　　c. toki kann
⑤ 高校生　a. koo koo see　b. kou kou sei　c. kou kou see

How do you type this kanji?
Bagaimana jika ditik (pakai keyboard)?
คันจิต่อไปนี้พิมพ์อย่างไร
Hãy chọn cách đánh máy đúng.

2 ひらがなでどう書(か)きますか。

① 社長　　a. しゃちょう　b. しゃっちょう　c. しゃながい
② 九時　　a. きゅうじ　　b. きゅうとき　　c. くじ
③ 国内　　a. くにうち　　b. くにない　　　c. こくない
④ 天気　　a. てんき　　　b. でんき　　　　c. げんき
⑤ 来年　　a. らいとし　　b. らいねん　　　c. きねん

How do you write this kanji in hiragana?
Bagaimana jika ditulis dengan hiragana?
คันจิต่อไปนี้เขียนเป็นอักษรฮิระงะนะอย่างไร
Hãy phiên âm Hiragana các chữ Hán dưới đây.

3 下線部(かせんぶ)の読(よ)み方(かた)を書(か)いてください。

① このお寺は、新しいですね。　② 魚とお米は体にいいですよ。

③ A：会社まで何で来ますか。　④ A：どこで会いましょうか。
　 B：車で来ます。　　　　　　 B：大阪駅(おおさか)の南口は、どうですか。

⑤ A：空が暗いですね。
　 B：そうですね。明日は、雨でしょうね。

Write the reading of the underlined portion.
Tulis cara baca kata yang digarisbawahi!
จงเขียนเสียงอ่านของคำที่ขีดเส้นใต้
Hãy viết cách đọc các chữ Hán có gạch chân.

4 読(よ)んで意味(いみ)を考(かんが)えましょう。

① A：ちょっと待ってもらえませんか。
　 B：はい。
② A：ビールを飲みますか。
　 B：ええ、時々。週に二日ぐらいですね。
③ A：何で行きますか。車ですか。
　 B：いいえ、電車で行きます。
④ A：ちょっと気分が悪(わる)いんですが。
　 B：大丈夫(だいじょうぶ)ですか。ちょっと、休みましょう。

Read and figure out the meaning of the sentences.
Baca dan pikirkan artinya!
จงอ่านและเดาความหมายของประโยคต่อไปนี้
Hãy đọc và đoán nghĩa các câu dưới đây.

チャレンジ！ Challenge! / Cobalah! / แบบฝึกหัดท้าทาย / Thử sức!

▶読み方と書き方
第7回 112〜130

1. 画数はいくつですか。
   ① 長（　　） ② 駅（　　） ③ 新（　　）
   ④ 雨（　　） ⑤ 来（　　） ⑥ 待（　　）

   How many strokes are there?
   Berapa struknya?
   จงบอกจำนวนเส้นของคันจิต่อไปนี้
   Các chữ Hán dưới đây có bao nhiêu nét?

2. 適当な漢字を選んでください。
   ① がっこうに行きます。
1	学校
2	学生
3	大学

   ② 3時にきました。
1	来した
2	来た
3	来ました

   ③ 駅でまちます。
1	待ます
2	待す
3	待ちます

   ④ さかなを食べます。
1	馬
2	魚
3	米

   ⑤ これ、あたらしいですね。
1	新しい
2	新い
3	新

   ⑥ あの人の話はながいですね。
1	長がい
2	長い
3	長

   Choose the appropriate kanji.
   Pilih huruf kanji yang tepat!
   จงเลือกคันจิที่ถูกต้อง
   Hãy chọn chữ Hán thích hợp.

3. 適当な漢字を書いてください。
   ① でんきをつけましょうか。
   ② きょうは、あめですね。
   ③ 東口でいちじかん まちましたが、うちださんはきませんでした。
   ④ しがつから IT のかいしゃで働きます。
   　　　　　　　　　　　　　　　　　はたら
   ⑤ お正月に、おてらに行きました。
   ⑥ この山のくうきは、おいしいですね。
   ⑦ A：じゃあ、えきであいましょう。
   　　B：はい、じゃあ、またあした。

   Write the kanji of the underlined portion.
   Tulis kata yang digaris-bawahi dengan huruf kanji!
   จงเขียนคันจิของคำที่ขีดเส้นใต้
   Hãy viết chữ Hán thích hợp.

第8回 読み方と書き方を覚えよう

Let's learn reading and writing
Menghapal cara baca dan menulisnya
มาจำเสียงอ่านและวิธีเขียนกันเถอะ
Hãy nhớ cách đọc và cách viết

131 持 (9) hold / membawa / ถือ / cầm [trì]

持つ ④	もつ	motsu	to have, to possess / membawa, mempunyai / ถือ มี ครอบครอง / cầm, nắm
気持ち ③	きもち	kimochi	feeling / perasaan / ความรู้สึก / cảm giác
持ち物	もちもの	mochimono	belongings / bawaan / สัมภาระส่วนตัว / đồ vật mang theo
持ち帰り	もちかえり	mochikaeri	takeout / membawa pulang / ซื้อกลับบ้าน / mang về

も-つ

132 特 (10) special / spesial / พิเศษ / đặc biệt [đặc]

特に ③	とくに	toku ni	especially / terutama / เป็นพิเศษ / đặc biệt là
特別な ③	とくべつな	tokubetsu na	special / khusus / พิเศษ / đặc biệt
特急 ③	とっきゅう	tokkyū	limited express (train) / kereta ekspres / (รถไฟ)ด่วนพิเศษ / (tàu) tốc hành

とく / とっ

133 買 (12) buy / membeli / ซื้อ / mua [mãi]

| 買う ④ | かう | kau | to buy / membeli / ซื้อ / mua |
| 買い物 ④ | かいもの | kaimono | shopping / belanja / ซื้อของ / mua sắm |

か-う

▶読み方と書き方
第8回 131〜150

134 員 (10)
employee, member / pekerja, anggota / ลูกจ้าง สมาชิก / nhân viên, thành viên [viên]

店員 ③	てんいん	ten'in	salesperson / pelayan toko / พนักงานขาย / nhân viên bán hàng
会社員 ③	かいしゃいん	kaishain	company employee / karyawan perusahaan / พนักงานบริษัท / nhân viên công ty
会員 ②	かいいん	kaiin	member / anggota / สมาชิก / hội viên
定員 ②	ていいん	teiin	capacity / kapasitas / จำนวนคนที่จุได้ / số người theo quy định
新入社員	しんにゅうしゃいん	shin'nyūshain	new employee / karyawan baru / พนักงานใหม่ / nhân viên mới

いん

135 質 (15)
ask a question, quality / bertanya, kualitas / ถาม คุณภาพ / hỏi, chất lượng [chất]

| 質問する ④ | しつもんする | shitsumon'suru | to ask a question / bertanya / ถามคำถาม / đặt câu hỏi |
| 質 ② | しつ | shitsu | quality / kualitas / คุณภาพ / chất lượng |

しつ

136 店 (8)
shop / toko / ร้านค้าปลีก / cửa hàng [điểm]

店 ④	みせ	mise	shop / toko / ร้านค้าปลีก ร้านเล็กๆ / cửa hàng
店員 ③	てんいん	ten'in	salesperson / pelayan toko / พนักงานขาย / nhân viên bán hàng
店内 ②	てんない	ten'nai	inside the shop / di dalam toko / ภายในร้าน / trong cửa hàng

みせ
てん

137 開 (12)
open / buka / เปิด / mở [khai]

開ける ④	あける	akeru	to open / membuka / เปิด (อะไรบางอย่าง) / mở (cái gì đó)
開く ④	あく	aku	(something) opens / terbuka / (อะไรบางอย่าง) เปิด / (cái gì đó) mở
開く ③	ひらく	hiraku	(something) opens / membuka, terbuka / (อะไรบางอย่าง) เปิด / (cái gì đó) mở
開店時間	かいてんじかん	kaiten'jikan	opening hours / jam buka toko / เวลาเปิดร้าน / giờ mở cửa

あ-く
あ-ける
ひら-く
かい

138 閉 (11)

close / menutup / ปิด / đóng [bế]

閉める ④	しめる	shimeru	to close / menutup / ปิด / đóng (cái gì đó)
閉まる ④	しまる	shimaru	(something) closes / tutup / (อะไรบางอย่าง)ปิด / (cái gì đó) đóng
閉じる ②	とじる	tojiru	(something) closes / menutup / (อะไรบางอย่าง)ปิด / (cái gì đó) đóng
閉店する	へいてんする	heiten' suru	to close the shop / menutup toko / ปิดร้าน / đóng cửa hàng

し - まる
し - める
と - じる

へい

139 問 (11)

inquiry / minta keterangan / สอบถาม / hỏi thăm [vấn]

問う ②	とう	tou	to ask a question / bertanya / ถาม / hỏi
問(い)合(わ)せ ②	といあわせ	toiawase	inquiry / minta informasi / สอบถาม / hỏi thăm
質問する ④	しつもんする	shitsumon' suru	to ask a question / bertanya / ถามคำถาม / đặt câu hỏi
問題 ④	もんだい	mon'dai	question, problem / masalah, pertanyaan / โจทย์ ปัญหา / vấn đề, câu hỏi
訪問する ②	ほうもんする	hōmon' suru	to visit / berkunjung / ไปเยี่ยม / đến thăm

と - う

もん

140 自 (6)

self / diri pribadi / ตน / bản thân [tự]

自分 ④	じぶん	jibun	oneself / diri sendiri / ตนเอง / tự mình
自由な ③	じゆうな	jiyū na	free / bebas / อิสระ / tự do
自動ドア ②	じどうドア	jidōdoa	automatic door / pintu otomatis / ประตูอัตโนมัติ / cửa tự động
自宅 ②	じたく	jitaku	one's house / rumah sendiri / บ้านตัวเอง / nhà riêng
自信 ②	じしん	jishin	confidence / percaya diri / ความมั่นใจในตนเอง / tự tin

じ

141 首 (9)

neck / leher / คอ / cổ [thủ]

首 ③	くび	kubi	neck / leher / คอ / cổ
首相 ②	しゅしょう	shushō	prime minister / perdana mentri / นายกรัฐมนตรี / thủ tướng

くび

しゅ

第8回 131～150

142 道 (12) — way / jalan / ทาง / đường đi [どう]

道 ④	みち	michi	way, street / jalan / ทาง ถนน / đường đi, phố
水道 ③	すいどう	sui**dō**	waterworks / air ledeng / น้ำประปา / đường ống nước
道具 ③	どうぐ	**dō**gu	tool / alat / เครื่องมือ / dụng cụ
歩道 ②	ほどう	ho**dō**	sidewalk / trotoar / ทางเดิน / đường dành cho người đi bộ
車道 ②	しゃどう	sha**dō**	roadway / jalan mobil / ทางรถวิ่ง ถนน / đường dành cho ô tô
高速道路 ②	こうそくどうろ	kōsoku**dō**ro	expressway, highway / jalan tol / ทางด่วน / đường cao tốc

- みち
- どう

143 週 (11) — week / seminggu / สัปดาห์ / tuần [chu]

毎週 ④	まいしゅう	mai**shū**	every week / tiap minggu / ทุกสัปดาห์ / hàng tuần
来週 ④	らいしゅう	rai**shū**	next week / minggu depan / สัปดาห์หน้า / tuần sau
先週 ④	せんしゅう	sen'**shū**	last week / minggu lalu / สัปดาห์ที่แล้ว / tuần trước
一週間 ④	いっしゅうかん	is**shū**kan	one week / seminggu / หนึ่งสัปดาห์ / một tuần
週末 ①	しゅうまつ	**shū**matsu	weekend / akhir pekan / สุดสัปดาห์ / cuối tuần

- しゅう

144 重 (9) — heavy / berat / หนัก / nặng [trọng]

重い ④	おもい	**omo**i	heavy / berat / หนัก / nặng
体重 ②	たいじゅう	tai**jū**	body weight / berat badan / น้ำหนักตัว / trọng lượng
重大な ②	じゅうだいな	**jū**dai na	significant / penting / สำคัญ / trọng đại

- おも-い
- じゅう

145 動 (11)

move / gerak / ย้าย / di chuyển [động]

動く ③	うごく	ugoku	(something) moves / bergerak / (อะไรบางอย่าง) ย้าย เคลื่อน / chuyển động, cử động
自動車 ④	じどうしゃ	ji**dō**sha	car / mobil / รถยนต์ / xe ô tô
動物 ④	どうぶつ	**dō**butsu	animal / binatang / สัตว์ / động vật
動物園 ③	どうぶつえん	**dō**butsuen	zoo / kebun binatang / สวนสัตว์ / vườn thú
運動する ③	うんどうする	un'**dō** suru	to exercise / bergerak / ออกกำลังกาย / vận động

うご-く
どう

146 働 (13)

work / bekerja / ทำงาน / làm việc [động]

働く ④	はたらく	hataraku	to work / bekerja / ทำงาน / làm việc
労働 ②	ろうどう	rōdō	labor / pekerja / แรงงาน / lao động

はたら-く
どう

147 早 (6)

early / cepat / เร็ว / sớm [tảo]

早い ④	はやい	hayai	early (adjective) / cepat / เร็ว เช้า (คุณศัพท์) / sớm (tính từ)
早く ④	はやく	hayaku	early (adverb) / dengan cepat / เร็ว เช้า (กริยาวิเศษณ์) / sớm (phó từ)

はや-い

148 花 (7)

flower / bunga / ดอกไม้ / hoa [hoa]

花 ④	はな	hana	flower / bunga / ดอกไม้ / hoa
花見 ③	はなみ	hanami	cherry blossom viewing / melihat bunga (Sakura) / การชมดอกซากุระ / ngắm hoa
花火 ②	はなび	hanabi	fireworks / kembang api / ดอกไม้ไฟ / pháo hoa
花瓶 ④	かびん	kabin	flower vase / vas bunga / แจกันดอกไม้ / bình hoa

はな
か

第8回 131〜150

149 草 (9) — grass / rumput / หญ้า / cỏ [thảo]

草 ③	くさ	kusa	grass / rumput / หญ้า / cỏ
草原	そうげん	sōgen	grass field / padang rumput / ทุ่งหญ้า / thảo nguyên

くさ / そう

150 茶 (9) — tea / teh / ชา / trà [trà]

お茶 ④	おちゃ	ocha	tea / teh (hijau) / ชา / trà
紅茶 ④	こうちゃ	kōcha	English/black tea / teh / ชาฝรั่ง / trà đen
日本茶 ②	にほんちゃ	nihon'cha	Japanese tea / teh Jepang / ชาญี่ปุ่น / trà Nhật Bản
茶色 ④	ちゃいろ	chairo	brown / warna coklat / สีน้ำตาล / màu nâu
喫茶店 ④	きっさてん※	kissaten※	café, coffee shop / kedai kopi / ร้านกาแฟ / quán cà phê, giải khát

ちゃ

第8回

練習問題 — Exercise / Soal Latihan / แบบฝึกหัด / Luyện tập

1 キーボードでどう入力しますか。 — How do you type this kanji? / Bagaimana jika ditik (pakai keybord)? / คีย์จิตอไปนี้พิมพ์อย่างไร / Hãy chọn cách đánh máy đúng.

① 気持ち　　a. ki mo chi　　b. ki mo ci　　c. ki mo chi i
② 店員　　　a. ten inn　　　b. tenn inn　　c. tenn ninn
③ 一週間　　a. ishu kann　　b. isshu kann　　c. isshuu kann
④ 自動　　　a. ji do　　　　b. ji dou　　　c. ji doo
⑤ 質問　　　a. shitze mon　　b. shitzu mon　　c. shitsu mon

2 ひらがなでどう書きますか。 — How do you write this kanji in hiragana? / Bagaimana jika ditulis dengan hiragana? / คีย์จิตอไปนี้เขียนเป็นอักษรฮิระงะนะอย่างไร / Hãy phiên âm Hiragana các chữ Hán dưới đây.

① お茶　　　a. おちゃ　　　b. おちや　　　c. おちあ
② 先週　　　a. さきしゅう　b. せんしゅ　　c. せんしゅう
③ 重い　　　a. おもい　　　b. おおもい　　c. おむい
④ 働きます　a. うごきます　b. あきます　　c. はたらきます
⑤ 待ち時間　a. まつじかん　b. まちじかん　c. もつじかん

3 下線部の読み方を書いてください。 — Write the reading of the underlined portion. / Tulis cara baca kata yang digarisbawahi! / จงเขียนเสียงอ่านของคำที่ขีดเส้นใต้ / Hãy viết cách đọc các chữ Hán có gạch chân.

① お店までの道が、分かりません。

② 日本では、花を四本あげるのは、だめですよ。

③ 先週、高いお茶を買いました。

④ ドアが閉まりますよ。お気をつけください。

⑤ そのパソコン、動きませんよ。　⑥ きのうの夜から首がいたいです。

4 読んで意味を考えましょう。 — Read and figure out the meaning of the sentences. / Baca dan pikirkan artinya! / จงอ่านและเดาความหมายของประโยคต่อไปนี้ / Hãy đọc và đoán nghĩa các câu dưới đây.

① A：店内で、おめし上がりですか。　②A：こっちに来てください。早く早く！
　B：いえ、持ち帰りでおねがいします。　B：はい。今行きます。

③ A：お茶です。どうぞ。　　　　　　④A：何かご質問、ありますか。
　B：じゃ、えんりょなく。　　　　　　B：いいえ、特にありません。

チャレンジ！ Challenge! / Cobalah! / แบบฝึกหัดท้าทาย / Thử sức!

1. 画数はいくつですか。

① 質（　　　）　② 問（　　　）　③ 週（　　　）

④ 茶（　　　）　⑤ 道（　　　）　⑥ 特（　　　）

> How many strokes are there?
> Berapa struknya?
> จงบอกจำนวนเส้นของคันจิต่อไปนี้
> Các chữ Hán dưới đây có bao nhiêu nét?

2. 適当な漢字を選んでください。

① このみちは、夜あぶないです。
　1 道
　2 首
　3 草

② おべんとうをかいます。
　1 員います
　2 質います
　3 買います

③ 右がわのドアがひらきます。
　1 開きます
　2 閉きます
　3 間きます

④ じぶんでご飯をつくります。
　1 白分
　2 目分
　3 自分

⑤ 今日ははやく起きました。
　1 百く
　2 重く
　3 早く

⑥ 来週、もってきてくれますか。
　1 特って
　2 待って
　3 持って

> Choose the appropriate kanji.
> Pilih huruf kanji yang tepat!
> จงเลือกคันจิที่ถูกต้อง
> Hãy chọn chữ Hán thích hợp.

3. 適当な漢字を書いてください。

① このおちゃは、とくに高いです。

② しがつになったら、おはなみに行きましょう。

③ ちょっとふとりましたから、まいしゅうジムに行っています。

④ A：今、でんしゃがとまっていますよ。

　B：え？いつ、うごきますか？

⑤ 父は、かいしゃいんで、東京ではたらいています。

> Write the kanji of the underlined portion.
> Tulis kata yang digarisbawahi dengan huruf kanji!
> จงเขียนคันจิของคำที่ขีดเส้นใต้
> Hãy viết chữ Hán thích hợp.

PART II

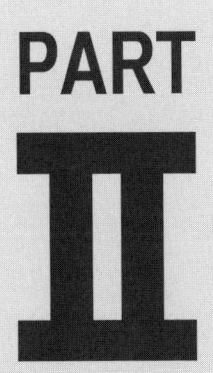

第9回~第16回

PART I と PART II で日本語能力試験3級の漢字がすべて学べます。
You can learn all of the level 3 kanji of the Japanese Language Proficiency Test in Part I and Part II.
Dengan mempelajari 'Part I' dan 'Part II', materi level 3 Tes Kemampuan Berbahasa Jepang dianggap tuntas.
เนื้อหาในตำราครอบคลุมคันจิระดับ 3 ในการสอบวัดระดับภาษาญี่ปุ่น
Ở Part I và Part II, các bạn có thể học tất cả các chữ Hán trong kỳ thi năng lực tiếng Nhật cấp độ 3.

▶ストーリーで意味を覚えよう　▶▶▶ p.114

Let's memorize kanji with its story
Mengingat makna dari asal-usulnya
มาจำความหมายผ่านเรื่องสนุกกันเถอะ
Hãy nhớ ý nghĩa của chữ Hán qua các mẩu chuyện

- イラストとストーリーで 150 字の字形と意味を楽しく覚えます。
- It is so much fun to memorize the shape and meaning of 150 kanji through stories and illustrations.
- Mengingat bentuk dan arti 150 huruf kanji dari asal-usul dan ilustrasinya secara menyenangkan.
- สนุกกับการจำความหมายและรูปร่างคันจิ 150 ตัวผ่านรูปภาพและเรื่องสนุก
- Có thể nhớ thú vị ý nghĩa và hình dạng của 150 chữ Hán qua các minh họa và mẩu chuyện.

▶読み方と書き方を覚えよう　▶▶▶ p.163

Let's learn reading and writing
Menghapal cara baca dan menulisnya
มาจำเสียงอ่านและวิธีเขียนกันเถอะ
Hãy nhớ cách đọc và cách viết

- ストーリーで覚えた漢字の読み方と書き方を覚えます。
- You can learn the reading and writing of the kanji you have already memorized through stories.
- Menghapal cara baca-tulis semua kanji yang telah diingat melalui asal-usulnya.
- เรียนรู้เสียงอ่านและวิธีเขียนคันจิที่ได้จำผ่านเรื่องสนุก
- Có thể nhớ cách đọc và cách viết các chữ Hán đã nhớ qua các mẩu chuyện.

第9回 ストーリーで意味を覚えよう

Let's memorize kanji with its story
Mengingat makna dari asal-usulnya
มาจำความหมายผ่านเรื่องสนุกกันเถอะ
Hãy nhớ ý nghĩa của chữ Hán qua các mẩu chuyện

★36

車 → 車

A **Car**. This kanji can be used by itself.
Mobil. Bisa berdiri sendiri.
คันจิตัวนี้หมายถึง **รถ** คันจิตัวนี้สามารถใช้โดด ๆ ได้ด้วย
Có nghĩa là **ô tô**. Chữ Hán này cũng được sử dụng độc lập. [xa]

☞ 車 121

151

車 + 🏛 = 車 + 云 = 転

A toy car on a table **rotate**s and falls down.
Mobil-mobilan di atas meja **jatuh** ke bawah.
รถเด็กเล่น**กลิ้ง**อยู่บนโต๊ะและตกลงข้างล่าง
Chiếc xe đồ chơi ở trên bàn **lăn** xuống dưới. [chuyển]

☞ 車 ★36 (p.114)

☆37

A **small cover**
Ini bermakna sebuah **tutup kecil**.
หมายถึง**ผ้าคลุมขนาดเล็ก**
Có nghĩa là một cái **bọc nhỏ**.

152

⼍ + 車 + ⻌ = 運

A car with a small cover **carries** things on the road.
Mobil bertutup sedang **mengangkut** muatan.
รถกำลัง**ขน**สัมภาระซึ่งมีผ้าคลุม
Xe ô tô trùm hàng hóa bằng bạt rồi **chở** đi. [vận]

☞ ⼍ ☆37 (p.114)
車 121
⻌ ☆33 (p.46)

▶意味
第9回 151〜169

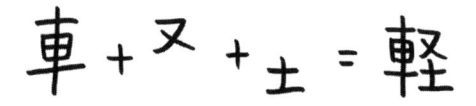

153 軽

車 + ヌ + 土 = 軽

車 ★36 (p.114)
土 49

Heavy stuff such as soil or a chair feels **light** if you carry them by car.
Tanah dan kursi jika diangkut pakai mobil akan terasa **ringan**.
ดินกับเก้าอี้ถ้าใช้รถขนก็จะรู้สึก**เบา**
Nếu chở đất và ghế bằng xe ô tô sẽ cảm thấy **nhẹ**. [khinh]

154 朝

艹 + ㇌ + 十 + 日 + 月 = 朝

艹 ☆35 (p.48)
日 41
月 42

You see the sun between a fence and the moon. Now is the **morning** time.
Kalau matahari kelihatan di antara pagar dan bulan, tandanya sudah **pagi**.
เมื่อเห็นพระอาทิตย์อยู่ระหว่างรั้วและพระจันทร์ นั่นคือเวลา**เช้า**
Có thể nhìn thấy mặt trời ở giữa hàng rào và mặt trăng. Bây giờ là **buổi sáng**. [triều]

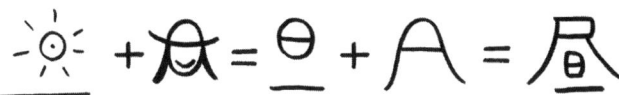

155 昼

☀ + 👩 = 日 + 人 = 昼

日 41

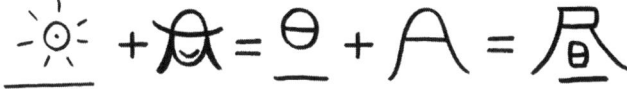

When the sun is up (above the horizon), the woman puts on her hat. It is **daytime**.
Jika matahari sudah di atas upuk, dan wanita memakai topi, pertanda hari sudah **siang**.
เวลาที่พระอาทิตย์อยู่เหนือเส้นขอบฟ้า และพวกผู้หญิงต่างสวมหมวกคือเวลา**กลางวัน**
Khi mặt trời nằm ở đường chân trời và người phụ nữ đội mũ thì đó là **ban ngày**. [trú]

★38 虫

🐛 → 虫 → 虫

A shape of a worm / **bug** walking on a twig. This kanji can be used by itself.
Ulat yang sedang berjalan pada ranting pohon. Kanji ini bisa berdiri sendiri.
ภาพ**หนอน**กำลังไต่กิ่งไม้ คันจิตัวนี้สามารถใช้โดด ๆ ได้ด้วย
Hình con **sâu** đang bò trên cành cây. Chữ Hán này cũng được sử dụng độc lập. [trùng]

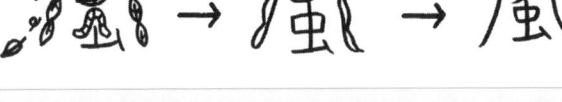

156 風

🍃🐛 → 風 → 風

虫 ★38 (p.115)

A worm is sheltered from the **wind** under a leaf.
Agar tidak terbawa **angin**, ulat menempel di balik daun.
หนอนเกาะติดอยู่ใบไม้เพื่อไม่ให้ถูก**ลม**พัด
Con sâu ẩn mình dưới lá để không bị **gió** thổi bay đi. [phong]

157

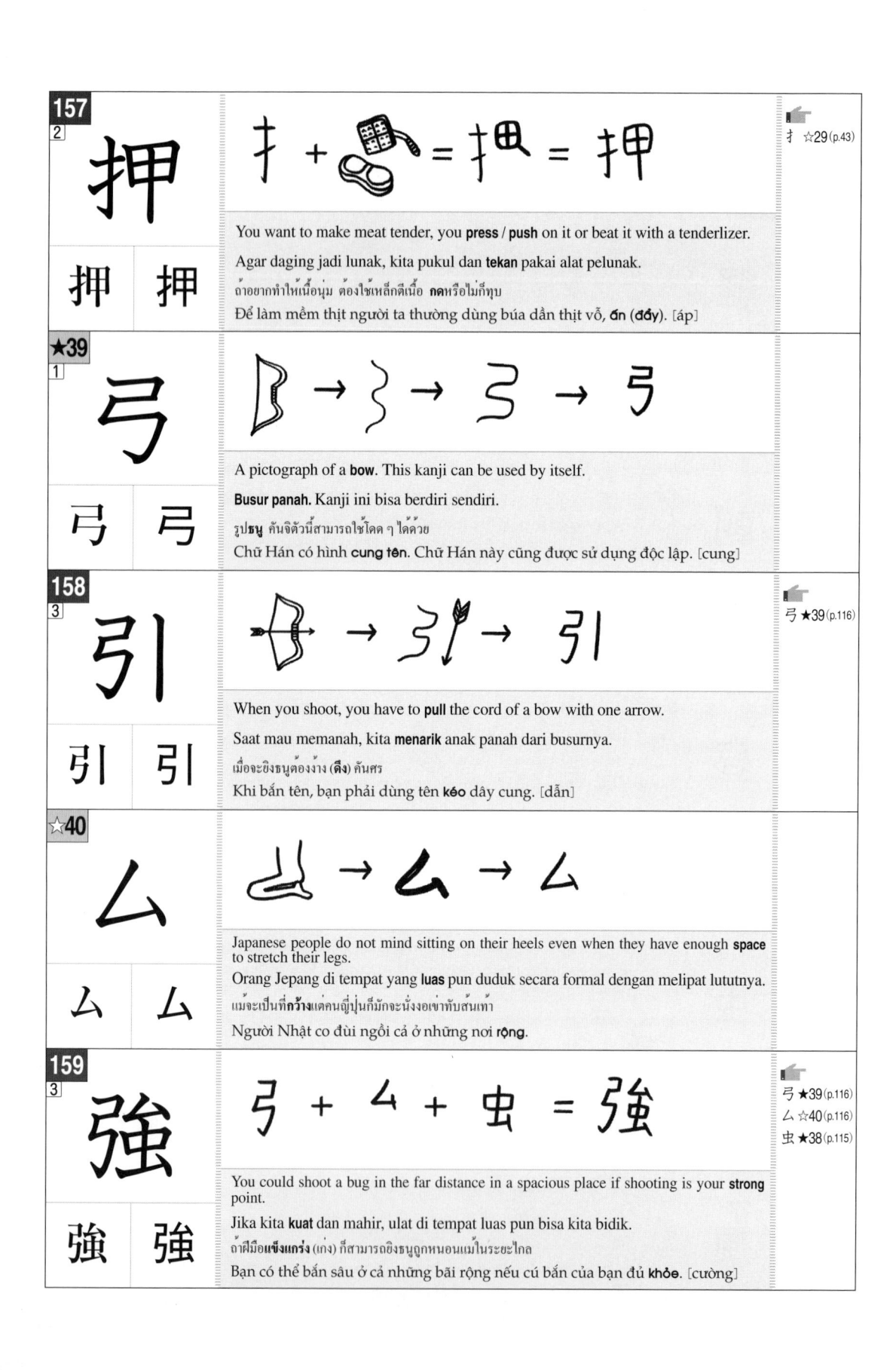

押 押 押

扌 + 🀫 = 扌田 = 押

You want to make meat tender, you **press** / **push** on it or beat it with a tenderlizer.
Agar daging jadi lunak, kita pukul dan **tekan** pakai alat pelunak.
ถ้าอยากทำให้เนื้อนุ่ม ต้องใช้เหล็กตีเนื้อ **กด**หรือไม่ก็ทุบ
Để làm mềm thịt người ta thường dùng búa dần thịt vỗ, **ấn** (**đẩy**). [áp]

扌 ☆29 (p.43)

★39

弓 弓 弓

A pictograph of a **bow**. This kanji can be used by itself.
Busur panah. Kanji ini bisa berdiri sendiri.
รูป**ธนู** คันจิตัวนี้สามารถใช้โดด ๆ ได้ด้วย
Chữ Hán có hình **cung tên.** Chữ Hán này cũng được sử dụng độc lập. [cung]

158

引 引 引

When you shoot, you have to **pull** the cord of a bow with one arrow.
Saat mau memanah, kita **menarik** anak panah dari busurnya.
เมื่อจะยิงธนูต้องง้าง (**ดึง**) คันศร
Khi bắn tên, bạn phải dùng tên **kéo** dây cung. [dẫn]

弓 ★39 (p.116)

☆40

ム ム ム

Japanese people do not mind sitting on their heels even when they have enough **space** to stretch their legs.
Orang Jepang di tempat yang **luas** pun duduk secara formal dengan melipat lututnya.
แม้จะเป็นที่**กว้าง**แต่คนญี่ปุ่นก็มักจะนั่งงอเข่าทับส้นเท้า
Người Nhật co đùi ngồi cả ở những nơi **rộng**.

159

強 強 強

弓 + ム + 虫 = 強

You could shoot a bug in the far distance in a spacious place if shooting is your **strong** point.
Jika kita **kuat** dan mahir, ulat di tempat luas pun bisa kita bidik.
ถ้าฝีมือ**แข็งแกร่ง** (**เก่ง**) ก็สามารถยิงธนูถูกหนอนแม้ในระยะไกล
Bạn có thể bắn sâu ở cả những bãi rộng nếu cú bắn của bạn đủ **khỏe**. [cường]

弓 ★39 (p.116)
ム ☆40 (p.116)
虫 ★38 (p.115)

▶意味　第9回　151〜169

★41 羽

羽 羽

(A couple of) **feather**s which stand for a wing. This kanji can be used by itself.
Sayap burung. Bisa berdiri sendiri.
คันจิตัวนี้แสดงถึง**ปีกนก**(ขนนก) คันจิตัวนี้สามารถใช้โดด ๆ ได้ด้วย
Chữ Hán này thể hiện **cánh** chim. Chữ Hán này cũng được sử dụng độc lập. [vũ]

160 弱

弱 弱

羽 ★41 (p.117)

The feathers are broken. Birds with **weak** wings cannot fly.
Sayapnya patah, sehingga burung itu tidak bisa terbang dengan sayap yang **lemah.**
นกปีกหัก ด้วยปีกที่**อ่อน**แรงก็บินไม่ได้
Cánh chim bị gãy. Chim không thể bay với đôi cánh **yếu**. [nhược]

161 習

習 習

羽 ★41 (p.117)
白 103

A white bird is **learn**ing how to fly with its new wings.
Burung putih **belajar** terbang dengan sayapnya yang baru tumbuh.
นกขาวใช้ปีกใหม่**เรียนรู้**วิธีบิน
Con chim trắng dùng đôi cánh mới mọc để **tập** bay. [tập]

162 勉

勉 勉

力 14

You put on your glasses, use your notebook and **endeavour** to study hard from Monday to Sunday.
Selama 7 hari, dari Senin hingga Minggu dengan memakai kacamata dan memegang buku, **berupaya** dengan mengerahkan semua tenaganya.
ใส่แว่นกางสมุดโน๊ตพยายาม**เล่าเรียน**ตั้งแต่จันทร์ถึงศุกร์
Bạn đeo kính, sử dụng vở và **cố gắng** chăm chỉ học suốt 7 ngày từ thứ hai đến chủ nhật. [miễn]

163 台

台 台

ム ☆40 (p.116)
口 7

You have to be on a **stand** if you are to speak in a wide open space.
Saat pidato di tempat luas harus berdiri dengan memakai **alas** (mimbar).
เมื่อจะกล่าวสุนทรพจน์ในที่สาธารณะต้องขึ้นยืนบนเวที (**แท่น**)
Phải đứng trên **bục** khi diễn thuyết ở quảng trường. [đài].

164

始

女 + 台 = 始

A woman **start**s her performance on a stand.
Perempuan berdiri di atas bantalan lalu **mulai** berorasi.
ผู้หญิงขึ้นยืนบนเวที (แท่น) และ**เริ่ม**การแสดง
Người phụ nữ đứng trên bục và **bắt đầu** diễn thuyết. [sơ]

女 16
台 163

165

市

A pictograph of a **market** sign. This also means a **city**.
Lambang yang menunjukkan **pasar**. Bisa juga berarti **kota madya**.
สัญลักษณ์แสดงถึง**ตลาด** คันจิตัวนี้ยังหมายถึง **เมือง** ด้วย
Thể hiện dấu hiệu của **chợ**. Chữ Hán này cũng có nghĩa là **thành phố**. [thị]

166

姉

女 + 市 = 姉

An **elder sister** is old enough to work in a market.
Kakak perempuan sudah cukup usia untuk bekerja di pasar.
พี่สาวโตพอที่จะไปทำงานที่ตลาด
Chị gái là người phụ nữ đủ tuổi để có thể ra chợ làm việc. [tỷ]

女 16
市 165

★42

未

A tree has **not** fully grown **yet**. This kanji can be used by itself.
Belum tumbuh benar. Bisa berdiri sendiri.
ต้นไม้**ยัง**โตไม่เต็มที่ คันจิตัวนี้สามารถใช้โดด ๆ ได้ด้วย
Cây vẫn **chưa** phát triển đầy đủ. Chữ Hán này có thể sử dụng độc lập. [vị]

木 9

167

妹

女 + 未 = 妹

A **younger sister** is not yet old enough to work.
Adik perempuan belum cukup usia untuk bekerja.
น้องสาวยังโตไม่พอที่จะทำงาน
Em gái tôi vẫn chưa đủ tuổi đi làm. [muội]

女 16
未 ★42 (p.118)

▶意 味
第9回 151〜169

168 ③ 味

口 ＋ 未 ＝ 味

口 7
未 ★42 (p.118)

You put things in your mouth when you do not know what their **taste** is.
Kalau belum tahu **rasa**-nya, masukan ke mulut dan cicipilah!
ตักอาหารที่ปรุงใส่ปากเพื่อชิมว่า**รส**ชาติเป็นอย่างไร
Khi không biết **vị** gì đó, bạn sẽ cho nó vào miệng nếm. [vị]

味　味

169 ③ 好

女 ＋ 子 ＝ 好

女 16
子 27

Women and children are **like**d by everyone.
Biasanya orang **suka** wanita dan anak-anak.
ใคร ๆ ก็**ชอบ**ผู้หญิงและเด็ก
Mọi người đều **yêu quý** phụ nữ và trẻ em. [hảo]

好　好

第9回

練習問題
Exercise / Soal Latihan / แบบฝึกหัด / Luyện tập

① 意味を書いてください。

Write the meaning of the following kanji.
Tulislah makna dari kanji berikut!
จงเขียนความหมายที่ถูกต้องของคันจิต่อไปนี้
Hãy viết nghĩa các chữ Hán dưới đây.

引	転	市	習	弱
昼	姉	勉	台	風
強	朝	妹	押	軽
好	味	運	始	★弓
★虫	★羽	★未	★車	☆宀
☆ム

② 意味を推測して、適当なものをa〜eから選んでください。

Guess and choose the appropriate meaning from the box.
Tebak maknanya dengan cara memilih salah satu dari a sampai e!
จงเดาความหมายของคำศัพท์ต่อไปนี้ และเลือกคำตอบที่ถูกต้องจาก a ~ e
Hãy đoán nghĩa và chọn các từ thích hợp trong khung.

① 勉強　（　　）
② 台風　（　　）
③ 押入　（　　）
④ 味見　（　　）
⑤ 運転　（　　）

a. studying / belajar / การเรียน / học bài
b. tasting / mencicipi / การชิม / nếm
c. a typhoon / angin topan / พายุใต้ฝุ่น / bão
d. driving / menyetir / การขับรถ / lái xe
e. a Japanese style closet / lemari pakaian ala Jepang / ห้องเก็บของข้างฝา / tủ để đồ kiểu Nhật Bản

③ 意味を推測してください。

Guess the meaning of the following words.
Silahkan tebak maknanya!
จงเดาความหมายของคำศัพท์ต่อไปนี้
Hãy đoán nghĩa các từ dưới đây.

① 開始　　（　　　　　　）
② 今朝　　（　　　　　　）
③ 軽食　　（　　　　　　）
④ 昼休み　（　　　　　　）
⑤ 大好き　（　　　　　　）
⑥ 姉妹　　（　　　　　　）
⑦ 自習　　（　　　　　　）
⑧ 市長　　（　　　　　　）

第10回 ストーリーで意味を覚えよう

Let's memorize kanji with its story
Mengingat makna dari asal-usulnya
มาจำความหมายผ่านเรื่องสนุกกันเถอะ
Hãy nhớ ý nghĩa của chữ Hán qua các mẩu chuyện

170 心

A pictograph of a human **heart**
Gambar **hati** manusia.
รูปหัว**ใจ**มนุษย์
Hình **trái tim** của con người. [tâm]

★43 心

Heart. This kanji can be used by itself.
Bentuk **hati** secara sederhana, bisa berdiri sendiri.
หัว**ใจ** คันจิตัวนี้สามารถใช้โดด ๆ ได้ด้วย
Đây là **trái tim**. Chữ Hán này cũng được sử dụng độc lập. [tâm]

171 思

田 + 心 = 思

田 13
心 ★43 (p.121)

Whenever Japanese people see rice fields, they **think** of their home in their hearts.
Orang Jepang jika melihat sawah, hatinya **mengira** tentang kampung halamannya
คนญี่ปุ่นเมื่อได้เห็นนาข้าวในใจก็จะ**นึก**ถึงบ้านเกิด
Nhìn thấy ruộng lúa là người Nhật lại **nghĩ** tới quê hương. [tư]

172 意

音 + 心 = 意

音 45
心 ★43 (p.121)

When an **idea** comes up, your heart beats loudly and makes sounds.
Jika **pendapat** muncul, hati akan berbunyi dengan keras.
ใจเต้นแรงจนได้ยินเสียงตุบตับ เมื่อเกิด**ความคิด**ในหัว
Khi nghĩ ra **ý kiến** gì đó, trái tim sẽ rộn lên và phát ra âm thanh. [ý]

part II (170-187 Meaning)

173

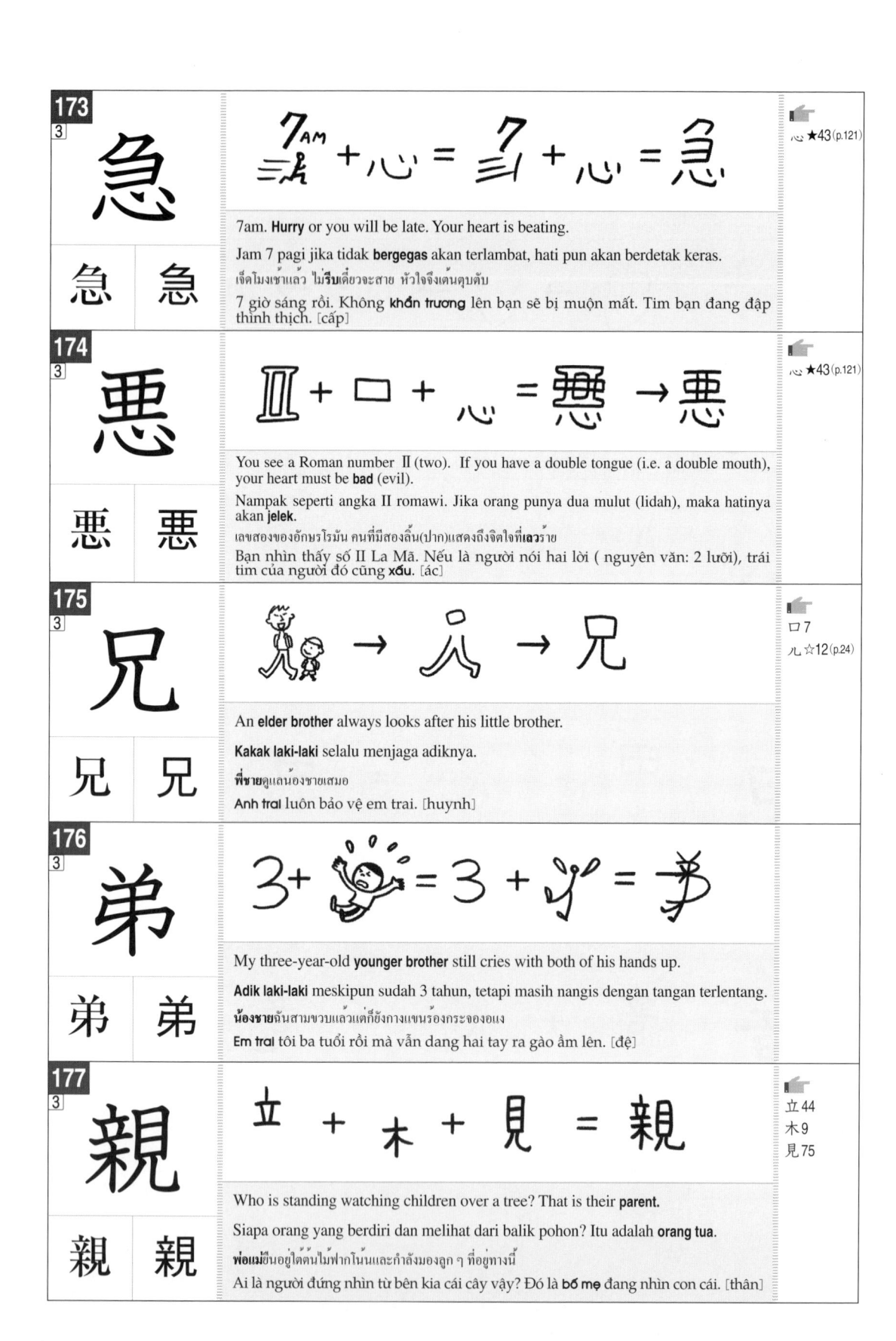

急

急 急

心 ★43 (p.121)

7am. **Hurry** or you will be late. Your heart is beating.

Jam 7 pagi jika tidak **bergegas** akan terlambat, hati pun akan berdetak keras.

เจ็ดโมงเช้าแล้ว ไม่**รีบ**เดี๋ยวจะสาย หัวใจจึงเต้นตุบตับ

7 giờ sáng rồi. Không **khẩn trương** lên bạn sẽ bị muộn mất. Tim bạn đang đập thình thịch. [cấp]

174

悪

悪 悪

心 ★43 (p.121)

You see a Roman number Ⅱ (two). If you have a double tongue (i.e. a double mouth), your heart must be **bad** (evil).

Nampak seperti angka Ⅱ romawi. Jika orang punya dua mulut (lidah), maka hatinya akan **jelek**.

เลขสองของอักษรโรมัน คนที่มีสองลิ้น(ปาก)แสดงถึงจิตใจที่**เลว**ร้าย

Bạn nhìn thấy số Ⅱ La Mã. Nếu là người nói hai lời (nguyên văn: 2 lưỡi), trái tim của người đó cũng **xấu**. [ác]

175

兄

兄 兄

口 7
儿 ☆12 (p.24)

An **elder brother** always looks after his little brother.

Kakak laki-laki selalu menjaga adiknya.

พี่ชายดูแลน้องชายเสมอ

Anh trai luôn bảo vệ em trai. [huynh]

176

弟

弟 弟

My three-year-old **younger brother** still cries with both of his hands up.

Adik laki-laki meskipun sudah 3 tahun, tetapi masih nangis dengan tangan terlentang.

น้องชายฉันสามขวบแล้วแต่ก็ยังกางแขนร้องกระจองอแง

Em trai tôi ba tuổi rồi mà vẫn dang hai tay ra gào ầm lên. [đệ]

177

親

親 親

立 44
木 9
見 75

Who is standing watching children over a tree? That is their **parent**.

Siapa orang yang berdiri dan melihat dari balik pohon? Itu adalah **orang tua**.

พ่อแม่ยืนอยู่ใต้ต้นไม้ฟากโน้นและกำลังมองลูก ๆ ที่อยู่ทางนี้

Ai là người đứng nhìn từ bên kia cái cây vậy? Đó là **bố mẹ** đang nhìn con cái. [thân]

▶意味
第10回 170〜187

★44
主
主　主

🕯️ → 主 → 主 → 主

A **candle**. When used alone, this kanji means a **master**.
Lampu **lilin**. Jika berdiri sendiri kanji ini bermakna **tuan** (pemilik).
รูป**เทียน**ที่ตั้งอยู่ เมื่อใช้โดด ๆ คันจิตัวนี้หมายถึง **เจ้าของ**
Đây là cây nến. Khi sử dụng độc lập, chữ Hán này có nghĩa là **chủ nhân**. [chủ]

178
主
主　主

🕯️ → 主 → 主 → 主

主 ★44 (p.123)

Someone who was able to use fire in the old days was a **master**.
Dulu yang bisa menggunakan api hanyalah **tuan**.
ในสมัยโบราณคนที่จะใช้ไฟได้คือ**เจ้านาย**
Ngày xưa **chủ nhân** là người được sử dụng lửa. [chủ]

179
注
注　注

氵 + 主 = 注

氵 ☆15 (p.26)
主 ★44 (p.123)

You **pour** water over the candle to put it out.
Untuk memadamkan api yaitu dengan **mencucurkan** air ke lilin.
รินน้ำลงบนเทียนเพื่อดับไฟ
Người ta **rót** nước vào nến để tắt nó. [chú]

180
住
住　住

亻 + 主 = 住

亻 ☆1 (p.4)
主 ★44 (p.123)

People use candles in a place where they **live**.
Orang menyimpan lilin di tempat **tinggal**-nya.
ผู้คนใช้เทียนเพื่อให้แสงสว่างภายในที่**อยู่อาศัย**ของตน
Mọi người đốt nến tại nơi mình **ở**. [trú]

181
春
春　春

三 + 人 + 日 = 夫 + 日 = 春

三 3
人 8
日 41

In Japan, people can enjoy sunlight for three months. That is **spring**.
Orang Jepang selama tiga bulan bisa menikmati sinar matahari, yaitu pada **musim semi**.
ที่ญี่ปุ่นผู้คนเพลิดเพลินกับแสงอาทิตย์เป็นเวลาสามเดือน ช่วงนั้นคือ**ฤดูใบไม้ผลิ**
Ở Nhật Bản, mọi người có thể thưởng thức ánh nắng mặt trời trong ba tháng. Đó là **mùa xuân**. [xuân]

part II 170-187 Meaning

123

182 夏

自 140
夂 ☆17 (p.31)

The road surface is so hot that I skip with my hat on in **summer**.

Di **musim panas** harus berjalan dengan memakai topi. Karena jalannya panas, kita harus meloncat-loncat.

ใน**ฤดูร้อน**เราจะสวมหมวก และเพราะถนนร้อนก็ต้องกระโดดไปมา

Vào **mùa hè** đường nóng nên tôi phải đội mũ và nhảy lò cò trên đường. [hạ]

☆45 禾

木 9

A **leaf** and a **tree**

Ini berarti **daun** dan **pohon**.

คันจิตัวนี้หมายถึง**ต้นไม้และใบไม้**

Có nghĩa là **lá và cây**.

183 秋

禾 ☆45 (p.124)
火 47

禾 + 火 = 秋

Leaves on trees change their colour red like fire in **autumn**.

Di **musim gugur** daun-daun memerah seperti api.

เมื่อถึง**ฤดูใบไม้ร่วง** ใบไม้จะกลายเป็นสีแดงเพลิง

Mùa thu lá cây chuyển sang màu đỏ như những đốm lửa. [thu]

184 冬

You wear a sweater in **winter**.

Di **musim dingin** orang-orang pakai sweater.

เมื่อถึง**ฤดูหนาว** ผู้คนจะสวมสเวตเตอร์

Mọi người mặc áo len vào **mùa đông**. [đông]

185 寒

宀 ☆2 (p.5)

In a wooden house, it is so **cold** that you have to wear sweaters.

Di dalam rumah kayu terasa sangat **dingin**, sehingga perlu memakai sweater.

เราจะรู้สึก**หนาว**ภายในบ้านไม้ จึงต้องสวมสเวตเตอร์

Nhà bằng gỗ rất **lạnh** nên phải mặc áo len. [hàn].

186

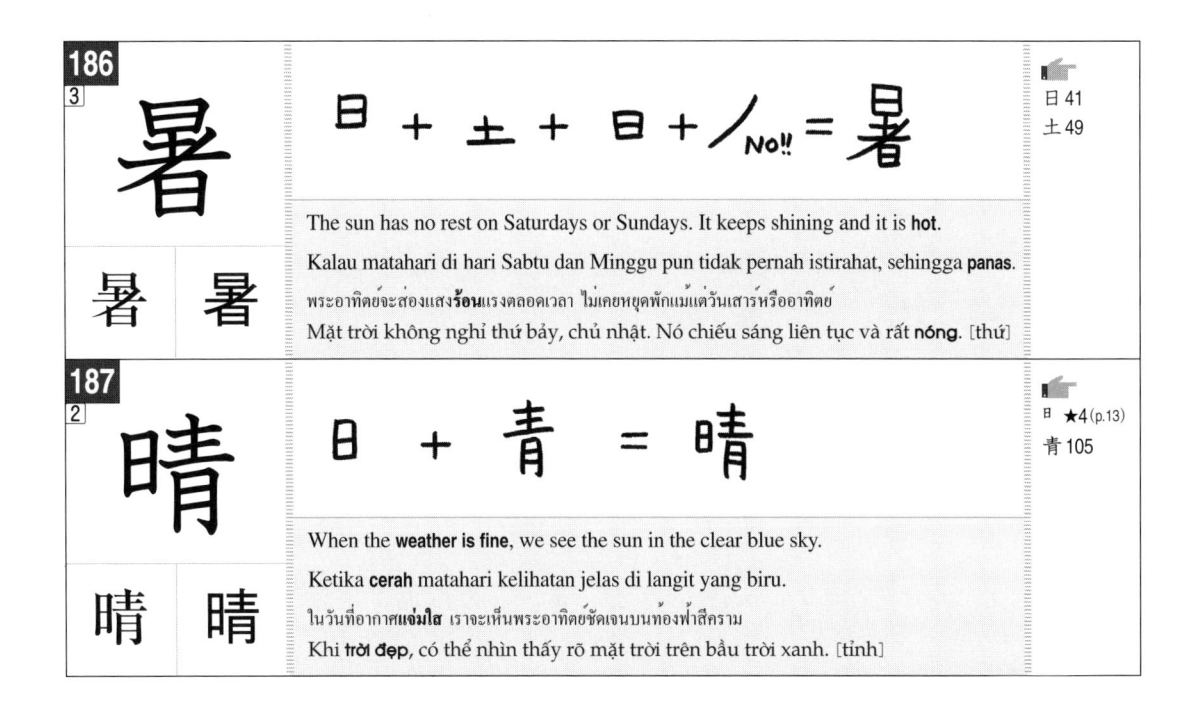

暑

日 + 土 + 日 + ノNo!! = 暑

日 41
土 49

The sun has no rest on Saturdays or Sundays. It keeps shining and it is **hot**.

Kalau matahari di hari Sabtu dan Minggu pun tidak pernah istirahat, sehingga **panas**.

พระอาทิตย์จะส่องแสง**ร้อน**แรงตลอดเวลา ไม่เคยหยุดพักแม้แต่วันเสาร์หรืออาทิตย์

Mặt trời không nghỉ thứ bảy, chủ nhật. Nó chiếu sáng liên tục và rất **nóng**. [thử]

187

晴

日 + 青 = 晴

日 ★4 (p.13)
青 105

When the **weather is fine**, we see the sun in the clear blue sky.

Ketika **cerah** matahari kelihatan jelas di langit yang biru.

ในวันที่อากาศ**แจ่มใส** เราจะเห็นพระอาทิตย์ชัดเจนบนท้องฟ้าสีคราม

Khi **trời đẹp**, có thể nhìn thấy rõ mặt trời trên bầu trời xanh. [tình]

第10回

練習問題

Exercise / Soal Latihan / แบบฝึกหัด / Luyện tập

1 意味を書いてください。

思	寒	弟	心	夏
住	意	春	兄	主
秋	急	注	親	暑
晴	冬	悪	★心	★主
☆秋				

Write the meaning of the following kanji.

Tulislah makna dari kanji berikut!

จงเขียนความหมายที่ถูกต้องของคันจิต่อไปนี้

Hãy viết nghĩa các chữ Hán dưới đây.

2 意味を推測して、適当なものをa～eから選んでください。

① 急行　（　　）

② 主人　（　　）

③ 思い出　（　　）

④ 注意　（　　）

⑤ 意味　（　　）

a. a husband / suami / สามี / chồng
b. attention / perhatian / การระวัง การตักเตือน / nhắc nhở, lưu ý
c. meaning, definition / makna, arti / ความหมาย / ý nghĩa
d. an express train / kereta ekspres / รถไฟด่วน / tàu nhanh
e. memory / kenangan / ความทรงจำ / kỷ niệm

Guess and choose the appropriate meaning from the box.

Tebak maknanya dengan cara memilih salah satu dari a sampai e!

จงเดาความหมายของคำศัพท์ต่อไปนี้และเลือกคำตอบที่ถูกต้องจาก a ~ e

Hãy đoán nghĩa và chọn các từ thích hợp trong khung.

3 意味を推測してください。

① 夏休み　　（　　　　　）

② 兄弟　　　（　　　　　）

③ 父親　　　（　　　　　）

④ 住人　　　（　　　　　）

⑤ 晴天　　　（　　　　　）

⑥ 秋雨　　　（　　　　　）

⑦ 中心　　　（　　　　　）

⑧ 悪口　　　（　　　　　）

Guess the meaning of the following words.

Silahkan tebak maknanya!

จงเดาความหมายของคำศัพท์ต่อไปนี้

Hãy đoán nghĩa các từ dưới đây.

第11回 ストーリーで意味を覚えよう

Let's memorize kanji with its story
Mengingat makna dari asal-usulnya
มาจำความหมายผ่านเรื่องสนุกกันเถอะ
Hãy nhớ ý nghĩa của chữ Hán qua các mẩu chuyện

★46 糸

小 23

糸 + 小 = 乡 + 小 = 糸

A **small tree**. When used alone, this kanji means **thread**.
Kanji ini berarti **pohon kecil**, tetapi jika berdiri sendiri berati **benang**.
คันจิตัวนี้หมายถึง **ต้นไม้เล็ก** เมื่อใช้โดด ๆ หมายถึง **เส้นด้าย**
Có nghĩa là **cái cây nhỏ**. Khi đứng một mình chữ Hán này có nghĩa là **chỉ**. [mịch]

188 終

糸 ★46 (p.127)
冬 184

糸 + 冬 = 終

You decorate trees at the **end** of winter.
Tiap tahun ketika musim dingin **berakhir** pohon selalu dihiasi.
เราจะตกแต่งต้นไม้ทุกปีเมื่อถึง**ปลาย**ฤดูหนาว
Mọi người thường trang trí lên cây vào **cuối** mỗi mùa đông. [chung]

★47 氏

二 + 𣏂 = 二 + 八 = 氏 → 氏

Two people, a man and a woman, share one **family name** to start a family. This kanji can be used by itself.
Dua orang, yaitu pria dan wanita mulai membentuk keluarga dengan membuat **nama keluarga**. Kanji ini bisa berdiri sendiri.
ผู้ชายกับผู้หญิงเมื่อเปลี่ยนมาใช้**นามสกุล**เดียวกันก็จะกลายเป็นครอบครัว คันจิตัวนี้สามารถใช้โดด ๆ ได้ด้วย
Hai người, một đàn ông và một đàn bà có cùng một **họ** sẽ tạo thành một gia đình. Chữ Hán này cũng được sử dụng độc lập. [thị]

189 紙

糸 ★46 (p.127)
氏 ★47 (p.127)

糸 + 氏 = 紙

Where do you write your family name? On a piece of **paper**, which is made of wood.
Nama keluarga ditulis pada **kertas,** dan kertas terbuat dari kayu.
เขียนนามสกุลลงบน**กระดาษ** กระดาษทำจากไม้
Mọi người viết họ của mình lên **giấy**. Giấy được làm từ gỗ. [chỉ]

190

低

イ + 氏 + /NO! = 低

イ ☆1 (p.4)
氏 ★47 (p.127)

Lower class people did not have their family name in the old days.

Dulu orang yang berkasta **rendah** tidak memiliki nama keluarga.

ในสมัยโบราณ คนที่มีฐานะ**ต่ำ**ไม่สามารถมีนามสกุล

Ngày xưa, những người có thân phận **thấp** hèn không có họ. [đê]

191

肉

This is a pictograph of a chunk of **meat** with some gristle.

Menunjukkan **daging** yang berserat.

ภาพก้อน**เนื้อ**ที่มีเอ็น

Thể hiện tảng **thịt** có gân. [nhục]

192

鳥

A pictograph of a **bird**

Gambar seekor **burung**.

ภาพ**นก**

Hình con **chim** [điểu]

193

犬

大 21

Man's best friend is a **dog**. The dot is a hand of a person who walks his/her dog.

Binatang yang biasa diajak jalan-jalan adalah **anjing**. Coretan di atasnya menunjukkan tangan si orang tadi.

สุนัขเป็นมิตรที่สำคัญของมนุษย์ จุดด้านบนขวาหมายถึงมือคนที่พาสุนัขเดินเล่น

Chó là người bạn tốt của con người. Dấu " 、 " thể hiện bàn tay người dắt chó đi dạo. [khuyển]

★48

羊

A face of a **sheep**. This kanji can be used by itself.

Muka **domba**. Kanji ini bisa berdiri sendiri.

ภาพใบหน้าของ**แกะ** คันจิตัวนี้สามารถใช้โดด ๆ ได้ด้วย

Hình đầu **cừu**. Chữ Hán này cũng được sử dụng độc lập. [dương]

▶意味
第11回 188～206

194 [3] 洋

氵 + 羊 = 洋

洋 洋

A flock of sheep looks like a big **ocean**.
Sekumpulan domba-domba nampak seperti **lautan luas**.
ฝูงแกะจำนวนมหาศาลดูเหมือน**มหาสมุทร**
Một đàn cừu nhìn trông như **đại dương**. [dương]

氵 ☆15(p.26)
羊 ★48(p.128)

195 [2] 和

禾 + 口 = 和

和 和

With leaves and wood, you could make something very **Japanese**.
Kalau membuat sesuatu dari pohon dan daun, akan menjadi barang-barang ciri khas **Jepang**.
ถ้าประดิษฐ์สิ่งของโดยใช้ใบไม้หรือไม้ ก็จะได้อะไรแบบ**ญี่ปุ่น**
Với lá và gỗ, bạn có thể làm được gì đó trông rất **Nhật Bản**. [hòa]

禾 ☆45(p.124)
口 7

196 [3] 服

月 + 🧍 = 月 + 🧍 = 服

服 服

Once a month, let's buy some **clothes**.
Sebulan sekali membeli **pakaian**.
ซื้อ**เสื้อผ้า**เดือนละหนึ่งครั้ง
Mỗi tháng hãy mua vài bộ **quần áo**. [phục]

月 42

197 [2] 式

工 + 🙆 = 工 + 🙆 = 式

式 式

A craftsperson has been brought here to set up things for the **ceremony**.
Untuk pengadaan segala keperluan **pesta** kita perlu mendatangkan ahli kerajinan.
ช่างฝีมือถูกพาตัวมาเพื่อจัดเตรียมสิ่งของในการทำ**พิธี**
Nghệ nhân được mời tới để lắp đặt thiết bị cho **buổi lễ**. [thức]

工 53

198 [3] 試

言 + 式 = 試

試 試

Please **test** your microphone before you speak at the ceremony.
Dalam pesta, sebelum kita mengatakan sesuatu, terlebih dahulu **mencoba** miknya jalan atau tidak.
ก่อนจะเริ่มพูดอะไรในพิธีต้อง**ลอง**ไมค์ว่าเสียงไม่มีปัญหา
Trước khi nói ở buổi lễ, hãy **thử** xem micro có phát ra tiếng không. [thí]

言 ★22(p.34)
式 197

199

馬 + ⌒ + 一 + 口 + 人 = 馬 + 僉 = 験

People bring their horses to the hall to have them **examined**. Then you will know which the best horse is.

Orang-orang berdatangan ke aula dengan naik kuda, sehingga kita perlu **mengetes** kuda mana yang paling baik.

ผู้คนนำม้าของตนมาที่หอประชุมเพื่อ**ตรวจสอบ**ว่าม้าตัวไหนดีที่สุด

Mọi người dẫn ngựa ra sân để **kiểm tra** xem con nào tốt nhất. [nghiệm]

馬 113
⌒ ☆7 (p.15)
一 1
口 7
人 8

200

辶 + 斤 = 近

If you partially cut off the road with an ax, you will get closer / be **near**er to the road.

Jika memotong jalan dengan naik sapi, maka akan terasa **dekat** ke tempat tujuan.

ถ้าใช้ขวานตัดถนน เส้นชัยก็จะ**ใกล้**เข้ามา

Nếu dùng rìu cắt đường, đích sẽ **gần** hơn. [cận]

斤 ☆24 (p.37)
辶 ☆33 (p.46)

☆49

衣

A **person leaving**

Orang yang pergi (lewat)

คันจิตัวนี้หมายถึง**คนที่จากไป**

Chỉ **người ra đi**

201

遠

When you leave for the land **far** away, you say good-bye aloud.

Ketika akan pergi melancong ke tempat yang sangat **jauh**, orang mengucapkan 'Selamat tinggal' dengan suara yang keras.

เมื่อจะเดินทางไปยังที่**ไกล**ต้องกล่าวอำลาดัง ๆ

Khi rời đi để đến một miền đất **xa** xôi, mọi người nói to lời tạm biệt. [viễn]

土 49
口 7
衣 ☆49 (p.130)
辶 ☆33 (p.46)

202

送

A person is heading for a post office to **send** a present.

Untuk **mengirim** paket, orang biasanya berjalan sampai kantor pos.

ชายหนุ่มเดินทางไปยังไปรษณีย์เพื่อ**ส่ง**ของขวัญ

Một người đi bộ đến tận bưu điện để **gửi** quà. [tống]

辶 ☆33 (p.46)

▶意味
第11回 188〜206

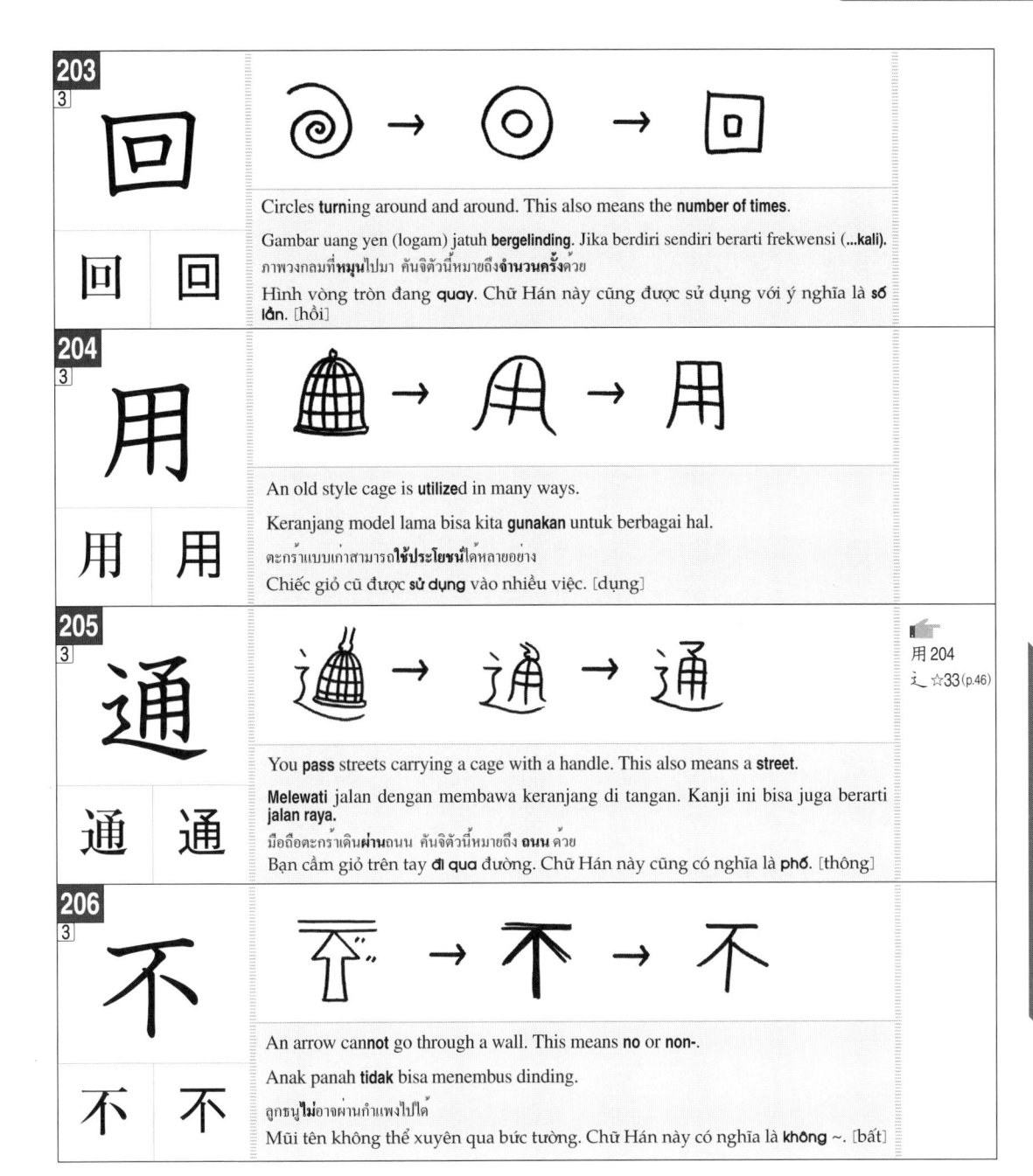

203 回 回 回

Circles **turn**ing around and around. This also means the **number of times**.

Gambar uang yen (logam) jatuh **bergelinding**. Jika berdiri sendiri berarti frekwensi (**...kali**).

ภาพวงกลมที่**หมุน**ไปมา คันจิตัวนี้หมายถึง**จำนวนครั้ง**ด้วย

Hình vòng tròn đang **quay**. Chữ Hán này cũng được sử dụng với ý nghĩa là **số lần**. [hồi]

204 用 用 用

An old style cage is **utilize**d in many ways.

Keranjang model lama bisa kita **gunakan** untuk berbagai hal.

ตะกร้าแบบเก่าสามารถ**ใช้ประโยชน์**ได้หลายอย่าง

Chiếc giỏ cũ được **sử dụng** vào nhiều việc. [dụng]

205 通 通 通

☞ 用 204
辶 ☆33(p.46)

You **pass** streets carrying a cage with a handle. This also means a **street**.

Melewati jalan dengan membawa keranjang di tangan. Kanji ini bisa juga berarti **jalan raya**.

มือถือตะกร้าเดิน**ผ่าน**ถนน คันจิตัวนี้หมายถึง **ถนน** ด้วย

Bạn cầm giỏ trên tay **đi qua** đường. Chữ Hán này cũng có nghĩa là **phố**. [thông]

206 不 不 不

An arrow ca**nnot** go through a wall. This means **no** or **non-**.

Anak panah **tidak** bisa menembus dinding.

ลูกธนู**ไม่**อาจผ่านกำแพงไปได้

Mũi tên không thể xuyên qua bức tường. Chữ Hán này có nghĩa là **không ~**. [bất]

第11回

練習問題 / Exercise / Soal Latihan / แบบฝึกหัด / Luyện tập

1 意味を書いてください。

鳥	回	試	服	送
用	紙	和	肉	洋
通	遠	低	近	終
不	犬	験	式	★糸
★羊	★氏	☆亻		

Write the meaning of the following kanji.
Tulislah makna dari kanji berikut!
จงเขียนความหมายที่ถูกต้องของคันจิต่อไปนี้
Hãy viết nghĩa các chữ Hán dưới đây.

2 意味を推測して、適当なものをa～eから選んでください。

① 和式　（　　）
② 試験　（　　）
③ 回送車（　　）
④ 手紙　（　　）
⑤ 遠足　（　　）

a. an examination / ujian, tes / การสอบ / thi, kiểm tra
b. outing / piknik / การเดินทางไกล / đi dã ngoại
c. a letter / surat / จดหมาย / lá thư
d. Japanese style / ala Jepang / แบบญี่ปุ่น / kiểu Nhật
e. a train/bus out of service / kereta yang berputar arah / รถหมดระยะ / tàu/xe không chở khách

Guess and choose the appropriate meaning from the box.
Tebak maknanya dengan cara memilih salah satu dari a sampai e!
จงเดาความหมายของคำศัพท์ต่อไปนี้และเลือกคำตอบที่ถูกต้องจาก a ~ e
Hãy đoán nghĩa và chọn các từ thích hợp trong khung.

3 意味を推測してください。

① 洋服　（　　　　　）
② 終電　（　　　　　）
③ 低下　（　　　　　）
④ 鳥肉　（　　　　　）
⑤ 洋食　（　　　　　）
⑥ 近道　（　　　　　）
⑦ 不通　（　　　　　）
⑧ 大人用（　　　　　）

Guess the meaning of the following words.
Silahkan tebak maknanya!
จงเดาความหมายของคำศัพท์ต่อไปนี้
Hãy đoán nghĩa các từ dưới đây.

第12回 ストーリーで意味を覚えよう

Let's memorize kanji with its story
Mengingat makna dari asal-usulnya
มาจำความหมายผ่านเรื่องสนุกกันเถอะ
Hãy nhớ ý nghĩa của chữ Hán qua các mẩu chuyện

207 事
事 事

✎ + 十 = 🗣 + 十 = 🗣 + 十 = 事

十 35

It is no easy **matter** writing ten pieces of work with a brush.
Menulis sepuluh karya dengan menggunaan koas adalah **hal** (sesuatu) yang melelahkan.
การเขียนผลงานสิบชิ้นด้วยพู่กันเป็น**เรื่อง** (สิ่ง) ยาก
Viết mười tác phẩm bằng bút lông là **việc** rất khó khăn. [sự]

208 仕
仕 仕

イ + 士 = 仕

イ ☆1 (p.4)
士 ★23 (p.34)

A samurai is someone who used to **serve** others.
Samurai adalah untuk **melayani** orang lain.
ซามูไรคือคนที่ทำหน้าที่**รับใช้**ผู้อื่น
Võ sĩ là người **phục vụ** người khác. [sĩ]

209 料
料 料

米 + 🥣 = 米 + 🥣 = 料

米 116

With a measuring bowl, you can weigh the rice and determine the **price**.
Jika menggunakan takaran timbangan, kita bisa mengetahui beratnya beras dengan **biaya**-nya.
เราสามารถใช้ทะนานเพื่อชั่งน้ำหนัก และคิด**ราคา**ข้าวได้
Nếu đấu đong có thể biết trọng lượng của gạo và **giá tiền**. [liệu]

210 理
理 理

王 + 田 + 土 = 理

王 ★5 (p.14)
田 13
土 49

You see rice fields and soil in the countryside. The king there is always **logical**.
Raja sawah dan tanah (perkampungan) biasanya selalu ber-**teori**.
กษัตริย์ผู้ครอบครองชนบท (ผืนนาและพื้นดิน) ตั้งตนอยู่บน**หลักเหตุผล**(ตรรกะ)เสมอ
Nhà vua của nông thôn(ruộng và đất) rất **hợp lý**. [lý]

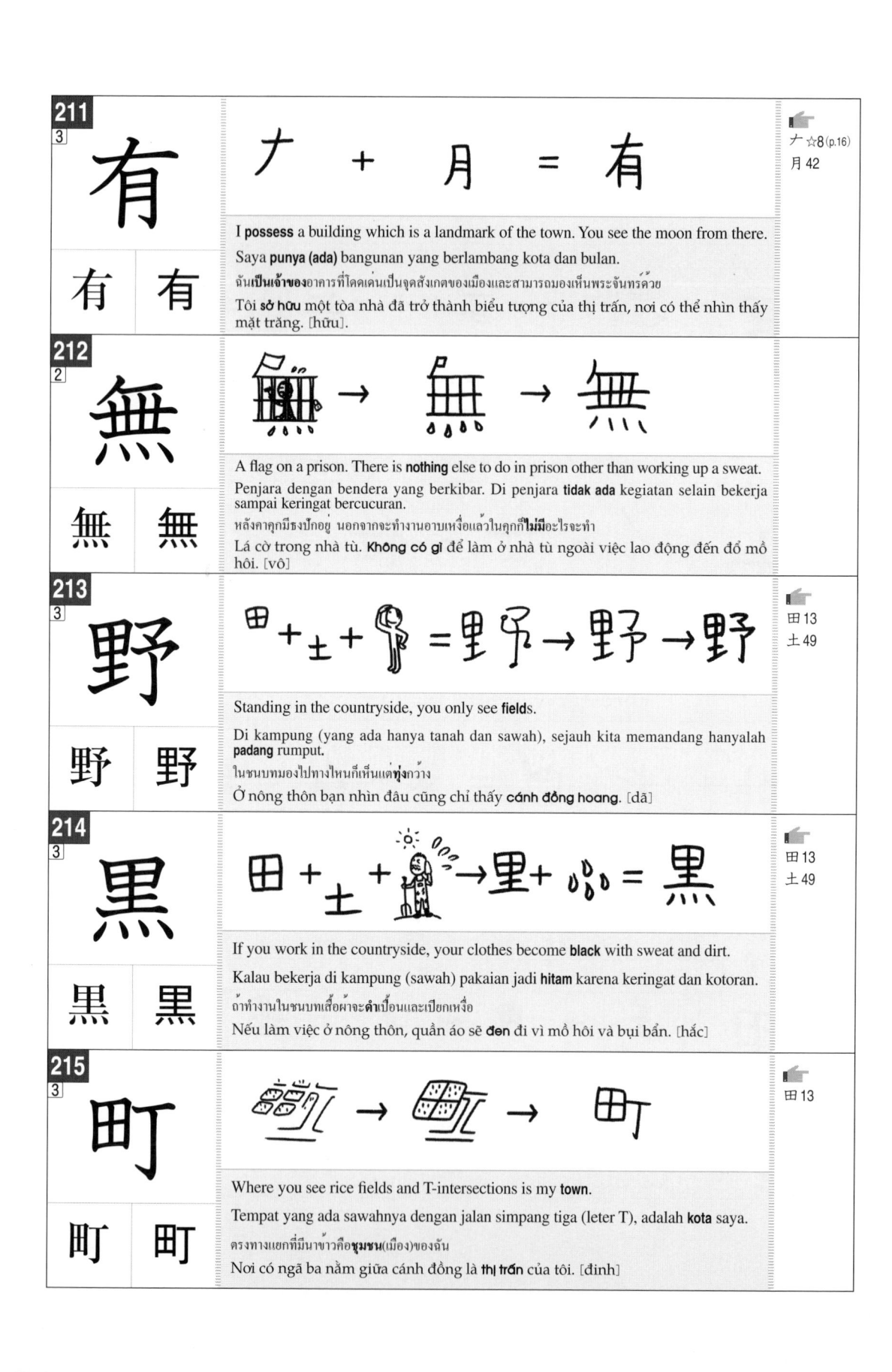

211

有

ナ + 月 = 有

I **possess** a building which is a landmark of the town. You see the moon from there.

Saya **punya (ada)** bangunan yang berlambang kota dan bulan.

ฉัน**เป็นเจ้าของ**อาคารที่โดดเด่นเป็นจุดสังเกตของเมืองและสามารถมองเห็นพระจันทร์ด้วย

Tôi **sở hữu** một tòa nhà đã trở thành biểu tượng của thị trấn, nơi có thể nhìn thấy mặt trăng. [hữu].

ナ ☆8(p.16)
月 42

212

無

→ 無 → 無

A flag on a prison. There is **nothing** else to do in prison other than working up a sweat.

Penjara dengan bendera yang berkibar. Di penjara **tidak ada** kegiatan selain bekerja sampai keringat bercucuran.

หลังคาคุกมีธงปักอยู่ นอกจากจะทำงานอาบเหงื่อแล้วในคุกก็**ไม่มี**อะไรจะทำ

Lá cờ trong nhà tù. **Không có gì** để làm ở nhà tù ngoài việc lao động đến đổ mồ hôi. [vô]

213

野

田 + 土 + 人 = 里 → 野 → 野

Standing in the countryside, you only see **field**s.

Di kampung (yang ada hanya tanah dan sawah), sejauh kita memandang hanyalah **padang rumput**.

ในชนบทมองไปทางไหนก็เห็นแต่**ทุ่ง**กว้าง

Ở nông thôn bạn nhìn đâu cũng chỉ thấy **cánh đồng hoang**. [dã]

田 13
土 49

214

黒

田 + 土 + 人 → 里 + 灬 = 黒

If you work in the countryside, your clothes become **black** with sweat and dirt.

Kalau bekerja di kampung (sawah) pakaian jadi **hitam** karena keringat dan kotoran.

ถ้าทำงานในชนบทเสื้อผ้าจะ**ดำ**เปื้อนและเปียกเหงื่อ

Nếu làm việc ở nông thôn, quần áo sẽ **đen** đi vì mồ hôi và bụi bẩn. [hắc]

田 13
土 49

215

町

→ → 町

Where you see rice fields and T-intersections is my **town**.

Tempat yang ada sawahnya dengan jalan simpang tiga (leter T), adalah **kota** saya.

ตรงทางแยกที่มีนาข้าวคือ**ชุมชน**(เมือง)ของฉัน

Nơi có ngã ba nằm giữa cánh đồng là **thị trấn** của tôi. [đinh]

田 13

▶意味
第12回 207～226

216
村

木 + 寸 = 村

In **village**s you make things using wood.
Di **desa** orang membuat kerajinan tangan dari kayu.
ที่**หมู่บ้าน**มักจะผลิตงานมือหลายอย่างจากไม้
Ở **làng**, từ gỗ người ta làm thủ công nhiều đồ vật. [thôn]

木 ★26(p.40)
寸 ★28(p.41)

村 村

217
菜

🌿 → 菜 → 菜

Do you see tomatoes and a cucumber under the fence? They are **vegetable**s I have been growing.
Di bawah pagar ada mentimun dan tomat, inilah **sayuran** yang membesarkan saya.
ใต้รั้วมีแตงกวากับมะเขือเทศ ซึ่งเป็น**ผัก**ที่ฉันปลูกเอง
Dưới hàng rào có dưa chuột và cà chua. Đó là **rau** tôi trồng. [thái]

艹 ☆35(p.48)
木 9

菜 菜

218
区

→ → 区

You divide a land in some parts, and you get **ward**s.
Sebidang tanah jika dibagi ke dalam beberapa bagian akan menjadi **ruang** (blok).
หากแบ่งที่ดินเป็นส่วน ๆ ก็จะได้**เขต**
Chia đất thành từng phần thì sẽ thành **khu**. [khu]

区 区

219
方

→ 方 → 方

A person is walking in a certain **direction**.
Orang berjalan menuju suatu **arah**.
คนเดินมุ่งหน้าไปยัง**ทิศทาง**หนึ่ง
Một người đi theo **hướng** nào đó. [phương]

方 方

★50
方

方 → 方

A **direction**. This kanji can be used by itself.
Bentuk sederhana dari kanji **arah**. Bisa berdiri sendiri.
คันจิตัวนี้หมายถึง **ทิศทาง** คันจิตัวนี้สามารถใช้โดดๆ ได้ด้วย
Có nghĩa là **hướng**. Chữ Hán này cũng được sử dụng độc lập. [phương]

方 219

方 方

220

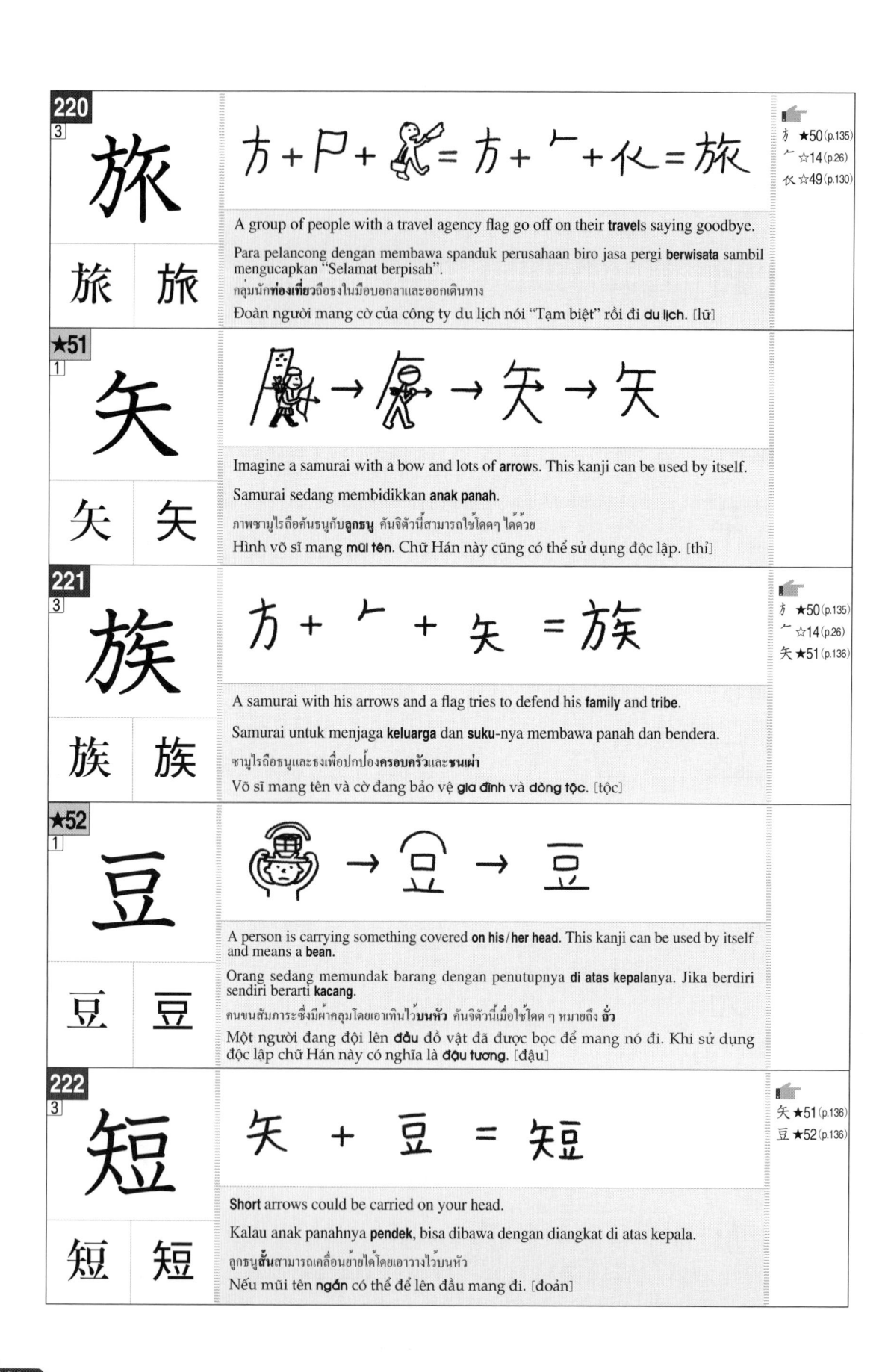

旅 旅 旅

方 + 卩 + 🚶 = 方 + 𠂉 + 仄 = 旅

方 ★50 (p.135)
𠂉 ☆14 (p.26)
仄 ☆49 (p.130)

A group of people with a travel agency flag go off on their **travel**s saying goodbye.

Para pelancong dengan membawa spanduk perusahaan biro jasa pergi **berwisata** sambil mengucapkan "Selamat berpisah".

กลุ่มนัก**ท่องเที่ยว**ถือธงในมือบอกลาและออกเดินทาง

Đoàn người mang cờ của công ty du lịch nói "Tạm biệt" rồi đi **du lịch**. [lữ]

★51

矢 矢 矢

Imagine a samurai with a bow and lots of **arrow**s. This kanji can be used by itself.

Samurai sedang membidikkan **anak panah**.

ภาพซามูไรถือคันธนูกับ**ลูกธนู** คันจิตัวนี้สามารถใช้โดดๆ ได้ด้วย

Hình võ sĩ mang **mũi tên**. Chữ Hán này cũng có thể sử dụng độc lập. [thỉ]

221

族 族 族

方 + 𠂉 + 矢 = 族

方 ★50 (p.135)
𠂉 ☆14 (p.26)
矢 ★51 (p.136)

A samurai with his arrows and a flag tries to defend his **family** and **tribe**.

Samurai untuk menjaga **keluarga** dan **suku**-nya membawa panah dan bendera.

ซามูไรถือธนูและธงเพื่อปกป้อง**ครอบครัว**และ**ชนเผ่า**

Võ sĩ mang tên và cờ đang bảo vệ **gia đình** và **dòng tộc**. [tộc]

★52

豆 豆 豆

A person is carrying something covered **on his/her head**. This kanji can be used by itself and means a **bean**.

Orang sedang memundak barang dengan penutupnya **di atas kepalanya**. Jika berdiri sendiri berarti **kacang**.

คนขนสัมภาระซึ่งมีผ้าคลุมโดยเอาเทินไว้**บนหัว** คันจิตัวนี้เมื่อใช้โดดๆ หมายถึง **ถั่ว**

Một người đang đội lên **đầu** đồ vật đã được bọc để mang nó đi. Khi sử dụng độc lập chữ Hán này có nghĩa là **đậu tương**. [đậu]

222

短 短 短

矢 + 豆 = 短

矢 ★51 (p.136)
豆 ★52 (p.136)

Short arrows could be carried on your head.

Kalau anak panahnya **pendek**, bisa dibawa dengan diangkat di atas kepala.

ลูกธนู**สั้น**สามารถเคลื่อนย้ายได้โดยเอาวางไว้บนหัว

Nếu mũi tên **ngắn** có thể để lên đầu mang đi. [đoản]

223 知

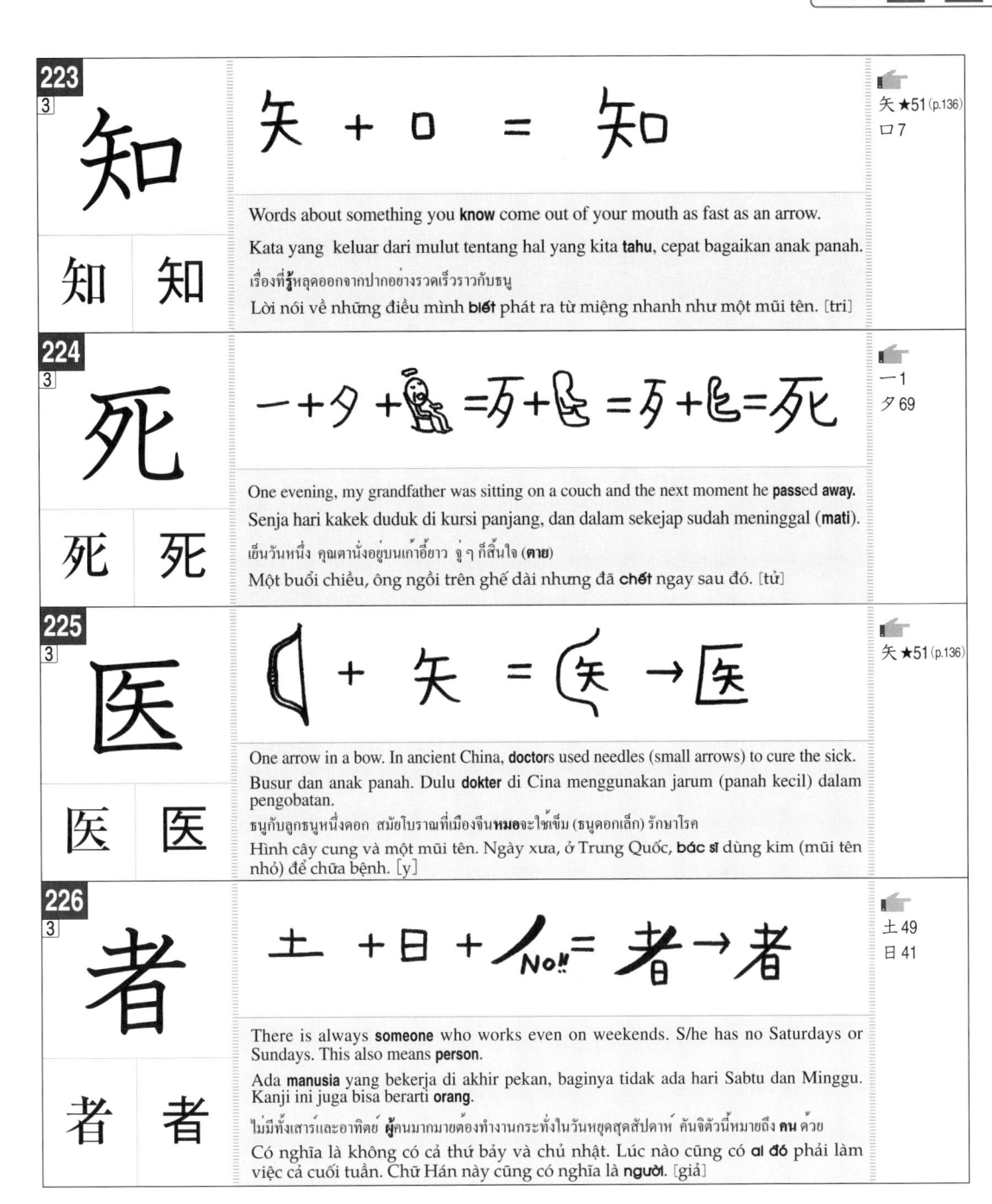

矢 + 口 = 知

矢 ★51 (p.136)
口 7

Words about something you **know** come out of your mouth as fast as an arrow.

Kata yang keluar dari mulut tentang hal yang kita **tahu**, cepat bagaikan anak panah.

เรื่องที่**รู้**หลุดออกจากปากอย่างรวดเร็วราวกับธนู

Lời nói về những điều mình **biết** phát ra từ miệng nhanh như một mũi tên. [tri]

224 死

一 + 夕 + 🧓 = 歹 + 🧓 = 歹 + 匕 = 死

一 1
夕 69

One evening, my grandfather was sitting on a couch and the next moment he **passed away**.

Senja hari kakek duduk di kursi panjang, dan dalam sekejap sudah meninggal (**mati**).

เย็นวันหนึ่ง คุณตานั่งอยู่บนเก้าอี้ยาว จู่ ๆ ก็สิ้นใจ (**ตาย**)

Một buổi chiều, ông ngồi trên ghế dài nhưng đã **chết** ngay sau đó. [tử]

225 医

(+ 矢 = (矢 → 医

矢 ★51 (p.136)

One arrow in a bow. In ancient China, **doctor**s used needles (small arrows) to cure the sick.

Busur dan anak panah. Dulu **dokter** di Cina menggunakan jarum (panah kecil) dalam pengobatan.

ธนูกับลูกธนูหนึ่งดอก สมัยโบราณที่เมืองจีน**หมอ**จะใช้เข็ม (ธนูดอกเล็ก) รักษาโรค

Hình cây cung và một mũi tên. Ngày xưa, ở Trung Quốc, **bác sĩ** dùng kim (mũi tên nhỏ) để chữa bệnh. [y]

226 者

土 + 日 + /NO!! = 者 → 者

土 49
日 41

There is always **someone** who works even on weekends. S/he has no Saturdays or Sundays. This also means **person**.

Ada **manusia** yang bekerja di akhir pekan, baginya tidak ada hari Sabtu dan Minggu. Kanji ini juga bisa berarti **orang**.

ไม่มีทั้งเสาร์และอาทิตย์ **ผู้**คนมากมายต้องทำงานกระทั่งในวันหยุดสุดสัปดาห์ คันจิตัวนี้หมายถึง **คน** ด้วย

Có nghĩa là không có cả thứ bảy và chủ nhật. Lúc nào cũng có **ai đó** phải làm việc cả cuối tuần. Chữ Hán này cũng có nghĩa là **người**. [giả]

第12回 練習問題

Exercise / Soal Latihan / แบบฝึกหัด / Luyện tập

1 意味を書いてください。

菜　黒　族　方　町
村　医　者　仕　無
料　事　有　区　理
野　旅　死　短　知
★方　★豆　★矢

Write the meaning of the following kanji.
Tulislah makna dari kanji berikut!
จงเขียนความหมายที่ถูกต้องของคันจิต่อไปนี้
Hãy viết nghĩa các chữ Hán dưới đây.

2 意味を推測して、適当なものをa〜eから選んでください。

① 料理　（　　）
② 短時間　（　　）
③ 仕事　（　　）
④ 無理　（　　）
⑤ 一方　（　　）

a. work / pekerjaan / งาน / công việc
b. impossible / tidak mungkin / ไม่ไหว เกินกำลัง / quá sức, không thể làm được
c. cooking / masakan / อาหาร การปรุงอาหาร / món ăn
d. a short time / jangka pendek / เวลาสั้น ๆ / thời gian ngắn
e. one side, on the other side / satu arah, di lain pihak / ในอีกด้านหนึ่ง / một mặt, mặt khác

Guess and choose the appropriate meaning from the box.
Tebak maknanya dengan cara memilih salah satu dari a sampai e!
จงเดาความหมายของคำศัพท์ต่อไปนี้ และเลือกคำตอบที่ถูกต้องจาก a ~ e
Hãy đoán nghĩa và chọn các từ thích hợp trong khung.

3 意味を推測してください。

① 有料　（　　　　　　　）
② 生死　（　　　　　　　）
③ 区長　（　　　　　　　）
④ 医者　（　　　　　　　）
⑤ 有名　（　　　　　　　）
⑥ 野菜　（　　　　　　　）
⑦ 旅行　（　　　　　　　）
⑧ 知人　（　　　　　　　）

Guess the meaning of the following words.
Silahkan tebak maknanya!
จงเดาความหมายของคำศัพท์ต่อไปนี้
Hãy đoán nghĩa các từ dưới đây.

第13回 ストーリーで意味を覚えよう

Let's memorize kanji with its story
Mengingat makna dari asal-usulnya
มาจำความหมายผ่านเรื่องสนุกกันเถอะ
Hãy nhớ ý nghĩa của chữ Hán qua các mẩu chuyện

---

227 都　都都

者 + β = 都

者 226

You see β, the Greek letter for 'B'. People in **metropolis** work even on weekends for a 'B'etter life.

Ingat huruf beta (β = better life/hidup lebih baik). Orang yang menginkan hidupnya lebih baik pada datang ke **kota metropolitan**.

อักษรกรีก β คือ B ผู้คนใน**เมืองใหญ่**ทำงานแม้กระทั่งในวันเสาร์อาทิตย์เพื่อชีวิตที่ดีกว่า ('B'etter life)

Chữ cái Hy Lạp β là B. Người sống ở **thành phố lớn** làm việc cả thứ bảy để hướng tới một cuộc sống tốt đẹp hơn. [đô]

---

228 京　京京

亠 + 口 + 小 = 京

亠 ☆11 (p.21)
口 7
小 23

People in the **capital** city, hiding their face with their hat, talk about politics in a small voice.

Orang yang datang di **ibu kota** berbicara tentang politik dengan suara pelan sambil menutup mukanya dengan topi.

ผู้คนใน**เมืองหลวง** สวมหมวกปกปิดใบหน้าและคุยกันเกี่ยวกับการเมืองอย่างเงียบ ๆ

Người **thủ đô** đội mũ che đi khuôn mặt và thì thầm về chính trị. [kinh]

---

229 県　県県

目 + 小 + ⌐ = 県 → 県

目 6
小 23

Each **prefecture** is small but worth seeing. ⌐ means the prefectural border.

Tiap **perfektur** memang kecil, tapi jika dilihat ada maknanya. ⌐ melambangkan batas perfektur.

แต่ละ**จังหวัด**มีขนาดเล็กแต่มีสถานที่น่าชม ⌐ หมายถึงเขตแดนของแต่ละจังหวัด

Các **tỉnh** nhỏ nhưng đáng để xem. ⌐ thể hiện ranh giới của tỉnh. [huyện]

---

230 民　民民

氏 → 氏 → 民 → 民

氏 ★47 (p.127)

Remember 氏, which is a family name? Many families live together and become **citizen**s.

Huruf 氏 melambangkan nama keluarga. Beberapa keluarga tinggal bersama akan menjadi **warga** kota

氏 หมายถึงนามสกุล เมื่อหลายครอบครัวมาอยู่รวมกันก็จะกลายเป็น**พลเมือง**

氏 là họ. Nhiều gia đình sống cùng nhau và trở thành **người thành phố**. [dân]

231

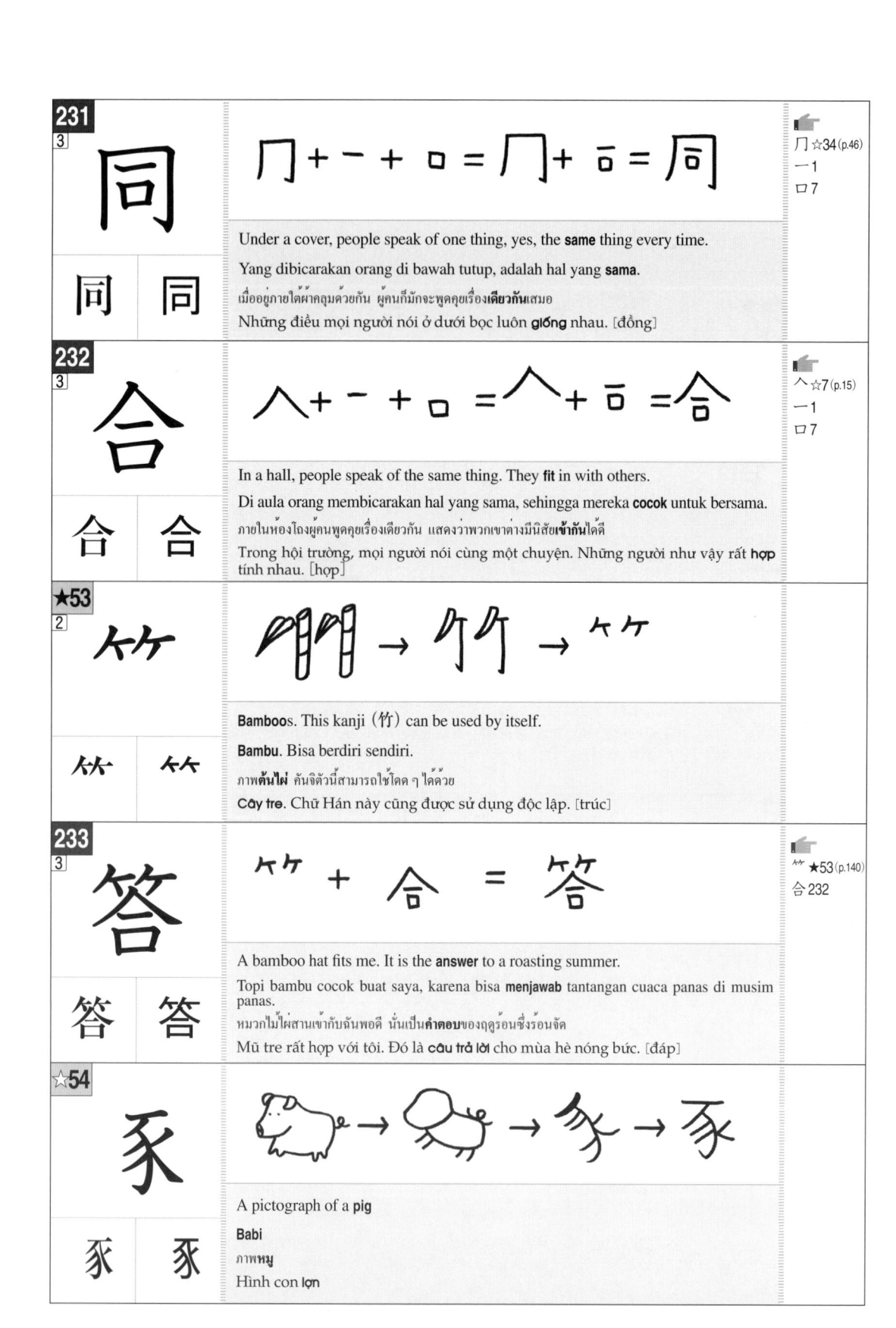

同

冂 + 一 + 口 = 冂 + 一口 = 同

冂 ☆34 (p.46)
一 1
口 7

Under a cover, people speak of one thing, yes, the **same** thing every time.

Yang dibicarakan orang di bawah tutup, adalah hal yang **sama**.

เมื่ออยู่ภายใต้ผ้าคลุมด้วยกัน ผู้คนก็มักจะพูดคุยเรื่อง**เดียวกัน**เสมอ

Những điều mọi người nói ở dưới bọc luôn **giống** nhau. [đồng]

232

合

人 + 一 + 口 = 人 + 一口 = 合

人 ☆7 (p.15)
一 1
口 7

In a hall, people speak of the same thing. They **fit** in with others.

Di aula orang membicarakan hal yang sama, sehingga mereka **cocok** untuk bersama.

ภายในห้องโถงผู้คนพูดคุยเรื่องเดียวกัน แสดงว่าพวกเขาต่างมีนิสัย**เข้ากัน**ได้ดี

Trong hội trường, mọi người nói cùng một chuyện. Những người như vậy rất **hợp** tính nhau. [hợp]

★53

竹 → 竹 → 𥫗

Bamboos. This kanji (竹) can be used by itself.

Bambu. Bisa berdiri sendiri.

ภาพ**ต้นไผ่** คันจิตัวนี้สามารถใช้โดด ๆ ได้ด้วย

Cây tre. Chữ Hán này cũng được sử dụng độc lập. [trúc]

233

答

𥫗 + 合 = 答

𥫗 ★53 (p.140)
合 232

A bamboo hat fits me. It is the **answer** to a roasting summer.

Topi bambu cocok buat saya, karena bisa **menjawab** tantangan cuaca panas di musim panas.

หมวกไม้ไผ่สานเข้ากับฉันพอดี นั่นเป็น**คำตอบ**ของฤดูร้อนซึ่งร้อนจัด

Mũ tre rất hợp với tôi. Đó là **câu trả lời** cho mùa hè nóng bức. [đáp]

☆54

豕 → 豕 → 豕 → 豕

A pictograph of a **pig**

Babi

ภาพ**หมู**

Hình con **lợn**

234

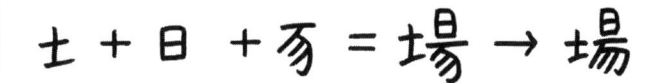

家

宀 + 豕 = 家

宀 ☆2 (p.5)
豕 ☆54 (p.140)

People used to live with pigs under the same roof of a **house** in the old days.

Dulu orang tinggal bersama babi di **rumah** dalam atap yang sama.

ในสมัยโบราณ ผู้คนกับหมูอาศัยอยู่ภายใต้หลังคา**บ้าน**เดียวกัน

Thuở xưa, người và lợn sống chung một **nhà**. [gia]

235

場

土 + 日 + 豸 = 場 → 場

土 49
日 41
豸 ☆54 (p.140)

Where you have soil, a pig and the sun is a good **site**. Remember that the tail of this pig is not seen.

Bagi orang Jepang kalau ada tanah, babi, dan matahari adalah **lapangan** yang bagus. Perhatikan bahwa ekor babi pada kanji tersebut hilang.

ที่ที่มีผืนดิน หมู และพระอาทิตย์ เป็น**สถานที่**ดี สังเกตว่าคันจินี้เราจะไม่เห็นหางหมูที่ซ่อนอยู่

Nơi có đất, lợn và mặt trời là **địa điểm** tốt. Lưu ý trong chữ Hán này, đuôi lợn được dấu đi. [trường]

☆55

尸

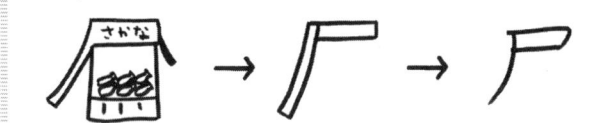

A **store** entrance

Pintu **toko**

ทางเข้า**ร้านค้า**

Cửa ra vào của **cửa hàng**.

236

所

一 + 尸 + 斤 = 戸 + 斤 = 所

一 1
尸 ☆55 (p.141)
斤 ☆24 (p.37)

My ax is stored in a **place** at the store.

Kapak saya tertancap pada bagian dari **tempat** di toko.

ขวานของฉันถูกเก็บอยู่**ที่**ใดที่หนึ่งในร้าน

Rìu của tôi được cất ở một **nơi** trong cửa hàng. [sở]

237

世

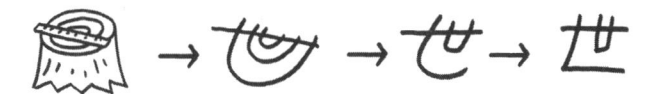

If you count the annual rings of a tree, you get to know how many **generation**s it has lived.

Dengan menghitung lingkaran (diameter) pohon, kita bisa mengetahui sudah berapa **generasi** (keturunan) umur dari kayu itu.

หากนับวงปีจะรู้ได้ว่าต้นไม้นั้นมีชีวิตอยู่มานานกี่**สมัย** (รุ่น วัย) แล้ว

Nếu đếm vòng tuổi của cây sẽ biết nó sống qua bao **thế hệ**. [thế]

238

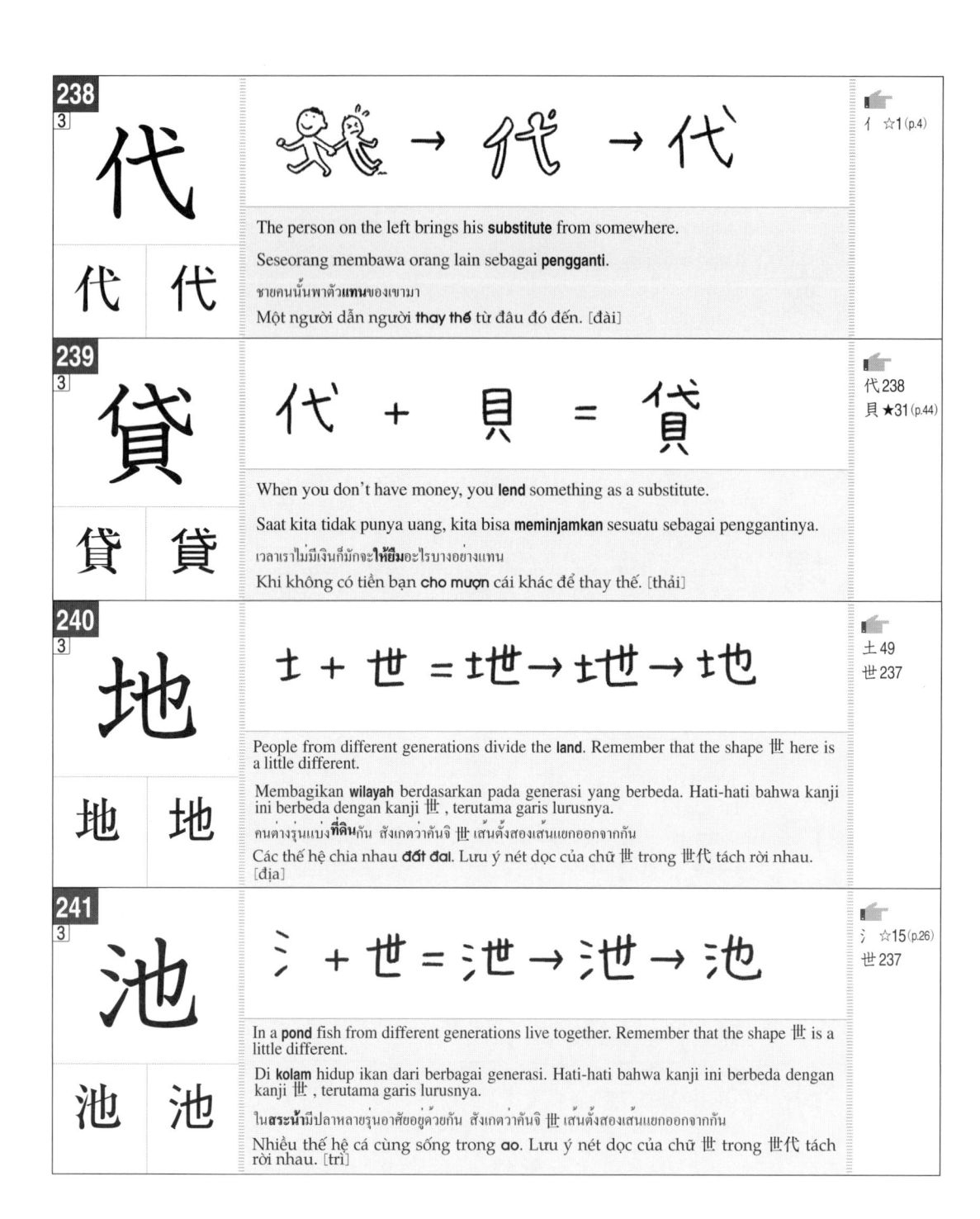

代

代 代

代 → 亻代 → 代

The person on the left brings his **substitute** from somewhere.

Seseorang membawa orang lain sebagai **pengganti**.

ชายคนนั้นพาตัว**แทน**ของเขามา

Một người dẫn người **thay thế** từ đâu đó đến. [đại]

亻 ☆1(p.4)

239

貸

貸 貸

代 + 貝 = 貸

When you don't have money, you **lend** something as a substitute.

Saat kita tidak punya uang, kita bisa **meminjamkan** sesuatu sebagai penggantinya.

เวลาเราไม่มีเงินก็มักจะ**ให้ยืม**อะไรบางอย่างแทน

Khi không có tiền bạn **cho mượn** cái khác để thay thế. [thải]

代 238
貝 ★31(p.44)

240

地

地 地

土 + 世 = 土世 → 土世 → 地

People from different generations divide the **land**. Remember that the shape 世 here is a little different.

Membagikan **wilayah** berdasarkan pada generasi yang berbeda. Hati-hati bahwa kanji ini berbeda dengan kanji 世, terutama garis lurusnya.

คนต่างรุ่นแบ่ง**ที่ดิน**กัน สังเกตว่าคันจิ 世 เส้นตั้งสองเส้นแยกออกจากกัน

Các thế hệ chia nhau **đất đai**. Lưu ý nét dọc của chữ 世 trong 世代 tách rời nhau. [địa]

土 49
世 237

241

池

池 池

氵 + 世 = 氵世 → 氵世 → 池

In a **pond** fish from different generations live together. Remember that the shape 世 is a little different.

Di **kolam** hidup ikan dari berbagai generasi. Hati-hati bahwa kanji ini berbeda dengan kanji 世, terutama garis lurusnya.

ใน**สระน้ำ**มีปลาหลายรุ่นอาศัยอยู่ด้วยกัน สังเกตว่าคันจิ 世 เส้นตั้งสองเส้นแยกออกจากกัน

Nhiều thế hệ cá cùng sống trong **ao**. Lưu ý nét dọc của chữ 世 trong 世代 tách rời nhau. [trì]

氵 ☆15(p.26)
世 237

242

洗

氵 + 先 = 洗

Mother always tells me to **wash** my hands before a meal.
Ibu selalu berkata agar **mencuci** tangan sebelum makan.
แม่มักจะบอกให้**ล้าง**มือก่อนกินข้าวเสมอ
Mẹ luôn nhắc tôi **rửa** tay trước khi ăn. [tiển]

氵 ☆15(p.26)
先 77

243

光

A runner in flashing **light**s.
Pelari itu disinari oleh **cahaya** kamera di sekitarnya.
นักกีฬาอาบ**แสง**แฟลชจากกล้องถ่ายรูปเมื่อวิ่งเข้าเส้นชัย
Một người đang chạy trong **ánh sáng** đèn chớp. [quang]

儿 ☆12(p.24)

第13回

Exercise / Soal Latihan / แบบฝึกหัด / Luyện tập

1 意味を書いてください。

答	家	都	地	池
場	京	洗	代	所
世	県	合	貸	光
民	同	★竹	☆尸	☆豕

2 意味を推測して、適当なものをa〜eから選んでください。

① 東京　（　　）
② 場所　（　　）
③ 都合　（　　）
④ 世話　（　　）
⑤ 京都　（　　）

a. Kyoto / Kyoto / เกียวโต / Kyoto
b. one's convenience / kondisi / ความสะดวก (ของใครบางคน) / sự tiện lợi về thời gian
c. a place / tempat / สถานที่ / địa điểm
d. Tokyo / Tokyo / โตเกียว / Tokyo
e. care / mengurus / การดูแล / chăm sóc, giúp đỡ

3 意味を推測してください。

① 家族　　　（　　　　　　）
② 住所　　　（　　　　　　）
③ 貸出中　　（　　　　　　）
④ 世代　　　（　　　　　　）
⑤ 地下　　　（　　　　　　）
⑥ お手洗い　（　　　　　　）
⑦ 県立高校　（　　　　　　）
⑧ 同時　　　（　　　　　　）

第14回 ストーリーで意味を覚えよう

Let's memorize kanji with its story
Mengingat makna dari asal-usulnya
มาจำความหมายผ่านเรื่องสนุกกันเถอะ
Hãy nhớ ý nghĩa của chữ Hán qua các mẩu chuyện

★56

央

中 + 大 = 宋 → 央

中 20
大 21

There is something big in the **center**. This kanji can be used by itself.

Di **tengah-tengah** ada sesuatu yang besar. Bisa berdiri sendiri.

ตรง**ศูนย์กลาง**มีอะไรบางอย่างขนาดใหญ่ คันจินี้สามารถใช้โดด ๆ ได้ด้วย

Có cái gì đó to nằm ở **trung tâm**. Chữ Hán này cũng được sử dụng độc lập. [ương]

244

英

艹 + 央 = 英

艹 ☆35 (p.48)
央 ★56 (p.145)

The central Kingdom surrounded by a fence is **England**.

Negara yang ada di tengah pagar adalah **Inggris**.

ประเทศที่ตั้งอยู่ตรงศูนย์กลางและถูกล้อมด้วยรั้วคือประเทศ**อังกฤษ**

Vương Quốc nằm ở giữa được bao bọc bởi hàng rào chính là **nước Anh**. [anh]

245

映

日 + 央 = 映

日 ★4 (p.13)
央 ★56 (p.145)

At the center of the screen, light is **reflect**ed.

Di tengah-tengah layar sinar **memancar**.

ตรงศูนย์กลางของภาพมีแสง**สะท้อน**อยู่

Ánh sáng **chiếu** giữa màn hình. [ánh]

246

歌

🎤 → 哥欠 → 歌

欠 ★21 (p.33)

In a karaoke box, you enjoy **sing**ing and forget what you lack.

Di tempat karaoke kita bisa **menyanyi**kan lagu untuk melupakan kekurangan diri sendiri.

ร้องเพลงในคาราโอเกะบ็อกซ์เพื่อให้ลืมสิ่งที่ตัวเองขาด

Ở các cửa hàng Karaoke, mọi người **hát** và quên đi những gì mình thiếu. [ca]

247

楽

楽 楽

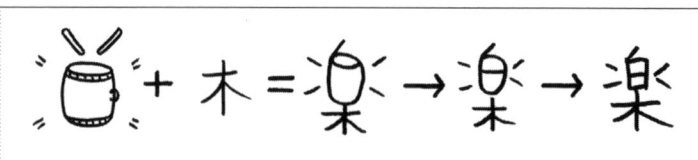

木 9

Playing the wooden drum or playing music is a **pleasure**.

Pagelaran musik dengan menabuh gendang yang terbuat dari kayu sangat **menyenangkan**.

ตีกลองไม้เพื่อบรรเลงดนตรีเป็นเรื่อง**สนุก**

Võ trống gỗ biểu diễn nhạc thật **vui**. [lạc]

248

薬

薬 薬

艹 ☆35 (p.48)
楽 247

Pleasure is surrounded by a fence. When you are depressed, you might need some **medicine**.

Perasaan senang dikeliling oleh pagar. Pada saat terlena seperti itu mungkin perlu **obat**.

ความรู้สึกสนุกสนานถูกล้อมรอบด้วยรั้ว เวลาที่รู้สึกหดหู่เหงาเราต้องการ**ยา**

Khi buồn chán bạn cần có **thuốc**. [dược]

249

界

界 界

田 13

This is the rice fields where I grew up. This is my **world**.

Ini adalah sawah yang saya pelihara. Ini **dunia** saya.

ที่นี่คือท้องนาซึ่งเป็นที่ที่ฉันเติบโต ที่นี่คือ**โลก**ของฉัน

Đây là mảnh ruộng tôi trồng. Đây là **thế giới** của tôi. [giới]

250

産

産 産

立 44
生 74

After his **birth**, a baby can live happily with a support to stand. This also means 'to **produce**'.

Setelah bayi **lahir**, untuk bisa berdiri perlu diberi penyangga, sehingga menyenangkan. Kanji ini bisa juga berarti **memproduksi**.

หลังจาก**เกิด** ทารกมีชีวิตอยู่อย่างเป็นสุขเพราะมีเครื่องช่วยในการยืน คันจิตัวนี้หมายถึง การ**ผลิต** ได้ด้วย

Sau khi **sinh**, em bé được nâng đỡ để đứng lên nên có thể sống hạnh phúc. Chữ Hán này còn có nghĩa là **sản xuất**. [sản]

251

業

業 業

立 44
未 ★42 (p.118)

My country cannot yet stand alone. So we sweat at work. This is the start of an **industry**.

Negeri saya masih belum bisa mandiri, sehingga saya perlu melakukan **industri** dengan keringat yang deras.

ประเทศของฉันยังไม่สามารถยืนอยู่ได้ด้วยตัวเอง ดังนั้นพวกเราจึงต้องทำงานอาบเหงื่อเพื่อก่อตั้ง**อุตสาหกรรม**

Đất nước tôi vẫn chưa tự lập được. Vì vậy, để phát triển **ngành sản xuất** chúng tôi phải làm việc chăm chỉ. [nghiệp]

▶意味
第14回 244〜262

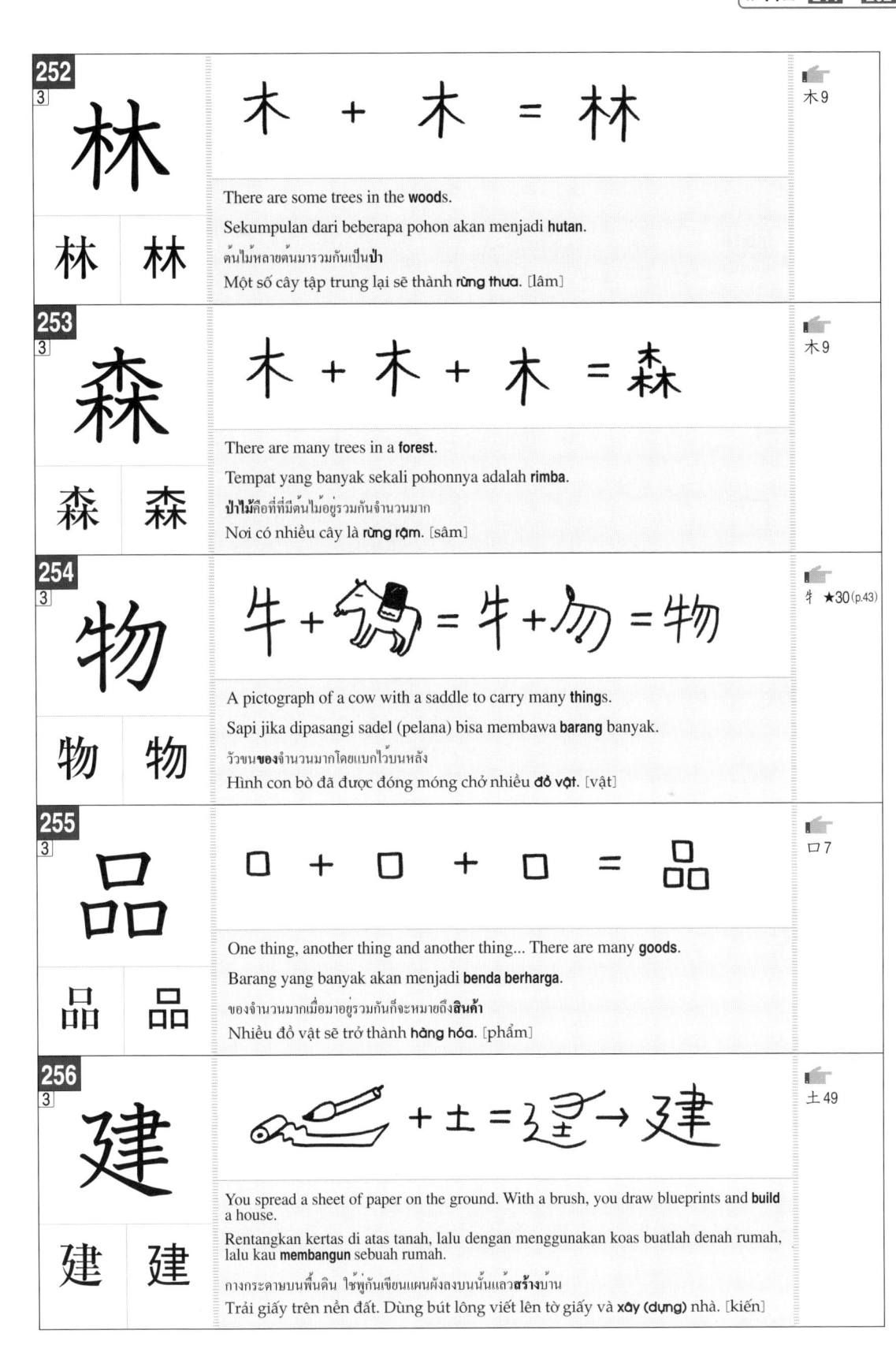

252

林　林林

木 + 木 = 林

There are some trees in the **wood**s.
Sekumpulan dari beberapa pohon akan menjadi **hutan**.
ต้นไม้หลายต้นมารวมกันเป็น**ป่า**
Một số cây tập trung lại sẽ thành **rừng thưa**. [lâm]

木 9

253

森　森森

木 + 木 + 木 = 森

There are many trees in a **forest**.
Tempat yang banyak sekali pohonnya adalah **rimba**.
ป่าไม้คือที่ที่มีต้นไม้อยู่รวมกันจำนวนมาก
Nơi có nhiều cây là **rừng rậm**. [sâm]

木 9

254

物　物物

牛 + 🐴 = 牛 + 勿 = 物

A pictograph of a cow with a saddle to carry many **thing**s.
Sapi jika dipasangi sadel (pelana) bisa membawa **barang** banyak.
วัวขน**ของ**จำนวนมากโดยแบกไว้บนหลัง
Hình con bò đã được đóng móng chở nhiều **đồ vật**. [vật]

牛 ★30(p.43)

255

品　品品

口 + 口 + 口 = 品

One thing, another thing and another thing... There are many **goods**.
Barang yang banyak akan menjadi **benda berharga**.
ของจำนวนมากเมื่อมาอยู่รวมกันก็จะหมายถึง**สินค้า**
Nhiều đồ vật sẽ trở thành **hàng hóa**. [phẩm]

口 7

256

建　建建

✏️ + 土 = 建 → 建

You spread a sheet of paper on the ground. With a brush, you draw blueprints and **build** a house.
Rentangkan kertas di atas tanah, lalu dengan menggunakan koas buatlah denah rumah, lalu kau **membangun** sebuah rumah.
กางกระดาษบนพื้นดิน ใช้พู่กันเขียนแผนผังลงบนนั้นแล้ว**สร้าง**บ้าน
Trải giấy trên nền đất. Dùng bút lông viết lên tờ giấy và **xây (dựng)** nhà. [kiến]

土 49

257

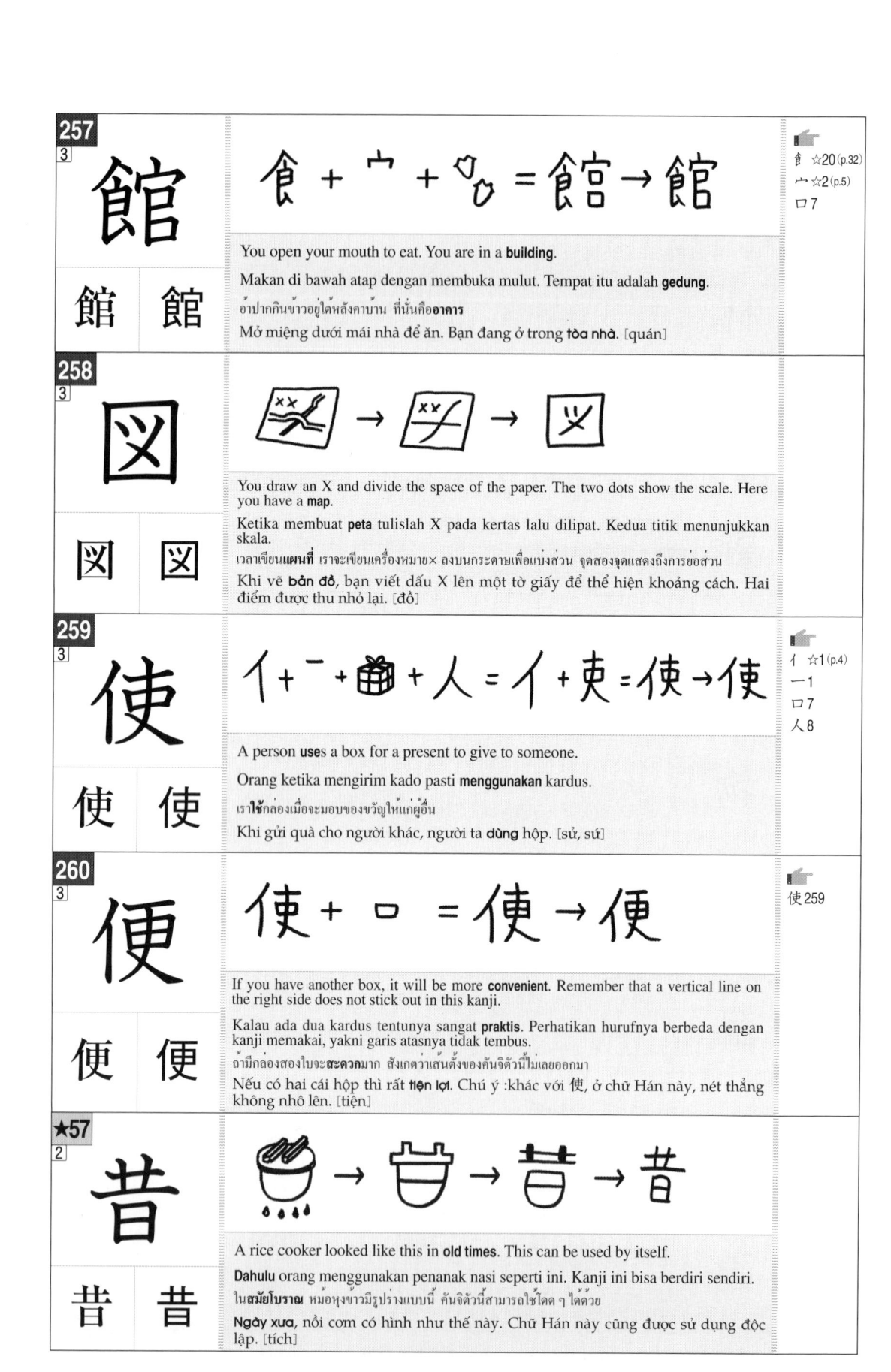

館

食 + 宀 + ♡ = 食宮 → 館

食 ☆20 (p.32)
宀 ☆2 (p.5)
口 7

You open your mouth to eat. You are in a **building**.

Makan di bawah atap dengan membuka mulut. Tempat itu adalah **gedung**.

อ้าปากกินข้าวอยู่ใต้หลังคาบ้าน ที่นั่นคือ**อาคาร**

Mở miệng dưới mái nhà để ăn. Bạn đang ở trong **tòa nhà**. [quán]

258

図

You draw an X and divide the space of the paper. The two dots show the scale. Here you have a **map**.

Ketika membuat **peta** tulislah X pada kertas lalu dilipat. Kedua titik menunjukkan skala.

เวลาเขียน**แผนที่** เราจะเขียนเครื่องหมาย × ลงบนกระดาษเพื่อแบ่งส่วน จุดสองจุดแสดงถึงการย่อส่วน

Khi vẽ **bản đồ**, bạn viết dấu X lên một tờ giấy để thể hiện khoảng cách. Hai điểm được thu nhỏ lại. [đồ]

259

使

亻 + 一 + 🎁 + 人 = 亻 + 吏 = 使 → 使

亻 ☆1 (p.4)
一 1
口 7
人 8

A person **use**s a box for a present to give to someone.

Orang ketika mengirim kado pasti **menggunakan** kardus.

เรา**ใช้**กล่องเมื่อจะมอบของขวัญให้แก่ผู้อื่น

Khi gửi quà cho người khác, người ta **dùng** hộp. [sử, sứ]

260

便

使 + 口 = 便 → 便

使 259

If you have another box, it will be more **convenient**. Remember that a vertical line on the right side does not stick out in this kanji.

Kalau ada dua kardus tentunya sangat **praktis**. Perhatikan hurufnya berbeda dengan kanji memakai, yakni garis atasnya tidak tembus.

ถ้ามีกล่องสองใบจะ**สะดวก**มาก สังเกตว่าเส้นตั้งของคันจิตัวนี้ไม่เลยออกมา

Nếu có hai cái hộp thì rất **tiện lợi**. Chú ý :khác với 使, ở chữ Hán này, nét thẳng không nhô lên. [tiện]

★57

昔

A rice cooker looked like this in **old times**. This can be used by itself.

Dahulu orang menggunakan penanak nasi seperti ini. Kanji ini bisa berdiri sendiri.

ใน**สมัยโบราณ** หม้อหุงข้าวมีรูปร่างแบบนี้ คันจิตัวนี้สามารถใช้โดด ๆ ได้ด้วย

Ngày xưa, nồi cơm có hình như thế này. Chữ Hán này cũng được sử dụng độc lập. [tích]

▶意味
第14回 244～262

261

借

借　借

イ ＋ 昔 ＝ 借

イ ☆1(p.4)
昔 ★57(p.148)

In the old days people did not have many commodity goods and **borrow**ed them from others.

Dulu orang jarang memiliki alat kebutuhan sehari-hari, sehingga mereka **meminjam** pada yang lain.

ในสมัยโบราณ ผู้คนไม่ค่อยมีข้าวของเครื่องใช้จึงมักจะ**ยืม**จากคนอื่น

Thưở xưa mọi người không có những vật dụng hàng ngày nên phải **mượn** của nhau. [tá]

262

作

作　作

イ ＋ 多 ＝ イ ＋ 乍 ＝ 作

イ ☆1(p.4)

People used to **make** many flags in the old days.

Dulu orang banyak **membuat** bendera.

ในสมัยโบราณ ผู้คน**ทำ**ธงเป็นจำนวนมาก

Thưở xưa mọi người **làm** nhiều lá cờ. [tác]

第14回

練習問題
れんしゅうもんだい

Exercise / Soal Latihan / แบบฝึกหัด / Luyện tập

1 意味を書いてください。
  いみ か

森	映	物	英	林
便	品	建	界	業
使	作	楽	産	薬
館	図	歌	借	★昔
★央				

Write the meaning of the following kanji.

Tulislah makna dari kanji berikut!

จงเขียนความหมายที่ถูกต้องของคันจิต่อไปนี้

Hãy viết nghĩa các chữ Hán dưới đây.

2 意味を推測して、適当なものをa～eから選んでください。
  いみ すいそく   てきとう   えら

① 世界　（　　）
② 音楽　（　　）
③ 便所　（　　）
④ 産業　（　　）
⑤ 上品　（　　）

a. elegant / bagus, mulia / สง่า งดงาม / tao nhã
b. a world / dunia / โลก / thế giới
c. a toilet / toilet / ห้องส้วม ห้องน้ำ / nhà vệ sinh
d. music / musik / ดนตรี / âm nhạc
e. an industry / industri / อุตสาหกรรม / ngành sản xuất

Guess and choose the appropriate meaning from the box.

Tebak maknanya dengan cara memilih salah satu dari a sampai e!

จงเดาความหมายของคำศัพท์ต่อไปนี้และเลือกคำตอบที่ถูกต้องจาก a ~ e

Hãy đoán nghĩa và chọn các từ thích hợp trong khung.

3 意味を推測してください。
  いみ すいそく

① 建物　　（　　　　　　　　）
② 図書館　（　　　　　　　　）
③ 作家　　（　　　　　　　　）
④ 動物　　（　　　　　　　　）
⑤ 歌手　　（　　　　　　　　）
⑥ 使用中　（　　　　　　　　）
⑦ 英語　　（　　　　　　　　）
⑧ 借金　　（　　　　　　　　）

Guess the meaning of the following words.

Silahkan tebak maknanya!

จงเดาความหมายของคำศัพท์ต่อไปนี้

Hãy đoán nghĩa các từ dưới đây.

第15回 ストーリーで意味を覚えよう

Let's memorize kanji with its story
Mengingat makna dari asal-usulnya
มาจำความหมายผ่านเรื่องสนุกกันเถอะ
Hãy nhớ ý nghĩa của chữ Hán qua các mẩu chuyện

263 [3] 広

广 + ム = 広

广 ☆32 (p.45)
ム ☆40 (p.116)

Behind the shop curtain, it is **spacious**.
Di bawah tirai ada ruang yang **luas**.
ใต้ม่านหน้าร้านมีพื้นที่**กว้าง**
Bên dưới rèm che có không gian **rộng**. [quảng]

264 [3] 私

禾 + ム = 私

禾 ☆45 (p.124)
ム ☆40 (p.116)

In a wide open space by a tree, I think about **myself**.
Di tempat luas dekat pohon, **saya** memikirkan diri sendiri.
ฉัน(ผม) คิดเกี่ยวกับ**ตัวเอง**อยู่ตรงที่กว้างข้างต้นไม้
Tôi ngồi suy nghĩa về **bản thân mình** ở chỗ rộng cạnh cái cây. [tư]

265 [3] 去

土 + ム = 去

土 49
ム ☆40 (p.116)

When someone **leave**s his/her land, there will be a wide open space left.
Setelah semua orang **meninggalkan** tanah, jadilah tempat yang luas.
พื้นที่ตรงนั้นเมื่อคน**จากไป** ก็จะเป็นสถานที่กว้าง
Khi ai đó **ra đi** khỏi mảnh đất của mình, sẽ để lại một khoảng trống rộng. [khứ]

266 [3] 室

去⤫至 + 宀 = 室 → 室

宀 ☆2 (p.5)
去 265

Switch the position of the upper and the lower portion of 去. Here, a person does not leave. With a roof above s/he does not leave because this is his/her **room**.
Kanji 去 bagian bawah dan atasnya ditukar, berarti tidak bisa pergi. Orang di bawah atap jika tidak bisa pergi, berarti berada di **ruangan**.
ถ้าสลับส่วนประกอบบนและล่างของคันจิคำว่า 去 ก็จะได้ความหมายว่า "ไม่จากไป" ใต้หลังคาบ้าน ที่ที่คนจะไม่จากไปก็คือ**ห้อง**ของเขานั่นเอง
Nếu đảo phần trên và phần dưới của 去 thì sẽ có nghĩa là 'không rời đi'. Một người "không rời đi" khỏi mái nhà của mình vì đó là căn **phòng** của người đó. [thất]

part II 263-280 Meaning

267

屋

去 ㄨ 至 + 尸 = 屋 → 屋

尸 ☆55(p.141)
去 265

This time this person is underneath a roof of a store. S/he is in a **store**.

Orang di bawah atap suatu toko dan tidak bisa pergi berarti berada di dalam **toko**.

เมื่อคนไม่ยอมจากไปง่าย ๆ แสดงว่าได้หลังคานั่นคือร้าน (**ห้าง**) ที่ขายอะไรสักอย่าง

Khi "một người không rời đi" khỏi mái của cửa hàng thì có nghĩa là người đó ở trong **hiệu**~(cửa hàng). [ốc]

268

教

土 + No! + 子 + ⌒ + 🧒 → 孝 + 攵 = 教

土 49
子 27
⺮ ☆14(p.26)

A teacher **teach**es children, even on Saturday, things they are not allowed to do.

Guru di hari Sabtu pun pada muridnya **mengajar**-kan apa yang tidak boleh dilakukan.

สิ่งที่ครูไม่ควรระทำ นั่นคือ**สอน**นักเรียนกระทั่งในวันเสาร์

Cả ngày thứ bảy giáo viên cũng **dạy** trẻ con những điều không được làm. [giáo]

★58

石

→ 十 → 石 → 石

ナ ☆8(p.16)

The top of the landmark is broken because it was hit by a **stone**. This kanji can be used by itself.

Rusaknya lambang kota adalah karena benturan **batu**. Huruf Kanji ini bisa berdiri sendiri.

ยอดจุดสังเกตของเมืองหักเพราะถูกปาด้วย**ก้อนหิน** คันจิตัวนี้สามารถใช้โดด ๆ ได้ด้วย

Phía trên dấu hiệu của thành phố bị hỏng là do **đá** ném vào. Chữ Hán này cũng được sử dụng độc lập. [thạch]

269

研

石 + ⛩ 石 + 开 = 研

石 ★58(p.152)

Shrine gates made of stone are always **polish**ed.

Gerbang kuil yang terbuat dari batu selalu di-**gosok**.

ประตูหินทางเข้าศาลเจ้า ได้รับการ**ขัด**เงาอยู่เสมอ

Cổng đá của đền luôn được **đánh bóng**. [nghiên]

270

発

⛩ → 开 → 癶 → 発

Spiritual power is **discharg**ed from a shrine. Remember that the one post of the shrine gate is bent here.

Di kuil **muncul** kekuatan dewa. Perhatikan bahwa bentuk kuilnya berubah.

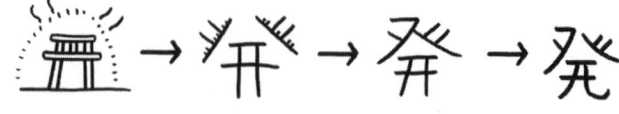

พลังลึกลับ**ปรากฏออกมา**จากศาลเจ้า สังเกตว่ารูปร่างของศาลเจ้าเปลี่ยนแปลงไป

Sức mạnh thần bí **phát ra** từ ngôi đền. Hãy chú ý đến việc hình dáng ngôi đền đang thay đổi. [phát]

▶意味
第15回 263〜280

271

究

宀 + 八 + 九 = 究

宀 ☆2(p.5)
八 33
九 34

Under the roof of a house, you must go through a test eight or nine times when you are in **research**.

Ketika sedang **meneliti**, kita berada di bawah atap rumah melakukan percobaan 8 atau 9 kali.

เมื่อทำการ**วิจัย** จะต้องทดลองทำซ้ำ ๆ แปดเก้าครั้งใต้หลังคาบ้าน

Khi **nghiên cứu**, phải thử 8, 9 lần dưới mái nhà. [cứu]

272

着

羊 + 目 = 着 → 着

羊 ★48(p.128)
目 6

If you **wear** a lamb (sheep) wool sweater, you will draw attention. This also means 'to **arrive**'.

Jika **memakai** baju wol bulu domba akan menarik perhatian orang. Kanji ini juga bermakna **tiba**.

ถ้า**สวม**เสื้อขนแกะ จะได้รับความสนใจจากคนรอบข้าง คันจิตัวนี้มีความหมายว่า **ถึง** ได้ด้วย

Mặc lông cừu sẽ thu hút sự chú ý của người khác. Chữ Hán này còn có nghĩa là **đến nơi**. [trước]

273

乗

禾 + 丌 = 千 + 开 = 乗 → 乗

禾 ☆45(p.124)

Don't **ride** a motorcycle near the tree in the shrine.

Di dekat pohon dekat kuil tidak boleh **naik** motor.

ห้าม**ขี่**มอเตอร์ไซค์ใกล้ต้นไม้ในศาลเจ้า

Không được **đi (xe cộ)** xe máy ở gần cây của ngôi đền. [thừa]

274

計

言 + 十 = 計

言 ★22(p.34)
十 35

You speak aloud when you **count** to ten. This also means 'to **plot**'.

Ketika **menghitung** sampai 10 diucapkan dengan suara keras. Kanji ini juga bermakna **mengukur**.

เวลา**นับ**หนึ่งถึงสิบต้องพูดดัง ๆ คันจิตัวนี้มีความหมายว่า ชั่ง **วัด** ด้วย

Khi **đếm** 10, bạn đếm thật to. Chữ Hán này cũng có nghĩa là **đo**. [kế]

275

画

田 13

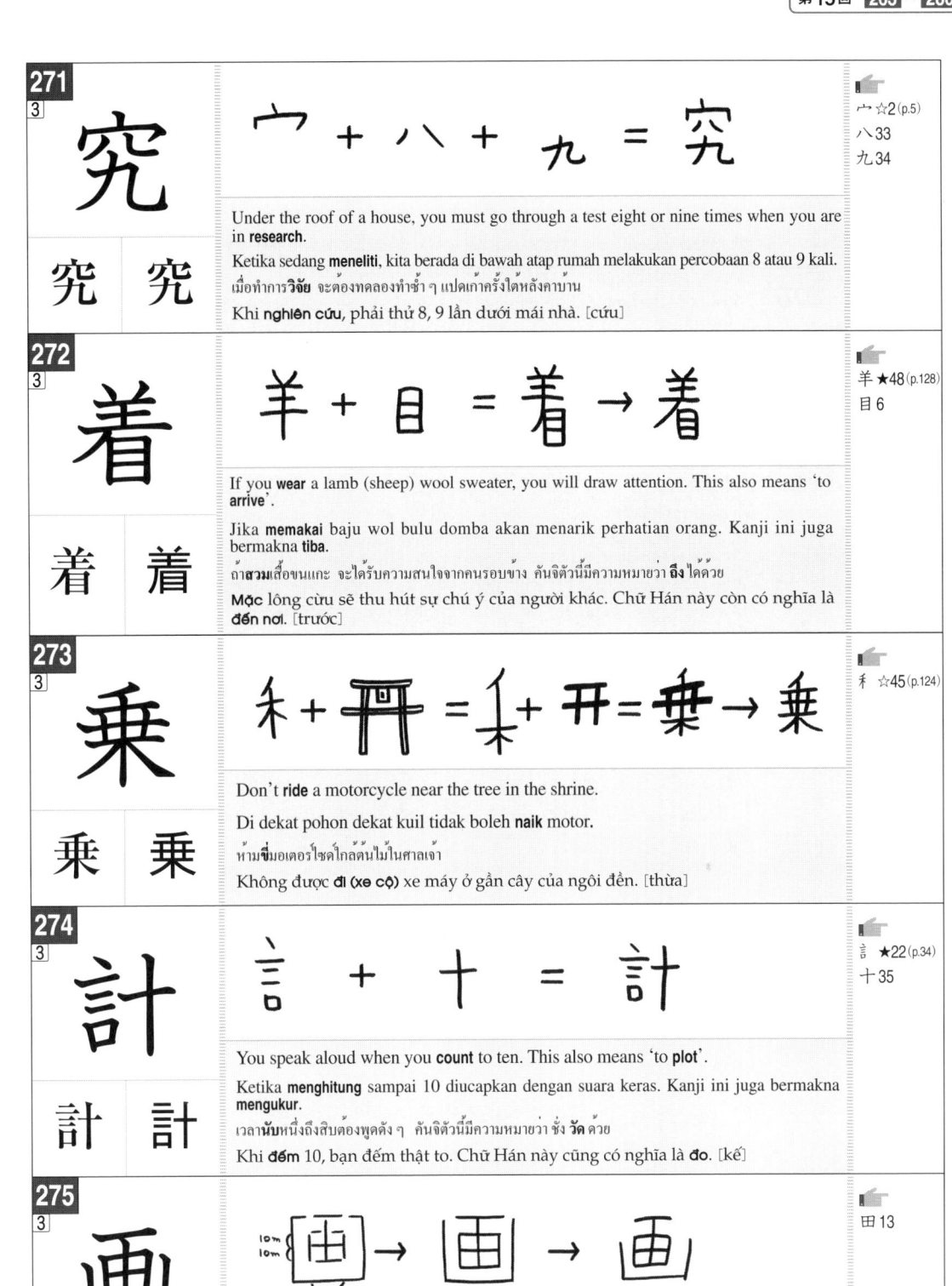

When you make new rice fields, you have to measure the land and **plan** well.

Untuk memperbaharui sawah perlu mengukur dan membuat suatu **rencana**.

เมื่อจะไถนาผืนใหม่ต้อง**วัด**พื้นที่และวางแ**ผน**ก่อน

Khi làm ruộng mới phải đo đạc và lên **kế hoạch**. [họa]

276

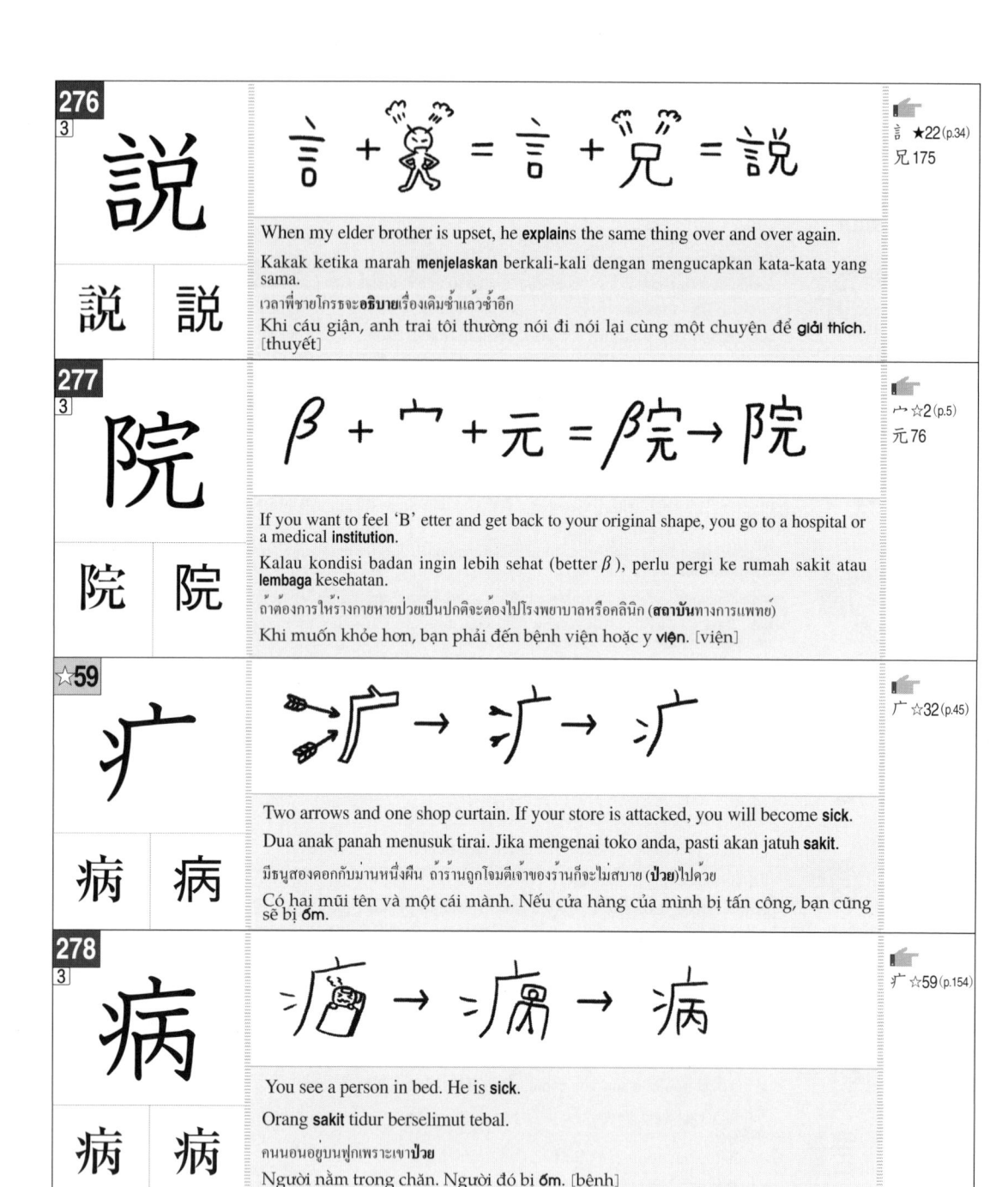

説

説 説

言 + 👤 = 言 + 兄 = 説

When my elder brother is upset, he **explain**s the same thing over and over again.
Kakak ketika marah **menjelaskan** berkali-kali dengan mengucapkan kata-kata yang sama.
เวลาพี่ชายโกรธจะ**อธิบาย**เรื่องเดิมซ้ำแล้วซ้ำอีก
Khi cáu giận, anh trai tôi thường nói đi nói lại cùng một chuyện để **giải thích**. [thuyết]

言 ★22(p.34)
兄 175

277

院

院 院

阝 + 宀 + 元 = 阝完 → 院

If you want to feel 'B'etter and get back to your original shape, you go to a hospital or a medical **institution**.
Kalau kondisi badan ingin lebih sehat (better β), perlu pergi ke rumah sakit atau **lembaga** kesehatan.
ถ้าต้องการให้ร่างกายหายป่วยเป็นปกติจะต้องไปโรงพยาบาลหรือคลินิก (**สถาบัน**ทางการแพทย์)
Khi muốn khỏe hơn, bạn phải đến bệnh viện hoặc y **viện**. [viện]

宀 ☆2(p.5)
元 76

☆59

疒

病 病

🏹🏹疒 → 疒 → 疒

Two arrows and one shop curtain. If your store is attacked, you will become **sick**.
Dua anak panah menusuk tirai. Jika mengenai toko anda, pasti akan jatuh **sakit**.
มีธนูสองดอกกับม่านหนึ่งผืน ถ้าร้านถูกโจมตีเจ้าของร้านก็จะไม่สบาย (**ป่วย**)ไปด้วย
Có hai mũi tên và một cái mành. Nếu cửa hàng của mình bị tấn công, bạn cũng sẽ bị **ốm**.

广 ☆32(p.45)

278

病

病 病

疒 → 疒丙 → 病

You see a person in bed. He is **sick**.
Orang **sakit** tidur berselimut tebal.
คนนอนอยู่บนฟูกเพราะเขา**ป่วย**
Người nằm trong chăn. Người đó bị **ốm**. [bệnh]

疒 ☆59(p.154)

▶意味
第15回 263〜280

279 科

禾 + 🥤 = 禾 + 斗 = 科

禾 ☆45 (p.124)

Division of different types or grades of rice with a wooden cup will help to classify them.

Dengan menggunakan cangkir kayu, kita **memilah** beras berdasarkan jenisnya.

ใช้ถ้วยไม้แยกชนิดข้าวสารตามตระกูล (**แผนก**)

Dùng chén gỗ để **phân loại** gạo. [khoa]

280 度

广 + 🫕 + 又 = 度 = 度

广 ☆32 (p.45)

Behind a shop curtain you have a pot and a chair. The temperature of the pot is how many **degree**s? This can also mean the **number of times**.

Di bawah tirai ada panci dan kursi. Suhu panci itu berapa **derajat**? Kanji ini bisa juga berarti ...**kali**.

หลังม่านมีกะทะกับเก้าอี้ กะทะมีอุณหภูมิ(**ระดับ**)กี่องศา คันจิตัวนี้หมายถึง**จำนวนครั้ง**ด้วย

Dưới tấm mành có nồi và ghế. **Nhiệt độ** của nồi là bao nhiêu? Chữ Hán này còn có nghĩa là "~ **lần**". [độ]

第15回

練習問題 Exercise / Soal Latihan / แบบฝึกหัด / Luyện tập

① 意味を書いてください。

教	乗	計	科	度
院	説	病	画	研
私	去	発	究	着
広	室	屋	★石	☆疒

Write the meaning of the following kanji.
Tulislah makna dari kanji berikut!
จงเขียนความหมายที่ถูกต้องของคันจิต่อไปนี้
Hãy viết nghĩa các chữ Hán dưới đây.

② 意味を推測して、適当なものをa〜eから選んでください。

① 去年　　（　　）
② 計画　　（　　）
③ 説明　　（　　）
④ 研究室　（　　）
⑤ 教科書　（　　）

a. a plan / rencana / แผนการ / kế hoạch
b. last year / tahun lalu / ปีที่แล้ว / năm ngoái
c. a textbook / buku teks / ตำรา / sách giáo khoa
d. a research laboratory / ruang riset / ห้องวิจัย ห้องทำงานอาจารย์ / phòng nghiên cứu
e. explanation / menjelaskan / การอธิบาย / giải thích

Guess and choose the appropriate meaning from the box.
Tebak maknanya dengan cara memilih salah satu dari a sampai e!
จงเดาความหมายของคำศัพท์ต่อไปนี้และเลือกคำตอบที่ถูกต้องจาก a ~ e
Hãy đoán nghĩa và chọn các từ thích hợp trong khung.

③ 意味を推測してください。

① 教室　　　（　　　　　　）
② 出発　　　（　　　　　　）
③ 下着　　　（　　　　　　）
④ 病院　　　（　　　　　　）
⑤ 広場　　　（　　　　　　）
⑥ 私立大学　（　　　　　　）
⑦ 一度　　　（　　　　　　）
⑧ 本屋　　　（　　　　　　）

Guess the meaning of the following words.
Silahkan tebak maknanya!
จงเดาความหมายของคำศัพท์ต่อไปนี้
Hãy đoán nghĩa các từ dưới đây.

第16回 ストーリーで意味を覚えよう

Let's memorize kanji with its story
Mengingat makna dari asal-usulnya
มาจำความหมายผ่านเรื่องสนุกกันเถอะ
Hãy nhớ ý nghĩa của chữ Hán qua các mẩu chuyện

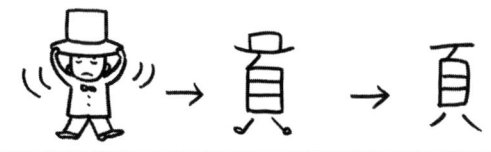

★60 頁　頁　頁

自 140

A person is wearing a hat. He **cannot skip**. When used by itself, this kanji means a **page**.

Ada orang yang memakai topi. Orang itu **tidak bisa meloncat**. Jika berdiri sendiri berarti **halaman buku**.

คนสวมหมวก เขา**ไม่สามารถกระโดด** คันจิตัวนี้เมื่อใช้โดด ๆ หมายถึง **หน้า** (หนังสือ) ได้ด้วย

Có một người đội mũ. Người đó **không thể nhảy**. Khi đứng một mình chữ Hán này cũng có nghĩa là **trang**. [hiệt]

---

281 頭　頭　頭

豆 ★52 (p.136)
頁 ★60 (p.157)

豆 + 頁 = 頭

In summer you feel like skipping, but you cannot skip when you have something on your **head**.

Di musim panas ingin mencoba meloncat. Tetapi tidak bisa karena di **kepala**-nya ada sesuatu.

ในฤดูร้อนเรายากจะกระโดด แต่เมื่อมีอะไรบางอย่างเทินอยู่บน**หัว**ก็ทำไม่ได้

Mùa hè bạn cảm thấy muốn nhảy. Nhưng nếu trên **đầu** có cái gì đó, bạn sẽ không nhảy được. [đầu]

---

282 顔　顔　顔

立 44
頁 ★60 (p.157)

立 + ✋ + 頁 = 顔 → 顔

You are not skipping but standing still because you want to show the painting on your **face**.

Karena ingin memperlihatkan sesuatu yang tertulis di **wajah**, maka diam tidak meloncat.

ยืนนิ่ง ๆ ไม่กระโดดเพราะอยากให้คนอื่นเห็นภาพที่เขียนอยู่บน**ใบหน้า**

Bạn muốn cho mọi người xem bức tranh trên **mặt** mình nên đứng yên không nhảy. [nhan]

---

283 声　声　声

士 ★23 (p.34)

士 + 🚩 = 士 + 🚩 = 声

You hear a samurai scream 'I am number one' in a big **voice**.

Samurai berteriak dengan **suara** keras: "Saya nomor satu".

ได้ยิน**เสียง**ซามูไรตะโกนดังว่า "ข้าใหญ่ที่สุด"

Bạn nghe thấy **tiếng** một võ sỹ hét to "Tôi là người giỏi nhất". [thanh]

284 [3]

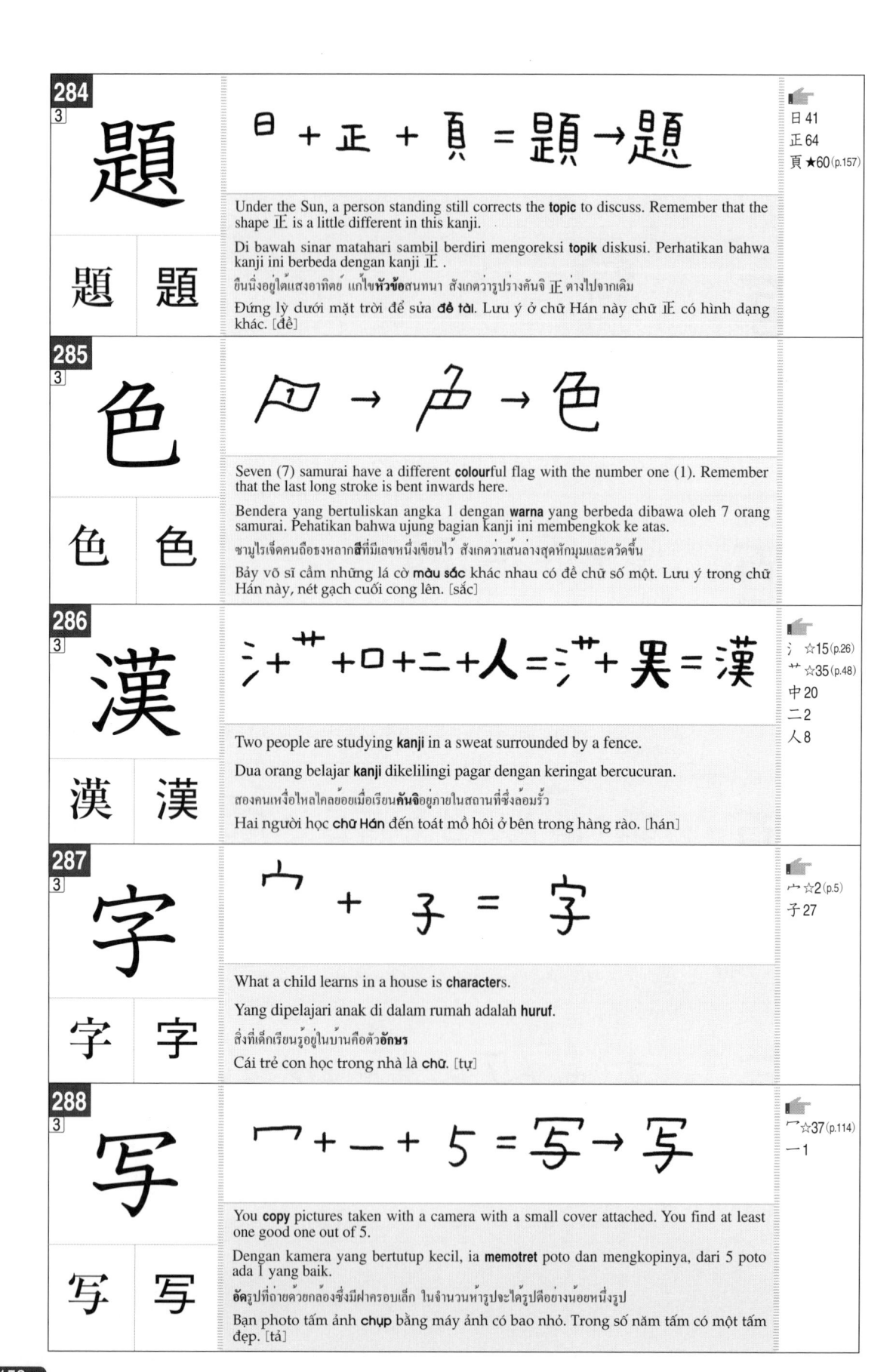

題

題 題

日 + 正 + 頁 = 題 → 題

日 41
正 64
頁 ★60 (p.157)

Under the Sun, a person standing still corrects the **topic** to discuss. Remember that the shape 正 is a little different in this kanji.

Di bawah sinar matahari sambil berdiri mengoreksi **topik** diskusi. Perhatikan bahwa kanji ini berbeda dengan kanji 正.

ยืนนิ่งอยู่ใต้แสงอาทิตย์ แก้ไข**หัวข้อ**สนทนา สังเกตว่ารูปร่างกันจิ 正 ต่างไปจากเดิม

Đứng lỳ dưới mặt trời để sửa **đề tài**. Lưu ý ở chữ Hán này chữ 正 có hình dạng khác. [đề]

285 [3]

色

色 色

Seven (7) samurai have a different **colour**ful flag with the number one (1). Remember that the last long stroke is bent inwards here.

Bendera yang bertuliskan angka 1 dengan **warna** yang berbeda dibawa oleh 7 orang samurai. Pehatikan bahwa ujung bagian kanji ini membengkok ke atas.

ซามูไรเจ็ดคนถือธงหลาก**สี**ที่มีเลขหนึ่งเขียนไว้ สังเกตว่าเส้นล่างสุดหักมุมและตวัดขึ้น

Bảy võ sĩ cầm những lá cờ **màu sắc** khác nhau có đề chữ số một. Lưu ý trong chữ Hán này, nét gạch cuối cong lên. [sắc]

286 [3]

漢

漢 漢

氵 + ⺾ + 口 + 二 + 人 = 氵 + 䧺 = 漢

氵 ☆15 (p.26)
⺾ ☆35 (p.48)
中 20
二 2
人 8

Two people are studying **kanji** in a sweat surrounded by a fence.

Dua orang belajar **kanji** dikelilingi pagar dengan keringat bercucuran.

สองคนเหงื่อไหลไคลย้อยเมื่อเรียน**คันจิ**อยู่ภายในสถานที่ซึ่งล้อมรั้ว

Hai người học **chữ Hán** đến toát mồ hôi ở bên trong hàng rào. [hán]

287 [3]

字

字 字

宀 + 子 = 字

宀 ☆2 (p.5)
子 27

What a child learns in a house is **character**s.

Yang dipelajari anak di dalam rumah adalah **huruf**.

สิ่งที่เด็กเรียนรู้อยู่ในบ้านคือตัว**อักษร**

Cái trẻ con học trong nhà là **chữ**. [tự]

288 [3]

写

写 写

冖 + 一 + 5 = 写 → 写

冖 ☆37 (p.114)
一 1

You **copy** pictures taken with a camera with a small cover attached. You find at least one good one out of 5.

Dengan kamera yang bertutup kecil, ia **memotret** poto dan mengkopinya, dari 5 poto ada 1 yang baik.

อัดรูปที่ถ่ายด้วยกล้องซึ่งมีฝาครอบเล็ก ในจำนวนห้ารูปจะได้รูปดีอย่างน้อยหนึ่งรูป

Bạn photo tấm ảnh **chụp** bằng máy ảnh có bao nhỏ. Trong số năm tấm có một tấm đẹp. [tả]

▶意味
第16回 281〜300

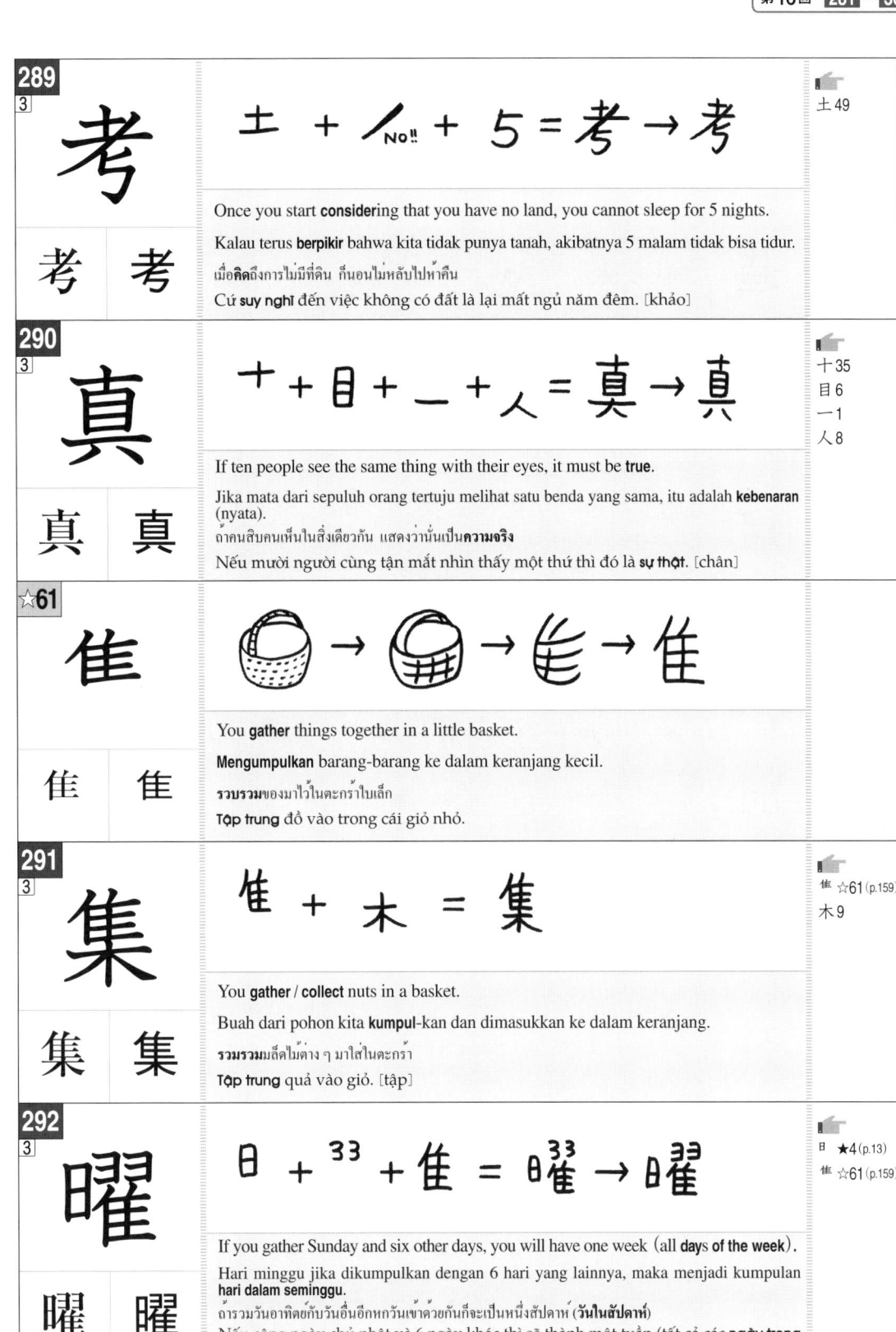

289 考

土 + ╱No!! + 5 = 考 → 考

土 49

Once you start **consider**ing that you have no land, you cannot sleep for 5 nights.
Kalau terus **berpikir** bahwa kita tidak punya tanah, akibatnya 5 malam tidak bisa tidur.
เมื่อ**คิด**ถึงการไม่มีที่ดิน ก็นอนไม่หลับไปห้าคืน
Cứ **suy nghĩ** đến việc không có đất là lại mất ngủ năm đêm. [khảo]

290 真

十 + 目 + 一 + 人 = 真 → 真

十 35
目 6
一 1
人 8

If ten people see the same thing with their eyes, it must be **true**.
Jika mata dari sepuluh orang tertuju melihat satu benda yang sama, itu adalah **kebenaran** (nyata).
ถ้าคนสิบคนเห็นในสิ่งเดียวกัน แสดงว่านั่นเป็น**ความจริง**
Nếu mười người cùng tận mắt nhìn thấy một thứ thì đó là **sự thật**. [chân]

☆61 隹

You **gather** things together in a little basket.
Mengumpulkan barang-barang ke dalam keranjang kecil.
รวบรวมของมาไว้ในตะกร้าใบเล็ก
Tập trung đồ vào trong cái giỏ nhỏ.

291 集

隹 + 木 = 集

隹 ☆61 (p.159)
木 9

You **gather** / **collect** nuts in a basket.
Buah dari pohon kita **kumpul**-kan dan dimasukkan ke dalam keranjang.
รวบรวมเมล็ดไม้ต่าง ๆ มาใส่ในตะกร้า
Tập trung quả vào giỏ. [tập]

292 曜

日 + 33 + 隹 = 日曜33 → 曜

日 ★4 (p.13)
隹 ☆61 (p.159)

If you gather Sunday and six other days, you will have one week (all **days of the week**).
Hari minggu jika dikumpulkan dengan 6 hari yang lainnya, maka menjadi kumpulan **hari dalam seminggu**.
ถ้ารวมวันอาทิตย์กับวันอื่นอีกหกวันเข้าด้วยกันก็จะเป็นหนึ่งสัปดาห์ (**วันในสัปดาห์**)
Nếu cộng ngày chủ nhật và 6 ngày khác thì sẽ thành một tuần (tất cả các **ngày trong tuần**). [diệu]

293

進

隹 + 辶 = 進

隹 ☆61 (p.159)
辶 ☆33 (p.46)

People have gathered. There is a way in front of them and they are to **advance**.
Orang berkumpul lalu **maju** ke jalan di depan matanya.
ผู้คนมารวมกัน เดินถนน**ก้าว**ไปข้าง**หน้า**
Mọi người tập trung lại và **tiến** theo con đường phía trước. [tiến]

294

帰

出 26

Turn 出 upside down. It's three o'clock and it's time to **go home**.
Kanji 出 terbalik. Karena sudah pukul 3, lalu keluar dari tempat sekarang dan **pulang** ke rumah.
สลับส่วนบนและล่างของคันจิคำว่า 出 สามโมงแล้วได้เวลาออกจากที่นี่และ**กลับบ้าน**
Quay ngược chữ 出. Đã ba giờ nên phải ra khỏi nơi đang ở để **về** nhà. [quy]

295

別

口 + 万 + 刂 = 別 → 別

口 7
万 39
刂 ☆16 (p.30)

With a sword, you can cut a thing into 10,000 pieces. These pieces are **separate**d.
Dengan pedang kita bisa memotong sesuatu menjadi 10 ribu potong secara ter**pisah**-pisah.
ใช้ดาบฟันของเป็นหมื่นชิ้น ของชิ้นนั้นก็จะ**แยกออกจากกัน**
Nếu dùng kiếm cắt vật ra hàng vạn mảnh thì vật sẽ bị **rời rạc**. [biệt]

296

以

人 8

You start playing golf in Japan usually **from** the time you start working in a company.
Orang Jepang biasanya **semenjak** masuk perusahaan mulai bermain golf.
คนญี่ปุ่นโดยทั่วไปหลัง**จาก**เข้าทำงานในบริษัทก็จะเริ่มตีกอล์ฟ
Thông thường, ở Nhật mọi người mọi người bắt đầu chơi gôn **từ** khi vào làm ở công ty. [dĩ]

297

堂

口 7
土 49

People chat under a roof. Here is a **hall**. Remember this roof is a little gorgeous.
Tempat orang-orang berbicara di bawah suatu atap yang megah, adalah **aula**.
สถานที่ที่คนจะสนทนากันภายใต้หลังคาก็คือ**โรง** ระวังว่าหลังคามีรูปร่างโอ่อ่าตระการตา
Nơi mọi người nói chuyện dưới mái nhà là **hội trường**. Lưu ý đây là máy nhà lộng lẫy. [đường]

▶意味
第16回 281〜300

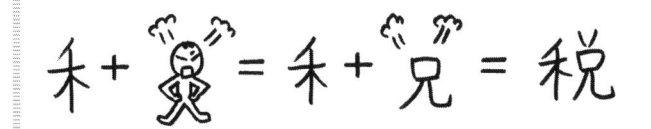

298 税

禾 ☆45(p.124)
兄 175

禾 + 👤 = 禾 + 兄 = 税

There is my brother beside a tree being upset because he has to pay his **tax**.

Kakak marah di bawah pohon karena harus membayar **pajak**.

พี่ชายโมโหอยู่ใต้ต้นไม้เพราะต้องจ่าย**ภาษี**

Vì phải trả **thuế** nên anh trai tôi đang nổi giận dưới gốc cây. [thuế]

299 込

入 25
辶 ☆33(p.46)

辶 + 入 = 込

Once you enter the way, your name is **include**d in the list.

Sekali masuk ke jalan itu, maka langsung nama kita ter-**kandung** (tercatat) dalam list.

เมื่อเดินเข้าถนนนั้นครั้งหนึ่ง ชื่อก็จะถูก**รวมเข้า**ไปอยู่ในรายการ

Một khi đã bước chân vào con đường đó, tên bạn sẽ được đưa vào (**bao gồm**) trong danh sách.

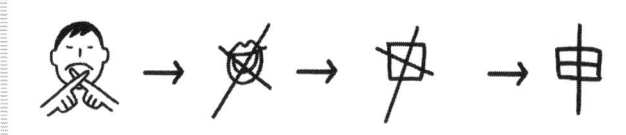

300 申

口 7

👤 → 👁 → 甲 → 申

A humble person does not speak much. This is a **humble form of 'to say'**.

Orang rendahan jarang mengucapkannya. Ini berarti '**berkata**' untuk merendahkan diri.

คนที่ถ่อมตนมักไม่พูด คันจิคำนี้เป็น**รูปถ่อมตนของคำว่า "พูด"**

Người khiêm tốn không hay nói. Chữ Hán này là động từ **khiêm nhường của "nói"**. [thân]

第16回

練習問題
Exercise / Soal Latihan / แบบฝึกหัด / Luyện tập

[1] 意味を書いてください。

以	税	色	顔	曜
声	写	別	堂	頭
漢	進	字	帰	申
真	集	題	込	考
★頁	☆隹			

Write the meaning of the following kanji.
Tulislah makna dari kanji berikut!
จงเขียนความหมายที่ถูกต้องของคันจิต่อไปนี้
Hãy viết nghĩa các chữ Hán dưới đây.

[2] 意味を推測して、適当なものをa〜eから選んでください。

① 進歩　（　　）
② 顔色　（　　）
③ 以上　（　　）
④ 集中　（　　）
⑤ 区別　（　　）

a. concentration / konsentrasi / การรวบรวมสมาธิ / tập trung vào việc gì đó
b. more than / lebih dari / มากกว่า / hơn
c. progress / maju / ความคืบหน้า / sự tiến bộ
d. complexion / raut wajah / สีหน้า / sắc mặt
e. differentiation / memilah / การแบ่งแยก การแยกแยะ / sự khu biệt, sự phân biệt

Guess and choose the appropriate meaning from the box.
Tebak maknanya dengan cara memilih salah satu dari a sampai e!
จงเดาความหมายของคำศัพท์ต่อไปนี้และเลือกคำตอบที่ถูกต้องจาก a ~ e
Hãy đoán nghĩa và chọn các từ thích hợp trong khung.

[3] 意味を推測してください。

① 問題　　（　　　　　　）
② 漢字　　（　　　　　　）
③ 写真　　（　　　　　　）
④ 食堂　　（　　　　　　）
⑤ 帰国　　（　　　　　　）
⑥ 水曜日　（　　　　　　）
⑦ 特別　　（　　　　　　）
⑧ 税込　　（　　　　　　）

Guess the meaning of the following words.
Silahkan tebak maknanya!
จงเดาความหมายของคำศัพท์ต่อไปนี้
Hãy đoán nghĩa các từ dưới đây.

162

第9回 読み方と書き方を覚えよう

Let's learn reading and writing
Menghapal cara baca dan menulisnya
มาจำเสียงอ่านและวิธีเขียนกันเถอะ
Hãy nhớ cách đọc và cách viết

151 転 (11)
rotate / jatuh / กลิ้ง / lăn [chuyển]

転ぶ ②	ころぶ	korobu	to fall, to trip / jatuh, berguling / ล้ม, หกล้ม / lăn, ngã
自転車 ④	じてんしゃ	jiten'sha	bicycle / sepeda / จักรยาน / xe đạp
運転する ③	うんてんする	un'ten'suru	to drive / menyetir / ขับรถ / lái xe
転校する ⓪	てんこうする	ten'kō suru	to change one's school / pindah sekolah / ย้ายโรงเรียน / chuyển trường
転勤する ⓪	てんきんする	ten'kin'suru	to transfer from one working place to the other / pindah kerja / ย้ายที่ทำงาน / chuyển công tác

ころ-ぶ / てん

152 運 (12)
carry / mengangkut / ขน / chở [vận]

運ぶ ⓪	はこぶ	hakobu	to carry / mengangkut / ขน / chở, mang, vác
運がいい ②	うんがいい	un' ga ii	lucky / beruntung / โชคดี / may mắn
運転手 ③	うんてんしゅ	un'ten'shu	driver / sopir / คนขับรถ / người lái xe
運動する ③	うんどうする	un'dō suru	to exercise / bergerak / ออกกำลังกาย / vận động
運送する ⓪	うんそうする	un'sō suru	to transport / mengangkut / ขนส่ง (สินค้า, สัมภาระ) / vận chuyển

はこ-ぶ / うん

153 軽 (12)
light / ringan / เบา / nhẹ [khinh]

軽い ⓪	かるい	karui	light / ringan / เบา / nhẹ
軽食	けいしょく	kēshoku	light meal / makanan ringan / อาหารว่าง / bữa ăn nhẹ
軽自動車	けいじどうしゃ	kējidōsha	a compact car with limited horsepower / mobil kecil (cc: rendah) / รถยนต์ขนาดเล็ก / xe ô tô hạng nhẹ

かる-い / けい

154 (3) 朝 (12) morning / pagi / เช้า / buổi sáng [triều]		朝 ④	あさ	**asa**	morning / pagi-pagi / เช้า / buổi sáng
		朝ご飯 ④	あさごはん	**asa**gohan	breakfast / makan pagi / อาหารเช้า / bữa sáng
		朝日	あさひ	**asa**hi	morning sun / matahari pagi / พระอาทิตย์ยามเช้า / mặt trời buổi sáng
		朝食	ちょうしょく	**chō**shoku	breakfast / makan pagi / อาหารเช้า / bữa sáng
		今朝 ④	けさ※	kesa※	this morning / tadi pagi / เมื่อเช้า / sáng nay
あさ	一 朝 朝 古 吉 吉				
ちょう	直 卓 朝 朝 朝 朝				

155 (3) 昼 (9) daytime / siang / กลางวัน / ban ngày [trú]		昼 ④	ひる	**hiru**	noon / siang / กลางวัน เที่ยง / buổi trưa
		昼ご飯 ④	ひるごはん	**hiru**gohan	lunch / makan siang / อาหารกลางวัน / bữa trưa
		昼休み ③	ひるやすみ	**hiru**yasumi	lunch time / istirahat siang / พักกลางวัน / nghỉ trưa
		昼間 ③	ひるま	**hiru**ma	daytime / siang hari / เวลากลางวัน / ban ngày
		昼寝 ②	ひるね	**hiru**ne	nap / tidur siang / นอนกลางวัน / ngủ trưa
		昼食 ②	ちゅうしょく	**chū**shoku	lunch / makan siang / อาหารกลางวัน / bữa trưa
ひる	昼 昼 尽 尺 尽 尽				
ちゅう	昼 昼 昼				

156 (3) 風 (9) wind / angin / ลม / gió [phong]		風 ④	かぜ	**kaze**	wind / angin / ลม / gió
		風邪 ④	かぜ	**kaze**	a cold / flu, penyakit masuk angin / หวัด / bị cảm
		台風 ③	たいふう	tai**fū**	typhoon / angin topan / ใต้ฝุ่น / bão
		洋風 ①	ようふう	yō**fū**	western style / ala barat / แบบตะวันตก / kiểu phương tây
		お風呂 ④	おふろ	o**fu**ro	bath, bathtub / mandi, bak mandi / อาบน้ำ อ่างอาบน้ำ / tắm, bồn tắm
かぜ	風 凡 凡 凡 凮 凮				
ふう	風 風 風				

第9回 151〜169

157 押 (8)
press, push / tekan / กด / ấn, đẩy [áp]

漢字	よみ	ローマ字	意味
押す ④	おす	**o**su	to push, to push / menekan / กด ผลัก ดัน / ấn, đẩy
押(し)入(れ) ③	おしいれ	**o**shiire	Japanese style closet / lemari pakaian ala Jepang / ห้องเก็บของข้างฝา / tủ để đồ kiểu Nhật

お-す: 一 扌 扌 抑 抑 押 押 押

158 引 (4)
pull / menarik / ดึง / kéo [dẫn]

漢字	よみ	ローマ字	意味
引く ④	ひく	**hi**ku	to pull / menarik / ดึง / kéo
風邪を引く ④	かぜをひく	kaze o **hi**ku	to catch a cold / masuk angin, kena flu / เป็นหวัด / bị cảm
引(き)出(し) ③	ひきだし	**hi**kidashi	drawer / laci / ลิ้นชัก / ngăn kéo bàn
引き出す ②	ひきだす	**hi**kidasu	to withdraw (money) / mengeluarkan / ถอน (เงิน) / rút (tiền)
引っ越す ③	ひっこす	**hi**kkosu	to move from one place to another / pindah rumah / ย้ายที่อยู่, ย้ายบ้าน / chuyển nhà

ひ-く: フ 弓 弓 引

159 強 (11)
strong / kuat / แข็ง / khỏe [cường]

漢字	よみ	ローマ字	意味
強い ④	つよい	**tsuyo**i	strong / kuat / แข็งแกร่ง / khỏe
勉強する ④	べんきょうする	ben**kyō** suru	to study / belajar / เล่าเรียน / học bài
強風	きょうふう	**kyō**fū	strong wind / angin kencang / ลมแรง / gió mạnh
強調する ②	きょうちょうする	**kyō**chō suru	to emphasize / menekankan / เน้น ย้ำ / nhấn mạnh, khẳng định

つよ-い / きょう: 弓 弓 弓 弘 弘 弘 強 強 強 強 強

160 弱 (10)
weak / lemah / อ่อน / yếu [nhược]

漢字	よみ	ローマ字	意味
弱い ④	よわい	**yowa**i	weak / lemah / อ่อนแอ (คุณศัพท์) / yếu
弱る ①	よわる	**yowa**ru	to become weak / melemah / อ่อนแอ (กริยา) / yếu đi
弱々しい	よわよわしい	**yowa**yowashii	weak, puny / lemah, rendah / ดูอ่อนแอ / yếu ớt, yếu đuối
弱点 ②	じゃくてん	**jaku**ten	weak point / kelemahan / จุดอ่อน / nhược điểm

よわ-い / じゃく: フ 弓 弓 弓 弱 弱 弱 弱 弱

161 習 (11)

learn / belajar / เรียนรู้ / tập [tập]

習う [4]	ならう	**nara**u	to learn / belajar, mempelajarai / เรียนรู้ / tập, học
習慣 [3]	しゅうかん	**shū**kan	custom / kebiasaan / ขนบธรรมเนียม / tập quán
練習 [4]	れんしゅう	ren**shū**	practice / latihan / ซ้อม / luyện tập
学習する [2]	がくしゅうする	gaku**shū** suru	to study / belajar / เรียน เรียนรู้ / học tập

なら-う
しゅう

162 勉 (10)

endeavour / berupaya / เล่าเรียน / cố gắng [miễn]

勉強する [4]	べんきょうする	**ben**'kyō suru	to study / belajar / เล่าเรียน / học bài
勤勉な [1]	きんべんな	kin'**ben**' na	diligent / sungguh-sungguh / ขยัน / chăm chỉ

べん

163 台 (5)

stand / alas / แท่น / bục [đài]

台 [2]	だい	**dai**	stand / alas / แท่น เวที / bục, kệ
一台 [4]	いちだい	ichi**dai**	one machine (counter) / sebuah (mesin dll.) / หนึ่งเครื่อง / một chiếc (đếm máy móc)
台所 [4]	だいどころ	**dai**dokoro	kitchen / dapur / ครัว / nhà bếp
台風 [3]	たいふう	**tai**fū	typhoon / angin topan / ไต้ฝุ่น / bão

だい
たい

164 始 (8)

start / mulai / เริ่ม / bắt đầu [sơ]

始まる [4]	はじまる	**haji**maru	(something) starts / mulai / (บางอย่าง) เริ่มขึ้น / (cái gì đó) bắt đầu
始める [3]	はじめる	**haji**meru	to start (something) / memulai / เริ่ม (อะไรบางอย่าง) / bắt đầu (cái gì đó)
(食べ)始める [3]	たべはじめる	tabe**haji**meru	to start (eating) / mulai makan / เริ่ม (กิน) / bắt đầu (ăn)
開始する [2]	かいしする	kai**shi** suru	to start (something) / memulai / เริ่ม (อะไรบางอย่าง) / bắt đầu (cái gì đó)
年末年始	ねんまつねんし	nen'matsu nen'**shi**	the end of the year and the beginning of the new year / awal dan akhir tahun / ช่วงสิ้นปีและช่วงต้นปี / đầu và cuối năm

はじ-まる
はじ-める
し

165 市 (5)

market, city / pasar, kota madya / ตลาด เมือง / chợ, thành phố [thị]

(京都)市 ③	きょうとし	kyōto shi	(Kyoto) city / kota Kyoto / เมืองเกียวโต / thành phố (Kyoto)
市民 ③	しみん	shimin	citizen / warga kota / ชาวเมือง พลเมือง / người dân thành phố
市長 ②	しちょう	shichō	mayor / wali kota / ผู้ว่าการเมือง / thị trưởng
市場 ①	しじょう	shijō	business market / pasar / ตลาด(ทุน เงิน) / thị trường
市場 ②	いちば	ichiba	market / pasar / ตลาด(สด) / chợ

- いち
- し

166 姉 (8)

elder sister / kakak perempuan / พี่สาว / chị gái [tỷ]

姉 ④	あね	ane	my elder sister / kakak perempuan / พี่สาวของผู้พูด / chị gái tôi
お姉さん ④	おねえさん	onēsan	someone's elder sister / embak, kakak (pr.) / พี่สาวของคนอื่น / chị gái của ai đó
姉妹 ②	しまい	shimai	sisters / sodara perempuan / พี่สาวและน้องสาว / chị em gái

- あね
- お-ねえ-さん
- し

167 妹 (8)

younger sister / adik perempuan / น้องสาว / em gái [muội]

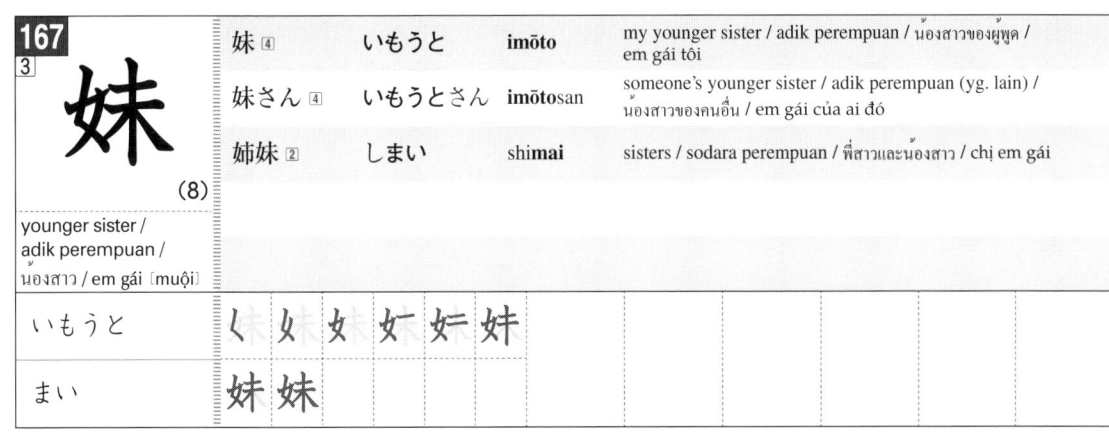

妹 ④	いもうと	imōto	my younger sister / adik perempuan / น้องสาวของผู้พูด / em gái tôi
妹さん ④	いもうとさん	imōtosan	someone's younger sister / adik perempuan (yg. lain) / น้องสาวของคนอื่น / em gái của ai đó
姉妹 ②	しまい	shimai	sisters / sodara perempuan / พี่สาวและน้องสาว / chị em gái

- いもうと
- まい

168 味 (8)

taste / rasa / รส / vị [vị]

味 ③	あじ	aji	taste / rasa / รสชาติ / vị
味わう ②	あじわう	ajiwau	to appreciate taste / menikmati / ลิ้มรส / thưởng thức
味見する	あじみする	ajimi suru	to check the taste / mencicipi / ชิม / nếm
意味 ④	いみ	imi	meaning / makna, arti / ความหมาย / ý nghĩa
趣味 ③	しゅみ	shumi	hobby / kegemaran / งานอดิเรก / sở thích

- あじ
- み

169 [3] 好 (6) like / suka / ชอบ / yêu quý [hǎo]	好きな ④	すきな	**su**ki na	favorite / suka / ชอบ โปรด / yêu thích, thích
	大好きな ④	だいすきな	**dai**suki na	most favorite / sangat suka / ชอบมาก โปรดมาก / rất thích
	好物	こうぶつ	**kō**butsu	favorite / kesukaan / ของโปรด / thứ yêu thích

す-き	好 好 好 好 好 好									
こう										

第9回 練習問題

Exercise / Soal Latihan / แบบฝึกหัด / Luyện tập

▶読み方と書き方
第9回 151〜169

How do you type this kanji?
Bagaimana jika ditik (pakai keybord)?
คันจิต่อไปนี้พิมพ์อย่างไร
Hãy chọn cách đánh máy đúng.

1 キーボードでどう入力しますか。

① 台風　　a. tai fuu　　b. dai fuu　　c. dai kaze
② 勉強　　a. benn kyoo　b. benn kyou　c. benn tuyoi
③ 妹　　　a. imooto　　 b. ane　　　　c. imouto
④ 学習　　a. gaku shuu　b. gaku shu　 c. gak shuu
⑤ 運転　　a. u tten　　 b. unn te　　 c. unn tenn

How do you write this kanji in hiragana?
Bagaimana jika ditulis dengan hiragana?
คันจิต่อไปนี้เขียนเป็นอักษรฮิระงะนะอย่างไร
Hãy phiên âm Hiragana các chữ Hán dưới đây.

2 ひらがなでどう書きますか。

① 今朝　　　a. いまあさ　　　b. けさ　　　　c. きょうあさ
② 昼休み　　a. ちゅうやすみ　b. ちゅうきゅうみ　c. ひるやすみ
③ 市長　　　a. しちょう　　　b. しちょお　　c. しながい
④ お姉さん　a. おあねさん　　b. おいもうとさん　c. おねえさん
⑤ 大好き　　a. おおすき　　　b. だいすき　　c. だいこうき

Write the reading of the underlined portion.
Tulis cara baca kata yang digarisbawahi!
จงเขียนเสียงอ่านของคำที่ขีดเส้นใต้
Hãy viết cách đọc các chữ Hán có gạch chân.

3 下線部の読み方を書いてください。

① このかばんは、軽いですね。　② 朝ごはんは、トーストとコーヒーです。

③ 今日は風が強いです。　　　　④ このサッカーのチームは、弱いですね。

⑤ A：味はいかがですか。
　　B：とても、おいしいです。

Read and figure out the meaning of the sentences.
Baca dan pikirkan artinya!
จงอ่านและเดาความหมายของประโยคต่อไปนี้
Hãy đọc và đoán nghĩa các câu dưới đây.

4 読んで意味を考えましょう。

① A：風邪を引かないように気をつけて下さいね。
　　B：はい、田川さんもお気をつけて。

② A：すみません。押さないで下さい。
　　B：あ、すみません。

③ A：さあ、ミーティングを始めましょうか。
　　B：すみません、あと二、三分待ってもらえませんか。

④ A：趣味は何ですか。
　　B：テニスが好きです。

第9回

チャレンジ！ Challenge! / Cobalah! / แบบฝึกหัดท้าทาย / Thử sức!

1 画数はいくつですか。

① 強（　　） ② 習（　　） ③ 運（　　）

④ 好（　　） ⑤ 風（　　） ⑥ 押（　　）

How many strokes are there?
Berapa struknya?
จงบอกจำนวนเส้นของคันจิต่อไปนี้
Các chữ Hán dưới đây có bao nhiêu nét?

2 適当な漢字を選んでください。

① にもつを<u>はこびます</u>。
1	運びます
2	運ます
3	転びます

② 英語を<u>ならいます</u>。
1	習ます
2	強います
3	習います

③ これ、どういう<u>い</u>みですか。
1	意味
2	意妹
3	意耳

④ <u>べんきょう</u>します。
1	強勉
2	勉強
3	学習

⑤ ミーティングを<u>はじめます</u>。
1	始ます
2	始めます
3	姉ます

⑥ <u>ちゅう食</u>をとります。
1	昼食
2	朝食
3	中食

Choose the appropriate kanji.
Pilih huruf kanji yang tepat!
จงเลือกคันจิที่ถูกต้อง
Hãy chọn chữ Hán thích hợp.

3 適当な漢字を書いてください。

① <u>あさ</u>ごはんは、<u>かる</u>いものを食べます。

② わたしは、<u>うんてん</u>がすきです。

③ 車が<u>にだい</u>、あります。

④ 京都<u>し</u>には、おてらがたくさんあります。

⑤ A: きょうだいは、いますか。
　　B: はい、<u>あね</u>と<u>いもうと</u>がいます。

⑥ <u>おしいれ</u>に、ふとんが<u>はい</u>っています。

⑦ <u>らいげつ</u>、<u>ひっこ</u>します。

Write the kanji of the underlined portion.
Tulis kata yang digaris-bawahi dengan huruf kanji!
จงเขียนคันจิของคำที่ขีดเส้นใต้
Hãy viết chữ Hán thích hợp.

第10回 読み方と書き方を覚えよう

Let's learn reading and writing
Menghapal cara baca dan menulisnya
มาจำเสียงอ่านและวิธีเขียนกันเถอะ
Hãy nhớ cách đọc và cách viết

170 心 (4)
heart / hati / ใจ / trái tim [tâm]

心 ③	こころ	kokoro	heart / hati / หัวใจ ใจ / trái tim, tâm hồn
心配する ③	しんぱいする	shin'pai suru	to be anxious, to be concerned / khawatir / เป็นห่วง กังวล / lo lắng
中心 ②	ちゅうしん	chūshin	center, middle / pusat, tengah / ใจกลาง กึ่งกลาง / trung tâm, giữa
心臓 ②	しんぞう	shin'zō	heart (i.e. organ) / hati (organ tubuh) / หัวใจ (อวัยวะร่างกาย) / trái tim
関心がある ②	かんしんがある	kan'shin ga aru	to be interested / berminat / สนใจ / quan tâm

こころ / しん

心 心 心 心

171 思 (9)
think / mengira / นึก / nghĩ [tư]

思う ③	おもう	omou	to think / mengira / นึก คิด / nghĩ
思い出す ③	おもいだす	omoidasu	to recall / teringat / นึก นึกออก / nhớ ra
思い出 ②	おもいで	omoide	memory / kenangan / ความทรงจำ / kỷ niệm
思い込む ②	おもいこむ	omoikomu	to assume / beranggapan / ปักใจเชื่อ หลงคิด / ngộ nhận
思想 ②	しそう	shisō	thought(s) / pemikiran / ความคิด แนวความคิด / tư tưởng

おも-う / し

思 思 思 思 思
思 思 思

172 意 (13)
idea / pendapat / ความคิด / ý kiến [ý]

意味 ④	いみ	imi	meaning, definition / makna, arti / ความหมาย / ý nghĩa
意見 ③	いけん	iken	opinion / pendapat / ความคิดเห็น / ý kiến
用意する ③	よういする	yōisuru	to prepare / menyediakan / เตรียม / chuẩn bị
意識 ②	いしき	ishiki	consciousness / kesadaran / สติ การรู้สึกตัว / ý thức

い

意 意 意 意 意 意
意 意 意 意 意 意

173 急 (9)

hurry / bergegas / รีบ / khẩn trương [cấp]

漢字	かな	ローマ字	意味
急ぐ ③	いそぐ	**iso**gu	to hurry / bergegas / รีบ / khẩn trương, vội
特急 ③	とっきゅう	tok**kyū**	limited express (train) / ekspres / (รถไฟ) ด่วนพิเศษ / (tàu) cao tốc
急に ③	きゅうに	**kyū** ni	suddenly / tiba-tiba / โดยฉับพลัน / đột nhiên
急行 ③	きゅうこう	**kyū**kō	express (train) / kereta ekspres / (รถไฟ) ด่วน / (tàu) tốc hành
救急車	きゅうきゅうしゃ	kyū**kyū**sha	ambulance / ambulan / รถพยาบาล / xe cấp cứu

いそ-ぐ
きゅう

174 悪 (11)

bad / jelek / เลว / xấu [ác]

漢字	かな	ローマ字	意味
悪い ④	わるい	**waru**i	bad / jelek / เลว ไม่ดี / xấu, tồi, ác
悪口 ②	わるくち	**waru**kuchi	bad mouth about someone / gunjingan / การว่าร้าย / nói xấu
悪者 ①	わるもの	**waru**mono	villain / penjahat / คนเลว / kẻ ác, kẻ xấu
最悪	さいあく	sai**aku**	the worst / terjelek / เลวร้ายที่สุด / tồi tệ nhất
悪化する ①	あっかする	**ak**kasuru	to deteriorate / memburuk / เลวร้ายลง แย่ลง / xấu đi

わる-い
あく / あっ

175 兄 (5)

elder brother / kakak laki-laki / พี่ชาย / anh trai [huynh]

漢字	かな	ローマ字	意味
兄 ④	あに	**ani**	my elder brother / kakak laki-laki / พี่ชายของผู้พูด / anh trai tôi
お兄さん ④	おにいさん	o**nī**san	someone's elder brother / abang, kakak / พี่ชายของผู้อื่น / anh trai của ai đó
兄弟 ④	きょうだい	**kyō**dai	brothers / sodara / พี่ชายและน้องชาย / anh em trai

あに
お - にい - さん
きょう

176 弟 (7)

younger brother / adik laki-laki / น้องชาย / em trai [đệ]

漢字	かな	ローマ字	意味
弟 ④	おとうと	**otōto**	my younger brother / adik laki-laki / น้องชายของผู้พูด / em trai tôi
弟さん ④	おとうとさん	**otōto**san	someone's young brother / adik laki-laki orang lain / น้องชายของผู้อื่น / em trai của ai đó
兄弟 ④	きょうだい	kyō**dai**	brothers / sodara / พี่ชายและน้องชาย / anh em trai
弟子 ②	でし※	**de**shi※	apprentice, disciple / murid, pengikut / ลูกศิษย์ / đệ tử

おとうと
だい

177 親 (16)

parent / orang tua / พ่อแม่ / bố mẹ [thân]

親 ②	おや	oya	parent / orang tua / พ่อแม่ / bố mẹ
親子	おやこ	oyako	parent and child / anak dan orang tua / พ่อแม่ลูก / bố mẹ và con cái
母親 ②	ははおや	hahaoya	mother / ibu / แม่ / mẹ
親しい ②	したしい	shitashii	familiar, close / akrab / สนิท คุ้นเคย / thân thiết
両親 ④	りょうしん	ryōshin	both parents / kedua orang tua / พ่อแม่ / song thân
親切な ③	しんせつな	shin'setsu na	kind, gentle / ramah / ใจดี โอบอ้อมอารี / tử tế, thân thiện

おや / した-しい / しん

178 主 (5)

master / tuan / เจ้านาย / chủ nhân [chủ]

主な ②	おもな	omo na	main / sebagian besar / หลัก / chủ yếu
持ち主	もちぬし	mochinushi	owner / pemilik / เจ้าของ / người chủ
ご主人 ③	ごしゅじん	goshujin	someone's husband, master, shopkeeper / suami, pemilik / สามีของผู้อื่น เจ้านาย เจ้าของร้าน / chồng của ai đó

おも-な / しゅ

179 注 (8)

pour / mencucurkan / ริน / rót [chú]

注ぐ ②	そそぐ	sosogu	to pour / menuangkan / ริน เท / rót
注意する ③	ちゅういする	chūi suru	to pay attention / memperhatikan / ระวัง ตักเตือน ใส่ใจ / nhắc nhở
注射する ③	ちゅうしゃする	chūsha suru	to inject / menyuntik / ฉีดยา / tiêm
注文する ②	ちゅうもんする	chūmon' suru	to order (food or goods) / memesan / สั่ง (อาหาร) สั่งซื้อ (สินค้า) / gọi món
注目する ②	ちゅうもくする	chūmoku suru	to take notice of something / memperhatikan / จับตามอง เฝ้าสังเกต / chú ý đến điều gì đó

そそ-ぐ / ちゅう

180 住 (7)

live / tinggal / อยู่ / ở [trú]

住む	すむ	**su**mu	to live (somewhere) / tinggal / อยู่ อาศัย / ở, cư trú
(お)住まい	おすまい	o**su**mai	your/someone's residence / tempat tinggal / ที่อยู่ (ของผู้อื่น) / nơi ở
住所	じゅうしょ	**jū**sho	address / alamat / ที่อยู่ / địa chỉ
住民	じゅうみん	**jū**min	resident / penduduk / ผู้พักอาศัย / người dân
住宅	じゅうたく	**jū**taku	housing / perumahan / ที่อยู่อาศัย บ้านเรือน / nhà ở

す-む: 住 住 住 住 住
じゅう: 住

181 春 (9)

spring / musim semi / ฤดูใบไม้ผลิ / mùa xuân [xuân]

| 春 | はる | **haru** | spring / musim semi / ฤดูใบไม้ผลิ / mùa xuân |
| 春分の日 | しゅんぶんのひ | **shun**'bun no hi | the Vernal Equinox Day / suatu hari di musim semi yang siang dan malamnya sama panjang / วันในฤดูใบไม้ผลิที่กลางวันและกลางคืนยาวเท่ากัน / ngày xuân phân |

はる: 春 春 春 春 春 春
しゅん: 春 春 春

182 夏 (10)

summer / musim panas / ฤดูร้อน / mùa hè [hạ]

夏	なつ	**natsu**	summer / musim panas / ฤดูร้อน / mùa hè
夏休み	なつやすみ	**natsu**yasumi	summer vacation / liburan musim panas / วันหยุดฤดูร้อน / nghỉ hè
春夏秋冬	しゅんかしゅうとう	shun**ka**shūtō	all seasons of the year / empat musim dalam setahun / สี่ฤดูตลอดปี / xuân hạ thu đông

なつ: 夏 夏 夏 夏 夏 夏
か: 夏 夏 夏 夏

183 秋 (9)

autumn / musim gugur / ฤดูใบไม้ร่วง / mùa thu [thu]

| 秋 | あき | **aki** | autumn / musim gugur / ฤดูใบไม้ร่วง / mùa thu |
| 秋分の日 | しゅうぶんのひ | **shū**bun no hi | the Autumn Equinox Day / suatu hari di musim gugur yang siang dan malamnya sama panjang / วันในฤดูใบไม้ร่วงที่กลางวันและกลางคืนยาวเท่ากัน / ngày thu phân |

あき: 秋 秋 秋 秋 秋 秋
しゅう: 秋 秋 秋

第10回 170〜187

184 冬 (5)
winter / musim dingin / ฤดูหนาว / mùa đông [đông]

冬	ふゆ	fuyu	winter / musim dingin / ฤดูหนาว / mùa đông
冬休み	ふゆやすみ	fuyuyasumi	winter vacation / liburan musim dingin / วันหยุดฤดูหนาว / nghỉ đông
冬服	ふゆふく	fuyufuku	winter clothes / pakaian musim dingin / เสื้อผ้าฤดูหนาว / trang phục mùa đông
冬眠する	とうみんする	tōmin'suru	to hibernate / tidur selama musim dingin / (สัตว์) จำศีลในฤดูหนาว / ngủ đông

- ふゆ
- とう

185 寒 (12)
cold / dingin / หนาว / lạnh [hàn]

寒い	さむい	samui	cold (air) / dingin / หนาว / lạnh
寒さ	さむさ	samusa	coldness / dinginnya / ความหนาว / cái lạnh
寒波	かんぱ	kan'pa	cold wave / udara (suhu) dingin / คลื่นความหนาว / luồng khí lạnh

- さむ-い
- かん

186 暑 (12)
hot / panas / ร้อน / nóng [thử]

暑い	あつい	atsui	hot (air) / panas / ร้อน / nóng
暑さ	あつさ	atsusa	heat / panasnya / ความร้อน / cái nóng
残暑	ざんしょ	zan'sho	the last summer heat / hawa sisa musim panas / อากาศร้อนช่วงต้นฤดูใบไม้ร่วง / dư âm của cái nóng mùa hè

- あつ-い
- しょ

187 晴 (12)
fine weather / cerah / แจ่มใส / trời đẹp [tình]

晴れ	はれ	hare	fine weather / cerah / อากาศแจ่มใส / trời đẹp, trời quang đãng
晴れる	はれる	hareru	to clear up (i.e. weather) / cerah / (อากาศ) แจ่มใส ปลอดโปร่ง / quang đãng (bầu trời)
晴天	せいてん	sēten	fine weather / cuaca cerah / อากาศแจ่มใส / trời quang đãng, trời đẹp

- は-れる
- せい

第10回

練習問題 Exercise / Soal Latihan / แบบฝึกหัด / Luyện tập

1 キーボードでどう入力しますか。

① お兄さん	a. o nii sann	b. o ani sann	c. o nee sann
② 注意	a. chu i	b. chuu i	c. chou i
③ 意見	a. ii kenn	b. i kkenn	c. i kenn
④ 思います	a. omo i ma su	b. oomo i ma su	c. omo u ma s
⑤ 冬	a. fuyu	b. haru	c. aki

How do you type this kanji?
Bagaimana jika ditik (pakai keyboard)?
คันจิต่อไปนี้พิมพ์อย่างไร
Hãy chọn cách đánh máy đúng.

2 ひらがなでどう書きますか。

① 急行	a. きゅうこ	b. きゅこう	c. きゅうこう
② 晴れ	a. はれ	b. ばれ	c. ほれ
③ 悪い	a. わろい	b. わるい	c. われい
④ 寒い	a. さぶい	b. さむい	c. さまい
⑤ 弟	a. おとおと	b. おにいさん	c. おとうと

How do you write this kanji in hiragana?
Bagaimana jika ditulis dengan hiragana?
คันจิต่อไปนี้เขียนเป็นอักษรฮิระงะนะอย่างไร
Hãy phiên âm Hiragana các chữ Hán dưới đây.

3 下線部の読み方を書いてください。

① そのニュースを<u>聞いて</u>、<u>安心</u>しました。 ② <u>早く</u>！<u>急いで</u> <u>下</u>さい。

③ <u>特急</u>は、あと<u>三分</u>ほどでまいります。 ④ お<u>住まい</u>は、どちらですか。

⑤ 明日は<u>晴れて</u>、<u>暑く</u>なると<u>思います</u>よ。

Write the reading of the underlined portion.
Tulis cara baca kata yang digarisbawahi!
จงเขียนเสียงอ่านของคำที่ขีดเส้นใต้
Hãy viết cách đọc các chữ Hán có gạch chân.

4 読んで意味を考えましょう。

① A：何人兄弟ですか。
　B：兄が二人、妹が一人の四人兄弟です。

② A：ご主人も日本に来ていますか。
　B：はい、三日前に来ました。

③ A：これ、旅行のおみやげです。
　B：わあ、ご親切に。ありがとうございます。

④ A：冬休みは、国に帰るんですか。
　B：ええ、クリスマスに一週間ほど。

Read and figure out the meaning of the sentences.
Baca dan pikirkan artinya!
จงอ่านและเดาความหมายของประโยคต่อไปนี้
Hãy đọc và đoán nghĩa các câu dưới đây.

チャレンジ！ Challenge! / Cobalah! / แบบฝึกหัดท้าทาย / Thử sức!

1 画数はいくつですか。

① 寒（　　）　　② 注（　　）　　③ 弟（　　）

④ 急（　　）　　⑤ 晴（　　）　　⑥ 冬（　　）

How many strokes are there?
Berapa struknya?
จงบอกจำนวนเส้นของคันจิต่อไปนี้
Các chữ Hán dưới đây có bao nhiêu nét?

2 適当な漢字を選んでください。

① 友だちの名前を、おもいだします。
1	思い出します
2	意い出します
3	悪い出します

② 山下さんとしたしいですか。
1	新しい
2	家しい
3	親しい

③ これ、どういういみですか。
1	意見
2	意味
3	意思

④ なつやすみは、どうしますか。
1	暑休み
2	夏休み
3	夏体み

⑤ ごちゅうもんを、どうぞ。
1	注意
2	注目
3	注文

⑥ おにいさんは、会社員ですか。
1	お兄いさん
2	お兄さん
3	大兄さん

Choose the appropriate kanji.
Pilih huruf kanji yang tepat!
จงเลือกคันจิที่ถูกต้อง
Hãy chọn chữ Hán thích hợp.

3 適当な漢字を書いてください。

① 長くバスに乗って、きもちがわるくなりました。

② あきは、はれた日が多くてすきです。

③ しゅじんのおとうとは、近くにすんでいます。

④ あたらしい人がはいって、きゅうにいそがしくなりました。

⑤ はるらしい天気になりましたね。

⑥ A：じゃあまた。駅までのみち、分かりますか。

　　B：はい、だい丈夫ですよ。ごしん配なく。

Write the kanji of the underlined portion.
Tulis kata yang digaris-bawahi dengan huruf kanji!
จงเขียนคันจิของคำที่ขีดเส้นใต้
Hãy viết chữ Hán thích hợp.

第11回 読み方と書き方を覚えよう

Let's learn reading and writing
Menghapal cara baca dan menulisnya
มาจำเสียงอ่านและวิธีเขียนกันเถอะ
Hãy nhớ cách đọc và cách viết

188 終 (11) end / berakhir / ปลาย / cuối [chung]

終わる ④	おわる	owaru	(something) finishes, to finish (something) / berakhir / เสร็จ จบ / cuối, kết thúc, hết
(飲み)終わる ③	のみおわる	nomiowaru	to finish (drinking) / berhenti minum / ดื่มเสร็จ / (uống) hết
終わり ③	おわり	owari	end / akhir / ปลาย สิ้นสุด จบ / cuối
終える ②	おえる	oeru	to finish (something) / mengakhiri / ทำให้เสร็จ / kết thúc (cái gì đó)
終点 ②	しゅうてん	shūten	terminal / terminal terakhir / สถานีปลายทาง / bến cuối
終電	しゅうでん	shūden	the last train of the day / kereta terakhir / รถไฟเที่ยวสุดท้าย / chuyến tàu cuối trong ngày

お-わる / お-える: 終 終 終 終 終 終
しゅう: 終 終 終 終 終

189 紙 (10) paper / kertas / กระดาษ / giấy [chỉ]

紙 ④	かみ	kami	paper / kertas / กระดาษ / giấy
手紙 ④	てがみ	tegami	letter / surat / จดหมาย / lá thư
用紙 ②	ようし	yōshi	form / kertas, formulir / แบบฟอร์ม / mẫu văn bản
表紙 ②	ひょうし	hyōshi	book cover / jilid / หน้าปกหนังสือ / bìa sách

かみ: 紙 紙 紙 紙 紙 紙
し: 紙 紙 紙 紙

190 低 (7) low / rendah / ต่ำ / thấp [đê]

低い ④	ひくい	hikui	low / rendah / ต่ำ เตี้ย / thấp
低温	ていおん	tēon	low temperature / suhu rendah / อุณหภูมิต่ำ / nhiệt độ thấp
最低気温 ②	さいていきおん	saitēkion	the lowest temperature / suhu minimum / อุณหภูมิต่ำสุด / nhiệt độ thấp nhất
低下する ②	ていかする	tēka suru	to decline, to fall / menurun / ลดต่ำลง เสื่อมลง / giảm xuống

ひく-い: 低 低 低 低 低
てい: 低

第11回 188〜206

191 肉 (6)
meat / daging / เนื้อ / thịt [nhục]

肉 ④	にく	niku	meat / daging / เนื้อสัตว์ / thịt
牛肉 ④	ぎゅうにく	gyūniku	beef / daging sapi / เนื้อวัว / thịt bò
豚肉 ④	ぶたにく	butaniku	pork / daging babi / เนื้อหมู / thịt lợn
鳥肉 ④	とりにく	toriniku	chicken / daging ayam / เนื้อไก่ / thịt gà

にく

192 鳥 (11)
bird / burung / นก / chim [điểu]

鳥 ④	とり	tori	bird / burung / นก / con chim
鳥肉 ④	とりにく	toriniku	chicken / daging ayam / เนื้อไก่ / thịt gà
焼き鳥	やきとり	yakitori	Japanese style barbecued chicken / ayam bakar / ไก่ย่าง / thịt gà nướng kiểu Nhật
白鳥	はくちょう	hakuchō	swan / angsa / หงส์ขาว / thiên nga

とり
ちょう

193 犬 (4)
dog / anjing / สุนัข / chó [khuyển]

犬 ④	いぬ	inu	dog / anjing / สุนัข / chó

いぬ

194 洋 (9)
ocean / lautan luas / มหาสมุทร / đại dương [dương]

西洋 ③	せいよう	seiyō	the west / Barat / ตะวันตก / tây dương
東洋 ②	とうよう	tōyō	the east / Timur / ตะวันออก / đông dương
洋食	ようしょく	yōshoku	western food / makanan Barat / อาหารตะวันตก / món ăn kiểu Âu
洋式トイレ ①	ようしきトイレ	yōshiki toire	western style toilet / WC ala Barat / ส้วมแบบตะวันตก / nhà vệ sinh kiểu Âu
太平洋	たいへいよう	taiheiyō	the Pacific Ocean / lautan pasifik / มหาสมุทรแปซิฟิก / Thái Bình Dương

よう

195 和 (8) — Japanese / Jepang / ญี่ปุ่น / Nhật Bản [hòa]

和食	わしょく	washoku	Japanese food / makanan Jepang / อาหารญี่ปุ่น / món ăn Nhật Bản
和式トイレ ②	わしきトイレ	washikitoire	Japanese style toilet / WC ala Jepang / ส้วมแบบญี่ปุ่น / nhà vệ sinh kiểu Nhật
和風 ①	わふう	wafū	Japanese style / ala Jepang / แบบญี่ปุ่น / kiểu Nhật
英和辞典 ②	えいわじてん	ēwajiten	English-Japanese dictionary / kamus Inggris-Jepang / พจนานุกรมภาษาอังกฤษ-ญี่ปุ่น / từ điển Anh - Nhật
平和 ②	へいわ	hēwa	peace / damai / สันติภาพ ความสงบสุข / hòa bình

わ

196 服 (8) — clothes / pakaian / เสื้อผ้า / quần áo [phục]

服 ④	ふく	fuku	clothes / pakaian / เสื้อผ้า / quần áo
洋服 ④	ようふく	yōfuku	Western style clothes / pakaian Barat / เสื้อผ้าแบบตะวันตก / Âu phục
和服 ②	わふく	wafuku	Japanese style clothes / pakaian Jepang / เสื้อผ้าแบบญี่ปุ่น / trang phục kiểu Nhật Bản
服装 ②	ふくそう	fukusō	dressing / pakaian / เสื้อผ้า การแต่งกาย / trang phục
服用する	ふくようする	fukuyō suru	to take (medicine) / berpakaian / กินยา / phục thuốc

ふく

197 式 (6) — ceremony / pesta / พิธี / buổi lễ [thức]

開会式 ②	かいかいしき	kaikaishiki	opening ceremony / acara pembukaan / พิธีเปิด / lễ khai mạc
閉会式 ②	へいかいしき	hēkaishiki	closing ceremony / acara penutupan / พิธีปิด / lễ bế mạc
形式的な ②	けいしきてきな	kēshikiteki na	external, formal / secara formal / เป็นพิธี ตามรูปแบบ / mang tính hình thức
結婚式 ③	けっこんしき	kekkon'shiki	wedding ceremony / resepsi pernikahan / พิธีแต่งงาน / đám cưới
公式な ②	こうしきな	kōshiki na	official / rumus / เป็นทางการ / chính thức

しき

198 試 (13) — test / mencoba / ลอง / thử [thí]

試す ②	ためす	tamesu	to try, to test / mencoba / ลอง ทดลอง ทดสอบ / thử
試験 ③	しけん	shiken	test, examination / ujian, tes / การสอบ การทดสอบ / thi, kiểm tra
試合 ③	しあい	shiai	game, match / pertandingan / การแข่งขัน / trận đấu
入試	にゅうし	nyūshi	entrance examination / tes masuk / การสอบเข้า / thi đầu vào
試着する	しちゃくする	shichaku suru	to try (clothes) on / mencoba pakaian / การลอง (เสื้อผ้า) / mặc thử

ため-す

し

第11回 188〜206 読み方と書き方

199 験 (18) examine / mengetes / ตรวจสอบ / kiểm tra [験]

語	よみ	ローマ字	意味
試験 ③	しけん	shiken	test, examination / tes, ujian / การสอบ การทดสอบ / thi, kiểm tra
経験する ③	けいけんする	kēken'suru	to experience / mengalami / มีประสบการณ์ / trải qua (điều gì đó)
受験する ②	じゅけんする	juken'suru	to take an examination / mengikuti tes / เข้าสอบ / dự thi
実験する ②	じっけんする	jikken'suru	to experiment / eksperimen / ทดลอง / thí nghiệm

けん

200 近 (7) near / dekat / ใกล้ / gần [cận]

近い ④	ちかい	chikai	near / dekat / ใกล้ / gần
近く ④	ちかく	chikaku	nearby place / dekat / ที่ใกล้ / nơi gần
近道	ちかみち	chikamichi	shortcut / jalan terdekat / ทางลัด / đường tắt
近所 ③	きんじょ	kin'jo	neighbourhood / tetangga / เพื่อนบ้าน / hàng xóm
最近 ③	さいきん	saikin	lately / belakangan ini / ช่วงนี้ / gần đây

ちか-い
きん

201 遠 (13) far / jauh / ไกล / xa [viễn]

遠い ④	とおい	tōi	far / jauh / ไกล / xa
遠く ③	とおく	tōku	far place / jauh / ที่ไกล / nơi xa
遠回りする ①	とおまわりする	tōmawari suru	make a detour / memilih jalan jauh / เดินอ้อม / đi đường vòng
遠慮する ③	えんりょする	en'ryo suru	to refrain, to feel reserved / malu-malu, ragu-ragu / เกรงใจ / làm khách, từ chối
遠足 ②	えんそく	en'soku	outing, excursion / piknik / การเดินทางไกล / đi dã ngoại

とお-い
えん

202 送 (9) send / mengirim / ส่ง / gửi [tống]

語	よみ	ローマ字	意味
送る ③	おくる	okuru	to send / mengirim / ส่ง / gửi
見送る ②	みおくる	miokuru	to send (someone) off / mengantar / ยืนส่ง (คนที่จากไป) / tiễn
送別会 ②	そうべつかい	sōbetsukai	farewell party / perpisahan / งานเลี้ยงส่ง / tiệc chia tay
送料 ②	そうりょう	sōryō	postage / biaya pengiriman / ค่าส่ง / tiền gửi
回送 ①	かいそう	kaisō	train/bus not in service / berputar / รถหมดระยะ / tàu/xe không chở khách

おく-る
そう

203 回 (6)

turn, number of times / bergelinding, ...kali / หมุน จำนวนครั้ง / quay, số lần [hồi]

まわ-る
まわ-す
かい

回る ③	まわる	mawaru	(something) rotates / berputar / (บางอย่าง) หมุน / (cái gì đó)quay
回す ②	まわす	mawasu	to rotate (something) / memutar / หมุน (บางอย่าง) / quay(cái gì đó)
三回 ④	さんかい	san'kai	three times / tiga kali / สามครั้ง / ba lần
回数券 ②	かいすうけん	kaisūken	prepaid ticket (purchased in a bundle) / tiket / ตั๋วที่ซื้อเป็นชุด (มักได้แถม) / vé đi nhiều lần

204 用 (5)

utilize / gunakan / ใช้ประโยชน์ / sử dụng [dụng]

よう

用 ③	よう	yō	errand, business / untuk, guna / กิจ ธุระ สำหรับ / việc, vụ
急用	きゅうよう	kyūyō	urgent business / urusan mendadak / ธุระด่วน / việc gấp
一人用	ひとりよう	hitoriyō	for one person / untuk seorang / สำหรับใช้คนเดียว / dành cho một người
用件 ①	ようけん	yōken	business / kepentingan / ธุระ / công việc
用意する ③	よういする	yōisuru	to prepare / menyediakan / เตรียม / chuẩn bị

205 通 (10)

pass, street / melewati, jalan raya / ผ่าน ถนน / đi qua, phố [thông]

かよ-う
とお-る
つう

通う ③	かよう	kayou	to commute / pulang pergi kerja / ไป (ที่ใดที่หนึ่ง) เป็นประจำ / đi qua lại
通り ③	とおり	tōri	street / jalan, jalan raya / ถนน / phố, đường phố
通る ③	とおる	tōru	to pass / lewat / ผ่าน / đi qua
交通 ③	こうつう	kōtsū	traffic / lalulintas / การจราจร / giao thông
普通の ③	ふつうの	futsū no	normal, ordinary / yang biasa / ปกติ ธรรมดา / bình thường
通行止(め) ②	つうこうどめ	tsūkōdome	to be closed to traffic / jalan ditutup / การปิดกั้นการจราจร การกั้นทางไม่ให้ผ่าน / cấm qua lại

206 不 (4)

not, no, non- / tidak / ไม่ / không ~ [bất]

ふ

不便な ③	ふべんな	fuben na	inconvenient / tidak praktis / ไม่สะดวก / bất tiện
不安な ②	ふあんな	fuan' na	anxious / tidak nyaman / กังวล / bất an
不親切な ②	ふしんせつな	fushin'setsu na	unkind / tidak ramah / ไม่ใจดี / không thân thiện
不可能な ②	ふかのうな	fukanō na	impossible / tidak mungkin / เป็นไปไม่ได้ / không thể
不通 ②	ふつう	futsū	not in service (e.g. train, bus) / tidak bisa lewat / ขัดข้อง ติดต่อไม่ได้ งดบริการ / không chở khách (tàu điện, xe buýt)

第11回

練習問題 Exercise / Soal Latihan / แบบฝึกหัด / Luyện tập

1 キーボードでどう入力しますか。

① 試験　　a. shi kenn　　b. shi ai　　c. jik kenn
② 不親切　a. fu oya kiru　b. fu shinn setsu　c. nai shinn setsu
③ 近道　　a. kinn doo　　b. kinn dou　　c. chika michi
④ 手紙　　a. te kami　　b. te gami　　c. te shi
⑤ 鳥肉　　a. tori niku　　b. gyuu niku　　c. buta niku

2 ひらがなでどう書きますか。

① 洋服　　a. きもの　　b. わふく　　c. ようふく
② 和食　　a. わしょく　　b. わたべ　　c. ようしょく
③ 終電　　a. おわるてん　b. しゅうでん　c. しゅうてん
④ 開会式　a. かいかいしき　b. へいかいしき　c. けっこんしき
⑤ 急用　　a. きゅうよう　b. いそぎよう　c. こうつう

3 下線部の読み方を書いてください。

① バーゲンで冬用の服を買いました。

② この通りは、通行止めです。　③ 家から駅まで遠いです。

④ 弟は、せが低いです。　⑤ 犬が一ぴき、います。

4 読んで意味を考えましょう。

① A：車で送りましょうか。
　　B：いいんですか、じゃあ、えんりょなく。

② A：一緒に、ばんごはんはいかがですか。
　　B：今日は、ちょっと用があって。明日なら、大丈夫ですよ。

③ A：そろそろ、終わりましょうか。
　　B：そうですね。おつかれさまでした。

④ A：日本は、はじめてですか。
　　B：いいえ、二回目です。

第11回

チャレンジ！ Challenge! / Cobalah! / แบบฝึกหัดท้าทาย / Thử sức!

1 画数はいくつですか。
　かくすう

① 回（　　）　② 通（　　）　③ 終（　　）
④ 鳥（　　）　⑤ 遠（　　）　⑥ 近（　　）

How many strokes are there?
Berapa struknya?
จงบอกจำนวนเส้นของคันจิต่อไปนี้
Các chữ Hán dưới đây có bao nhiêu nét?

2 適当な漢字を選んでください。
　てきとう　かんじ　えら

① 家から駅までちかいです。
1	近
2	近い
3	近かい

② トンネルをとおります。
1	通す
2	通ます
3	通ります

③ このとりにくはおいしいです。
1	鳥肉
2	牛肉
3	魚肉

④ わしょくが好きです。
1	和食
2	洋食
3	和飲

⑤ このつくえは、ひくいです。
1	低
2	紙
3	低い

⑥ この映画は三かい、見ました。
1	三回
2	三海
3	三会

Choose the appropriate kanji.
Pilih huruf kanji yang tepat!
จงเลือกคันจิที่ถูกต้อง
Hãy chọn chữ Hán thích hợp.

3 適当な漢字を書いてください。
　てきとう　かんじ　か

① しけんは、もうおわりました。

② ともだちに、てがみをかきます。

③ けいたいでんわがないので、とてもふ便です。
　　　　　　　　　　　　　　　　　　べん

④ 駅までとおいですね。車でおくりましょうか。

⑤ けっこんしきに、わふくを着ます。
　　　　　　し　　　　　　　き

⑥ このなべは、ひとりようです。

⑦ 家に小さいいぬがいます。
　うち

Write the kanji of the underlined portion.
Tulis kata yang digaris-bawahi dengan huruf kanji!
จงเขียนคันจิของคำที่ขีดเส้นใต้
Hãy viết chữ Hán thích hợp.

第12回 読み方と書き方を覚えよう

Let's learn reading and writing
Menghapal cara baca dan menulisnya
มาจำเสียงอ่านและวิธีเขียนกันเถอะ
Hãy nhớ cách đọc và cách viết

207 事 (8)
matter / hal / เรื่อง / việc [sự]

事 ③	こと	**koto**	thing, matter / hal, tentang / เรื่อง สิ่ง / điều, chuyện, việc
大事な ③	だいじな	dai**ji** na	important / penting / สำคัญ / quan trọng
用事 ③	ようじ	yō**ji**	errand, business / keperluan / กิจ ธุระ / công việc
事故 ⓪	じこ	**ji**ko	accident / kecelakaan / อุบัติเหตุ / tai nạn
食事する ⓪	しょくじする	shoku**ji** suru	to have a meal / makan / ทานอาหาร / ăn

こと / ごと
じ

208 仕 (5)
serve / melayani / รับใช้ / phục vụ [sĩ]

仕事 ④	しごと	**shi**goto	work, job / pekerjaan / งาน / công việc, nghề nghiệp
仕方 ③	しかた	**shi**kata	how to do / cara / วิธีทำ / cách làm
仕方がない ②	しかたがない	**shi**kata ga nai	cannot be helped / apa boleh buat / ช่วยไม่ได้ หมดหนทาง / không có cách nào khác

し

209 料 (10)
price / biaya / ราคา / giá tiền [liệu]

食料品 ③	しょくりょうひん	shoku**ryō**hin	groceries / bahan makanan / เครื่องอุปโภค / thực phẩm
無料 ②	むりょう	mu**ryō**	free charge / gratis / ฟรี ไม่เสียค่าใช้จ่าย / miễn phí
料金 ②	りょうきん	**ryō**kin	fee / biaya / ค่าบริการ ค่าธรรมเนียม / phí
材料 ②	ざいりょう	zai**ryō**	material, ingredient / bahan / วัตถุดิบ เครื่องปรุง / nguyên liệu

りょう

210 (3)	理 (11) logical / teori / หลักเหตุผล / hợp lý 〔lý〕	料理 [4]	りょうり	ryōri	cooking, cooked food / masakan / อาหาร การปรุงอาหาร / món ăn
		無理な [3]	むりな	muri na	almost impossible / tidak mungkin / ไม่ไหว เกินกำลัง / không thể
		理由 [3]	りゆう	riyū	reason / alasan / เหตุผล / lý do
		地理 [3]	ちり	chiri	geography / geografi / ภูมิประเทศ / địa lý
り					

211 (3)	有 (6) possess / punya, ada / เป็นเจ้าของ / sở hữu 〔hữu〕	有る [4]	ある	aru	to be, to exist / ada / มี อยู่ / có, sở hữu
		有名な [4]	ゆうめいな	yūmē na	famous, well-known / terkenal / มีชื่อเสียง เป็นที่รู้จัก / nổi tiếng
		有力な [1]	ゆうりょくな	yūryoku na	influential, powerful / bertenaga / มีอิทธิพล มีอำนาจ / có sức mạnh
		有料の [2]	ゆうりょうの	yūryō no	toll, charged / ada biayanya / เสียค่าธรรมเนียม คิดค่าบริการ / có mất phí
		有効な [2]	ゆうこうな	yūkō na	valid / berlaku / มีผลบังคับ / có hiệu quả
あ-る					
ゆう					

212 (2)	無 (12) nothing / tidak ada / ไม่มี / không có gì 〔vô〕	無い [4]	ない	nai	There is no... / tidak ada / ไม่มี / không ...
		無理な [3]	むりな	muri na	almost impossible / tidak mungkin / ไม่ไหว เกินกำลัง / không thể
		無駄な [2]	むだな	muda na	useless / sia-sia / เปล่าประโยชน์ สูญเปล่า / lãng phí, vô ích
		無効な [1]	むこうな	mukō na	invalid / tidak berlaku / ไม่มีผลบังคับ / vô hiệu
		無事な [2]	ぶじな	buji na	safe / lancar / ปลอดภัย / vô sự
な-い					
む / ぶ					

213 (3)	野 (11) field / padang / ทุ่ง / cánh đồng hoang 〔dã〕	野原	のはら	nohara	grass field / padang rumput / ทุ่งหญ้า / cánh đồng hoang
		野菜 [4]	やさい	yasai	vegetable / sayuran / ผัก / rau
		分野 [2]	ぶんや	bun'ya	realm, field / bagian / สาขา แขนง / lĩnh vực
		平野 [2]	へいや	hēya	plain (e.g. the Great Plains) / dataran / ที่ราบ / đồng bằng
の					
や					

第12回 207～226

214 黒 (11) — black / hitam / ดำ / đen [hắc]

黒 ③	くろ	**kuro**	black color / hitam / สีดำ / màu đen
黒い ③	くろい	**kuro**i	black / hitam / ดำ / đen
白黒写真	しろくろしゃしん	shiro**kuro** shashin	black and white photograph / foto hitam-putih / รูปขาวดำ / ảnh đen trắng
黒字 ①	くろじ	**kuro**ji	surplus, in the black / surplus / เกินดุล ได้กำไร / lãi
黒板 ②	こくばん	**koku**ban	blackboard / papan tulis / กระดานดำ / bảng đen

くろ / こく

215 町 (7) — town / kota / ชุมชน / thị trấn [đinh]

町 ④	まち	**machi**	town / kota / ชุมชน / thị trấn
下町 ②	したまち	shita**machi**	the old part of Tokyo / nama tempat di Tokyo / ชุมชนเก่าในโตเกียว / Tokyo cổ
(歌舞伎)町 ③	かぶきちょう	kabuki **chō**	(Kabuki-) cho / Kabuki-cho (nama tempat) / (คะบุกิ)โจ / khu(Kabuki)
町長	ちょうちょう	**chō**chō	mayor of a town / pimpinan kota / นายกเทศมนตรี กำนัน / thị trưởng thành phố

まち / ちょう

216 村 (7) — village / desa / หมู่บ้าน / làng [thôn]

村 ④	むら	**mura**	village / desa / หมู่บ้าน / làng
中村さん	なかむらさん	naka**mura** san	Mr./Ms. Nakamura / Bapak/Ibu Nakamura / คุณนะกะมุระ / ông/bà Nakamura
村長	そんちょう	**son**'chō	mayor of a village / kepala desa / ผู้ใหญ่บ้าน / trưởng thôn
農村 ②	のうそん	nō**son**	farming village / desa pertanian / หมู่บ้านเกษตรกรรม / nông thôn

むら / そん

217 菜 (11) — vegetable / sayuran / ผัก / rau [thái]

野菜 ④	やさい	ya**sai**	vegetable / sayuran / ผัก / rau
山菜	さんさい	san'**sai**	edible wild plant / tumbuhan dari gunung / ผักที่เก็บจากป่า / rau rừng
菜食主義者	さいしょくしゅぎしゃ	**sai**shoku shugisha	vegetarian / vegetarian / มังสวิรัติ / người chỉ ăn rau (ăn chay)

さい

218 区 (4) ward / ruang / เขต / khu [khu]

漢字	かな	ローマ字	意味
中央区 ③	ちゅうおうく	chūō ku	central ward / wilayah pusat / เขตกลาง / khu trung tâm
区民税	くみんぜい	kuminzē	ward tax / pajak wilayah / ภาษีเขต / thuế của khu vực
区別する ②	くべつする	kubetsu suru	to differentiate / memilah / แบ่งแยก แยกแยะ / phân biệt
区役所 ②	くやくしょ	kuyakusho	ward office / kantor wilayah / ที่ทำการเขต ที่ทำการอำเภอ / quận ủy
地区 ②	ちく	chiku	district / daerah / อำเภอ เขต / khu vực

く

219 方 (4) direction / arah / ทิศทาง / hướng [phương]

漢字	かな	ローマ字	意味
(この)方 ④	このかた	konokata	(this) person / orang ini / คน ท่าน (นี้) / người(vị) này
(書き)方 ③	かきかた	kakikata	how to (write) / cara menulis / วิธี (เขียน) / cách viết
夕方 ④	ゆうがた	yūgata	evening / senja / เวลาเย็น ตอนเย็น / buổi chiều
(大きい)方 ④	おおきいほう	ōkiihō	the (bigger) one / yang besar / อันที่ (ใหญ่กว่า) / cái lớn hơn
方法 ②	ほうほう	hōhō	method, way / metode / วิธี / cách thức, phương pháp
一方 ②	いっぽう	ippō	on the other hand, the other one / satu arah, di lain pihak / ในอีกด้านหนึ่ง / mặt khác, một mặt

かた / がた
ほう

220 旅 (10) travel / berwisata / ท่องเที่ยว / du lịch [lữ]

漢字	かな	ローマ字	意味
旅 ②	たび	tabi	journey, trip / wisata / การเดินทาง การท่องเที่ยว / chuyến đi
旅行する ④	りょこうする	ryokō suru	to travel / berwisata / เที่ยว ท่องเที่ยว / đi du lịch
旅館 ③	りょかん	ryokan	Japanese style inn / penginapan / โรงแรมแบบญี่ปุ่น / quán trọ kiểu Nhật
旅費	りょひ	ryohi	travel expense / biaya perjalanan / ค่าเดินทาง / chi phí cho chuyến đi

たび
りょ

第12回 207～226

221 族 (11)
family, tribe / keluarga, suku / ครอบครัว ชนเผ่า / gia đình, dòng tộc [tộc]

| 家族 [4] | かぞく | **kazoku** | family / keluarga / ครอบครัว / gia đình |
| 民族 [1] | みんぞく | min'**zoku** | tribe / suku / ชนเผ่า / dân tộc |

ぞく

222 短 (12)
short / pendek / สั้น / ngắn [đoản]

短い [4]	みじかい	**mijika**i	short / pendek / สั้น / ngắn
短大 [1]	たんだい	**tan**'dai	junior college / program diploma / วิทยาลัย / trường cao đẳng
短時間 [2]	たんじかん	**tan**'jikan	short time / waktu pendek / เวลาสั้น ๆ / thời gian ngắn
短所 [2]	たんしょ	**tan**'sho	weak point / kekurangan / จุดอ่อน จุดเสีย / sở đoản
短期間 [3]	たんきかん	**tan**'kikan	short term / waktu yang pendek / ช่วงสั้น ๆ / giai đoạn ngắn

みじか-い
たん

223 知 (8)
know / tahu / รู้ / biết [tri]

知る [4]	しる	**shi**ru	to get to know / mengetahui / รู้ / biết, hiểu biết
知らせる [3]	しらせる	**shi**raseru	to inform / memberitahukan / แจ้งให้ทราบ / thông báo
ご存知だ [3]	ごぞんじだ	gozon'ji da	to know (honorific) / mengetahui / ทราบ (ภาษาสุภาพ) / biết (kính ngữ)
知識 [2]	ちしき	**chi**shiki	knowledge / pengetahuan / ความรู้ / tri thức

し-る
ち

224 死 (6)
pass away / mati / ตาย / chết [tử]

死 [1]	し	**shi**	death / kematian / ความตาย / cái chết
死ぬ [4]	しぬ	**shi**nu	to die / mati, meninggal / ตาย สิ้นใจ / chết
死体 [2]	したい	**shi**tai	dead body / mayat / ศพ / xác chết
死者	ししゃ	**shi**sha	the deceased / orang yang mati / ผู้ตาย / người chết

し-ぬ
し

225 (7) 医 doctor / dokter / หมอ / bác sĩ [y]	医者 [4]	いしゃ	isha	medical doctor / dokter / หมอ แพทย์ / bác sĩ
	医学 [3]	いがく	igaku	medical science / ilmu kedokteran / แพทยศาสตร์ / y học
	医学部 [2]	いがくぶ	igakubu	medical school / fakultas kedokteran / คณะแพทยศาสตร์ / khoa y
	医院 [1]	いいん	iin	clinic / klinik / คลินิก / phòng khám

い　医 医 医 医 医 医
　　医

226 (8) 者 someone, person / manusia / ผู้ คน / ai đó, người [già]	者 [2]	もの	mono	person, people / manusia, orang / คน ผู้คน / người, ai đó,
	若者 [1]	わかもの	wakamono	young people / kaula muda / คนหนุ่มสาว / thanh niên
	医者 [4]	いしゃ	isha	medical doctor / dokter / หมอ แพทย์ / bác sĩ
	学者 [2]	がくしゃ	gakusha	scholar / ilmuwan / นักวิชาการ / học giả

もの　者 者 者 者 者
しゃ　者 者

第12回

練習問題 Exercise / Soal Latihan / แบบฝึกหัด / Luyện tập

1 キーボードでどう入力しますか。

① 医者　　a. i sha　　　b. i ssha　　　c. i shya
② 家族　　a. ka zoku　　b. ka joku　　c. ka zouku
③ 短い　　a. mijika i　　b. midika i　　c. mizyka i
④ 料理　　a. ryoo ri　　b. ryooo ri　　c. ryou ri
⑤ 黒い　　a. kuro i　　b. kira i　　　c. kire i

2 ひらがなでどう書きますか。

① 書き方　a. ききかた　　b. かきかた　　c. けきかた
② 用事　　a. よじ　　　　b. よおじ　　　c. ようじ
③ 有名　　a. ゆめい　　　b. ゆうめい　　c. ゆうめえ
④ 野菜　　a. やさい　　　b. ゆさい　　　c. ゆあさい
⑤ 大事　　a. おおじ　　　b. おおこと　　c. だいじ

3 下線部の読み方を書いてください。

① このパーキングは、二時間まで無料です。

② 今晩、いっしょに食事でもいかがですか。　③ きのう無事に着きました。

④ ここは、小さい村ですが、おいしい魚も野菜もありますよ。

⑤ その大きい方を、三つお願いします。

4 読んで意味を考えましょう。

① A：まだ仕事があるから、帰れないんですよ。
　 B：そうですか。無理しないで下さいね。

② A：何料理が好きですか。
　 B：特にイタリアンですね。

③ A：夏休みにどこか旅行に行きましたか。
　 B：はい、中国に一週間、家族と行ってきました。

④ A：熱があるので家に帰ります。
　 B：そうですか。どうぞお大事に。

第12回

チャレンジ！ Challenge! / Cobalah! / แบบฝึกหัดท้าทาย / Thử sức!

1 画数はいくつですか。
   ① 事（　）　② 旅（　）　③ 死（　）
   ④ 者（　）　⑤ 理（　）　⑥ 無（　）

2 適当な漢字を選んでください。

① お体をお<u>だいじ</u>に。
   1 太事
   2 大事
   3 人事

② 今日の会議は、<u>みじかかった</u>です。
   1 短かった
   2 短った
   3 短じかった

③ この町は、お米で<u>ゆうめい</u>です。
   1 有名
   2 有右
   3 有石

④ <u>いがく</u>を勉強しています。
   1 区学
   2 者学
   3 医学

⑤ ペットの鳥が<u>しん</u>でしまいました。
   1 死んで
   2 四んで
   3 仕んで

⑥ 話し<u>かた</u>が、おもしろいです。
   1 万
   2 方
   3 力

3 適当な漢字を書いてください。

① <u>りょうり</u>は、<u>まえ</u>から<u>へた</u>です。

② パーキングの<u>りょうきん</u>が高いですが、<u>まち</u>の中心だから<u>しかた</u>ない。

③ 夕方は、やっぱり<u>さむ</u>くなりますね。

④ A：明日までに、この<u>しごと</u>ができますか。
   B：明日はちょっと<u>むり</u>ですが、あさってならできます。

⑤ A：<u>じぶん</u>のふくのサイズを、<u>しっ</u>ていますか。
   B：いえ、日本のサイズは分かりません。

第13回 読み方と書き方を覚えよう

Let's learn reading and writing
Menghapal cara baca dan menulisnya
มาจำเสียงอ่านและวิธีเขียนกันเถอะ
Hãy nhớ cách đọc và cách viết

227 都 (11)
metropolis / kota metropolitan / เมืองใหญ่ / thành phố lớn 〔都〕

都合 ③	つごう*	tsugō*	one's convenience / kondisi / ความสะดวก (ของใครบางคน) / sự tiện lợi về thời gian
東京都 ③	とうきょうと	tōkyō to	Tokyo Prefecture / Propinsi Tokyo / เมืองโตเกียว / thủ đô Tokyo
首都 ②	しゅと	shuto	capital / ibu kota / เมืองหลวง / thủ đô
大都市 ②	だいとし	daitoshi	metropolis / kota terbesar / เมืองใหญ่ / thành phố lớn
都会 ②	とかい	tokai	urban city / kota besar / เมืองกรุง / thành phố

と

一 十 土 耂 才 者
者 者 者 都 都

228 京 (8)
capital / ibu kota / เมืองหลวง / thủ đô 〔kinh〕

京都	きょうと	kyōto	Kyoto / Kyoto / เกียวโต / Kyoto
東京	とうきょう	tōkyō	Tokyo / Tokyo / โตเกียว / Tokyo
上京する ②	じょうきょうする	jōkyō suru	to go/come to Tokyo / datang ke Tokyo / เดินทางเข้าโตเกียว / lên/đến Tokyo

きょう

亠 亠 亠 古 方 京
京 京

229 県 (9)
prefecture / perfektur / จังหวัด / tỉnh 〔huyện〕

(秋田)県 ③	あきたけん	akita ken	(Akita) Prefecture / Propinsi (Akita) / จังหวัด (อะกิตะ) / tỉnh (Akita)
県立	けんりつ	ken'ritsu	prefectural / milik propinsi / ประจำจังหวัด / tỉnh thành lập
県庁 ②	けんちょう	ken'chō	prefectural office / gedung kepropinsian / ที่ว่าราชการจังหวัด / cơ quan hành chính của tỉnh

けん

丨 冂 冃 月 目 目
県 県 県

230 民 (5)

citizen / warga / พลเมือง / người thành phố [dân]

市民 ③	しみん	shimin	citizen / warga kota / พลเมือง / người thành phố
住民 ②	じゅうみん	jūmin	resident / penduduk / ผู้พักอาศัย / người cư trú
国民 ②	こくみん	kokumin	people of a country / warga negara / ประชาชนในประเทศ ราษฎร / nhân dân
民族 ①	みんぞく	min'zoku	tribe / suku / ชนเผ่า / dân tộc
難民	なんみん	nan'min	refugee / pengungsi / ผู้อพยพ / dân tỵ nạn

みん

231 同 (6)

same / sama / เดียวกัน / giống [đồng]

同じ ④	おなじ	onaji	the same, identical / sama / เหมือนกัน เดียวกัน / giống, cùng
同時に ②	どうじに	dōji ni	simultaneously / bersamaan / ในเวลาเดียวกัน / đồng thời
同情する ①	どうじょうする	dōjō suru	to sympathize / simpati / เห็นใจ / đồng tình
同意する ①	どういする	dōi suru	to agree / setuju / เห็นด้วย / đồng ý

おな-じ
どう

232 合 (6)

fit / cocok / เข้ากัน / hợp [hợp]

合う ③	あう	au	to match, to fit / cocok / เข้ากัน เหมาะกัน / hợp, kịp
話し合う ②	はなしあう	hanashiau	to discuss / berunding / คุยกัน / nói chuyện với nhau
打(ち)合(わ)せ ②	うちあわせ	uchiawase	briefing / berunding / นัดแนะ ปรึกษาหารือ / bàn bạc
割合 ②	わりあい	wariai	proportion, rate / proforsi / สัดส่วน อัตราส่วน / tỷ lệ
割合に ③	わりあいに	wariai ni	relatively / relatif / ค่อนข้าง / tương đối, khá là
合計 ②	ごうけい	gōkē	total / jumlah / รวมทั้งหมด / tổng số
合宿する	がっしゅくする	gasshuku suru	to lodge together / kos bersama / เข้าค่ายฝึกอบรม / trọ cùng nhau

あ-う
あ-わせる
ごう
がっ

第13回 227〜243

233 答 (12)
answer / menjawab / คำตอบ / câu trả lời [đáp]

答える ④	こたえる	**kota**eru	to answer, to respond / menjawab / ตอบ / trả lời, đáp lại
答え ③	こたえ	**kota**e	answer / jawaban / คำตอบ / câu trả lời
解答 ②	かいとう	kai**tō**	answer / jawaban / คำตอบ / đáp án

こた-える
とう

234 家 (10)
house / rumah / บ้าน / nhà [gia]

家 ④	いえ, うち	**ie, uchi**	house, home / rumah / บ้าน / nhà, ngôi nhà
家族 ④	かぞく	**ka**zoku	family / keluarga / ครอบครัว / gia đình
大家 ②	おおや	ō**ya**	landlord / ibu kos / เจ้าของบ้านเช่า / chủ nhà
家賃 ③	やちん	**ya**chin	rent / biaya sewa / ค่าเช่าบ้าน / tiền thuê nhà
音楽家 ③	おんがくか	on'gaku**ka**	musician / musisi / นักดนตรี / nhạc sĩ
画家 ②	がか	ga**ka**	painter / pelukis / จิตรกร / hoạ sĩ
家内 ③	かない	**ka**nai	my wife / istri saya / ภรรยาผม / vợ tôi

いえ
うち
や
か

235 場 (12)
site / lapangan / สถานที่ / địa điểm [trường]

場所 ③	ばしょ	**ba**sho	place / tempat / สถานที่ / nơi, chỗ
場合 ③	ばあい	**ba**ai	case, circumstance / hal / กรณี, สถานการณ์ / trường hợp, tình huống
駐車場 ③	ちゅうしゃじょう	chūsha**jō**	parking (lot) / tempat parkir / ที่จอดรถ / bãi đỗ xe
飛行場 ③	ひこうじょう	hikō**jō**	airport / bandara / สนามบิน / sân bay
会場 ③	かいじょう	kai**jō**	hall, site / tempat pertemuan / สถานที่จัดงาน / hội trường

ば
じょう

236 所 (8)

place / tempat / ที่ / nơi [sở]

所 [4]	ところ	**tokoro**	place / tempat / สถานที่ / nơi, chỗ
台所 [4]	だいどころ	**dai**dokoro	kitchen / dapur / ครัว / bếp
事務所 [3]	じむしょ	jimu**sho**	office / kantor / สำนักงาน / văn phòng
住所 [3]	じゅうしょ	jū**sho**	address / alamat / ที่อยู่ / địa chỉ
長所 [2]	ちょうしょ	chō**sho**	good/strong point / kelebihan / จุดดี จุดแข็ง / sở trường
近所 [3]	きんじょ	kin**jo**	neighbourhood / tetangga / เพื่อนบ้าน / hàng xóm

ところ: 所 ヲ ヲ 戸 戸 所

しょ / じょ: 所 所

237 世 (5)

generation / generasi / สมัย / thế hệ [thế]

世界 [3]	せかい	**se**kai	world / dunia / โลก / thế giới
世話する [3]	せわする	**se**wa suru	to take care / mengurus / ดูแล / chăm sóc, giúp đỡ
世代 [1]	せだい	**se**dai	generation / generasi, keturunan / สมัย รุ่น วัย / thế hệ, đời
出世する [2]	しゅっせする	shus**se** suru	to promote / sukses, maju / เลื่อนขั้น เลื่อนตำแหน่ง / thành đạt

せ: 世 世 世 世 世

238 代 (5)

substitute / pengganti / แทน / thay thế [đại]

代わりに [3]	かわりに	**ka**wari ni	instead / pengganti / แทน / thay vào
代わる [2]	かわる	**ka**waru	to replace / mengganti / แทน / thay thế
代金 [2]	だいきん	**dai**kin	fee / uang ganti / ค่าธรรมเนียม / chi phí
(バス)代 [3]	バスだい	basu**dai**	(bus) fare / ongkos bis / ค่า (รถ) / tiền vé xe buýt
時代 [3]	じだい	ji**dai**	period, era / jaman / ยุค สมัย / thời đại
(80)年代 [2]	はちじゅうねんだい	hachijūnen'**dai**	1980s / tahun 80-an / ช่วงปี1980 / những năm 80
(20)代	にじゅうだい	nijū**dai**	in the 20s / 20-an / ในช่วงอายุ 20 ปี / những người ở độ tuổi 20

か-わる: 代 代 代 代 代

だい

第13回 227〜243

239 貸 (12)
lend / meminjamkan / ให้ยืม / cho mượn [thải]

貸す ④	かす	kasu	to lend, to rent / meminjamkan / ให้ยืม ให้เช่า / cho mượn, cho thuê
貸(し)出(し)中 ②	かしだしちゅう	kashidashichū	out (for rental) / sedang dipinjam / อยู่ระหว่างยืมออก / đang cho thuê

か-す
たい

240 地 (6)
land / wilayah / ที่ดิน / đất đai [địa]

地図 ④	ちず	chizu	map / peta / แผนที่ / bản đồ
地下鉄 ④	ちかてつ	chikatetsu	subway / kereta bawah tanah / รถไฟใต้ดิน / tàu điện ngầm
土地 ②	とち	tochi	land / tanah, wilayah / ที่ดิน / đất đai
地理 ③	ちり	chiri	geography / geografi / ภูมิประเทศ / địa lý
地方 ②	ちほう	chihō	region, countryside / daerah / ภูมิภาค ชนบท / địa phương
地震 ③	じしん	jishin	earthquake / gempa bumi / แผ่นดินไหว / động đất

ち
じ

241 池 (6)
pond / kolam / สระน้ำ / ao [trì]

池 ④	いけ	ike	pond / kolam / สระน้ำ / ao
小池さん	こいけさん	koike san	Mr./Ms. Koike / Bapak/Ibu Koike / คุณโคะอิเกะ / ông/bà Koike
池田さん	いけださん	ikeda san	Mr./Ms. Ikeda / Bapak/Ibu Ikeda / คุณอิเคะดะ / ông/bà Ikeda

いけ

242 (3) 洗 (9) wash / mencuci / ล้าง / rửa [tiển]	洗う ④	あらう	**ara**u	to wash / mencuci / ล้าง / rửa, giặt
	お手洗い ④	おてあらい	ote**ara**i	washroom / tempat cuci tangan / ห้องน้ำ / nhà vệ sinh
	洗濯する ④	せんたくする	**sen**'taku suru	to do laundry / mencuci pakaian / ซักผ้า / giặt giũ
	洗濯機 ②	せんたくき	**sen**'takuki	laundry machine / mesin cuci / เครื่องซักผ้า / máy giặt
	洗剤 ②	せんざい	**sen**'zai	detergent, (kitchen) soap / sabun cuci / ผงซักฟอก น้ำยาล้างจาน / xà phòng giặt, nước rửa

あら-う	洗 洗 洗 洗 洗 洗
せん	洗 洗 洗

243 (3) 光 (6) light / cahaya / แสง / ánh sáng [quang]	光 ③	ひかり	**hikari**	light / cahaya (sinar) / แสง / ánh sáng
	光る ③	ひかる	**hika**ru	to shine, to glow / bersinar / ส่องแสง / sáng
	観光する ②	かんこうする	kan'**kō** suru	to go sightseeing / berwisata / ท่องเที่ยว / tham quan
	日光 ②	にっこう	nik**kō**	sunlight, sunshine / sinar matahari / แดด แสงอาทิตย์ / ánh sáng mặt trời

ひかり ひか-る	光 光 光 光 光 光
こう	

第13回

練習問題 — Exercise / Soal Latihan / แบบฝึกหัด / Luyện tập

1 キーボードでどう入力しますか。

① 京都　　a. kyoo to　　b. kyou to　　c. kyoo too
② 場所　　a. ba sho　　b. bas sho　　c. ba shoo
③ 世話　　a. se hanashi　　b. se wa　　c. kai wa
④ 市民　　a. shi minn　　b. kenn minn　　c. koku minn
⑤ 台所　　a. dai sho　　b. dai tokoro　　c. dai dokoro

2 ひらがなでどう書きますか。

① お手洗い　　a. おてあらい　　b. おしゅせんい　　c. おてせんい
② 貸出中　　a. かしだしなか　　b. かしだしちゅう　　c. かしでなか
③ 住所　　a. じゅうしょ　　b. じゅうじょ　　c. じゅうじょう
④ 同じ　　a. おなじ　　b. だいじ　　c. ごうじ
⑤ 話し合う　　a. わしごう　　b. わしあう　　c. はなしあう

3 下線部の読み方を書いてください。

① バス代は220円です。
② 東京の地下鉄は、ふくざつです。
③ ここは、県立大学の駐車場です。
④ 答えが分かりません。
⑤ 小池さんの家族と北海道を観光します。

4 読んで意味を考えましょう。

① A：今日は、割合に道がこんでいますね。
　 B：そうですね。

② A：打ち合わせをしたいんですが、月曜日のご都合はいかがですか。
　 B：そうですね。三時から五時なら、あいていますが。

③ A：仕事のときはスーツですか？
　 B：場合によりますね。

④ A：代わりにコピーをしましょうか。
　 B：ありがとうございます。たすかります。

第13回

チャレンジ！ Challenge! / Cobalah! / แบบฝึกหัดท้าทาย / Thử sức!

1 画数はいくつですか。

① 県（　　） ② 答（　　） ③ 場（　　）
④ 池（　　） ⑤ 世（　　） ⑥ 貸（　　）

2 適当な漢字を選んでください。

① コンサートのばしょはどこですか。

1	場住
2	場地
3	場所

② ち図を見て、行きます。

1	場図
2	地図
3	土図

③ 今日は、つごうが悪いんです。

1	都合
2	都同
3	都答

④ お金をかします。

1	貸します
2	貸ます
3	貸す

⑤ 問題にこたえます。

1	答えます
2	答ます
3	答す

⑥ 手をあらってください。

1	洗って
2	洗て
3	洗

3 適当な漢字を書いてください。

① この部屋には<u>ひかり</u>がたくさん入ります。

② わたしの<u>いえ</u>には、小さい<u>いけ</u>があります。

③ AとBは、<u>こたえ</u>がおなじです。

④ A：このお寺は、<u>がいこくじん</u>がたくさん<u>く</u>るんですか。
　B：ええ、<u>き</u>ますよ。それに、<u>きょうとしみん</u>にも人気がありますよ。

⑤ 時間とお金があったら、<u>世界</u>りょこうをしたいです。

⑥ 一ヶ月の<u>でんしゃだい</u>は、いくらですか。

第14回 読み方と書き方を覚えよう

Let's learn reading and writing
Menghapal cara baca dan menulisnya
มาจำเสียงอ่านและวิธีเขียนกันเถอะ
Hãy nhớ cách đọc và cách viết

244 英 (8)
England / Inggris / อังกฤษ / nước Anh [anh]

英語 ④	えいご	ēgo	English language / bahasa Inggris / ภาษาอังกฤษ / tiếng Anh
和英辞典 ⓪	わえいじてん	waējiten	Japanese-English dictionary / kamus Inggris-Jepang / พจนานุกรมภาษาญี่ปุ่น - อังกฤษ / từ điển Nhật-Anh
英国	えいこく	ēkoku	the United Kingdom / negara Inggris / ประเทศอังกฤษ / Vương Quốc Anh

えい

245 映 (9)
reflect / memancar / สะท้อน / chiếu [ảnh]

映る ②	うつる	utsuru	to reflect, to project / memantulkan / สะท้อน / chiếu, phản chiếu
映画 ①	えいが	ēga	movie / film / ภาพยนตร์ / phim
映画館 ③	えいがかん	ēgakan	movie theater / bioskop / โรงภาพยนตร์ / rạp chiếu phim
上映する	じょうえいする	jōē suru	to show movies on screen / menayangkan / ฉายหนัง / chiếu phim

うつ-る
えい

246 歌 (14)
sing / menyanyi / ร้องเพลง / hát [ca]

歌 ②	うた	uta	song / lagu / เพลง / bài hát
歌う ⓪	うたう	utau	to sing / menyanyi / ร้องเพลง / hát
歌手 ①	かしゅ	kashu	singer / penyanyi / นักร้อง / ca sỹ
国歌	こっか	kokka	national anthem / lagu kebangsaan / เพลงชาติ / quốc ca

うた
うた-う
か

247 楽 (13)

pleasure / menyenangkan / สนุก / vui [lạc]

たの-しい / たの-しむ / がく / らく

楽しい ④	たのしい	tanoshii	fun, enjoyable / menyenangkan / สนุกสนาน เพลิดเพลิน / vui, vui vẻ
楽しみ ③	たのしみ	tanoshimi	pleasure / kesenangan / ความสนุกสนาน ความเพลิดเพลิน / niềm vui thích
楽しむ ③	たのしむ	tanoshimu	to enjoy / menikmati / สนุกกับ เพลิดเพลินกับ / thưởng thức
音楽 ④	おんがく	on'gaku	music / musik / ดนตรี / âm nhạc
楽な ②	らくな	raku na	easy, comfortable / mudah / ง่าย สบาย / dễ dàng, thuận lợi

248 薬 (16)

medicine / obat / ยา / thuốc [dược]

くすり / やく・やっ

薬 ④	くすり	kusuri	medicine / obat / ยา / thuốc
目薬	めぐすり	megusuri	eye drop / obat mata / ยาหยอดตา / thuốc nhỏ mắt
薬局 ②	やっきょく	yakkyoku	pharmacy, drugstore / apotek / ร้านขายยา / hiệu thuốc
麻薬	まやく	mayaku	drug / narkoba / ยาเสพติด / thuốc phiện, ma túy

249 界 (9)

world / dunia / โลก / thế giới [giới]

かい

| 世界 ③ | せかい | sekai | world / dunia / โลก / thế giới |
| (ファッション)業界 | ファッションぎょうかい | fasshon gyōkai | (fashion) world / bidang industri (pakaian) / แวดวง วงการ (แฟชั่น) / giới (thời trang) |

250 産 (11)

birth, produce / lahir, memproduksi / เกิด ผลิต / sinh, sản xuất [sản]

う-む / さん

産む ①	うむ	umu	to deliver (a child), to produce / melahirkan / คลอด (ลูก) / sinh, sản xuất
生産する ③	せいさんする	sēsan'suru	to produce / memproduksi / ผลิต / sản xuất
(中国)産 ②	ちゅうごくさん	chūgoku san	made in (China) / buatan Cina / ผลิตใน (ประเทศจีน) / sản xuất tại (Trung Quốc)
特産品 ①	とくさんひん	tokusan'hin	specialty / produk spesial / สินค้าประจำท้องถิ่น / đặc sản
出産する ①	しゅっさんする	shussan'suru	to deliver (a child) / lahir / คลอด (ลูก) / sinh con

251 業 (13)

industry / industri / อุตสาหกรรม / ngành sản xuất [nghiệp]

授業 ④	じゅぎょう	jugyō	class at school / kuliah / ชั่วโมงเรียน / giờ học
工業 ③	こうぎょう	kōgyō	manufacturing industry / perusahaan indutri / อุตสาหกรรมการผลิต / công nghiệp
産業 ③	さんぎょう	sangyō	industry / industri / อุตสาหกรรม / ngành sản xuất
漁業 ②	ぎょぎょう	gyogyō	fishery / industri perikanan / การประมง / ngư nghiệp
農業 ②	のうぎょう	nōgyō	agriculture / industri pertanian / การเกษตร / nông nghiệp

ぎょう

252 林 (8)

wood / hutan / ป่า / rừng thưa [lâm]

林 ③	はやし	hayashi	wood / hutan / ป่า / rừng thưa
小林さん	こばやしさん	kobayashi san	Mr./Ms. Kobayashi / Bapak/Ibu Kobayashi / คุณโคะบะยะชิ / ông/bà Kobayashi
林業 ①	りんぎょう	rin'gyō	forestry / industri kehutanan / อุตสาหกรรมป่าไม้ / lâm nghiệp

はやし

りん

253 森 (12)

forest / rimba / ป่าไม้ / rừng rậm [sâm]

森 ③	もり	mori	forest / rimba / ป่าไม้ / rừng rậm
森山さん	もりやまさん	moriyama san	Mr./Ms.Moriyama / Bapak/Ibu Moriyama / คุณโมะริยะมะ / ông/bà Moriyama
森林 ②	しんりん	shin'rin	forest / hutan rimba / ป่าไม้ / rừng rậm

もり

しん

254 物 (8)

thing / barang / ของ / đồ vật [vật]

果物 ④	くだもの	kudamono	fruit / buah-buahan / ผลไม้ / hoa quả
贈り物 ③	おくりもの	okurimono	gift / paket / ของขวัญ / quà tặng, quà biếu
見物する ③	けんぶつする	ken'butsu suru	to visit and learn something / kunjungan / ทัศนศึกษา / tham quan, thực tập
荷物 ④	にもつ*	nimotsu*	baggage, luggage / bagasi / สัมภาระ / hành lý

もの

ぶつ

255 品 (9) goods / benda berharga / สินค้า / hàng hóa [phẩm]	品物 ③	しなもの	**shina**mono	goods / barang / สินค้า / hàng hóa
	上品な ②	じょうひんな	jō**hin**' na	refined, sophisticated / bagus, mulia / สง่า งดงาม เป็นผู้ดี / tao nhã
	下品な ②	げひんな	ge**hin**' na	vulgar / kasar, cabul / ชั้นต่ำ หยาบคาย / thô lỗ, kém thẩm mỹ
	商品 ②	しょうひん	shō**hin**	merchandise / barang dagangan / สินค้า / hàng hóa mua và bán
	作品 ②	さくひん	saku**hin**	(art) work / karya / งานศิลปะ / tác phẩm
しな	品 品 品 品 品 品			
ひん	品 品 品			

256 建 (9) build / membangun / สร้าง / xây dựng [kiến]	建てる ③	たてる	**ta**teru	to build / mendirikan / สร้าง / xây dựng
	建つ ②	たつ	**ta**tsu	to be built / berdiri / สร้างเสร็จ สร้างขึ้น / (công trình xây dựng) hình thành, mọc lên
	建物 ④	たてもの	**ta**temono	building / bangunan / อาคาร ตึก / tòa nhà
	二階建て ③	にかいだて	nikai**date**	two-storied / dua lantai / อาคารสองชั้น / nhà hai tầng
	建設する ②	けんせつする	**ken**'setsu suru	to construct / membangun / ก่อสร้าง / xây dựng, kiến thiết
た-つ た-てる	建 建 建 建 建 建			
けん	建 建 建			

257 館 (16) building / gedung / อาคาร / tòa nhà [quán]	図書館 ④	としょかん	tosho**kan**	library / perpustakaan / หอสมุด / thư viện
	大使館 ④	たいしかん	taishi**kan**	embassy / kedutaan / สถานทูต / đại sứ quán
	映画館 ④	えいがかん	ēga**kan**	movie theater / bioskop / โรงภาพยนตร์ / rạp chiếu phim
	館内 ②	かんない	**kan**'nai	inside a building / dalam bangunan / ภายในอาคาร / trong tòa nhà
	館 館 館 館 館 館 館 館			
かん	館 館 館 館 館 館 館 館			

258 図 (7) map / peta / แผนที่ / bản đồ [đồ]	地図 ④	ちず	chi**zu**	map / peta / แผนที่ / bản đồ
	天気図 ②	てんきず	tenki**zu**	weather map / peta cuaca / ผังแสดงสภาพอากาศ / bản đồ thời tiết
	図書館 ④	としょかん	**to**shokan	library / perpustakaan / หอสมุด / thư viện
ず と	図 図 図 図 図 図 図			

▶ 読み方と書き方
第14回 244～262

259 使 (8)
use / menggunakan / ใช้ / dụng [sử, sứ]

使う ④	つかう	tsukau	to use / menggunakan / ใช้ / sử dụng
使い方 ③	つかいかた	tsukaikata	how to use / cara pakai / วิธีใช้ / cách sử dụng
大使 ②	たいし	taishi	ambassador / duta besar / ทูต / đại sứ
使用する ②	しようする	shiyō suru	to use / menggunakan / ใช้ / sử dụng
使用中 ②	しようちゅう	shiyōchū	being used, occupied / sedang dipakai / อยู่ระหว่างการใช้ / đang sử dụng

つか-う
し

260 便 (9)
convenient / praktis / สะดวก / tiện lợi [tiện]

便利な ④	べんりな	ben'ri na	convenient, useful / praktis / สะดวก มีประโยชน์ / tiện lợi
便所 ②	べんじょ	ben'jo	toilet / WC / ห้องส้วม ห้องน้ำ / nhà vệ sinh
郵便局 ④	ゆうびんきょく	yūbin'kyoku	post office / kantor pos / ที่ทำการไปรษณีย์ / bưu điện
宅配便	たくはいびん	takuhaibin	home-delivery service, courier service / titipan kilat / บริการส่งถึงบ้าน / dịch vụ giao hàng tại nhà
航空便 ②	こうくうびん	kōkūbin	airmail / pos udara / ส่งทางอากาศ / thư tín hàng không

べん
びん

261 借 (10)
borrow / meminjam / ยืม / mượn [tá]

借りる ④	かりる	kariru	to borrow, to rent / meminjam / ยืม เช่า / mượn, thuê
借金 ②	しゃっきん	shakkin	debt, loan / utang / หนี้สิน เงินกู้ / tiền nợ, khoản nợ

か-りる
しゃく / しゃっ

262 作 (7)
make / membuat / ทำ / làm [tác]

作る ④	つくる	tsukuru	to make / memuat / ทำ / làm ra, tạo ra
作文 ④	さくぶん	sakubun	composition, short essay / karangan / เรียงความ / bài văn
作品	さくひん	sakuhin	(art) work / karya / งานศิลปะ / tác phẩm
作家 ②	さっか	sakka	writer, artist / novelis / นักเขียน / nhà văn
作業する ②	さぎょうする	sagyō suru	to work / beroperasi / ทำงาน ปฏิบัติงาน / thao tác, làm việc
副作用	ふくさよう	fukusayō	side effect / efek sampingan / ผลกระทบข้างเคียง / tác dụng phụ

つく-る
さく / さっ
さ

第14回

練習問題 / Exercise / Soal Latihan / แบบฝึกหัด / Luyện tập

1. キーボードでどう入力しますか。
   ① 歌手　　a. ka shuu　　b. ka shou　　c. ka shu
   ② IT 業界　a. IT go kai　b. IT gyoo kai　c. IT gyou kai
   ③ 品物　　a. shin mono　b. shina mono　c. shina butsu
   ④ 建物　　a. tateru mono　b. kenbu tsu　c. tate mono
   ⑤ 英語　　a. ee go　　b. ei go　　c. ee gou

2. ひらがなでどう書きますか。
   ① 作る　　a. つかる　　b. つきる　　c. つくる
   ② 林　　　a. もり　　　b. きぎ　　　c. はやし
   ③ 不便　　a. ふべんり　b. ふべん　　c. ふっべん
   ④ 大使館　a. たいしかん　b. だいしかん　c. たいしがん
   ⑤ 目薬　　a. めくすり　b. めぐすり　c. めのくすり

3. 下線部の読み方を書いてください。
   ① この図書館では、一人 五さつまで借りられます。

   ② この野菜は、中国産ですか。国産ですか。

   ③ すみません、この電話を使ってもいいですか。

   ④ 世界の色々な国の音楽をききます。
   　　　　　　いろいろ

   ⑤ 英和辞典で、ことばの意味をしらべます。
   　　　　じてん

4. 読んで意味を考えましょう。
   ① A：これ、ちょっとお借りしてもいいですか。
   　　B：あ、はい。どうぞ。
   ② A：これ、うちまでの地図。
   　　B：ありがとう。駅から近いね。
   　　A：うん、でも分からなかったら、電話して。
   　　B：うん、ありがとう。じゃ、楽しみにしているね。

▶読み方と書き方
第14回 244～262

チャレンジ！ Challenge! / Cobalah! / แบบฝึกหัดท้าทาย / Thử sức!

1 画数はいくつですか。
① 歌（　）　② 業（　）　③ 館（　）
④ 作（　）　⑤ 便（　）　⑥ 物（　）

How many strokes are there?
Berapa struknya?
จงบอกจำนวนเส้นของคันจิต่อไปนี้
Các chữ Hán dưới đây có bao nhiêu nét?

2 適当な漢字を選んでください。

① この部屋を、つかっていますか。
1	使かって
2	使って
3	使て

② くろださんですか。
1	青田
2	黒田
3	野田

③ きのうは、たのしかったです。
1	楽のしかった
2	楽しかった
3	楽かった

④ JAL102びんは、おくれています。
1	使
2	代
3	便

⑤ あれは、大使館のたてものですか。
1	立物
2	高物
3	建物

⑥ この工場で車をせいさんしています。
1	生産
2	年産
3	生作

Choose the appropriate kanji.
Pilih huruf kanji yang tepat!
จงเลือกคันจิที่ถูกต้อง
Hãy chọn chữ Hán thích hợp.

3 適当な漢字を書いてください。

① ごはんは、じぶんでつくります。

② このくすりは、一日さんかい、食後にのんで下さい。

③ 名古屋は、車のさんぎょうでゆうめいです。

④ 千年前にたてられたお寺をけんぶつしました。

⑤ はやしさんは、せかいのたかい山にのぼっています。

⑥ うたがじょうずですね。

Write the kanji of the underlined portion.
Tulis kata yang digaris-bawahi dengan huruf kanji!
จงเขียนคันจิของคำที่ขีดเส้นใต้
Hãy viết chữ Hán thích hợp.

第15回 読み方と書き方を覚えよう

Let's learn reading and writing
Menghapal cara baca dan menulisnya
มาจำเสียงอ่านและวิธีเขียนกันเถอะ
Hãy nhớ cách đọc và cách viết

263 広 (5)
spacious / luas / กว้าง / rộng [quảng]

広い ④	ひろい	**hiro**i	spacious / luas / กว้าง / rộng
広場 ②	ひろば	**hiro**ba	plaza, open space / lapangan, tempat luas / ที่กว้าง ลานกว้าง / quảng trường
広島	ひろしま	**hiro**shima	Hiroshima / Hiroshima / ฮิโระชิมะ / Hiroshima
背広 ③	せびろ	se**biro**	men's jacket/suits / setelan pria / เสื้อสูท เสื้อแจ็คเก็ต / com-lê, áo vét
広告 ②	こうこく	**kō**koku	advertisement, publicity / laporan / การโฆษณา / quảng cáo

ひろ-い
こう

広 広 広 広 広

264 私 (7)
I, myself / saya / ฉัน ตัวเอง / tôi, bản thân mình [tư]

| 私 ④ | わたし, わたくし | **watashi, watakushi** | I / saya / ฉัน ผม / tôi |
| 私立大学 ② | しりつだいがく | **shi**ritsu daigaku | private college/university / universitas swasta / มหาวิทยาลัยเอกชน / trường đại học dân lập |

わたし
わたくし
し

私 私 私 私 私 私
私

265 去 (5)
leave / meninggalkan / จากไป / ra đi [khứ]

| 去年 ④ | きょねん | **kyo**nen | last year / tahun lalu / ปีที่แล้ว / năm ngoái |

きょ

去 去 去 去 去

▶読み方と書き方
第15回 263〜280

266 室 (9)
room / ruangan / ห้อง / phòng [thất]
しつ

教室 ④	きょうしつ	kyōshitsu	classroom / kelas / ห้องเรียน / phòng học
会議室 ③	かいぎしつ	kaigishitsu	meeting/conference room / ruang rapat / ห้องประชุม / phòng họp
研究室 ③	けんきゅうしつ	kenkyūshitsu	laboratory, professor's office / ruang riset / ห้องวิจัย ห้องทำงานอาจารย์ / phòng nghiên cứu
室内プール ②	しつないプール	shitsunai pūru	indoor swimming pool / kolam renang di dalam / สระว่ายน้ำในร่ม / bể bơi trong phòng

267 屋 (9)
store / toko... / ห้าง / hiệu 〜 [ốc]
や / おく

部屋 ④	へや	heya	room / kamar / ห้อง / căn phòng
本屋 ④	ほんや	hon'ya	bookstore / toko buku / ร้านขายหนังสือ / hiệu sách
八百屋 ④	やおや※	yaoya※	vegetable store / toko sayuran / ร้านขายผัก / hiệu rau quả
屋根 ②	やね	yane	roof / atap / หลังคา / mái nhà
屋上 ③	おくじょう	okujō	rooftop / puncak atap / ดาดฟ้า / sân thượng

268 教 (11)
teach / mengajar / สอน / dạy [giáo]
おし-える / きょう

教える ④	おしえる	oshieru	to teach / mengajar / สอน / dạy học
教室 ④	きょうしつ	kyōshitsu	classroom / kelas / ห้องเรียน / phòng học
教育 ③	きょういく	kyōiku	education / pendidikan / การศึกษา / giáo dục
教会 ③	きょうかい	kyōkai	church / gereja / โบสถ์ / nhà thờ
教師 ②	きょうし	kyōshi	teacher / pendidik / ครู อาจารย์ / giáo viên

269 研 (9)
polish / gosok / ขัด / đánh bóng [nghiên]
けん

研究する ③	けんきゅうする	ken'kyū suru	to research / meneliti / วิจัย / nghiên cứu
研究室 ③	けんきゅうしつ	ken'kyūshitsu	laboratory, professor's office / ruang riset / ห้องวิจัย ห้องทำงานอาจารย์ / phòng nghiên cứu

270 発 (9)

discharge / muncul / ปรากฏออกมา / phát ra [phát]

発音 ③	はつおん	**hatsu**on	pronunciation / lafal / การออกเสียง / phát âm
発売する ②	はつばいする	**hatsu**bai suru	to put something for sale / menjual / วางตลาด วางแผง / bán ra
発明する ②	はつめいする	**hatsu**mē suru	to invent / menemukan / ประดิษฐ์ คิดค้น / phát minh
(東京九時)発 ②	とうきょうくじはつ	tōkyō kuji **hatsu**	departing (Tokyo at 9:00) / berangkat (dari Tokyo pukul 9) / ออกจาก (โตเกียวเวลา 9.00 น.) / xuất phát (ở Tokyo lúc 9 giờ)
発車する ②	はっしゃする	**has**sha suru	to start an automobile / berangkat / ออกรถ / khởi hành (ô tô, tàu điện)
発表する ②	はっぴょうする	**hap**pyō suru	to present, to announce / presentasi / รายงาน ประกาศ / phát biểu, công bố
出発する ③	しゅっぱつする	shup**patsu** suru	to depart / berangkat / ออกเดินทาง / xuất phát

はつ / はっ / ぱつ

271 究 (7)

research / meneliti / วิจัย / nghiên cứu [cứu]

研究する ③	けんきゅうする	ken'**kyū** suru	to research / meneliti / ทำการวิจัย / nghiên cứu
研究室 ③	けんきゅうしつ	ken'**kyū**shitsu	laboratory, professor's office / ruang riset / ห้องวิจัย ห้องทำงานอาจารย์ / phòng nghiên cứu
研究者 ②	けんきゅうしゃ	ken'**kyū**sha	researcher / peneliti / นักวิจัย / nhà nghiên cứu

きゅう

272 着 (12)

wear, arrive / memakai, tiba / สวม ถึง / mặc, đến nơi [trước]

着る ④	きる	**ki**ru	to wear / memakai / สวม ใส่ / mặc
着く ④	つく	**tsu**ku	to arrive / tiba / ถึง / đến nơi
着物 ③	きもの	**ki**mono	Kimono / pakaian Kimono / กิโมโน / Kimono
上着 ④	うわぎ	uwa**gi**	jacket, coat / jas / เสื้อนอก เสื้อแจ็คเก็ต / áo khoác
下着 ③	したぎ	shita**gi**	underwear / pakaian dalam / ชุดชั้นใน / đồ lót
到着する ②	とうちゃくする	tō**chaku** suru	to arrive / tiba / ถึง / đến nơi
(京都四時)着 ②	きょうとよじちゃく	kyōto yoji **chaku**	arriving (at Kyoto at 4:00) / tiba di Kyoto pukul 4 / ถึง (เกียวโตเวลา 4.00 น.) / đến nơi(Kyoto lúc 4 giờ)

き-る / つ-く / ちゃく

273 乗 (9) ride / naik / ขี่ / đi (xe cộ) [thừa]

乗る [4]	のる	**no**ru	to ride, to get on (a vehicle) / menaiki / ขี่ ขึ้น / đi (xe cộ), cưỡi
乗り物 [3]	のりもの	**no**rimono	vehicle, ride / kendaraan / พาหนะ / phương tiện đi lại
乗り換える [3]	のりかえる	**no**rikaeru	to transfer to another vehicle / ganti kendaraan / ต่อรถ เปลี่ยนเครื่อง / đổi (tàu, xe)
乗客 [2]	じょうきゃく	**jō**kyaku	passenger / penumpang / ผู้โดยสาร / hành khách
乗車券 [2]	じょうしゃけん	**jō**shaken	train/bus ticket / tiket naik / ตั๋วโดยสาร / vé (tàu, xe)

の-る
じょう

274 計 (9) count, plot / menghitung, mengukur / นับ วัด / đếm, đo [kế]

計る [2]	はかる	**haka**ru	to measure / mengukur / ชั่ง วัด / đo
時計 [4]	とけい*	to**kē***	watch, clock / jam / นาฬิกา / đồng hồ
計画する [3]	けいかくする	**kē**kaku suru	to plan / merencanakan / วางแผน / lập kế hoạch
会計 [2]	かいけい	kai**kē**	accounting, payment / bendahara / การทำบัญชี การคิดเงิน / kế toán, trả tiền
体温計 [2]	たいおんけい	taion**kē**	thermometer / termometer / ปรอทวัดอุณหภูมิ / cặp nhiệt độ

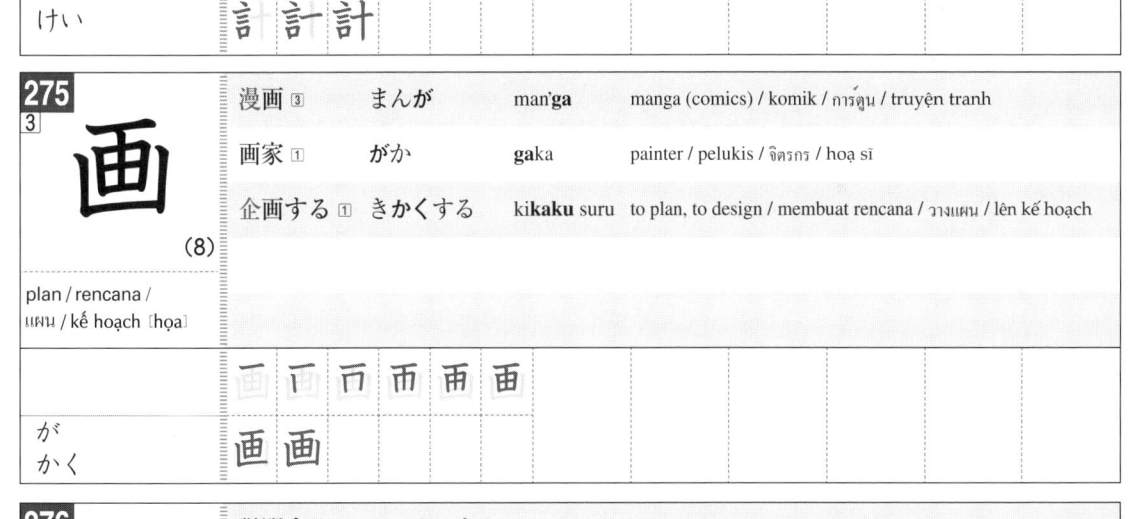

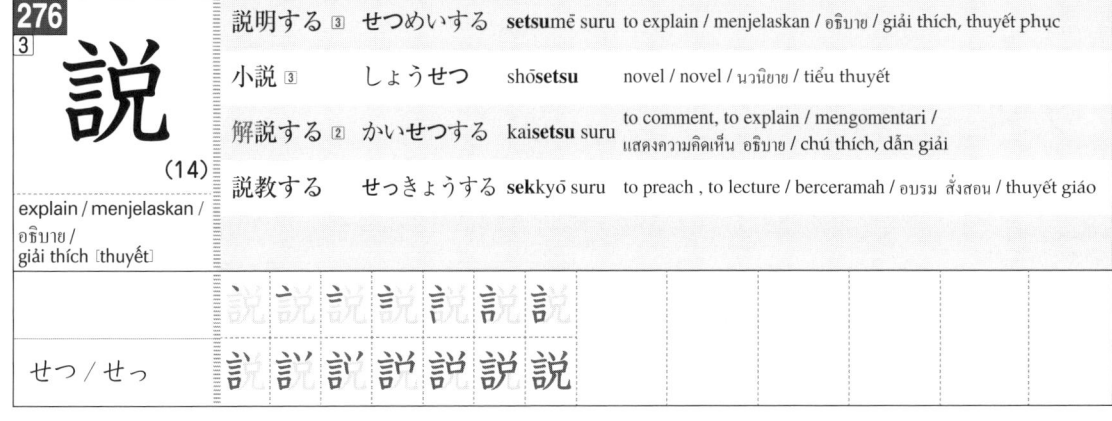

はか-る
けい

275 画 (8) plan / rencana / แผน / kế hoạch [họa]

漫画 [3]	まんが	man**ga**	manga (comics) / komik / การ์ตูน / truyện tranh
画家 [1]	がか	**ga**ka	painter / pelukis / จิตรกร / họa sĩ
企画する [1]	きかくする	ki**kaku** suru	to plan, to design / membuat rencana / วางแผน / lên kế hoạch

が
かく

276 説 (14) explain / menjelaskan / อธิบาย / giải thích [thuyết]

説明する [3]	せつめいする	**setsu**mē suru	to explain / menjelaskan / อธิบาย / giải thích, thuyết phục
小説 [3]	しょうせつ	shō**setsu**	novel / novel / นวนิยาย / tiểu thuyết
解説する [2]	かいせつする	kai**setsu** suru	to comment, to explain / mengomentari / แสดงความคิดเห็น อธิบาย / chú thích, dẫn giải
説教する	せっきょうする	**sek**kyō suru	to preach, to lecture / berceramah / อบรม สั่งสอน / thuyết giáo

せつ / せっ

277 院 (10)
institution / lembaga / สถาบัน / viện [viện]

病院 [4]	びょういん	byōin	hospital / rumah sakit / โรงพยาบาล / bệnh viện
入院する [3]	にゅういんする	nyūin suru	to be admitted to hospital / masuk rumah sakit / เข้าโรงพยาบาล / nhập viện
医院 [1]	いいん	iin	clinic / klinik / คลินิก / phòng khám
大学院 [2]	だいがくいん	daigakuin	graduate school / pacsa sarjana / บัณฑิตวิทยาลัย / hệ sau đại học

いん

278 病 (10)
sick / sakit / ป่วย / ốm [bệnh]

病気 [4]	びょうき	byōki	illness, disease / sakit / ป่วย โรค / ốm
病院 [4]	びょういん	byōin	hospital / rumah sakit / โรงพยาบาล / bệnh viện
病人	びょうにん	byōnin	someone who is sick, invalid / pasen / ผู้ป่วย / bệnh nhân

びょう

279 科 (9)
division / memilah / แผนก / phân loại [khoa]

科学 [3]	かがく	kagaku	science / eksakta / วิทยาศาสตร์ / khoa học
教科書 [2]	きょうかしょ	kyōkasho	textbook / buku teks / ตำรา / sách giáo khoa
外科 [2]	げか	geka	surgery / bagian luar / แผนกศัลยกรรม / khoa ngoại
眼科 [1]	がんか	gan'ka	ophthalmology / bagian mata / แผนกตา / khoa mắt
理科 [2]	りか	rika	science (as a subject) / IPA / วิชาวิทยาศาสตร์ / khoa học tự nhiên

か

280 度 (9)
degree, the number of times / derajat, ...kali / ระดับ, จำนวนครั้ง / nhiệt độ, lần [độ]

一度	いちど	ichido	once / sekali / หนึ่งครั้ง / một lần
今度 [3]	こんど	kon'do	this time, next time / nanti / ครั้งนี้ คราวหน้า / lần này, lần tới
温度 [2]	おんど	on'do	temperature / suhu / อุณหภูมิ / nhiệt độ
湿度 [2]	しつど	shitsudo	humidity / kelembaban / ความชื้น / độ ẩm
速度 [2]	そくど	sokudo	velocity / kecepatan / ความเร็ว / tốc độ

ど

第15回

練習問題 Exercise / Soal Latihan / แบบฝึกหัด / Luyện tập

1 キーボードでどう入力しますか。

① 去年　　　　a. kyou nenn　　　b. kyo nenn　　　c. kyoo nenn
② 説明　　　　a. setsu mee　　　b. setsu mei　　　c. settsu mee
③ 計画　　　　a. kei kaku　　　　b. kee kaku　　　c. kek kaku
④ 教科書　　　a. kyoo ka sho　　b. kyou ka sho　　c. kyou ka shou
⑤ 研究室　　　a. kenn kyuu shittsu　b. kenn kyu shitsu　c. kenn kyuu shitsu

How do you type this kanji?
Bagaimana jika ditik (pakai keybord)?
คันจิต่อไปนี้พิมพ์อย่างไร
Hãy chọn cách đánh máy đúng.

2 ひらがなでどう書きますか。

① 病気　　　　a. びょおき　　　b. びょうき　　　c. びょき
② 出発　　　　a. しゅっぱつ　　b. でるはつ　　　c. しゅっはつ
③ 八百屋　　　a. はちひゃくや　b. はっぴゃくや　c. やおや
④ 上着　　　　a. うえぎ　　　　b. うわぎ　　　　c. うえちゃく
⑤ 科学　　　　a. ぶんがく　　　b. こうがく　　　c. かがく

How do you write this kanji in hiragana?
Bagaimana jika ditulis dengan hiragana?
คันจิต่อไปนี้เขียนเป็นอักษรฮิระงะนะอย่างไร
Hãy phiên âm Hiragana các chữ Hán dưới đây.

3 下線部の読み方を書いてください。

① この教室は広いです。　　② 私は、私立の大学院で研究しています。

③ いい病院を知っていたら、教えてください。

④ バスに乗って、教会に行きます。

⑤ A：何時ごろ、着きますか。　B：八時ごろだと思います。

Write the reading of the underlined portion.
Tulis cara baca kata yang digarisbawahi!
จงเขียนเสียงอ่านของคำที่ขีดเส้นใต้
Hãy viết cách đọc các chữ Hán có gạch chân.

4 読んで意味を考えましょう。

① A：一度、家にいらっしゃいませんか。
　 B：ええ、ぜひ。

② A：あの本屋は広くていいですよ。
　 B：そうですか。じゃあ、今度行ってみます。

③ A：田中さんとお知り合いですか。
　 B：はい。先月会議で会ったんです。

④ A：ああ。またしっぱい。
　 B：まあ、いつも計画通りにはいきませんよ。

Read and figure out the meaning of the sentences.
Baca dan pikirkan artinya!
จงอ่านและเดาความหมายของประโยคต่อไปนี้
Hãy đọc và đoán nghĩa các câu dưới đây.

第15回

チャレンジ！ Challenge! / Cobalah! / แบบฝึกหัดท้าทาย / Thử sức!

1 画数はいくつですか。
   ① 屋（　　）　② 病（　　）　③ 画（　　）
   ④ 教（　　）　⑤ 度（　　）　⑥ 科（　　）

How many strokes are there?
Berapa struknya?
จงบอกจำนวนเส้นของคันจิต่อไปนี้
Các chữ Hán dưới đây có bao nhiêu nét?

2 適当な漢字を選んでください。

① 電車にのります。

1	乗す
2	乗ります
3	着ます

② この部屋はひろいです。

1	広い
2	広ろい
3	広

③ にゅういんします。

1	病院
2	入院
3	乗院

④ さいきんのえいがは長いです。

1	暗画
2	明画
3	映画

⑤ こんど、一緒にご飯を食べましょう。

1	今度
2	一度
3	今土

⑥ 和服をきます。

1	来ます
2	着きます
3	着ます

Choose the appropriate kanji.
Pilih huruf kanji yang tepat!
จงเลือกคันจิที่ถูกต้อง
Hãy chọn chữ Hán thích hợp.

3 適当な漢字を書いてください。

① わたしはきょねんの四月に日本へ来ました。

② 今、けんきゅうけいかくを書いています。

③ もう少し、くわしくせつめいしていただけませんか。

④ 石田さんは、びょうきでやすんでいます。

⑤ こどものとき、かがくしゃになりたかったです。

⑥ A：日本語のはつおんがきれいですね。
　 B：ありがとうございます。

⑦ ほんやでアルバイトをしています。

Write the kanji of the underlined portion.
Tulis kata yang digaris-bawahi dengan huruf kanji!
จงเขียนคันจิของคำที่ขีดเส้นใต้
Hãy viết chữ Hán thích hợp.

第16回 読み方と書き方を覚えよう

Let's learn reading and writing
Menghapal cara baca dan menulisnya
มาจำเสียงอ่านและวิธีเขียนกันเถอะ
Hãy nhớ cách đọc và cách viết

281 頭 (16)
head / kepala / หัว / đầu 〔đầu〕

頭 ④	あたま	**atama**	head / kepala / หัว ศรีษะ / đầu
頭金	あたまきん	**atama**kin	deposit / deposit / เงินมัดจำ / tiền đặt cọc
頭痛 ②	ずつう	**zu**tsū	headache / sakit kepala / ปวดหัว / đau đầu

あたま
ず

282 顔 (18)
face / wajah / ใบหน้า / mặt 〔nhan〕

顔 ④	かお	**kao**	face / wajah / ใบหน้า / khuôn mặt
顔色	かおいろ	**kao**iro	complexion / raut wajah / สีหน้า / sắc mặt
洗顔する	せんがんする	sen**gan**'suru	to wash one's face / mencuci muka / ล้างหน้า / rửa mặt

かお
がん

283 声 (7)
voice / suara / เสียง / tiếng 〔thanh〕

声 ④	こえ	**koe**	voice / suara / เสียง (ของคนและสัตว์) / tiếng, giọng nói
音声	おんせい	on**sē**	sound / bunyi / เสียง (ของสิ่งไม่มีชีวิต) / âm thanh
声優	せいゆう	**sē**yū	voice actor / suara artis / นักพากย์ / diễn viên lồng tiếng

こえ
せい

284 題 (18)

topic / topik / หัวข้อ / đề tài [đề]

宿題	しゅくだい	shuku**dai**	homework / pekerjaan rumah / การบ้าน / bài tập về nhà
問題	もんだい	mon**'dai**	problem, question / masalah, pertanyaan / ปัญหา โจทย์ คำถาม / vấn đề, câu hỏi
話題	わだい	wa**dai**	topic / tema / หัวข้อสนทนา เรื่องที่คนกล่าวถึง / đề tài, chủ đề
題名	だいめい	**dai**mē	title / judul / หัวข้อเรื่อง ชื่อเรื่อง / tiêu đề

だい

285 色 (6)

colour / warna / สี / màu sắc [sắc]

色	いろ	**iro**	colour / warna / สี / màu sắc
色々な	いろいろな	**iro**iro na	various / macam-macam / หลากหลาย / nhiều
顔色	かおいろ	kao**iro**	complexion / raut wajah / สีหน้า / sắc mặt
景色	けしき	ke**shiki**	view, scenery / pemandangan / ทัศนียภาพ ทิวทัศน์ / phong cảnh
特色	とくしょく	toku**shoku**	characteristic / karakter / ลักษณะพิเศษ ลักษณะเด่น / đặc trưng, đặc sắc

いろ
しき
しょく

286 漢 (13)

kanji / kanji / คันจิ / chữ Hán [hán]

漢字	かんじ	**kan**'ji	kanji / huruf kanji / คันจิ / chữ Hán

かん

287 字 (6)

character / huruf / อักษร / chữ [tự]

字	じ	**ji**	letter, character / huruf / ตัวอักษร / chữ, ký tự
文字	もじ	mo**ji**	letter, character, script / huruf / ตัวอักษร / chữ viết, ký tự
数字	すうじ	sū**ji**	number, figure / angka / ตัวเลข / chữ số
字幕	じまく	**ji**maku	subtitles, caption / cerita, sub judul / คำบรรยายใต้ภาพ / phụ đề phim

じ

▶読み方と書き方
第16回 281〜300

288 写 (5) copy / memotret / อัด / chụp [tả]	写す ③	うつす	utsusu	to copy, to take (a picture) / menyalin, memotret / อัด ถ่ายรูป / sao chép, chụp ảnh
	写る ②	うつる	utsuru	to be taken in a picture, (something/someone) is in a picture / terpotretkan / ปรากฏบนรูปถ่าย / chụp ảnh
	写真 ④	しゃしん	shashin	photograph / foto / ภาพถ่าย รูปถ่าย / bức ảnh
うつ-る / うつ-す				
しゃ				

289 考 (6) consider / berpikir / คิด / suy nghĩ [khảo]	考える ③	かんがえる	kan'gaeru	to think, to consider / berpikir / คิด พิจารณา / suy nghĩ
	考古学 ①	こうこがく	kōkogaku	archaeology / arkeologi / โบราณคดี / khảo cổ học
	選考する ①	せんこうする	sen'kō suru	to select / menyeleksi / คัดเลือก / lựa chọn, tuyển
かんが-える				
こう				

290 真 (10) true / kebenaran / ความจริง / sự thật [chân]	真ん中 ③	まんなか	man'naka	middle, center / paling tengah / ตรงกลาง ใจกลาง กึ่งกลาง / chính giữa, trung tâm
	真っ白 ②	まっしろ	masshiro	snow-white / putih sekali / ขาวโพลน / trắng toát
	真夜中	まよなか	mayonaka	midnight / tengah malam / กลางดึก / nửa đêm
	写真 ④	しゃしん	shashin	photograph / foto / ภาพถ่าย รูปถ่าย / bức ảnh
	真実 ①	しんじつ	shin'jitsu	truth / kebenaran / ความจริง / chân thật
ま				
しん				

291 集 (12) gather/kumpul / รวบรวม / tập trung [tập]	集まる ③	あつまる	atsumaru	(something/someone) gathers / berkumpul / รวมตัวกัน (บางอย่าง) รวมอยู่ด้วยกัน / (cái gì, ai đó) tập trung
	集める ③	あつめる	atsumeru	to collect/gather (something/someone) / mengumpulkan / รวบรวม (บางอย่าง)เข้าด้วยกัน / tập trung (cái gì, ai đó)
	集中する ②	しゅうちゅうする	shūchū suru	to concentrate / berkonsentrasi / จดจ่อ รวบรวมสมาธิ ตั้งสมาธิ / tập trung vào việc gì đó
	集合する ②	しゅうごうする	shūgō suru	to assemble / berkumpul / ชุมนุมกัน รวมกลุ่มกัน รวมตัวกัน / tập hợp
あつ-まる / あつ-める				
しゅう				

292 曜 (18)

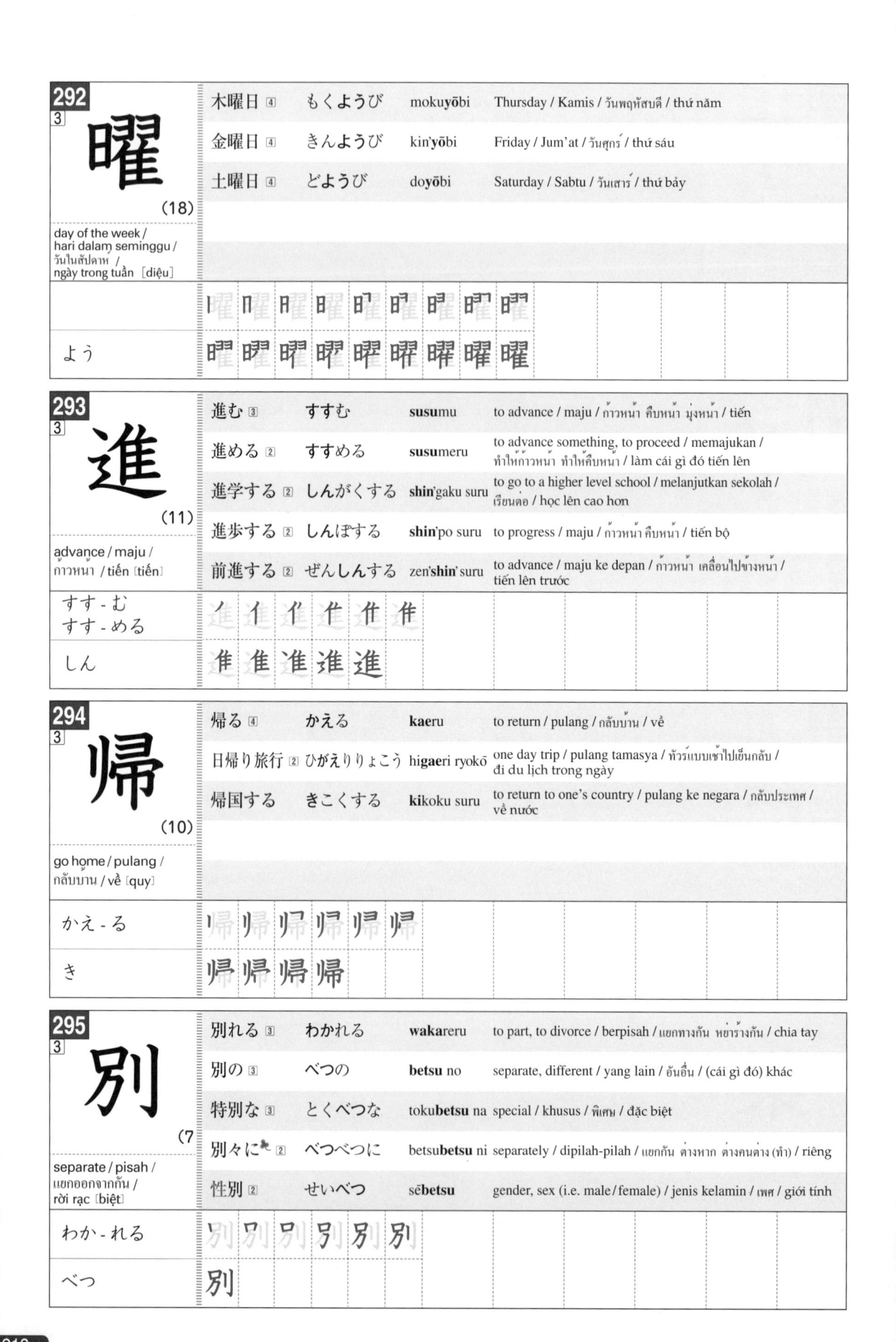

day of the week / hari dalam seminggu / วันในสัปดาห์ / ngày trong tuần [diệu]

よう

木曜日 [4]	もくようび	moku**yō**bi	Thursday / Kamis / วันพฤหัสบดี / thứ năm
金曜日 [4]	きんようび	kin'**yō**bi	Friday / Jum'at / วันศุกร์ / thứ sáu
土曜日 [4]	どようび	do**yō**bi	Saturday / Sabtu / วันเสาร์ / thứ bảy

293 進 (11)

advance / maju / ก้าวหน้า / tiến [tiến]

すす-む / すす-める
しん

進む [3]	すすむ	**susu**mu	to advance / maju / ก้าวหน้า คืบหน้า มุ่งหน้า / tiến
進める [2]	すすめる	**susu**meru	to advance something, to proceed / memajukan / ทำให้ก้าวหน้า ทำให้คืบหน้า / làm cái gì đó tiến lên
進学する [2]	しんがくする	**shin**'gaku suru	to go to a higher level school / melanjutkan sekolah / เรียนต่อ / học lên cao hơn
進歩する [2]	しんぽする	**shin**'po suru	to progress / maju / ก้าวหน้า คืบหน้า / tiến bộ
前進する [2]	ぜんしんする	zen'**shin**' suru	to advance / maju ke depan / ก้าวหน้า เคลื่อนไปข้างหน้า / tiến lên trước

294 帰 (10)

go home / pulang / กลับบ้าน / về [quy]

かえ-る
き

帰る [4]	かえる	**kae**ru	to return / pulang / กลับบ้าน / về
日帰り旅行 [2]	ひがえりりょこう	hi**gae**ri ryokō	one day trip / pulang tamasya / ทัวร์แบบเช้าไปเย็นกลับ / đi du lịch trong ngày
帰国する	きこくする	**ki**koku suru	to return to one's country / pulang ke negara / กลับประเทศ / về nước

295 別 (7)

separate / pisah / แยกออกจากกัน / rời rạc [biệt]

わか-れる
べつ

別れる [3]	わかれる	**waka**reru	to part, to divorce / berpisah / แยกทางกัน หย่าร้างกัน / chia tay
別の [3]	べつの	**betsu** no	separate, different / yang lain / อันอื่น / (cái gì đó) khác
特別な [3]	とくべつな	toku**betsu** na	special / khusus / พิเศษ / đặc biệt
別々に [4]	べつべつに	betsu**betsu** ni	separately / dipilah-pilah / แยกกัน ต่างหาก ต่างคนต่าง (ทำ) / riêng
性別 [2]	せいべつ	sē**betsu**	gender, sex (i.e. male/female) / jenis kelamin / เพศ / giới tính

296 以 (5)
from / semenjak / จาก / từ [dĭ]

以上 ③	いじょう	ijō	more than / lebih dari, di atas / มากกว่า / hơn~
以下 ③	いか	ika	less than / kurang dari, di bawah / น้อยกว่า / dưới~
以外 ③	いがい	igai	except / selain / นอกจาก / ngoài~
以内 ③	いない	inai	within / di dalam / ภายใน / trong khoảng
以前 ②	いぜん	izen	before, prior / dulu, sebelumnya / เมื่อก่อน ก่อนหน้านี้ ก่อนที่จะ / trở về trước

い

297 堂 (11)
hall / aula / โถง / hội trường, [đường]

食堂 ④	しょくどう	shokudō	dining room / kantin / ห้องรับประทานอาหาร โรงอาหาร / nhà ăn
講堂 ③	こうどう	kōdō	auditorium, lecture hall / auditorium / หอประชุม / giảng đường

どう

298 税 (12)
tax / pajak / ภาษี / thuế [thuế]

税 ②	ぜい	zē	tax / pajak / ภาษี / thuế
税金 ②	ぜいきん	zēkin	tax / uang pajak / ภาษี / tiền thuế
税込み	ぜいこみ	zēkomi	tax included / termasuk pajak / รวมภาษี / đã bao gồm tiền thuế
消費税 ②	しょうひぜい	shōhizē	consumption tax / pajak pemakaian / ภาษีบริโภค / thuế tiêu dùng
所得税 ①	しょとくぜい	shotokuzē	income tax / pemasukan pajak / ภาษีรายได้ / thuế thu nhập

ぜい

299 込 (5)
include / kandung / รวมเข้า / bao gồm

込む ③	こむ	komu	to get crowded / terkandung / แน่น หนาแน่น / vào, đông đúc
申し込む ②	もうしこむ	mōshikomu	to apply / mendaftar, pesan / สมัคร / đăng ký
申(し)込(み)用紙 ①	もうしこみようし	mōshikomi yōshi	application form / formulir pendaftaran / ใบสมัคร / bản đăng ký
税込み	ぜいこみ	zēkomi	tax included / termasuk pajak / รวมภาษี / đã bao gồm tiền thuế

こ-む

300 (2) 申 (5) humble form of 'to say' / 'berkata' untuk merendahkan diri / รูปถ่อมตนของคำว่า "พูด" / khiêm nhường của 'nói' [thân]	申す ③	もうす	mōsu	to say (humble) / berkata (bentuk merendahkan diri) / พูด (รูปถ่อมตน) / nói (khiêm nhường)
	申し上げる ③	もうしあげる	mōshiageru	to say (humble) / mengatakan / พูด (รูปถ่อมตน) / nói (khiêm nhường)
	申(し)込(み) ⓪	もうしこみ	mōshikomi	application / pendaftaran / การสมัคร / đăng ký
	申告する ⓪	しんこくする	sin'koku suru	to declare / mengumumkan / รายงาน แจ้ง สำแดง / trình bày, bày tỏ, công bố

もう-す	申 口 曰 曰 申
しん	

🍀 '々' is used when the same kanji is repeated.
'々' é usado para repetir kanji.
เครื่องหมาย '々' ใช้เมื่อต้องการซ้ำคันจิตัวเดิม
'々' sử dụng khi chữ Hán sau lặp lại chữ Hán đầu.

第16回 練習問題

Exercise / Soal Latihan / แบบฝึกหัด / Luyện tập

1 キーボードでどう入力しますか。

① 特別　　a. toku betsu　　b. tokku betsu　　c. tokyu betsu
② 以上　　a. i jo　　b. i jou　　c. i joo
③ 真ん中　a. ma nn chuu　　b. shinn nn naka　　c. ma nn naka
④ 税金　　a. zee kinn　　b. zei kinn　　c. ze kinn
⑤ 進む　　a. susu mu　　b. sususu mu　　c. susunde mu

2 ひらがなでどう書きますか。

① 集中　　a. しゅうちゅ　　b. しゅっちゅう　　c. しゅうちゅう
② 申します　a. もおします　　b. もうします　　c. もします
③ 日帰り　a. ひかえり　　b. びかえり　　c. ひがえり
④ 食堂　　a. たべるど　　b. しょくどう　　c. たべるどう
⑤ 写す　　a. うつうす　　b. うすす　　c. うつす

3 下線部の読み方を書いてください。

① <u>鳥肉</u> <u>以外</u>、何でも<u>食</u>べられます。　② あの映画の<u>題名</u>が<u>思</u>い出せません。

③ 二十歳<u>以下</u>はタバコもお<u>酒</u>もだめですよ。　④ きれいな<u>写真</u>ですね。

⑤ このテキストで<u>漢字</u> <u>三百字</u>が、<u>書</u>けて<u>読</u>めます。

4 読んで意味を考えましょう。

① A:明日も申し込みは、できますか。
　B:はい、できます。問題ないですよ。

② A:顔色が悪いですね。
　B:ああ、ちょっと頭がいたくて。
　A:早く帰った方がいいんじゃないですか。

③ A:お会計は、ごいっしょですか。
　B:いえ、別々にお願いします。

④ A:会場が広いから、マイクを用意しましょうか。
　B:それは、いい考えですね。

第16回

チャレンジ！ Challenge! / Cobalah! / แบบฝึกหัดท้าทาย / Thử sức!

1 画数はいくつですか。
　かくすう

① 堂（　　）　　② 曜（　　）　　③ 真（　　）
④ 写（　　）　　⑤ 字（　　）　　⑥ 顔（　　）

How many strokes are there?
Berapa struknya?
จงบอกจำนวนเส้นของคันจิต่อไปนี้
Các chữ Hán dưới đây có bao nhiêu nét?

2 適当な漢字を選んでください。
　てきとう　かんじ　えら

① ぜいこみで一万円です。

1	税込
2	税入
3	税金込

② 今日は、とくべつな日です。

1	待別
2	持別
3	特別

③ もくようびに空手を習っています。
　　　　　　　　　からて

1	木時日
2	木週日
3	木曜日

④ 風邪でこえが出ません。
　　かぜ

1	色
2	声
3	言

⑤ 毎朝、かおをあらいます。

1	声
2	頭
3	顔

⑥ 古い時計をあつめています。

1	集て
2	集めて
3	集つめて

Choose the appropriate kanji.
Pilih huruf kanji yang tepat!
จงเลือกคันจิที่ถูกต้อง
Hãy chọn chữ Hán thích hợp.

3 適当な漢字を書いてください。
　てきとう　かんじ　か

① らいしゅう、大学のときのともだちとあつまります。

② いろいろなかんがえかたの人がいると、おもしろいです。

③ 明日、ごつごうが悪かったら、べつの日でもいいですよ。

④ 空港でかぞくとわかれました。
　　こう

⑤ 六十歳いじょうは、えいがが安く見られますよ。
　　　さい

⑥ 来年のなつごろ、きこくします。

Write the kanji of the underlined portion.
Tulis kata yang digaris-bawahi dengan huruf kanji!
จงเขียนคันจิของคำที่ขีดเส้นใต้
Hãy viết chữ Hán thích hợp.

Q & A

Q&A 1 ▶▶▶ p.224
- How do you type the special sounds like small っ, ゃ, ゅ and ょ?
- Bagaimana cara mengetik bunyi khusus seperti huruf っ, ゃ, ゅ, ょ kecil dalam keyboard komputer?
- อักษร っ, ゃ, ゅ, ょ ซึ่งเป็นตัวเล็ก พิมพ์อย่างไร?
- Đánh máy những chữ đặc biệt như っ, ゃ, ゅ, ょ như thế nào?

Q&A 2 ▶▶▶ p.227
- How you do know which reading to use?
- Jika menemukan kanji yang cara bacanya banyak, bagaimana cara memilahnya?
- เมื่อมีวิธีอ่านหลายแบบ จะแยกใช้อย่างไร?
- Khi có nhiều cách đọc, chúng ta phân biệt như thế nào?

Q&A 3 ▶▶▶ p.230
- When do you need hiragana to accompany kanji?
- Bagaimana cara menyajikan cara bacanya dalam huruf hiragana (okurigana)?
- อักษรฮิระงะนะที่กำกับเสียงอ่านจะใช้เมื่อไหร่?
- Sử dụng "đuôi Hiragana" như thế nào?

Q&A 4 ▶▶▶ p.232
- Are there any rules in kanji reading?
- Apakah ada kiat khusus untuk membaca huruf kanji?
- มีเทคนิคอะไรที่ช่วยให้จำวิธีอ่านคันจิได้ไหม?
- Có bí quyết gì cho cách đọc chữ Hán không?

Q&A 5 ▶▶▶ p.234
- What are the kanji parts marked with ☆ or ★?
- Apa yang dimaksud dengan bagian huruf kanji yang diberi tanda ☆ atau ★?
- ส่วนประกอบของคันจิที่มีเครื่องหมาย ☆★ คืออะไร?
- Bộ của các chữ Hán có dấu ☆★ là gì vậy?

Q&A 6 ▶▶▶ p.236
- How do you explain how to write certain kanji?
- Bagaimana cara menjelaskan kanji yang cara menulisnya belum diketahui?
- เวลาไม่รู้วิธีเขียนคันจิจะอธิบายอย่างไร?
- Khi không biết cách viết chữ Hán sẽ truyền đạt như thế nào?

Q&A 7 ▶▶▶ p.238
- Do I need to know the right stroke order or the number of strokes?
- Apakah urutan penulisan dan struk penulisan itu penting?
- ลำดับการเขียนและจำนวนเส้นของคันจิสำคัญไหม?
- Thứ tự nét, số nét có quan trọng không?

Q & A 1

▶ How do you type the special sounds like small っ, ゃ, ゅ and ょ?
▶ Bagaimana cara mengetik bunyi khusus seperti huruf っ, ゃ, ゅ, ょ kecil dalam keyboard komputer?
▶ อักษร っ, ゃ, ゅ ซึ่งเป็นตัวเล็ก พิมพ์อย่างไร ?
▶ Đánh máy những chữ đặc biệt như っ, ゃ, ゅ, ょ như thế nào?

	-	k	s	t	n	h	m	y	r	w	
a	あ a	か ka	さ sa	た ta	な na	は ha	ま ma	や ya	ら ra	わ wa	
i	い i	き ki	し shi/si	ち chi/ti	に ni	ひ hi	み mi	——	り ri	——	
u	う u	く ku	す su	つ tsu/tu	ぬ nu	ふ fu/hu	む mu	ゆ yu	る ru	——	
e	え e	け ke	せ se	て te	ね ne	へ he	め me	——	れ re	——	
o	お o	こ ko	そ so	と to	の no	ほ ho	も mo	よ yo	ろ ro	を wo	ん nn

	g	z	d	b	p
a	が ga	ざ za	だ da	ば ba	ぱ pa
i	ぎ gi	じ zi/ji	ぢ di	び bi	ぴ pi
u	ぐ gu	ず zu	づ du	ぶ bu	ぷ pu
e	げ ge	ぜ ze	で de	べ be	ぺ pe
o	ご go	ぞ zo	ど do	ぼ bo	ぽ po

	k	s	t	n	h	m
ya	きゃ kya	しゃ sya/sha	ちゃ tya/cha	にゃ nya	ひゃ hya	みゃ mya
yu	きゅ kyu	しゅ syu/shu	ちゅ tyu/chu	にゅ nyu	ひゅ hyu	みゅ myu
yo	きょ kyo	しょ syo/sho	ちょ tyo/cho	にょ nyo	ひょ hyo	みょ myo

	g	z	b / p
ya	ぎゃ gya	じゃ zya/ja	びゃ bya ぴゃ pya
yu	ぎゅ gyu	じゅ zyu/ju	びゅ byu ぴゅ pyu
yo	ぎょ gyo	じょ zyo/jo	びょ byo ぴょ pyo

small	a	i	u	e	o
x,l	ぁ xa/la	ぃ xi/li	ぅ xu/lu	ぇ xe/le	ぉ xo/lo

small	tsu	ya	yu	yo
x,l	っ xtu/ltu	ゃ xya/lya	ゅ xyu/lyu	ょ xyo/lyo

Q How do you type きょう and がっこう？
　　　　　　　　　　　 kyō　　　 gakkō

A Typing Roman letters (alphabets) as you see in the table will allow you to type the (hiragana) letters you want. We will introduce to you only the tricky ones.

　　If you want to type small letters such as や,
ゆ and よ, you spell 'ya', 'yu' and 'yo' respectively
yu　　yo　　　　　　　ya
after a consonant. For example, please spell 'kyou'
for きょう, and either 'kaisha' or 'kaisya' for かい
　　k y ō　　　　　　　　　　　　　　　　　 ka i
しゃ. 'kashu' or 'kasyu' is for かしゅ.
sha

　　Be careful when you want to type ん. If you
　　　　　　　　　　　　　　　　　　 n
type 'tabunashita' for たぶんあした, you will end up
　　　　　　　　　　 ta bu n a shi ta
with たぶなした. You need to type 'nn' to get ん.
　　　ta bu na shi ta　　　　　　　　　　　　　n

　　e.g.) てんいん = ✓ te nn i nn　　×te n i n
　　　　 te n i n

　　When you want to get small tsu (っ) or a double
consonant, please type 'gakkou' for がっこう and
　　　　　　　　　　　　　　　　　　 ga kkō
'shucchou' or 'syuccyou' for しゅっちょう to include
　　　　　　　　　　　　　　　 shu c chō
small っ or/and ゅ.
　　　　tsu　　yu

　　Long vowels are spelled as ā, ī, ū, ē and ō
in this book. You, however, spell them as they are
written such as 'arigatou', although ありがとう is
　　　　　　　　　　　　　　　　　　 a ri ga tō
pronounced arigatō. Long vowels in principal are
spelled in the following way.

ā →あ　おかあさん　　✓ okaasan　　× okasan
ī →い　おにいさん　　✓ oniisan　　× onisan
ū →う　おとうさん　　✓ otousan　　× otoosan
ē →い　えいが　　　　✓ eiga　　　 × eega
ō →う　とうきょう　　✓ toukyou　　× tookyoo

　　When you want to change hiragana into kanji
or katakana, just press the space bar, which will
provide you with some choices. All you need to do
is to choose the one you want to use. Suppose you
want to type 日本. You spell 'nihon' and にほん will
　　　　　　　 ni hon
appear on the screen. Press the space bar and a list of
choices such as 二本, 日本, ニホン and にほん will
be given. Scroll to the appropriate kanji and select 日
本 by pressing ENTER.

　　　　　　　　　　　　→日本語訳は別冊 p.18

Q Bagaimana cara mengetik kata きょう
dan がっこう？　　　　　　　　　　k y ō
　　 ga k k ō

A Pada dasarnya sama dengan yang tertera pada tabel, kita hanya mengetik setiap huruf alfabet tersebut. Di sini hanya akan dibahas bagian yang dianggap sulit saja.

　　Ketika menemukan huruf や, ゆ dan よ kecil,
　　　　　　　　　　　　　　ya　yu　　 yo
ketik saja huruf 'ya, yu, yo' dibelakang konsonannya.
Misalnya, kata きょ menjadi 'kyo', dan kata きょう
　　　　　　　　　　　　　　　　　　　　　　 k y ō
menjadi 'kyou'. Kemudia untuk kata かいしゃ bisa
　　　　　　　　　　　　　　　　　 ka i sha
menjadi 'kaisha' atau 'kaisya', untuk kata かしゅ bisa
　　　　　　　　　　　　　　　　　　　　　 ka shu
juga ditik dengan 'kashu' atau 'kasyu'.

　　Yang harus diperhatikan adalah ketika mau
mengetik huruf ん, seperti pada kata たぶんあした,
　　　　　　　 n　　　　　　　　　　　 ta bu n a shi ta
jika ditik apa adanya dengan memijit 'tabunashita'
akan menjadi 'ta bu na shi ta' atau たぶなした. Oleh
karena itu untuk huruf ん harus ditekan dua kali
　　　　　　　　　　　 n
menjadi 'nn'.

　　Contoh) てんいん = ✓ te nn i nn　　×te n i n
　　　　　　 te n i n

　　Ketika ingin mengetik huruf tsu (っ) kecil, yaitu
dengan cara memijit konsonan berikutnya dua kali.
Misalnya untuk kata がっこう ditik dengan 'gakkou';
　　　　　　　　　　　 ga kkō
atau kata しゅっちょう yang sekaligus mengandung
　　　　　 shu c chō
ゅ dan っ kecil, bisa ditik dengan huruf 'shucchou'
yu　　tsu
atau 'syuccyou'.

　　Vokal panjang pada buku ini menggunakan
huruf ā, ī, ū, ē dan ō, tetapi jika ditulis dengan
hiragana tidak akan bisa seperti demikian. Kata あ
　　　　　　　　　　　　　　　　　　　　　　　 a
りがとう diucapkannya 'arigatô' tetapi ditulisnya
ri ga tō
menjadi 'arigatou'. Cara mengetik bunyi vokal
panjang lainnya adalah sebagai berikut.

ā →あ　おかあさん　　✓ okaasan　　× okasan
ī →い　おにいさん　　✓ oniisan　　× onisan
ū →う　おとうさん　　✓ otousan　　× otoosan
ē →い　えいが　　　　✓ eiga　　　 × eega
ō →う　とうきょう　　✓ toukyou　　× tookyoo

　　Untuk mengubah hiragana ke dalam kanji atau katakana bisa dilakukan dengan menekan tombol spasi. Jika nanti keluar pilihan, kita tinggal memilih huruf yang sesuai. Misalnya, ketika ingin menulis 日
本 di layar muncul huruf にほん lalu kita piji tombol
ni hon
spasi, akan keluar pilihan huruf 二本, 日本, ニホ
ン dan にほん dan kita tinggal memilih huruf 日本
dengan memijit tombol ENTER.

225

Q คำว่า きょう พิมพ์อย่างไร がっこう?

A โดยหลักการแล้วถ้าพิมพ์เป็นอักษรโรมันตามตารางหน้า224ก็จะได้อักษรนั้น ๆ ในที่นี้จะขอแนะนำวิธีพิมพ์ที่ค่อนข้างซับซ้อน

เวลาจะพิมพ์อักษร ゃ, ゅ, ょ ตัวเล็กซึ่งเป็นเสียงควบต้องพิมพ์ 'ya', 'yu', 'yo' พร้อมกับพยัญชนะซึ่งนำหน้า เช่นคำว่า きょ พิมพ์เป็น 'kyo' และถ้าจะพิมพ์ きょう ก็เป็น kyou คำว่า かいしゃ จะพิมพ์ 'kaisha' หรือ 'kaisya' ก็ได้ และคำว่า かしゅ สามารถพิมพ์เป็น 'kashu' หรือ 'kasyu' ก็ได้

เวลาพิมพ์เสียงนาสิก ん จะต้องระวัง ตัวอย่างเช่นถ้าพิมพ์ たぶんあした เป็น tabunashita คอมพิวเตอร์จะแบ่งคำเป็น 'ta bu na shi ta' ซึ่งจะให้คำว่า たぶなした แทน ดังนั้นเวลาพิมพ์ ん จะต้องกดแป้นซ้ำเป็น nn

ตัวอย่าง: てんいん = ✓ te nn i nn ×te n i n

เวลาต้องการพิมพ์ตัว っ เล็กซึ่งเป็นเสียงกัก ทำได้โดยพิมพ์อักษรตัวที่อยู่ถัดไปซ้ำสองครั้ง เช่น がっこう พิมพ์เป็น gakkou นอกจากนี้คำว่า しゅっちょう ซึ่งมีทั้งเสียงควบและเสียงกักจะพิมพ์เป็น 'shucchou' หรือ 'syuccyou' ก็ได้

สำหรับเสียงยาววิธีเขียนในตำราเล่มนี้คือ ā, ī, ū, ē, ō แต่เมื่อจะพิมพ์เสียงยาวจะต้องพิมพ์ตามอักษรฮิระงะนะที่ปรากฏ อย่างเช่นคำว่า ありがとう เวลาออกเสียงคือ 'arigatō' แต่เวลาพิมพ์จะต้องเป็น arigatou หลักการพิมพ์เสียงยาวมีดังต่อไปนี้

ā→あ	おかあさん	✓ okaasan	× okasan
ī→い	おにいさん	✓ oniisan	× onisan
ū→う	おとうさん	✓ otousan	× otoosan
ē→い	えいが	✓ eiga	× eega
ō→う	とうきょう	✓ toukyou	× tookyoo

เมื่อต้องการเปลี่ยนอักษรฮิระงะนะเป็นคันจิหรือคะตะคะนะก็ทำได้โดยกดสเปซบาร์ ซึ่งจะสามารถเลือกอักษรที่ต้องการได้จากตัวเลือกที่ปรากฏ ตัวอย่างเช่นถ้าจะพิมพ์คำว่า 日本 ต้องพิมพ์อักษรฮิระงะนะ にほん ก่อน เมื่อกดสเปซบาร์จะมีตัวเลือก 二本, 日本, ニホン, にほん ออกมา จากนั้นก็แค่เลือกคำว่า 日本 แล้วกดเอ็นเทอร์

Q Đánh máy きょう , がっこう như thế nào?

A Về cơ bản, nếu đánh chữ Romaji như trong bảng thì chữ đó sẽ hiện ra. Ở đây chúng tôi chỉ giới thiệu những chữ khó.

Khi có các chữ ゃ, ゅ y ょ, nhỏ, hãy sử dụng 'ya, yu, yo' cùng các phụ âm. Chẳng hạn, trường hợp きょ sẽ là 'kyo' và きょう sẽ là 'kyou'. Trường hợp かいしゃ có thể là 'kaisha' hay 'kaisya' cũng được còn かしゅ có thể là 'kashu' hoặc 'kasyu'.

Hãy chú ý khi đánh máy ん. Khi muốn đánh máy たぶんあした, nếu đánh 'tabunashita', máy tính sẽ tưởng là 'ta bu na shi ta' và đưa ra từ たぶなした. Vì vậy, khi đánh máy ん, hãy đánh thành "nn".

Ví dụ) てんいん = ✓ te nn i nn ×te n i n

Khi muốn đánh máy っ, hãy đánh máy chữ cái tiếp theo 2 lần. がっこう sẽ đánh thành 'gakkou'. Những từ có cả ゅ và っ như từ しゅっちょう thì có thể đánh thành "shucchou" hay "syucchyou" đều được.

Trong giáo trình này, chúng tôi sử dụng ā, ī, ū, ē y ō để thể hiện trường âm, nhưng khi đánh máy, phải đánh giống như khi viết bằng chữ Hiragana. Nghĩa là ありがとう phát âm thành 'arigatô' nhưng khi đánh máy thì phải đánh là 'arigatou'. Âm dài sẽ đánh máy như sau:

ā →あ	おかあさん	✓ okaasan	× okasan
ī →い	おにいさん	✓ oniisan	× onisan
ū →う	おとうさん	✓ otousan	× otoosan
ē →い	えいが	✓ eiga	× eega
ō →う	とうきょう	✓ toukyou	× tookyoo

Khi muốn chuyển từ chữ Hiragana sang chữ Hán và chữ Katakana hãy sử dụng thanh đánh dấu cách. Bảng lựa chọn sẽ xuất hiện và bạn có thể chọn chữ mình muốn. Khi muốn đánh máy 日本, nếu đánh "nihon" rồi ấn thanh chuyển đổi thì sẽ xuất hiện 二本, 日本, ニホン, にほん, khi đó bạn hãy chọn 日本 rồi ấn ENTER.

Q & A 2

▶ How you do know which reading to use?
▶ Jika menemukan kanji yang cara bacanya banyak, bagaimana cara memilahnya?
▶ เมื่อมีวิธีอ่านหลายแบบ จะแยกใช้อย่างไร ?
▶ Khi có nhiều cách đọc, chúng ta phân biệt như thế nào?

Q-1 The kanji 人 can be read as '*hito*', '*nin*' and '*jin*'. How do you know which reading to use?

A-1 For each kanji there are '*Kun-yomi* (Japanese reading)' and '*On-yomi* (Chinese reading)'. Each kanji usually has more than one reading.

There are certain rules to the reading system.

Rule No.1

Kun-yomi is Japanese reading. It often has a meaning on its own. For example, '*hito*', the *Kun-yomi* of the kanji 人 means 'human'. Many kanji for adjectives or verbs are usually read in *Kun-yomi* when they are used by themselves.

e.g.) 人 (person), 大きい (big), 休みます (to rest)
　　　hito　　　oo ki i　　　　yasu mi ma su

Rule No.2

On-yomi is the sounds which came from China. If you pronounce '*jin*' or '*nin*', others cannot guess what you are saying. *On-yomi* is usually used with other kanji reading to make a word.

e.g.)　三 + 人 = 三人 (three people)
　　　　　　　　san'nin
　　　大 + 学 = 大学 (university)
　　　　　　　　dai gaku
　　　イギリス + 人 = イギリス人 (English person)
　　　　　　　　　　　i gi ri su jin

Rule No.3

It is likely that if the first kanji is read in *Kun-yomi*, then the second character is also read in *Kun-yomi*. This is also the case in *On-yomi*.

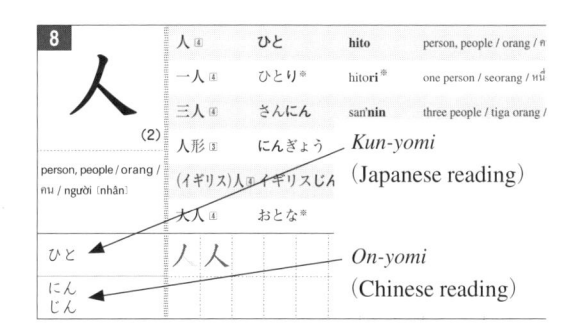

e.g.) Kun + Kun　目上 (superior(s))
　　　　　　　　　me ue
　　　　　　　　　右手 (right hand)
　　　　　　　　　migi te
　　　On + On　　二年 (two years)
　　　　　　　　　ni nen
　　　　　　　　　学生 (student)
　　　　　　　　　gaku se

8			
人	ひと	**hito**	person, people / orang / คน / người (nhân)
一人	ひとり*	hito**ri***	one person / seorang / หนึ่งคน
三人	さんにん	san'**nin**	three people / tiga orang
人形	にんぎょう		
(イギリス)人	(イギリス)じん		
大人	おとな*		

ひと ← *Kun-yomi* (Japanese reading)
にん／じん ← *On-yomi* (Chinese reading)

Q-2 Then what happens when there are more than one *On-yomi* reading?

A-2 You have to remember when and which reading must be used. For instance, there are two *On-yomi* readings for 人, '*nin*' and '*jin*', but there is no rule when and which should be used. And also some words with an asterisk(*) in this book have very special readings, such as 大人 read as '*otona*'.

There is no point in memorizing three readings, '*hito*','*jin*','*nin*' by themselves when you learn 人. The important thing is that you learn the reading as you learn the kanji words.

→日本語訳は別冊 p.19

Q-1 Cara baca kanji 人 ada tiga, yaitu 'hito', 'nin', dan 'jin', bagaimana cara menentukannya?

A-1 Cara baca kanji ada dua, yaitu 'Kun-yomi (ala Jepang)' dan 'On-yomi (ala Cina)'. Oleh karena itu, dalam satu kanji akan terdapat lebih dari dua cara bacanya.

Cara menentukan apakah Kun-yomi atau On-yomi, adalah berikut.

Cara 1

Kun-yomi adalah cara baca ala Jepang, umumnya dalam satu huruf akan menjadi satu kata dan memiliki satu makna. Misalnya huruf kanji 人 'hito' bermakna makna 'orang'. Selain itu, dalam satu verba dan adjektiva kebanyakan terdiri dari satu huruf kanji yang dibaca secara *Kun-yomi*.

Contoh) 人(pessoa), 大きい(grande), 休みます(descansar)
　　　　hito　　　　oo ki i　　　　yasu mi ma su

Cara 2

On-yomi merupakan cara baca ala Cina, dengan hanya mengucapkan 'nin' atau 'jin' untuk huruf kanji di atas, kita akan sulit untuk memahami maknanya. Biasanya On-yomi ini digabungkan dengan huruf kanji yang lainnya.

Contoh)　三 + 人 = 三人 (tiga orang)
　　　　　　　　　　san'nin
　　　　　　大 + 学 = 大学 (universitas)
　　　　　　　　　　　dai gaku
　　　　イギリス + 人 = イギリス人 (orang Inggris)
　　　　　　　　　　　　　　i gi ri su jin

Cara 3

Banyak juga cara baca kanji sebagai gabungan dari Kun-yomi dan Kun-yomi, atau On-yomi ditambah On-yomi.

Contoh) Kun + Kun 目上(atasan), 右手(tangan kanan)
　　　　　　　　　me ue　　　　migi te
　　　　On + On 二年(dua tahun), 学生(mahasiswa)
　　　　　　　　　ni nen　　　　　gaku se

Q-2 Jika On-yomi-nya banyak, bagaimana cara menentukannya?

A-2 Hanya dihapal saja. Misalnya On-yomi dari kanji 人 adalah 'nin' dan 'jin', dan tidak ada rumus untuk menentukannya. Kemudian pada materi yang diberi tanda asterik (＊) di antaranya ada kanji 大人 'otona' dan ini merupakan cara baca khusus.

Dengan demikian, pada waktu belajar kanji 人 . kalau hanya menghapal bahwa cara bacanya terdiri dari 'hito', 'jin', dan 'nin' saja, kurang bermanfaat. Kita perlu mengingatnya dalam bentuk kosakata seperti 三人 (tiga orang), イギリス人 (orang Inggris), 大人 (dewasa), dan 人 (orang).

Q-1 วิธีอ่านคันจิ 人 มีสามแบบคือ 'hito', 'nin', 'jin' จะแยกใช้อย่างไร ?

A-1 วิธีอ่านคันจิสองแบบคือ แบบ "คุงโยมิ" (วิธีอ่านแบบญี่ปุ่น) และ "องโยมิ" (วิธีอ่านแบบจีน) ดังนั้นคันจิหนึ่งตัวโดยปกติแล้วจะมีวิธีอ่านสองแบบขึ้นไป

การแยกใช้ "คุงโยมิ" และ "องโยมิ" มีกฎเกณฑ์ดังต่อไปนี้

กฎข้อที่หนึ่ง

"คุงโยมิ" เป็นวิธีอ่านแบบญี่ปุ่น คำศัพท์หนึ่งคำเมื่ออ่านแบบ "คุงโยมิ" มักจะมีความหมายในตัวเอง ตัวอย่างเช่นคำว่า 人 (คน) เมื่ออ่านแบบญี่ปุ่นว่า 'hito' ก็จะได้ความหมายที่สมบูรณ์ นอกจากนี้คำคุณศัพท์ คำกริยาที่ประกอบด้วยคันจิหนึ่งตัวก็มักจะอ่านแบบ "คุงโยมิ" เช่นเดียวกัน

ตัวอย่าง: 人(คน), 大きい(ใหญ่), 休みます(พัก)
　　　　　hito　　　oo ki i　　　yasu mi ma su

กฎข้อที่สอง

"องโยมิ" เป็นวิธีอ่านที่รับมาจากประเทศจีน เช่น 'nin', 'jin' ไม่มีความหมายในตัวเอง "องโยมิ" มักจะใช้ผสมกับคันจิตัวอื่นกลายเป็นคำศัพท์ประสม

ตัวอย่าง : 三 + 人 = 三人 (สามคน)
　　　　　　　　　　san'nin
　　　　　　大 + 学 = 大学 (มหาวิทยาลัย)
　　　　　　　　　　　dai gaku
　　　　イギリス + 人 = イギリス人 (คนอังกฤษ)
　　　　　　　　　　　　　i gi ri su jin

กฎข้อที่สาม

หากคันจิตัวแรกของคำศัพท์อ่านแบบ "คุงโยมิ" ตัวต่อไปก็มักจะอ่านแบบ "คุงโยมิ" ในทางกลับกันหากตัวแรกอ่านแบบ "องโยมิ" ตัวต่อไปก็มักจะอ่านแบบ "องโยมิ" เช่นกัน

ตัวอย่าง : คุงโยมิ + คุงโยมิ
　　　　　目上 (สถานะสูงกว่า)
　　　　　me ue
　　　　　右手 (มือขวา)
　　　　　migi te
　　　　องโยมิ + องโยมิ
　　　　　二年 (สองปี)
　　　　　ni nen
　　　　　学生 (นิสิต นักศึกษา)
　　　　　gaku se

Q-2 ในกรณีที่ "องโยมิ" มีหลายตัวจะแยกใช้อย่างไร

A-2 ในกรณีนี้ต้องพยายามจำเท่านั้น เช่นคำว่า 人 อ่านได้ทั้ง 'nin' และ 'jin' แต่จะอ่าน 'nin' เมื่อไหร่ และอ่าน 'jin' เมื่อไหร่นั้นไม่มีกฎตายตัว นอกจากนี้คันจิที่มีเครื่องหมายดอกจันทร์ (＊) เช่น 大人จะมีวิธีอ่านที่พิเศษออกไปอีก (ในกรณีนี้อ่านว่า 'otona') ดังนั้นเมื่อเรียนวิธีอ่านคันจิเช่นคำว่า 人 การจำแต่เพียงเสียงอ่าน 'nin', 'jin', 'hito' นั้นไม่มีความหมายผู้เรียนจะต้องจำคำศัพท์ไปพร้อมกับวิธีอ่านคันจิของคำนั้น ๆ

Q-1 Chữ Hán 人 có ba cách đọc là 'hito', 'nin', 'jin'. Vậy làm thế nào để phân biệt được?

A-1 Chữ Hán gồm có hai cách đọc là 'đọc theo âm Kun (cách đọc kiểu Nhật)' và 'đọc theo âm On (cách đọc kiểu Trung Quốc)'. Vì vậy, thông thường một chữ Hán có từ hai cách đọc trở lên.

Dưới đây là các quy tắc đọc chữ Hán theo âm Kun và âm On.

Quy tắc 1:

'Đọc theo âm *Kun*' là cách đọc của Nhật nên hầu hết từng từ của cách đọc theo âm Kun đều có ý nghĩa. Chẳng hạn, 'hito', cách đọc theo âm Kun của chữ Hán 人 có nghĩa là 'người'. Tương tự như thế, hầu hết các tính từ hay động từ với chỉ một chữ Hán thường có cách đọc theo âm Kun.

Ví dụ) 人(người), 大きい(to, lớn), 休みます(nghỉ)
　　　hito　　oo ki i　　　　yasu mi ma su

Quy tắc 2:

Đọc theo âm On là cách đọc từ tiếng Trung Quốc nên nếu chỉ phát âm một từ như 'nin', 'jin' thì sẽ không hiểu là nói gì. Cách đọc theo âm On thường đi cùng các chữ Hán khác tạo thành từ ghép.

Ví dụ)　三 ＋ 人 ＝ 三人 (ba người)
　　　　　　　　　　san'nin
　　　　　大 ＋ 学 ＝ 大学 (trường đại học)
　　　　　　　　　　dai gaku
　　　イギリス ＋ 人 ＝ イギリス人(người Anh)
　　　　　　　　　　　　i gi ri su jin

Quy tắc 3:

Thường thì nếu chữ Hán đầu đọc theo âm Kun thì chữ Hán tiếp theo cũng đọc theo âm Kun và nếu chữ Hán đầu đọc theo âm On thì chữ Hán tiếp theo cũng đọc theo âm On.

Ví dụ) *Kun* + *Kun*　目上(người bề trên), 右手 (tay phải)
　　　　　　　　　me ue　　　　　migi te
　　　On + *On*　二年(hai năm), 学生(sinh viên)
　　　　　　　　　ni nen　　　　gaku sê

Q-2 Trong trường hợp có nhiều cách đọc theo âm On thì phân biệt thế nào?

A-2 Khi đó chỉ có cách nhớ mà thôi. Chữ Hán 人 có hai cách đọc theo âm On là 'nin' và 'jin', nhưng không có quy tắc khi nào đọc là 'nin' và khi nào đọc là 'jin'. Ngoài ra cách đọc đặc biệt như 'otona' của chữ Hán 大人 được đánh dấu (※).

Do đó, khi học cách đọc chữ Hán 人, nếu chỉ nhớ cách đọc Kun, On 'nin', 'jin', 'hito' thì sẽ không có ý nghĩa gì. Hãy nhớ cách đọc của cả từ vựng có sử dụng chữ Hán, như 三人, イギリス人, 大人, 人.

Q & A 3

▶ When do you need hiragana to accompany kanji?
▶ Bagaimana cara menyajikan cara bacanya dalam huruf hiragana (okurigana)?
▶ อักษรฮิระงะนะที่กำกับเสียงอ่านจะใช้เมื่อไหร่ ?
▶ Sử dụng "đuôi Hiragana" như thế nào?

Q You write '*daigaku*(university)' as 大学, but '*yasui*(cheap)' is written as 安い, not 安. Why is it so?

A The adjective '*yasui*(cheap)' changes its form as follows;

	yasu	i desu
(in negative form)	yasu	kunai desu
(in past form)	yasu	katta desu
	↓	↓
	Kanji	**Hiragana**

The part '*yasu*' stays the same, but the rest changes with the tense or negation. If you wrote 安, you could not show those changes. As you see above, it has been recognized that the unchanged portion is written in kanji and the rest in hiragana.

In the case of a verb like '*hairu*(to enter)', it can conjugate as '*hairanai*', '*haitta*' and '*hairanakatta*'. You see the '*hai*' portion unchanged, which is written in kanji, and the '*ru*' portion in hiragana as in '入る'.

However, there are some exceptions such as 大きい(big) and 小さい(small), in which some of the unchanged portion is also written in hiragana.

Exceptions: ✓大きい ✗大い
 ✓小さい ✗小い

There are also some words like いりぐち (entrance) which can be written as 入り口 or 入口. When the hiragana portion is optional, it is written inside the brackets in this book (i.e. 入(り)口).

Q Kalau kata '*daigaku* (universitas)' huruf kanjinya 大学, tetapi kenapa kata '*yasui* (murah)' huruf kanjinya 安い bukan 安?

A

	yasu	i desu
(bentuk menyangkal)	yasu	kunai desu
(bentuk lampau)	yasu	katta desu
	↓	↓
	Kanji	**Hiragana**

Jadi dibelakang '*yasu*' ada bagian yang mengalami perubahan bentuk, sehingga kalau kata 安 ditulis dengan satu huruf saja, maka perubahannya tidak bisa dilihat. Oleh karena itu, hanya bagian yang tidak mengalami perubahan saja yang ditulis dengan kanji, dan sisnya pakai hiragana.

Contoh lainnya pada verba '*hairu*' (masuk) ditulis dengan 入る dan berubah menjadi '*hairanai*', '*haitta*', '*hairanakatta*'. Karena bagian '*hai*' tidak mengalami perubahan, maka ditulis dengan kanji.

Perlu diperhatikan ada kekecualian seperti pada kata 大きい (besar) atau 小さい (kecil), sampai bagian mana huruf kanjinya.

Kekecualian : ✓大きい ✗大い
 ✓小さい ✗小い

Selain itu ada kekecualian lainnya, misalnya kata いりぐち(pintu masuk) ada yang ditulis dengan 入り口 ada juga yang ditulis dengan 入口. Pada buku ini ditulis dengan 入(り)口 yaitu dengan menggunakan tanda kurung.

→ 日本語訳は別冊 p.20

Q คำว่า *daigaku* (มหาวิทยาลัย) เมื่อเปลี่ยนเป็นคันจิจะได้ 大学 แต่ทำไม *yasui* (ถูก) เปลี่ยนเป็น 安い ไม่ใช่ 安 ล่ะ ?

A

	yasu	i desu
รูปปฏิเสธ	yasu	kunai desu
รูปอดีต	yasu	katta desu
	↓	↓
	เปลี่ยนเป็นคันจิ	คงรูปฮิระงะนะ

'*i*' ซึ่งอยู่ต่อจาก '*yasu*' มีการเปลี่ยนรูปตามกฎการผันไวยากรณ์ ดังนั้นถ้าเป็น 安 ก็จะผันรูปไม่ได้ นี่เป็นเหตุผลว่าส่วนที่ไม่มีการผันรูปเท่านั้นที่จะเปลี่ยนเป็นคันจิ และส่วนอื่นต่อจากนั้นยังคงใช้ฮิระงะนะ

นอกจากนี้ในกรณีของคำกริยาเช่นคำว่า '*hairu*' (เข้า) จะเปลี่ยนรูปเป็น '*hairanai*', '*haitta*', '*hairanakatta*' โดยที่ส่วนที่อยู่ข้างหน้าคือ 入る อย่างไรก็ตามมีบางคำที่เป็นข้อยกเว้นเช่นคำว่า 大きい (ใหญ่) 小さい (เล็ก) จึงต้องระวังว่าส่วนไหนของคำที่ใช้ฮิระงะนะ

ตัวอย่างคำยกเว้น : ✓ 大きい (ใหญ่) ✗ 大い
　　　　　　　　 ✓ 小さい (เล็ก) ✗ 小い

นอกจากนี้ตัวอย่างคำว่า いりぐち (ทางเข้า) อาจเขียนเป็น 入り口 (มีฮิระงะนะแทรก) หรือ 入口 (ไม่มีฮิระงะนะแทรก) ก็ได้ วิธีเขียนในตำราเล่มนี้คือ 入(り)口 โดยใส่วงเล็บตรงอักษรฮิระงะนะที่สามารถละได้

Q '*daigaku* (trường đại học)' chữ Hán là 大学, nhưng tại sao '*yasui* (rẻ)' lại không phải là 安 mà lại là 安い?

A

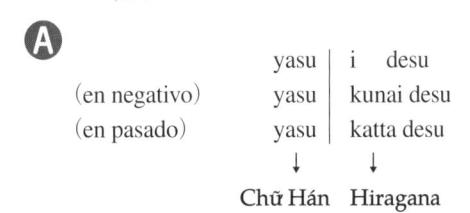

	yasu	i desu
(en negativo)	yasu	kunai desu
(en pasado)	yasu	katta desu
	↓	↓
	Chữ Hán	Hiragana

Phần sau của '*yasu*', tức là phần sẽ biến đổi nên nếu viết là 安 thì không thể hiện được sự thay đổi đó. Chính vì thế, phần không biến đổi được viết bằng chữ Hán, còn phần khác được viết bằng chữ Hiragana.

Ngoài ra, trường hợp động từ '*hairu* (vào)', phần '*hai*' trong '*hairanai*', '*haitta*', '*hairanakatta*' không thay đổi nên viết là 入る.

Tuy nhiên, cũng có những ngoại lệ như 大きい (to, lớn), 小さい (nhỏ) nên cần chú ý phần nào phải viết Hiragana.

Ngoại lệ: ✓ 大きい ✗ 大い
　　　　　 ✓ 小さい ✗ 小い

Ngoài ra, cùng là từ いりぐち (cửa vào) nhưng cũng có trường hợp thêm Hiragana và viết thành 入り口 nhưng cũng có trường hợp không thêm Hiragana mà viết thành 入口. Trong những trường hợp như vậy, giáo trình này sử dụng ngoặc đơn để thể hiện 入(り)口.

Q & A 4

▶ Are there any rules in kanji reading?
▶ Apakah ada kiat khusus untuk membaca huruf kanji?
▶ มีเทคนิคอะไรที่ช่วยให้จำวิธีอ่านคันจิได้ไหม?
▶ Có bí quyết gì cho cách đọc chữ Hán không?

Q-1 It's hard to remember all the readings of each kanji. Are there any tips?

A-1 If the same part is used, the reading can be the same even in different kanji. For example, the first kanji of 先生 (teacher) and 洗濯する (to wash clothes) both have the part 先 and both are read as 'sen'.

Examples

① 先：先生 (teacher)　　洗濯する (to wash clothes)
　　sen　sen'sē　　　　　　su ru
② 寺：東大寺 (Todaiji Temple)　時間 (time)
　　ji　tō dai ji　　　　　　　ji kan
③ 動：自動 (automatic)　労働 (labour)
　　dō　ji dō　　　　　　　　rō dō

You will most likely be able to read the new kanji which has the part you have already learned. For example, the On-yomi of 古 is 'ko' and 固, 個 and 枯 are all read as 'ko'. Likewise, 銅, 胴 and 洞 are read as 'dō' as they have the 同 'dō' part. This rule might help you a lot as you learn more than 300 kanji.

Q-2 The reading of the kanji 日 is 'hi' but it sometimes reads as 'bi'. What is the rule?

A-2 Both Kun-yomi and On-yomi can sometimes change the sounds. When two kanji are combined, the first sound of the second kanji can change, for example from 'ka' to 'ga', 'se' to 'ze', 'ta' to 'da' and 'hi' to 'bi' and so on.

There are only four patterns;

① (k → g)　ka,ki,ku,ke,ko　→　ga, gi, gu, ge, go
② (s → z)　sa,shi,su,se,so　→　za, ji, zu, ze, zo
③ (t → d)　ta, chi, tsu, te, to　→　da, ji, zu, de, do
④ (h → b)　ha, hi, fu, he, ho　→　ba, bi, bu, be, bo

Examples

① 千円 (one thousand yen)　三千 (three thousand)
　　sen'en　　　　　　　　　san'zen
② 着物 (Japanese style clothes)　下着 (underwear)
　　ki mono　　　　　　　　　　shita gi
③ 日当たり (exposure to the sun)　土曜日 (Saturday)
　　hi a ta ri　　　　　　　　　　do yō bi
④ 口 (mouth)　　川口さん (Mr./Ms. Kawaguchi)
　　kuchi　　　　　kawaguchi sa n
⑤ 川 (river)　　品川 (Shinagawa: a place name)
　　kawa　　　　shinagawa

→ 日本語訳は別冊 p.20

Q-1 Untuk mengingat cara baca kanji satu persatu sangat melelahkan. Apakah ada kiatnya?

A-1 Setiap bagian huruf kanji yang sama, cara bacanya pun sama pula. Kalau kita mengingatnya akan mempermudah dalam menghapalnya

Misalnya, pada kanji 先生 (guru) dan 洗濯する (mencuci pakaian) kedua-duanya memiliki bagian huruf 先 (duluan) dan 洗 (mencuci) yang bunyinya 先 'sen'.

Contoh

① 先：先生 (guru)　　洗濯する (mencuci pakaian)
　　sen　sen'sē　　　　　　sen'taku su ru
② 寺：東大寺 (kuil Todaiji)　時間 (waktu)
　　ji　tō dai ji　　　　　　　ji kan
③ 動：自動 (otomatis)　労働 (pekerja)
　　dō　ji dō　　　　　　　rō dō

Dengan bermodalkan pengetahuan tentang cara baca dari bagian kanji, sangat memungkinkan untuk bisa membaca kanji yang belum dipelajari. Misalnya On-yomi dari kanji 古 adalah 'ko' lalu kanji 固, 個 dan 枯 juga dibacanya 'ko'. Kemudian kanji 同 dan kanji-kanji 銅, 胴 dan 洞 juga sama dibacanya 'dō'. Dengan mengetahui kiat seperti ini, anda bisa mengetahui cara baca huruf kanji lebih dari 300 huruf.

Q-2 Kanji 日 secara Kun-yomi dibaca 'hi', tetapi da juga yang dibaca 'bi' berubah bunyinya. Kapan kita harus membaca 'bi' atau menggunakan tanda petik dua di atas?

A-2 Bukan hanya Kun-yomi saja, melainkan On-yomi juga bisa terjadi misalnya kanji 千 bisa dibaca 'sen' atau 'zen'. Dua huruf kanji atau lebih jika menjadi satu kata akan berubah bunyi, terutama jika posisinya bukan huruf pertama. Misalnya 'ka' menjadi 'ga', 'se' menjadi 'ze', 'ta' menjadi 'da', dan 'hi' menjadi 'bi'.

Ada empat macam bunyi yang mengalami perubahan, yaitu:

① (k → g) bunyi ka,ki,ku,ke,ko　menjadi ga, gi, gu, ge, go
② (s → z) bunyi sa,shi,su,se,so　menjadi za, ji, zu, ze, zo
③ (t → d) bunyi ta, chi, tsu, te, to　menjadi da, ji, zu, de, do
④ (h → b) bunyi ha, hi, fu, he, ho　menjadi ba, bi, bu, be, bo

Exemplos

① 千円 (seribu yen)　三千 (tiga ribu)
　　sen'en　　　　　　san'zen
② 着物 (pakaian Jepang)　下着 (pakaian dalam)
　　ki mono　　　　　　shita gi
③ 日当たり (tersinari)　土曜日 (Sabtu)
　　hi a ta ri　　　　　　do yō bi
④ 口 (mulut)　　川口さん (Bapa/Ibu Kawaguchi)
　　kuchi　　　　　kawaguchi sa n
⑤ 川 (sungai)　　品川 (Shinagawa: nama tempat)
　　kawa　　　　　shinagawa

Q-1 การจำวิธีอ่านแต่ละแบบของคันจิเป็นภาระหนัก มีเทคนิคอะไรที่ช่วยให้จำได้ไหม?

A-1 คันจิที่ใช้ส่วนประกอบเดียวกันมักจะอ่านเหมือนกัน การสังเกตวิธีอ่านแบบเดียวกันที่พบซ้ำ ๆ จะช่วยให้จำได้ง่ายขึ้น

ตัวอย่างเช่น คำว่า 先生 (ครู อาจารย์) กับ 洗濯する (ซักผ้า)
sen' sē   sen'taku su ru

คันจิตัวแรกคือ 先 (ก่อน) และ 洗 (ล้าง) มีส่วนประกอบ 先 เหมือนกัน และทั้งสองคำต่างก็อ่านว่า 'sen'

ตัวอย่าง :
① 先 : 先生 (ครู อาจารย์)　　　　洗濯する (ซักผ้า)
　 sen　sen' sē　　　　　　　　　sen'taku su ru
② 寺 : 東大寺 (วัดโทไดจิ)　　　　時間 (เวลา)
　 ji　 tō dai ji　　　　　　　　　 ji kan
③ 動 : 自動 (อัตโนมัติ)　　　　　労働 (แรงงาน)
　 dō　ji dō　　　　　　　　　　 rō dō

เมื่อเจอคันจิตัวใหม่ซึ่งมีส่วนประกอบที่รู้อยู่แล้ว มีความเป็นไปได้ที่จะอ่านคันจิตัวนั้นออก ตัวอย่างเช่นคำว่า 古 มีวิธีอ่านแบบจีนคือ ko คันจิที่มีส่วนประกอบเดียวกันเช่นคำว่า 固, 個, 枯 ก็อ่านว่า 'ko' เช่นเดียวกัน นอกจากนี้คำว่า 同 มีวิธีอ่านแบบจีนคือ 'dō' คันจิตัวอื่นที่มีส่วนประกอบเดียวกันเช่น 銅, 胴, 洞 ก็อ่านว่า 'dō' เช่นเดียวกัน เมื่อรู้เคล็ดลับการอ่านคันจิเช่นนี้ก็จะช่วยให้เดาวิธีอ่านคันจินอกเหนือไปจากคันจิ 300 ตัวในตำราเล่มนี้ได้

Q-2 日 มีวิธีอ่านแบบญี่ปุ่นคือ 'hi' แต่บางครั้งก็ออกเสียงเป็น 'bi' ดังนั้นอยากถามว่าเมื่อไหร่ถึงจะอ่านแบบเสียงขุ่น?

A-2 ไม่ใช่แค่การอ่านแบบญี่ปุ่นเท่านั้น การอ่านแบบจีนก็เช่นเดียวกันตัวอย่างเช่นคำว่า 千 บางทีที่อ่านว่า 'sen' แต่บางทีที่อ่านว่า 'zen' คันจิสองตัวเมื่อนำมาเรียงต่อกันมักจะมีการเปลี่ยนจากเสียงใสเป็นเสียงขุ่น กล่าวคือ 'ka' เปลี่ยนเป็น 'ga', 'se' เปลี่ยนเป็น 'ze', 'ta' เปลี่ยนเป็น 'da', 'hi' เปลี่ยนเป็น 'bi' ผู้เรียนจึงควรจดจำกฎการกลายเสียงข้อนี้

กฎการเปลี่ยนจากเสียงใสเป็นเสียงขุ่นมีดังต่อไปนี้

① (k→g) ka, ki, ku, ke, ko เปลี่ยนเป็น ga, gi, gu, ge, go
② (s→z) sa, shi, su, se, so เปลี่ยนเป็น za, ji, zu, ze, zo
③ (t→d) ta, chi, tsu, te, to เปลี่ยนเป็น da, ji, zu, de, do
④ (h→b) ha, hi, fu, he, ho เปลี่ยนเป็น ba, bi, bu, be, bo

ตัวอย่าง :
① 千円 (พันเยน)　　　　　三千 (สามพัน)
　 sen' en　　　　　　　　　san'zen
② 着物 (กิโมโน)　　　　　下着 (ชุดชั้นใน)
　 ki mono　　　　　　　　shita gi
③ 日当たり (โดนแดด)　　　土曜日 (วันเสาร์)
　 hi a ta ri　　　　　　　　do yō bi
④ 口 (ปาก)　　　　　　　 川口さん (คุณคะวะงุจิ)
　 kuchi　　　　　　　　　 kawaguchi sa n
⑤ 川 (แม่น้ำ)　　　　　　　品川 (ชินะงะวะ : ชื่อสถานที่)
　 kawa　　　　　　　　　 shinagawa

Q-1 Để nhớ từng cách đọc chữ Hán một sẽ rất khó khăn. Có bí quyết gì cho cách đọc chữ Hán không?

A-1 Cách đọc âm On của các chữ Hán có cùng bộ thường giống nhau nên sẽ rất tiện nếu nhớ được điều này.

Ví dụ: Chữ Hán đầu tiên của chữ 先生 (giáo viên) là chữ 洗 (tiên), của chữ 洗濯する (giặt giũ) là chữ 洗 (rửa) đều có chung bộ 先. Và cả hai đều được đọc là 'sen'.

Ví dụ:
① 先 : 先生 (giáo viên)　　　　洗濯する (giặt giũ)
　 sen　sen' sē　　　　　　　　sen'taku su ru
② 寺 : 東大寺 (Chùa Todaiji)　時間 (thời gian)
　 ji　 tō dai ji　　　　　　　　ji kan
③ 動 : 自動 (tự động)　　　　　労働 (lao động)
　 dō　ji dō　　　　　　　　　rō dō

Khi chữ Hán mới có cùng bộ với chữ Hán đã biết thì có trường hợp sẽ đọc được chữ Hán đó. Chẳng hạn, 古 đọc theo âm On là 'ko' và 固, 個, 枯 cũng đọc là 'ko'. 同 đọc theo âm On là 'dō' và các chữ có cùng bộ với nó như 銅, 胴, 洞 đều đọc là 'dō'. Biết được bí quyết này, các bạn có thể suy ra được cách đọc của trên 300 chữ Hán nên rất tiện lợi.

Q-2 日 đọc theo âm Kun là 'hi', nhưng cũng có cách đọc là 'bi'. Vậy khi nào đọc theo 'âm đục (゛)'?

A-2 Không chỉ âm Kun mà ngay âm On cũng có lúc 千 đọc thành 'sen' hoặc 'zen'. Khi hơn hai chữ Hán ghép với nhau thì âm đầu của chữ Hán thứ hai trở đi sẽ thành âm đục. Chẳng hạn như 'ka' thành 'ga' (K→G), 'se' thành 'ze', (S→Z), 'ta' thành 'da' (T→D), 'hi' thành 'bi' (H→B). Nếu ghi nhớ điều này sẽ rất thuận tiện đấy!

Có 4 cách biến đổi thành âm đục như sau:

① (k → g) ka, ki, ku, ke, ko → ga, gi, gu, ge, go
② (s → z) sa, shi, su, se, so → za, ji, zu, ze, zo
③ (t → d) ta, chi, tsu, te, to → da, ji, zu, de, do
④ (h → b) ha, hi, fu, he, ho → ba, bi, bu, be, bo

Ví dụ :
① 千円 (một nghìn Yên)　　三千 (ba nghìn Yên)
　 sen' en　　　　　　　　　san'zen
② 着物 (Kimono)　　　　　下着 (quần áo lót)
　 ki mono　　　　　　　　 shita gi
③ 日当たり (ánh nắng mặt trời)　土曜日 (thứ bảy)
　 hi a ta ri　　　　　　　　　　do yō bi
④ 口 (miệng)　　　　　　　川口さん (Ông/bà Kawaguchi)
　 kuchi　　　　　　　　　 kawaguchi sa n
⑤ 川 (con sông)　　　　　　品川 (Shinagawa: địa danh)
　 kawa　　　　　　　　　 shinagawa

Q&A 5

▶ What are the kanji parts marked with ☆ or ★?
▶ Apa yang dimaksud dengan bagian huruf kanji yang diberi tanda ☆ atau ★?
▶ ส่วนประกอบของคันจิที่มีเครื่องหมาย ☆★ คืออะไร?
▶ Bộ của các chữ Hán có dấu ☆★ là gì vậy?

Q What are these signs ☆ or ★?

A The signs ☆ and ★ show the parts of kanji.

Most kanji consists of two or three kanji parts. Each part usually has a meaning. You can assume the meaning of kanji you have never learned as long as you know the meaning of one or more parts of the kanji. For example, you will know that kanji is relevant to 'human' when it has イ and 'water' when it has 氵, and you can assume that kanji has something to do with a tree when it has 木.

Some parts marked with ☆ such as イ and 氵 are used only as part of kanji whereas some marked with ★ such as 木 can also be used by itself to represent the whole kanji.

In this book, sixty-one kanji parts are introduced. Some of them, called 'radicals', have names and memorizing them can be of some help. (☞ Q&A 6)

hen'

	休	校	海	話
name :	nin'ben	kihen	san'zui(hen)	gon'ben
ref. :	☆1(p.4)	★26(p.40)	☆15(p.26)	★22(p.34)

	持	秋		
name :	tehen	nogihen		
ref. :	☆29(p.43)	☆45(p.124)		

* The parts which are placed in the left half are called *hen*. イ is called *nin'ben* as it means 人 (*nin* = human).

kan'muri (crown)

	安	花
name :	ukan'muri	kusakan'muri
ref. :	☆2(p.5)	☆35(p.48)

* The parts which are placed in the upper half are called *kan'muri*. *Ukan'muri* is called this as it is due to its similar shape to katakana ウ (*u*).

Below are some other names for the different parts;

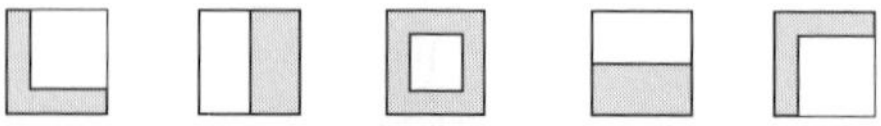

shin'nyō   tsukuri   kamae   ashi   tare

→ 日本語訳は別冊 p.21

Q Apa maksud tanda ☆ dan ★ pada buku ini?

A Tanda ☆ dan ★ menunjukkan bagian dari kanji.

Huruf kanji pada umumnya merupakan hasil penggabungan dari 2 atau 3 bagian. Setiap bagian huruf tersebut memiliki makna tersendiri, sehingga ketika kita menemukan huruf kanji baru, dengan mengetahui makna dari bagian tersebut bisa menebak seluruh makna dari huruf kanji tadi. Misalnya, イ berarti 'orang', 氵 berarti 'air', dan 木 menunjukkan 'pohon'. Pada buku huruf yang hanya digunakan sebagai bagian saja (tidak bisa berdiri sendiri) seperti イ dan 氵 diberi tanda ☆, sedangkan huruf yang bisa berdiri sendiri seperti 木 diberi tanda ★.

Dalam buku ini diperkenalkan 61 huruf yang merupakan bagian dari huruf kanji tersebut yang sering digunakan, serta dicantumkan pula nama dari bagian kanji tersebut. Dalam bahasa Jepang bagian huruf kanji tersebut disebut 'bushu'. Beberapa contoh di antaranya dapat dilihat di bawah ini, dan jika kita mengingatnya akan membantu dalam memperlancar belajar huruf kanji. (☞ Q&A 6)

hen'

	休	校	海	話
nama :	nin'ben	kihen	san'zui(hen)	gon'ben
lihat :	☆1(p.4)	★26(p.40)	☆15(p.26)	★22(p.34)

	持	秋		
nama :	tehen	nogihen		
lihat :	☆29(p.43)	☆45(p.124)		

* Bagian yang berada di sebelah kiri disebut dengan *hen*. Misalnya イ menunjukkan 人 (nin) yang artinya 'orang', sehingga disebut dengan *nin'ben*.

kan'muri (topi)

	安	花
nama :	ukan'muri	kusakan'muri
lihat :	☆2(p.5)	☆35(p.48)

* Bagian kanji yang ada di atas disebut *kan'muri*, misalnya *Ukan'muri* berasal dari huruf katakana ウ (*u*) yang disederhanakan.

Selain itu masih ada bagian kanji yang lainnya yang letaknya berbeda, seperti beberapa contoh berikut.

shin'nyō   tsukuri   kamae   ashi   tare

Q เครื่องหมาย ☆★ หมายถึงอะไร?

A เครื่องหมาย☆★หมายถึงส่วนประกอบของคันจิ

คันจิส่วนใหญ่จะมีโครงสร้างที่ประกอบไปด้วยส่วนต่าง ๆ สองถึงสามส่วน ส่วนประกอบแต่ละส่วนมักจะมีความหมายแฝงอยู่ ถ้ารู้ความหมายของส่วนประกอบเหล่านี้เวลาเจอคันจิตัวใหม่ก็จะช่วยให้สามารถจินตนาการความหมายโดยรวมของคันจิตัวนั้น ๆ ได้ เช่น 亻 หมายถึงอะไรที่เกี่ยวกับ "คน" 氵 หมายถึงอะไรที่เกี่ยวกับ "น้ำ" 木 หมายถึงอะไรที่เกี่ยวกับ "ต้นไม้" ตำราเล่มนี้จะใส่เครื่องหมาย☆ กำกับส่วนประกอบคันจิที่ไม่สามารถใช้โดด ๆ ได้ เช่น 亻 หรือ 氵 และใส่เครื่องหมาย ★ กำกับส่วนประกอบที่สามารถใช้โดด ๆ ได้ เช่น 木 ตำราเล่มนี้แนะนำส่วนประกอบคันจิทั้งหมด 61 ตัว ส่วนประกอบคันจิที่ใช้บ่อย ๆ มักมีชื่อเรียกส่วนประกอบเหล่านั้นเรียกว่า (บุชุ) ในที่นี้จะขอกล่าวถึงบุชุตัวหลัก ๆ (☞ Q&A 6)

hen'

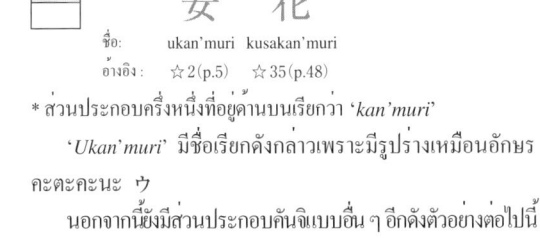

	休	校	海	話
ชื่อ:	nin'ben	kihen	san'zui(hen)	gon'ben
อ้างอิง:	☆1(p.4)	★26(p.40)	☆15(p.26)	★22(p.34)

	持	秋
ชื่อ:	tehen	nogihen
อ้างอิง:	☆29(p.43)	☆45(p.124)

*ส่วนประกอบครึ่งหนึ่งที่อยู่ด้านซ้ายเรียกว่า 'hen' 亻 หมายถึงอะไรที่เกี่ยวกับ "คน" จึงเรียกว่า 'nin'ben'

kan'muri (มงกุฎ)

	安	花
ชื่อ:	ukan'muri	kusakan'muri
อ้างอิง:	☆2(p.5)	☆35(p.48)

* ส่วนประกอบครึ่งหนึ่งที่อยู่ด้านบนเรียกว่า 'kan'muri'
'Ukan'muri' มีชื่อเรียกดังกล่าวเพราะมีรูปร่างเหมือนอักษรคะตะคะนะ ウ

นอกจากนี้ยังมีส่วนประกอบคันจิแบบอื่น ๆ อีกดังตัวอย่างต่อไปนี้

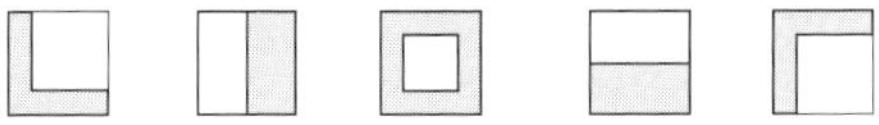

| shin'nyō | tsukuri | kamae | ashi | tare |

Q Các ký hiệu ☆ và ★ thể hiện điều gì?

A Các ký hiệu ☆ và ★ thể hiện bộ của chữ Hán

Nhiều chữ Hán được cấu tạo từ hai đến ba bộ. Thường thì các bộ đều có ý nghĩa nên khi thấy một chữ Hán chưa biết, nếu biết ý nghĩa của bộ thì chúng ta có thể hình dung được ý nghĩa tương đối của chữ Hán đó nên rất tiện dụng. Chẳng hạn, nếu là bộ 亻 thì biết ngay chữ Hán đó liên quan đến con người, bộ 氵 (thủy) thì biết chữ Hán đó liên quan đến nước, bộ 木 (mộc) thì biết chữ Hán đó liên quan đến thực vật. Những bộ chỉ được sử dụng cùng các bộ khác như bộ 亻, bộ 氵 (thủy) được ký hiệu ☆, còn những bộ có thể đứng độc lập thành một chữ Hán như bộ 木 (mộc) được ký hiệu ★.

Cuốn sách này giới thiệu 61 bộ chữ Hán và có một số bộ có tên gọi riêng trong số những bộ thường được sử dụng. Người ta gọi những bộ này là "bộ thủ" (radical). Sau đây xin giới thiệu một số bộ tiêu biểu. Sẽ rất tiện dụng nếu các bạn nhớ tên gọi của chúng. (☞ Q&A 6)

hen'

	休	校	海	話
Tên bộ:	nin'ben	kihen	san'zui(hen)	gon'ben
Tham khảo:	☆1(p.4)	★26(p.40)	☆15(p.26)	★22(p.34)

	持	秋
Tên bộ:	tehen	nogihen
Tham khảo:	☆29(p.43)	☆45(p.124)

* Những bộ nằm ở nửa bên trái được gọi là 'hen', trường hợp bộ 亻 có nghĩa là con người nên gọi là 'nin'ben'

kan'muri (đầu)

	安	花
Tên bộ:	ukan'muri	kusakan'muri
Tham khảo:	☆2(p.5)	☆35(p.48)

* Những bộ nằm ở nửa trên gọi là 'kan'muri'. 'Ukan'muri' có hình giống với chữ ウ (u) trong Katakana nên được gọi là 'Ukan'muri'.

Ngoài ra cũng có những chữ Hán kết hợp như sau:

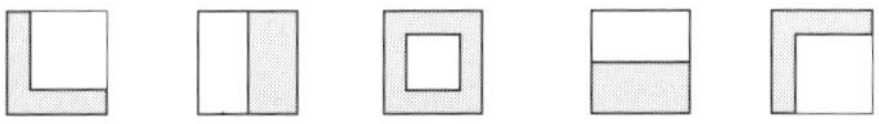

| shin'nyō | tsukuri | kamae | ashi | tare |

Q & A 6

▶ How do you explain how to write certain kanji?
▶ Bagaimana cara menjelaskan kanji yang cara menulisnya belum diketahui?
▶ เวลาไม่รู้วิธีเขียนคันจิจะอธิบายอย่างไร ?
▶ Khi không biết cách viết chữ Hán sẽ truyền đạt như thế nào?

Q When I asked someone how you write the kanji, *motsu*?, I was told that it is *tehen ni tera* desu. What does '*tehen ni tera*' mean?

A *Tehen* is the name of one part. In Q&A5, we have learned the names of some parts. They are useful when you want to specify which kanji you are talking about. This is because many kanji have the same sounds. For example, just by hearing the sound '*ji*', we don't know if we are talking about 時 or 字 or 持. (☞ Q&A 5)

「てへん」に「寺」= 扌 + 寺 ⇒ 持
  te hen   ni tera

「しんにょう」に「首」= 辶 + 首 ⇒ 道
  shin' n yō   ni kubi

Please figure out which kanji is being referred to;

① 「うかんむり」に「女」
    u kan' mu ri   ni on'na

When you do not know the part name, you could also explain it in these manners;

② 「重い」に「力」
    omo i ni chikara
   (The kanji for '*omoi*' and the kanji for '*chikara*')

③ 上は「田んぼ」の「田」、下は「心」
    ue wa ta n' bo no ta shita wa kokoro
   (On top, there is '*ta*' of '*tan'bo*' and on the bottom, the kanji for '*kokoro*'.)

Q Begitu saya bertanya tentang cara menulis kanji '*motsu*' saya sering mendengar penjelasan: '*tehen ni tera desu*'. Apa maksudnya?

A *Tehen* itu adalah nama bagian kanji-nya. Seperti yang sudah dibahas pada bagian Q&A5. Karena huruf kanji itu banyak bunyi yang sama, ketika kita menyebutkan kata '*ji*', orang tidak akan memahami '*ji*' yang mana, apakah 時, 字 atau 持? Untuk itu kita bisa menjelaskan dengan menyebutkan bagian kanji yang terpentingnya, dan nantinya lawan bicara akan memahaminya. (☞ Q&A 5)

「てへん」に「寺」= 扌 + 寺 ⇒ 持
  te hen   ni tera

「しんにょう」に「首」= 辶 + 首 ⇒ 道
  shin' n yō   ni kubi

Selanjutnya cobalah yang ini!

① 「うかんむり」に「女」
    u kan' mu ri   ni on'na

Kalau tidak tahu bagiannya, sebutkan saja dengan cara berikut.

② 「重い」に「力」
    omo i ni chikara
   (Kanji '*omoi*' ditambah kanji '*chikara*')

③ 上は「田んぼ」の「田」、下は「心」
    ue wa ta n' bo no ta shita wa kokoro
   (Di atasnya kanji '*ta*', di bawahnya kanji '*kokoro*'.)

Answers: ①安 ②動 ③思

Kunci Jawaban: ①安 ②動 ③思

→日本語訳は別冊 p.21

Q เมื่อถามคนญี่ปุ่นว่าคันจิคำว่า *motsu* เขียนอย่างไร ก็จะได้คำตอบว่า tehen ni tera desu. 'tehen ni tera' หมายถึงอะไร ?

A 'Tehen' เป็นชื่อของส่วนประกอบคันจิ ซึ่งได้อธิบายไปในคำถามข้อที่ห้า และเนื่องจากคันจิหลายตัวมักจะมีเสียงอ่านซ้ำ ๆ กัน ถ้าบอกแค่ว่า 'ji' ก็จะไม่รู้ว่าแทนคันจิตัวไหนระหว่าง 時 หรือ 字 หรือ 持 หรือ ดังนั้นเวลาอธิบายจึงมักจะบอกชื่อของส่วนประกอบคันจิตัวนั้น ๆ เพื่อให้ผู้ฟังเข้าใจได้ง่าย.(☞ Q&A 5)

「てへん」に「寺」= 扌 + 寺 ⇒ 持
 te hen   ni tera

「しんにょう」に「首」= 辶 + 首 ⇒ 道
 shin'nyō   ni kubi

ลองตอบว่าคำอธิบายต่อไปนี้หมายถึงคันจิตัวใด
① 「うかんむり」に「女」
    u kan'muri ni on'na

เวลาที่ไม่รู้ชื่อส่วนประกอบของคันจิตัวนั้นจะอธิบายดังตัวอย่างต่อไปนี้ก็เข้าใจเช่นกัน

② 「重い」に「力」
    omo i   ni chikara
   (คำว่า 'omoi' ซึ่งแปลว่า หนัก บวกกับคำว่า 'chikara' ซึ่งแปลว่า พลัง)

③ 上は「田んぼ」の「田」、下は「心」
   ue wa tan'bo no ta shita wa kokoro
   (ข้างบนคือคำว่า 'ta' ของคำว่า 'tan'bo' ซึ่งแปลว่า นา ข้างล่างคือ 'kokoro' ซึ่งแปลว่า ใจ)

Q Khi hỏi 'motsu viết chữ Hán như thế nào?' thì nhận được câu trả lời là 'tehen ni tera desu'. 'tehen ni tera' nghĩa là gì?

A 'Tehen' là tên của bộ. Ở phần Q&A5 đã có tên một số bộ tiêu biểu rồi phải không? Nhiều chữ Hán có âm giống nhau nên nếu có người nói "là chữ ji đấy", thì ta sẽ không biết người đó đang nói đến chữ Hán 時 , 字 hay 持 . Khi đó, nếu sử dụng tên của bộ để giải thích thì người nghe sẽ hiểu ngay.(☞ Q&A 5)

「てへん」に「寺」= 扌 + 寺 ⇒ 持
 te hen   ni tera

「しんにょう」に「首」= 辶 + 首 ⇒ 道
 shin'nyō   ni kubi

Vậy thế này thì sao?
① 「うかんむり」に「女」
    u kan'muri ni on'na

Khi không biết tên bộ, nói

② 「重い」に「力」
    omo i   ni chikara
   (Chữ Hán 'omoi' đứng cạnh chữ Hán 'chikara'.)

③ 上は「田んぼ」の「田」、下は「心」
   ue wa tan'bo no ta shita wa kokoro
   (Bên trên là 'ta' của 'tan'bo' còn bên dưới là chữ Hán 'kokoro'.)

người nghe cũng hiểu.

Q & A 7

▸ Do I need to know the right stroke order or the number of strokes?
▸ Apakah urutan penulisan dan struk penulisan itu penting?
▸ ลำดับการเขียนและจำนวนเส้นของคันจิสำคัญไหม ?
▸ Thứ tự nét, số nét có quan trọng không?

Q Do we have to memorize the stroke order of each kanji ?

A Stroke orders derive from calligraphy and beautiful kanji can be written if you follow them. Don't worry, because even Japanese people do not know the correct stroke order of some kanji.

A good thing when you know stroke order is that you can easily count strokes. If you know the number of strokes, you can find the kanji in a dictionary even if you do not know its reading.

As for the stroke order, the rules are;
① left to right, and
② top to bottom.

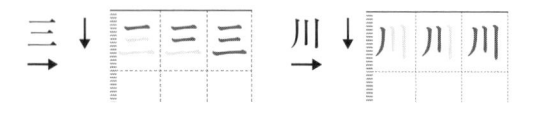

長 = 長 (6th stroke)   口 = 口 (2nd stroke)

Be careful as some lines which look detached are written as one stroke. Here are examples;

Attention !
Some kanji look very different in different fonts. Compare the two fonts and find the stroke number of each kanji below.

Minchoo-tai	Kyookasho-tai (font similar to hand-writing)
北入海外人	北入海外人

Answers: 北 5　入 2　海 9　外 5　人 2
→日本語訳は別冊 p.22

Q Apakah urutan penulisannya harus dihapal?

A Cara menulis kanji bermula dari kaligrafi, sehingga jika caranya sudah betul maka akan menghasilkan bentuk yang indah. Akan tetapi orang Jepang juga ada yang tidak mengetahui cara menulis yang benar.

Manfaat bagi anda jika mengetahui cara penulisan dengan baik, yaitu bisa mengetahui jumlah struk tulisannya. Jika mengetahui jumlah struknya maka akan membantu ketika kita membuka kamus kanji. Karena meskipun tidak mengetahui cara banya, kita bisa mencari dari jumlah struknya yang selalu ada dalam indek setiap kamus kanji.

Selanjutnya, mengenai cara penulisan ada yang dari kiri ke kanan dan juga yang dari atas ke bawah. Perhatikan contoh berikut!

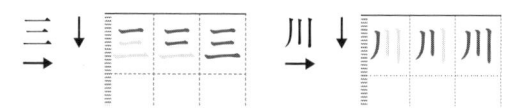

長 = 長 Struk ke-6   口 = 口 Struk ke-2

Perlu diperhatikan bahwa ada coretan yang nampaknya terpisah, padahal yang sebenarnya satu kali coretan.

Catatan !
Perlu diperhatikan pula bahwa bentuk huruf bisa berbeda tergantung pada jenis font yang digunakannya. Di bawah ada dua jenis huruf yang dipakai, amati dan perhatikan perbedaannya!

Minchoo-tai	Kyookasho-tai (fonte mais próxima da escrita manual)
北入海外人	北入海外人

Kunci Jawaban: 北 5　入 2　海 9　外 5　人 2

Q ลำดับการเขียนคันจิต้องจำด้วยหรือ ?

A วิธีเขียนคันจิเริ่มมาจากการเขียนด้วยพู่กัน ดังนั้นหากเขียนได้ถูกต้องตามลำดับเส้นก็จะได้คันจิที่สวยงาม อย่างไรก็ตามแม้กระทั่งคนญี่ปุ่นบางครั้งก็ไม่รู้ลำดับเส้นในการเขียน

ข้อดีของการจำลำดับการเขียนก็คือจะทำให้รู้จำนวนเส้นของคันจิด้วยไปในตัว เมื่อรู้จำนวนเส้นก็จะช่วยให้ค้นหาคันจิในพจนานุกรมได้ ในพจนานุกรมจะมีดัชนีบอกจำนวนเส้นของคันจิแต่ละตัว ดังนั้นแม้จะไม่รู้เสียงอ่านของคันจิก็สามารถค้นหาคันจิที่ต้องการได้

อนึ่งหลักทั่วไปในการเขียนคันจิที่มีกำหนดไว้ก็คือลากจากซ้ายไปขวาและบนลงล่าง

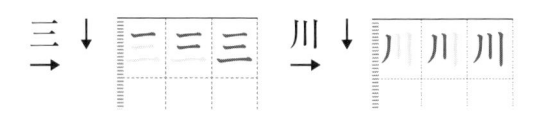

三 ↓ 一 二 三   川 ↓ 丿 川 川

พึงระวังว่าบางครั้งเส้นแต่ละเส้นของคันจิดูเหมือนอยู่แยกจากกัน ขึ้นอยู่กับรูปแบบอักษรที่เลือกใช้ แต่ถ้าเขียนด้วยพู่กันอาจลากเป็นเส้นเดียวต่อกัน

長 = 長 (6 เส้น)   口 = 口 (2 เส้น)

ขอพึงระวัง !

คันจิบางตัวจะดูเหมือนว่ามีรูปร่างต่างกันมากขึ้นอยู่กับรูปแบบอักษรที่เลือกใช้ ลองเปรียบเทียบคันจิต่อไปนี้ และนับจำนวนเส้นของคันจิแต่ละตัว

Minchoo-tai	Kyookasho-tai (แบบที่ใกล้เคียงกับการเขียนด้วยลายมือ)
北 入 海 外 人	北 入 海 外 人

เฉลย : 北 5 入 2 海 9 外 5 人 2

Q Có bắt buộc phải nhớ thứ tự viết không?

A Cách viết chữ Hán bắt nguồn từ thư pháp cho nên nếu viết theo đúng nét bút lông thì chữ Hán sẽ đẹp. Tuy nhiên, cả người Nhật cũng có khi không biết thứ tự viết.

Đối với các bạn, ưu điểm lớn nhất của việc biết thứ tự nét là sẽ biết được số nét. Điều đó sẽ là một lợi thế cho việc tra chữ Hán trong từ điển. Trong từ điển có phần tra theo nét nên dù không biết cách đọc chữ Hán thì chỉ cần biết số nét cũng có thể tra chữ Hán.

Thứ tự viết tuân theo quy tắc trái trước phải sau, trên trước dưới sau.

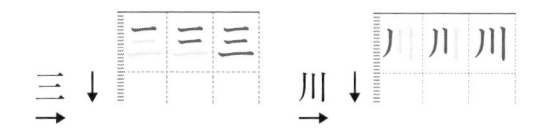

一 二 三   丿 川 川
三 ↓   川 ↓

Lưu ý, do phông chữ nên nhìn nét có vẻ tách rời ý, nhưng cũng có nhiều khi chỉ viết bằng một nét.

長 = 長 (Nét thứ 6)   口 = 口 (Nét thứ 2)

Chú ý !

Cũng có trường hợp do phông chữ nên chữ Hán nhìn có vẻ khác nhau nhiều.
Hãy so sánh các chữ dưới đây. Và hãy thử đoán số nét chữ Hán.

Phông Mincho	Phông Kyookasho (Phông gần với viết tay)
北 入 海 外 人	北 入 海 外 人

Trả lời: 北 5 入 2 海 9 外 5 人 2

読み方索引・Reading Index・Indeks Berdasarkan Cara Bacanya・ดัชนีเสียงอ่าน・Tra theo cách đọc

― あ ―

あいだ	間	92	p.85
あ-う	会う	127	p.100
あ-う	合う	232	p.194
あお	青	105	p.91
あか	赤	104	p.91
あ-がる	上がる	18	p.57
あか-るい	明るい	43	p.67
あき	秋	183	p.174
あ-く	開く	137	p.105
あく	悪	174	p.172
あ-ける	開ける	137	p.105
あ-げる	上げる	18	p.57
あさ	朝	154	p.164
あし	足	66	p.75
あじ	味	168	p.167
あたま	頭	281	p.215
あたら-しい	新しい	112	p.96
あっ	悪	174	⇒あく
あつ-い	暑い	186	p.175
あつ-まる	集まる	291	p.217
あつ-める	集める	291	p.217
あと	後	97	p.89
あに	兄	175	p.172
あね	姉	166	p.167
あめ	雨	118	p.97
あら-う	洗う	242	p.198
あ-る	有る	211	p.186
ある-く	歩く	65	p.75
あ-わせる	合わせる	232	p.194
あん	安	17	p.54
あん	暗	46	p.68

― い ―

い	意	172	p.171
い	医	225	p.190
い	以	296	p.219
い-う	言う	106	p.91
いえ	家	234	p.195
い-きる	生きる	74	p.78
い-く	行く	82	p.83
いけ	池	241	p.197
いそ-ぐ	急ぐ	173	p.172
いち	一	1	p.50
いち	市	165	p.167
いつ-つ	五つ	30	p.60
いぬ	犬	193	p.179
いま	今	61	p.74
いもうと	妹	167	p.167
い-れる	入れる	25	p.59
いろ	色	285	p.216
いん	飲	102	p.90
いん	員	134	p.105
いん	院	277	p.212

― う ―

う	右	55	p.70
うえ	上	18	p.57
うご-く	動く	145	p.108
うし	牛	93	p.88
うし-ろ	後ろ	97	p.89
うた	歌	246	p.201
うた-う	歌う	246	p.201
うち	内	124	p.99
うち	家	234	p.195
うつ-す	写す	288	p.217
うつ-る	映る	245	p.201

うつ-る	写る	288	p.217
うま	馬	113	p.96
う-まれる	生まれる	74	p.78
うみ	海	84	p.83
う-む	産む	250	p.202
う-る	売る	109	p.92
うん	運	152	p.163

——— え ———

えい	英	244	p.201
えい	映	245	p.201
えき	駅	114	p.96
えん	円	40	p.66
えん	遠	201	p.181

——— お ———

お-える	終える	188	p.178
おお-い	多い	71	p.77
おお-きい	大きい	21	p.58
お-かあ-さん	お母さん	81	p.82
お-きる	起きる	68	p.76
おく	屋	267	p.209
おく-る	送る	202	p.181
お-こす	起こす	68	p.76
おこな-う	行う	82	p.83
おし-える	教える	268	p.209
お-す	押す	157	p.165
おと	音	45	p.68
お-とう-さん	お父さん	80	p.82
おとうと	弟	176	p.172
おとこ	男	15	p.54
おな-じ	同じ	231	p.194
お-にい-さん	お兄さん	175	p.172
お-ねえ-さん	お姉さん	166	p.167
おも-い	重い	144	p.107
おも-う	思う	171	p.171
おも-な	主な	178	p.173
おや	親	177	p.173
お-わる	終わる	188	p.178
おん	音	45	p.68
おんな	女	16	p.54

——— か ———

か	下	19	p.57
か	日	41	p.66
か	火	47	p.68
か	花	148	p.108
か	夏	182	p.174
か	家	234	p.195
か	歌	246	p.201
か	科	279	p.212
が	画	275	p.211
かい	海	84	p.83
かい	会	127	p.100
かい	開	137	p.105
かい	回	203	p.182
かい	界	249	p.202
がい	外	70	p.76
か-う	買う	133	p.104
かえ-る	帰る	294	p.218
かお	顔	282	p.215
か-く	書く	111	p.93
かく	画	275	p.211
がく	学	28	p.60
がく	楽	247	p.202
か-す	貸す	239	p.197
かぜ	風	156	p.164
かた	方	219	p.188
がた	方	219	⇒かた
がつ	月	42	p.67
がっ	学	28	⇒がく
がっ	合	232	p.194
かね	金	52	p.69

かみ	紙	189	p.178
かよ-う	通う	205	p.182
からだ	体	12	p.53
か-りる	借りる	261	p.205
かる-い	軽い	153	p.163
かわ	川	5	p.51
がわ	川	5	⇒かわ
か-わる	代わる	238	p.196
かん	間	92	p.85
かん	寒	185	p.175
かん	館	257	p.204
かん	漢	286	p.216
がん	元	76	p.81
がん	顔	282	p.215
かんが-える	考える	289	p.217

――― き ―――

き	木	9	p.52
き	気	120	p.98
き	帰	294	p.218
き-く	聞く	91	p.85
き-こえる	聞こえる	91	p.85
きた	北	88	p.84
きっ	切	59	p.73
きゅう	休	10	p.52
きゅう	九	34	p.61
きゅう	急	173	p.172
きゅう	究	271	p.210
ぎゅう	牛	93	p.88
きょ	去	265	p.208
きょう	強	159	p.165
きょう	兄	175	p.172
きょう	京	228	p.193
きょう	教	268	p.209
ぎょう	業	251	p.203
き-る	切る	59	p.73

き-る	着る	272	p.210
きん	金	52	p.69
きん	近	200	p.181
ぎん	銀	99	p.90

――― く ―――

く	九	34	p.61
く	工	53	p.70
く	区	218	p.188
くう	空	122	p.99
くさ	草	149	p.109
くすり	薬	248	p.202
くだ-さい	下さい	19	p.57
くち	口	7	p.51
ぐち	口	7	⇒くち
くに	国	50	p.69
くび	首	141	p.106
くら-い	暗い	46	p.68
く-る	来る	117	p.97
くるま	車	121	p.98
くろ	黒	214	p.187

――― け ―――

げ	下	19	p.57
けい	軽	153	p.163
けい	計	274	p.211
げつ	月	42	p.67
けん	見	75	p.81
けん	験	199	p.181
けん	県	229	p.193
けん	建	256	p.204
けん	研	269	p.209
げん	元	76	p.81
げん	言	106	p91

――― こ ―――

こ	小	23	p.58
こ	子	27	p.59

こ	古	36	p.62
ご	五	30	p.60
ご	午	94	p.88
ご	後	97	p.89
ご	語	108	p.92
こう	口	7	p.51
こう	工	53	p.70
こう	行	82	p.83
こう	後	97	p.89
こう	高	98	p.89
こう	校	126	p.100
こう	好	169	p.168
こう	光	243	p.198
こう	広	263	p.208
こう	考	289	p.217
ごう	合	232	p.194
こえ	声	283	p.215
こく	国	50	p.69
こく	黒	214	p.187
こっ	国	50	⇒こく
ここの-つ	九つ	34	p.61
こころ	心	170	p.171
こた-える	答える	233	p.195
こと	事	207	p.185
ごと	事	207	⇒こと
こ-む	込む	299	p.219
こめ	米	116	p.97
ころ-ぶ	転ぶ	151	p.163
こん	今	61	p.74
ごん	言	106	p.91
——— さ ———			
さ	左	54	p.70
さ	作	262	p.205
さい	菜	217	p.187
さかな	魚	115	p.97

さ-がる	下がる	19	p.57
さき	先	77	p.81
さく	作	262	p.205
さっ	作	262	⇒さく
さむ-い	寒い	185	p.175
さん	三	3	p.50
さん	山	4	p.51
さん	産	250	p.202
——— し ———			
し	子	27	p.59
し	四	29	p.60
し	止	63	p.75
し	始	164	p.166
し	市	165	p.167
し	姉	166	p.167
し	思	171	p.171
し	紙	189	p.178
し	試	198	p.180
し	仕	208	p.185
し	死	224	p.189
し	使	259	p.205
し	私	264	p.208
じ	耳	89	p.84
じ	寺	128	p.100
じ	時	130	p.101
じ	自	140	p.106
じ	事	207	p.185
じ	地	240	p.197
じ	字	287	p.216
しき	式	197	p.180
しき	色	285	p.216
した	下	19	p.57
した-しい	親しい	177	p.173
しち	七	32	p.61
しつ	質	135	p.105

しつ	室	266	p.209
しな	品	255	p.204
し-ぬ	死ぬ	224	p.189
し-まる	閉まる	138	p.106
し-める	閉める	138	p.106
しゃ	車	121	p.98
しゃ	社	123	p.99
しゃ	者	226	p.190
しゃ	写	288	p.217
じゃ	社	123	⇒しゃ
じゃく	弱	160	p.165
しゃく	借	261	p.205
しゃっ	借	261	⇒しゃく
しゅ	手	58	p.73
しゅ	首	141	p.106
しゅ	主	178	p.173
しゅう	週	143	p.107
しゅう	習	161	p.166
しゅう	秋	183	p.174
しゅう	終	188	p.178
しゅう	集	291	p.217
じゅう	中	20	p.57
じゅう	十	35	p.62
じゅう	重	144	p.107
じゅう	住	180	p.174
じゅっ	十	35	⇒じゅう
しゅつ	出	26	p.59
しゅん	春	181	p.174
しょ	書	111	p.93
しょ	暑	186	p.175
しょ	所	236	p.196
じょ	女	16	p.54
しょう	小	23	p.58
しょう	少	24	p.59
しょう	正	64	p.75
しょう	生	74	p.78
じょう	上	18	p.57
じょう	生	74	p.78
じょう	場	235	p.195
じょう	乗	273	p.211
しょく	食	100	p.90
しょく	色	285	p.216
し-る	知る	223	p.189
しろ	白	103	p.91
しん	新	112	p.96
しん	心	170	p.171
しん	親	177	p.173
しん	森	253	p.203
しん	真	290	p.217
しん	進	293	p.218
しん	申	300	p.220
じん	人	8	p.52

――― す ―――

ず	図	258	p.204
ず	頭	281	p.215
すい	水	48	p.68
す-き	好き	169	p.168
すく-ない	少ない	24	p.59
すこ-し	少し	24	p.59
すす-む	進む	293	p.218
すす-める	進める	293	p.218
す-む	住む	180	p.174

――― せ ―――

せ	世	237	p.196
せい	正	64	p.75
せい	生	74	p.78
せい	西	86	p.84
せい	青	105	p.91
せい	晴	187	p.175
せい	声	283	p.215

ぜい	税	298	p.219
せき	赤	104	p.91
せつ	切	59	p.73
せつ	説	276	p.211
せっ	説	276	⇒せつ
せん	千	38	p.65
せん	先	77	p.81
せん	洗	242	p.198
ぜん	千	38	⇒せん
ぜん	全	51	p.69
ぜん	前	96	p.89

――― そ ―――

そう	走	67	p.76
そう	草	149	p.109
そう	送	202	p.181
そく	足	66	p.75
ぞく	族	221	p.189
そそ-ぐ	注ぐ	179	p.173
そと	外	70	p.76
そら	空	122	p.99
そん	村	216	p.187

――― た ―――

た	田	13	p.53
た	多	71	p.77
だ	田	13	⇒た
たい	体	12	p.53
たい	大	21	p.58
たい	太	22	p.58
たい	待	129	p.101
たい	台	163	p.166
たい	貸	239	p.197
だい	大	21	p.58
だい	台	163	p.166
だい	弟	176	p.172
だい	代	238	p.196
だい	題	284	p.216
たか-い	高い	98	p.89
た-す	足す	66	p.75
だ-す	出す	26	p.59
ただ-しい	正しい	64	p.75
た-つ	立つ	44	p.67
た-つ	建つ	256	p.204
た-てる	立てる	44	p.67
た-てる	建てる	256	p.204
たの-しい	楽しい	247	p.202
たの-しむ	楽しむ	247	p.202
たび	旅	220	p.188
た-べる	食べる	100	p.90
ため-す	試す	198	p.180
た-りる	足りる	66	p.75
たん	短	222	p.189
だん	男	15	p.54

――― ち ―――

ち	知	223	p.189
ち	地	240	p.197
ちい-さい	小さい	23	p.58
ちか-い	近い	200	p.181
ちから	力	14	p.53
ちち	父	80	p.82
ちゃ	茶	150	p.109
ちゃく	着	272	p.210
ちゅう	中	20	p.57
ちゅう	昼	155	p.164
ちゅう	注	179	p.173
ちょう	長	125	p.100
ちょう	朝	154	p.164
ちょう	鳥	192	p.179
ちょう	町	215	p.187

――― つ ―――

つう	通	205	p.182

つか-う	使う	259	p.205
つき	月	42	p.67
つ-く	着く	272	p.210
つく-る	作る	262	p.205
つち	土	49	p.69
つよ-い	強い	159	p.165

―――― て ――――

て	手	58	p.73
てい	低	190	p.178
てら	寺	128	p.100
で-る	出る	26	p.59
てん	天	78	p.82
てん	店	136	p.105
てん	転	151	p.163
でん	電	119	p.98

―――― と ――――

と	土	49	p.69
と	都	227	p.193
と	図	258	p.204
ど	土	49	p.69
ど	度	280	p.212
と-う	問う	139	p.106
とう	東	85	p.83
とう	冬	184	p.175
とう	答	233	p.195
どう	道	142	p.107
どう	動	145	p.108
どう	働	146	p.108
どう	同	231	p.194
どう	堂	297	p.219
とお	十	35	p.62
とお-い	遠い	201	p.181
とお-る	通る	205	p.182
とき	時	130	p.101
とく	特	132	p.104

どく	読	110	p.92
ところ	所	236	p.196
とし	年	95	p.88
と-じる	閉じる	138	p.106
とっ	特	132	⇒とく
と-まる	止まる	63	p.75
と-める	止める	63	p.75
とも	友	56	p.70
とり	鳥	192	p.179

―――― な ――――

な	名	72	p.77
な-い	無い	212	p.186
ない	内	124	p.99
なか	中	20	p.57
なが-い	長い	125	p.100
なつ	夏	182	p.174
なな-つ	七つ	32	p.61
なに	何	57	p.73
なら-う	習う	161	p.166
なん	何	57	⇒なに
なん	南	87	p.84

―――― に ――――

に	二	2	p.50
に	日	41	p.66
にく	肉	191	p.179
にし	西	86	p.84
にち	日	41	p.66
にっ	日	41	⇒にち
にゅう	入	25	p.59
にん	人	8	p.52

―――― ね ――――

ねん	年	95	p.88

―――― の ――――

の	野	213	p.186
の-む	飲む	102	p.90

の-る	乗る	273	p.211

─────── は ───────

ば	馬	113	p.96
ば	場	235	p.195
ばい	売	109	p.92
はい-る	入る	25	p.59
はか-る	計る	274	p.211
はく	白	103	p.91
はこ-ぶ	運ぶ	152	p.163
はじ-まる	始まる	164	p.166
はじ-める	始める	164	p.166
はし-る	走る	67	p.76
はたら-く	働く	146	p.108
はち	八	33	p.61
はつ	発	270	p.210
はっ	八	33	⇒はち
はっ	発	270	⇒はつ
ぱつ	発	270	⇒はつ
はな	花	148	p.108
はなし	話	107	p.92
はな-す	話す	107	p.92
はは	母	81	p.82
はや-い	早い	147	p.108
はやし	林	252	p.203
はる	春	181	p.174
は-れる	晴れる	187	p.175
はん	半	62	p.74
はん	飯	101	p.90

─────── ひ ───────

ひ	日	41	p.66
ひ	火	47	p.68
び	日	41	⇒ひ
び	火	47	⇒ひ
ひがし	東	85	p.83
ひかり	光	243	p.198
ひか-る	光る	243	p.198
ひ-く	引く	158	p.165
ひく-い	低い	190	p.178
ひだり	左	54	p.70
ひと	人	8	p.52
ひと-つ	一つ	1	p.50
ひゃく	百	37	p.65
びゃく	百	37	⇒ひゃく
ぴゃく	百	37	⇒ひゃく
びょう	病	278	p.212
ひら-く	開く	137	p.105
ひる	昼	155	p.164
ひろ-い	広い	263	p.208
ひん	品	255	p.204
びん	便	260	p.205

─────── ふ ───────

ふ	父	80	p.82
ふ	不	206	p.182
ぶ	無	212	p.186
ふう	風	156	p.164
ふく	服	196	p.180
ふた-つ	二つ	2	p.50
ぶつ	物	254	p.203
ふと-い	太い	22	p.58
ふと-る	太る	22	p.58
ふゆ	冬	184	p.175
ふる-い	古い	36	p.62
ふん	分	60	p.74
ぶん	分	60	⇒ふん
ぷん	分	60	⇒ふん
ぶん	文	79	p.82
ぶん	聞	91	p.85

─────── へ ───────

へい	閉	138	p.106
べい	米	116	p.97

べつ	別	295	p.218
べん	勉	162	p.166
べん	便	260	p.205

──── ほ ────

ほ	歩	65	p.75
ぼ	母	81	p.82
ぽ	歩	65	⇒ほ
ほう	方	219	p.188
ほか	外	70	p.76
ほく	北	88	p.84
ほっ	北	88	⇒ほく
ほん	本	11	p.53

──── ま ────

ま	間	92	p.85
ま	真	290	p.217
まい	毎	83	p.83
まい	妹	167	p.167
まえ	前	96	p.89
まち	町	215	p.187
ま-つ	待つ	129	p.101
まる-い	円い	40	p.66
まわ-す	回す	203	p.182
まわ-る	回る	203	p.182
まん	万	39	p.65

──── み ────

み	味	168	p.167
みぎ	右	55	p.70
みじか-い	短い	222	p.189
みず	水	48	p.68
みせ	店	136	p.105
み-せる	見せる	75	p.81
みち	道	142	p.107
み-つかる	見つかる	75	p.81
み-つける	見つける	75	p.81
みっ-つ	三つ	3	p.50
みなみ	南	87	p.84
みみ	耳	89	p.84
み-る	見る	75	p.81
みん	民	230	p.194

──── む ────

む	無	212	p.186
むっ-つ	六つ	31	p.61
むら	村	216	p.187

──── め ────

め	目	6	p.51
めい	明	43	p.67
めい	名	72	p.77

──── も ────

もう-す	申す	300	p.220
もく	目	6	p.51
もく	木	9	p.52
も-つ	持つ	131	p.104
もと	本	11	p.53
もの	者	226	p.190
もの	物	254	p.203
もり	森	253	p.203
もん	門	90	p.85
もん	問	139	p.106

──── や ────

や	夜	73	p.77
や	野	213	p.186
や	家	234	p.195
や	屋	267	p.209
やく	薬	248	p.202
やす-い	安い	17	p.54
やす-み	休み	10	p.52
やす-む	休む	10	p.52
やっ	薬	248	⇒やく

やっ-つ	八つ	33	p.61
やま	山	4	p.51

――― ゆ ―――

ゆう	友	56	p.70
ゆう	夕	69	p.76
ゆう	有	211	p.186

――― よ ―――

よう	洋	194	p.179
よう	用	204	p.182
よう	曜	292	p.218
よっ-つ	四つ	29	p.60
よ-む	読む	110	p.92
よる	夜	73	p.77
よわ-い	弱い	160	p.165
よん	四	29	p.60

――― ら ―――

らい	来	117	p.97
らく	楽	247	p.202

――― り ―――

り	理	210	p.186
りつ	立	44	p.67
りっ	立	44	⇒りつ
りょ	旅	220	p.188
りょう	料	209	p.185
りょく	力	14	p.53
りん	林	252	p.203

――― ろ ―――

ろく	六	31	p.61
ろっ	六	31	⇒ろく

――― わ ―――

わ	話	107	p.92
わ	和	195	p.180
わ-かる	分かる	60	p.74
わか-れる	別れる	295	p.218
わ-ける	分ける	60	p.74
わたくし	私	264	p.208
わたし	私	264	p.208
わる-い	悪い	174	p.172

意味索引

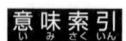

Definition Index — English

── A ──

advance	進	293	
ahead	先	77	
all	全	51	
answer	答	233	
arrive	着	272	
arrow	矢	★51	p.136
ask a question	質	135	
autumn	秋	183	
ax	斤	☆24	p.140

── B ──

bad	悪	174	
bamboo	竹	★53	p.140
bean	豆	★52	p.136
before	前	96	
behind	後	97	
between	間	92	
big	大	21	
big cover	冂	☆34	p.46
bird	鳥	192	
birth	産	250	
black	黒	214	
blue	青	105	
body	体	12	
book	本	11	
borrow	借	261	
bow	弓	★39	p.116
bright	明	43	
bug	虫	★38	p.115
build	建	256	
building	館	257	
buy	買	133	

── C ──

can	可	★9	p.18
candle	主	★44	p.123
cannot skip	頁	★60	p.157
capital	京	228	
car	車	121	
car	車	★36	p.114
carry	運	152	
center	央	★56	p.145
ceremony	式	197	
character	字	287	
child	子	27	
citizen	民	230	
city	市	165	
close	閉	138	
clothes	服	196	
cold	寒	185	
collect	集	291	
colour	色	285	
come	来	117	
comfort	安	17	
company	社	123	
consider	考	289	
convenient	便	260	
copy	写	288	
correct	正	64	
count	計	274	
country	国	50	
cow	牛	93	
cow	牛	★30	p.43
craft	工	53	
cut	切	59	

── D ──

dark	暗	46	
day	日	41	
day	日	★4	p.13
day of the week	曜	292	
daytime	昼	155	

degree	度	280			family	族	221	
direction	方	219			family name	氏	★47	p.127
direction	方	★50	p.135		far	遠	201	
discharge	発	270			fat	太	22	
divide	分	60			father	父	80	
division	科	279			feather	羽	★41	p.117
doctor	医	225			fence	艹	☆35	p.48
dog	犬	193			few	少	24	
door	門	90			field	野	213	
down	下	19			fine weather	晴	187	
drink	飲	102			fire	火	47	
duration	間	92			fish	魚	115	

——— E ———

					fit	合	232	
ear	耳	89			five	五	30	
early	早	147			flag	⺅	☆14	p.26
East	東	85			flower	花	148	
eat	食	100			forest	森	253	
eat	食	☆20	p.32		four	四	29	
eight	八	33			friend	友	56	
elder brother	兄	175			from	以	296	
elder sister	姉	166			front	前	96	
electricity	電	119						

——— G ———

employee	員	134			gate	門	90	
empty	空	122			gather	隹	☆61	p.159
end	終	188			gather	集	291	
endeavour	勉	162			generation	世	237	
England	英	244			get up	起	68	
enter	入	25			go	行	82	
essential	本	11			go home	帰	294	
evening	夕	69			go out	出	26	
every	毎	83			gold	金	52	
examine	験	199			good	良	★18	p.31
explain	説	276			goods	品	255	
eye	目	6			grass	草	149	

——— F ———

——— H ———

face	顔	282	
half	半	62	

hall	堂	297			L			
hand	手	58		lack	欠	★21	p.33	
hand	寸	★28	p.41	land	地	240		
hand	扌	☆29	p.43	landmark	ナ	☆8	p.16	
hat	亠	☆11	p.21	language	言	★22	p.34	
head	頭	281		language	語	108		
hear	聞	91		leaf and tree	禾	☆45	p.124	
heart	心	170		learn	習	161		
heart	心	★43	p.121	leave	去	265		
heaven	天	78		left	左	54		
heavy	重	144		leg	足	66		
high	高	98		lend	貸	239		
hold	持	131		life	生	74		
horse	馬	113		light	軽	153		
hot	暑	186		light	光	243		
house	家	234		like	好	169		
humble form of 'to say'	申	300		live	住	180		
hundred	百	37		logical	理	210		
hurry	急	173		long	長	125		
	I			low	低	190		
I	私	264			M			
idea	意	172		make	作	262		
include	込	299		man	男	15		
industry	業	251		many	多	71		
inexpensive	安	17		map	図	258		
inquiry	問	139		market	市	165		
inside	内	124		master	主	★44	p.123	
institution	院	277		master	主	178		
	J			matter	事	207		
Japanese	和	195		meal	飯	101		
jewel	玉	★6	p.15	meat	肉	191		
	K			medicine	薬	248		
kanji	漢	286		meet	会	127		
king	王	★5	p.14	member	員	134		
knife	刂	☆16	p.30	metal	金	★19	p.32	
know	知	223		metropoli	都	227		

middle	中	20	
mingle	交	★27	p.40
money	金	52	
money	钅	★19	p.32
money	貝	★31	p.44
month	月	42	
moon	月	42	
morning	朝	154	
mother	母	81	
mountain	山	4	
mouth	口	7	
move	動	145	
myself	私	264	

─── N ───

name	名	72	
near	近	200	
neck	首	141	
new	新	112	
night	夜	73	
nine	九	34	
no	不	206	
non-	不	206	
noon	午	94	
north	北	88	
not	不	206	
nothing	無	212	
notyet	未	★42	p.118
number of times	回	203	
number of times	度	280	

─── O ───

ocean	洋	194	
old	古	36	
old times	昔	★57	p.148
on his/her head	豆	★52	p.136
one	一	1	
open	開	137	

Definition Index

origin	元	76	
outside	外	70	

─── P ───

page	頁	★60	p.157
paper	紙	189	
parent	親	177	
pass	通	205	
pass away	死	224	
people	人	8	
people	亻	☆1	p.4
person	人	8	
person	亻	☆1	p.4
person	者	226	
person leaving	夂	☆49	p.130
pig	豕	☆54	p.140
place	所	236	
plan	画	275	
pleasure	楽	247	
plot	計	274	
polish	研	269	
pond	池	241	
possess	有	211	
pour	注	179	
prefecture	県	229	
present	今	61	
press	押	157	
price	料	209	
produce	産	250	
pull	引	158	
push	押	157	

─── Q ───

quality	質	135	

─── R ───

rain	雨	118	
rain	雷	★25	p.38
read	読	110	

English	漢字	番号	参照
red	赤	104	
reflect	映	245	
research	究	271	
rest	休	10	
rice	米	116	
rice field	田	13	
ride	乗	273	
right	右	55	
right	正	64	
river	川	5	
road	辶	☆33	p.46
roof of a hall	个	☆7	p.15
roof of a house	宀	☆2	p.5
roof of a school	龸	☆3	p.9
room	室	266	
rotate	転	151	
round	円	40	
run	走	67	

———— S ————

English	漢字	番号	参照
same	同	231	
samurai	士	★23	p.34
say	言	106	
say	訁	★22	p.34
school house	校	126	
sea	海	84	
seashell	貝	★31	p.44
see	見	75	
self	自	140	
sell	売	109	
send	送	202	
sentence	文	79	
separate	別	295	
serve	仕	208	
seven	七	32	
sheep	羊	★48	p.128
shop	店	136	
shop curtain	广	☆32	p.45
short	短	222	
sick	疒	☆59	p.154
sick	病	278	
silver	銀	99	
sing	歌	246	
site	場	235	
six	六	31	
skip	夂	☆17	p.31
sky	空	122	
small	小	23	
small cover	冖	☆37	p.114
small tree	糹	★46	p.127
soil	土	49	
someone	者	226	
sound	音	45	
south	南	87	
space	ム	☆40	p.116
spacious	広	263	
speak	話	107	
special	特	132	
spirit	気	120	
spring	春	181	
stand	立	44	
stand	台	163	
start	始	164	
station	駅	114	
stone	石	★58	p.152
stop	止	63	
store	尸	☆55	p.141
store	屋	267	
story	話	107	
street	通	205	
strength	力	14	
strong	強	159	
study	学	28	

English	Kanji	Page	Ref
substitute	代	238	
summer	夏	182	
sun	日	41	
sword	刀	★10	p.18

— T —

English	Kanji	Page	Ref
taste	味	168	
tax	税	298	
tea	茶	150	
teach	教	268	
temple	寺	128	
ten	十	35	
ten thousand	万	39	
test	試	198	
thing	口	7	
thing	物	254	
think	思	171	
thousand	千	38	
thread	糸	★46	p.127
three	三	3	
time	日	★4	p.13
time	時	130	
T-intersection	彳	☆13	p.25
topic	題	284	
town	町	215	
travel	旅	220	
tree	木	9	
tree	朩	★26	p.40
tribe	族	221	
true	真	290	
turn	回	203	
two	二	2	
two legs	儿	☆12	p.24

— U —

English	Kanji	Page	Ref
up	上	18	
use	使	259	

English	Kanji	Page	Ref
utilize	用	204	

— V —

English	Kanji	Page	Ref
vegetable	菜	217	
village	村	216	
voice	声	283	

— W —

English	Kanji	Page	Ref
wait	待	129	
walk	歩	65	
ward	区	218	
wash	洗	242	
water	水	48	
water	氵	☆15	p.26
way	道	142	
weak	弱	160	
wear	着	272	
week	週	143	
west	西	86	
what	何	57	
white	白	103	
wind	風	156	
winter	冬	184	
woman	女	16	
wood	林	252	
word	言	★22	p.34
work	働	146	
world	界	249	
write	書	111	

— Y —

English	Kanji	Page	Ref
year	年	95	
yen	円	40	
younger brother	弟	176	
younger sister	妹	167	

意味索引

Indeks Berdasarkan Maknanya (Indonesian)

—— A ——

ada	有	211	
adik laki-laki	弟	176	
adik perempuan	妹	167	
air	水	48	
air	氵	☆15	p.26
alas	台	163	
aliran listrik	電	119	
anak	子	27	
anak panah	矢	★51	p.136
anggota	員	134	
angin	風	156	
anjing	犬	193	
antara	間	92	
apa	何	57	
api	火	47	
arah	方	219	
arah	方	★50	p.135
atap aula	入	☆7	p.15
atap rumah	宀	☆2	p.5
atap sekolah	屮	☆3	p.9
atas	上	18	
aula	堂	297	
awal	元	76	
ayah	父	80	

—— B ——

babi	豕	☆54	p.140
badan	体	12	
bagian dalam	内	124	
bahasa	言	★22	p.34
bahasa	語	108	
baik	良	★18	p.31
bambu	竹	★53	p.140
bangun	起	68	
banyak	多	71	
barang	物	254	
barat	西	86	
baru	新	112	
batu	石	★58	p.152
bawah	下	19	
bekerja	働	146	
belajar	習	161	
belakang	後	97	
belum	未	★42	p.118
benang	糸	★46	p.127
benar	正	64	
benda	口	7	
benda berharga	品	255	
bendera	宀	☆14	p.26
berakhir	終	188	
beras	米	116	
berat	重	144	
berbicara	話	107	
berdiri	立	44	
bergaul	交	★27	p.40
bergegas	急	173	
bergelinding	回	203	
berjalan	歩	65	
berkata	言	106	
berkata	言	★22	p.34
'berkata' untuk merendahkan diri	申	300	
berlari	走	67	
berpikir	考	289	
bertanya	質	135	
bertemu	会	127	
berupaya	勉	162	
berwisata	旅	220	
besar	大	21	
biaya	料	209	
biru	青	105	

Indeks Berdasarkan Maknanya

bisa	可	★9	p.18
buka	開	137	
buku	本	11	
bulan	月	42	
bulat	円	40	
bunga	花	148	
bunyi	音	45	
burung	鳥	192	
busur panah	弓	★39	p.116

C

cahaya	光	243	
cepat	早	147	
cerah	晴	187	
cerita	話	107	
cocok	合	232	

D

daging	肉	191	
dahulu	昔	★57	p.148
dalam	中	20	
datang	来	117	
daun dan pohon	禾	☆45	p.124
dekat	近	200	
delapan	八	33	
depan	前	96	
derajat	度	280	
desa	村	216	
di atas kepala	豆	★52	p.136
dingin	寒	185	
diri pribadi	自	140	
dokter	医	225	
domba	羊	★48	p.128
dua	二	2	
dua kaki	儿	☆12	p.24
duluan	先	77	
dunia	界	249	
durasi waktu	間	92	

E

emas	金	52	
emas	金	★19	p.32
empat	四	29	
enam	六	31	

G

gedung	館	257	
gelap	暗	46	
gemuk	太	22	
generasi	世	237	
gerak	動	145	
gerbang	門	90	
gosok	研	269	
gunakan	用	204	
gunung	山	4	

H

hal	事	207	
halaman buku	頁	★60	p.157
hari	日	41	
hari	日	★4	p.13
hari dalam seminggu	曜	292	
hati	心	170	
hati	心	★43	p.121
henti	止	63	
hidup	生	74	
hitam	黒	214	
hujan	雨	118	
hujan	雨	★25	p.38
huruf	字	287	
hutan	林	252	

I

ibu	母	81	
ibu kota	京	228	
ikan	魚	115	
industri	業	251	
Inggris	英	244	

istirahat	休	10	

--- J ---

jalan	辶	☆33	p.46
jalan	道	142	
jalan leter T	亻	☆13	p.25
jalan raya	通	205	
jatuh	転	151	
jauh	遠	201	
jelek	悪	174	
Jepang	和	195	
jingkat	夂	☆17	p.31
jual	売	109	

--- K ---

kacang	豆	★52	p.136
kakak laki-laki	兄	175	
kakak perempuan	姉	166	
kaki	足	66	
kali	回	203	
kali	度	280	
kalimat	文	79	
kanan	右	55	
kandung	込	299	
kanji	漢	286	
kapak	斤	☆24	p.140
kata	言	★22	p.34
keahlian	工	53	
kebenaran	真	290	
kecil	小	23	
keluar	出	26	
keluarga	旅	221	
kepala	頭	281	
kerang	貝	★31	p.44
kertas	紙	189	
kesenangan	安	17	
kiri	左	54	
kolam	池	241	

kosong	空	122	
kota	町	215	
kota madya	市	165	
kota metropolitan	都	227	
kualitas	質	135	
kuat	強	159	
kuda	馬	113	
kuil	寺	128	
kumpul	集	291	
kurang	欠	★21	p.33

--- L ---

lahir	産	250	
laki-laki	男	15	
lambang	ナ	☆8	p.16
langit	空	122	
lapangan	場	235	
laut	海	84	
lautan luas	洋	194	
leher	首	141	
lemah	弱	160	
lembaga	院	277	
lilin	主	★44	p.123
lima	五	30	
luar	外	70	
luas	ム	☆40	p.116
luas	広	263	

--- M ---

maju	進	293	
makan	食	100	
makan	飠	☆20	p.32
malam	夜	73	
manusia	者	226	
masuk	入	25	
mata	目	6	
matahari	日	41	
mati	死	224	

melayani	仕	208	
melewati	通	205	
melihat	見	75	
memakai	着	272	
memancar	映	245	
membaca	読	110	
membagi	分	60	
membangun	建	256	
membawa	持	131	
membeli	買	133	
membuat	作	262	
memilah	科	279	
meminjam	借	261	
meminjamkan	貸	239	
memotong	切	59	
memotret	写	288	
memproduksi	産	250	
menarik	引	158	
mencoba	試	198	
mencuci	洗	242	
mencucurkan	注	179	
mendasar	本	11	
mendengar	聞	91	
meneliti	究	271	
mengajar	教	268	
mengangkut	運	152	
mengetes	験	199	
menggunakan	使	259	
menghitung	計	274	
mengira	思	171	
mengirim	送	202	
mengukur	計	274	
mengumpulkan	隹	☆61	p.159
meninggalkan	去	265	
menjawab	答	233	
menjelaskan	説	276	

menulis	書	111	
menunggu	待	129	
menutup	閉	138	
menyanyi	歌	246	
menyenangkan	楽	247	
merah	赤	104	
minta keterangan	問	139	
minum	飲	102	
mobil	車	121	
mobil	車	★36	p.114
mulai	始	164	
mulut	口	7	
muncul	発	270	
murah	安	17	
musim dingin	冬	184	
musim gugur	秋	183	
musim panas	夏	182	
musim semi	春	181	

——— N ———

naik	乗	273	
nama	名	72	
nama keluarga	氏	★47	p.127
nasi	飯	101	
negara	国	50	

——— O ———

obat	薬	248	
orang	人	8	
orang	者	226	
orang	亻	☆1	p.4
orang tua	親	177	
orang yang pergi	彳	☆49	p.130

——— P ———

padang	野	213	
pagar	艹	☆35	p.48
pagi	朝	154	
pajak	税	298	

pakaian	服	196	
panas	暑	186	
panjang	長	125	
pasar	市	165	
pedang	刀	★10	p.18
pekerja	員	134	
pendapat	意	172	
pendek	短	222	
pengganti	代	238	
perak	銀	99	
perempuan	女	16	
perfektur	県	229	
pergi	行	82	
permata	玉	★6	p.15
perusahaan	社	123	
pesta	式	197	
peta	図	258	
pintu	門	90	
pisah	別	295	
pisau	刂	☆16	p.30
pohon	木	9	
pohon	朩	★26	p.40
pohon kecil	糸	★46	p.127
praktis	便	260	
pulang	帰	294	
punya	有	211	
putih	白	103	

────── R ──────

raja	王	★5	p.14
rasa	味	168	
rencana	画	275	
rendah	低	190	
rimba	森	253	
ringan	軽	153	
ruang	区	218	

ruangan	室	266	
rumah	家	234	
rumput	草	149	

────── S ──────

sakit	广	☆59	p.154
sakit	病	278	
sama	同	231	
samurai	士	★23	p.34
sapi	牛	93	
sapi	牛	★30	p.43
satu	一	1	
sawah	田	13	
saya	私	264	
sayap	羽	★41	p.117
sayuran	菜	217	
sebelum	前	96	
sedikit	少	24	
sekarang	今	61	
sekolah	校	126	
selatan	南	87	
sembilan	九	34	
semenjak	以	296	
seminggu	週	143	
semuanya	全	51	
senja	夕	69	
sepuluh	十	35	
sepuluh ribu	万	39	
seratus	百	37	
seribu	千	38	
setengahnya	半	62	
siang	昼	155	
sore hari	午	94	
spesial	特	132	
spirit	気	120	
statsion	駅	114	
studi	学	28	

suara	声	283		
suka	好	169		
suku	族	221		
sungai	川	5		
surga	天	78		

──── T ────

tahu	知	223		
tahun	年	95		
tanah	土	49		
tangan	手	58		
tangan	寸	★28	p.41	
tangan	扌	☆29	p.43	
teh	茶	150		
tekan	押	157		
telinga	耳	89		
teman	友	56		
tempat	所	236		
tenaga	力	14		
tengah-tengah	央	★56	p.145	
teori	理	210		
tepat	正	64		
terang	明	43		
tiap	毎	83		
tiba	着	272		
tidak	不	206		
tidak ada	無	212		
tidak bisa meloncat	頁	★60	p.157	
tiga	三	3		
timur	東	85		
tinggal	住	180		
tinggi	高	98		
tirai	广	☆32	p.45	
toko	店	136		
toko....	屋	267		
toko	尸	☆55	p.141	
topi	亠	☆11	p.21	

topik	題	284		
tua	古	36		
tuan	主	★44	p.123	
tuan	主	178		
tujuh	七	32		
tutup besar	冂	☆34	p.46	
tutup kecil	冖	☆37	p.114	

──── U ────

uang	金	52		
uang	金	★19	p.32	
uang	貝	★31	p.44	
ulat	虫	★38	p.115	
utara	北	88		

──── W ────

wajah	顔	282		
waktu	時	130		
waktu	日	★4	p.13	
warga	民	230		
warna	色	285		
wilayah	地	240		

──── Y ────

yen	円	40	

意味索引

ดัชนีความหมาย **Thai**

──── ก ────

กด	押	157	
กระดาษ	紙	189	
กระโดด	久	☆17	p.31
กลม	円	40	
กลับบ้าน	帰	294	
กลาง	中	20	
กลางคืน	夜	73	
กลางวัน	昼	155	
กลิ้ง	転	151	
กว้าง	ム	☆40	p.116
กว้าง	広	263	
กษัตริย์	王	★5	p.14
ก่อน	前	96	
ก้อนหิน	石	★58	p.152
ก้าวหน้า	進	293	
กิน	食	100	
กิน	食	☆20	p.32
เกิด	産	250	
เก่า	古	36	
เก้า	九	34	
แก้วแหวนเงินทอง	玉	★6	p.15
แกะ	羊	★48	p.128
ใกล้	近	200	
ไกล	遠	201	

──── ข ────

ขน	運	152	
ขวา	右	55	
ขวาน	斤	☆24	p.37
ของ	物	254	
ขัด	研	269	
ขา	足	66	
ขาสองข้าง	儿	☆12	p.24
ข้างนอก	外	70	

ข้างใน	内	124	
ข้างหลัง	後	97	
ขาด	欠	★21	p.33
ขาย	売	109	
ขาว	白	103	
ข้าว	米	116	
ขี่	乗	273	
เขต	区	218	
เข้า	入	25	
เข้ากัน	合	232	
เขียน	書	111	
แข็งแกร่ง	強	159	

──── ค ────

คน	亻	☆1	p.4
คน	人	8	
คน	者	226	
คนที่จากไป	长	☆49	p.130
ครอบครัว	族	221	
ครึ่ง	半	62	
ความคิด	意	172	
ความจริง	真	290	
ความสงบสุข	安	17	
คอ	首	141	
คันจิ	漢	286	
คำตอบ	答	233	
คำพูด	言	★22	p.34
คิด	考	289	
คุณภาพ	質	135	

──── ง ────

งานฝีมือ	工	53	
เงิน	金	52	
เงิน	金	★19	p.32
เงิน	銀	99	
เงิน	貝	★31	p.44

	— จ —		
จังหวัด	県		229
จาก	以		296
จากไป	去		265
จำนวนครั้ง	回		203
จำนวนครั้ง	度		280
จิต	気		120
จุดสังเกต	ナ	☆8	p.16
เจ็ด	七		32
เจ้าของ	主	★44	p.123
เจ้านาย	主		178
แจ่มใส	晴		187
ใจ	心		170
ใจ	心	★43	p.121
	— ฉ —		
ฉัน	私		264
	— ช —		
ชนเผ่า	族		221
ชอบ	好		169
ชา	茶		150
ชีวิต	生		74
ชื่อ	名		72
ชุมชน	町		215
เช้า	朝		154
ใช้	使		259
ใช้ประโยชน์	用		204
	— ซ —		
ซามูไร	士	★23	p.34
ซ้าย	左		54
ซื้อ	買		133
	— ญ —		
ญี่ปุ่น	和		195
	— ด —		
ดอกไม้	花		148
ดาบ	刀	★10	p.18
ดำ	黒		214

ดิน	土		49
ดี	良	★18	p.31
ดึง	引		158
ดื่ม	飲		102
ดู	見		75
เด็ก	子		27
เดิน	歩		65
เดียวกัน	同		231
เดือน	月		42
แดง	赤		104
ได้	可	★9	p.18
	— ต —		
ตน	自		140
ต้นกำเนิด	元		76
ต้นไผ่	竹	★53	p.140
ต้นไม้	木		9
ต้นไม้	木	★26	p.40
ต้นไม้เล็ก	糸	★46	p.127
ต้นไม้และใบไม้	禾	☆45	p.124
ตรวจสอบ	験		199
ตลาด	市		165
ตัวเอง	私		264
ตา	目		6
ตาย	死		224
ต่ำ	低		190
ตื่น	起		68
	— ถ —		
ถนน	辶	☆33	p.46
ถนน	通		205
ถั่ว	豆	★52	p.136
ถาม	質		135
ถึง	着		272
ถือ	持		131
ถูก	安		17
ถูกต้อง	正		64

โถง	堂	297	
ท			
ทอง	金	52	
ท่องเที่ยว	旅	220	
ท้องฟ้า	空	122	
ทะเล	海	84	
ทั้งหมด	全	51	
ทาง	道	142	
ทางแยก	彳	☆13	p.25
ทำ	作	262	
ทำงาน	働	146	
ทิศตะวันตก	西	86	
ทิศตะวันออก	東	85	
ทิศใต้	南	87	
ทิศทาง	方	219	
ทิศทาง	方	★50	p.135
ทิศเหนือ	北	88	
ที่	所	236	
ที่ดิน	地	240	
ทุก	毎	83	
ทุ่ง	野	213	
เที่ยง	午	94	
เทียน	主	★44	p.123
แทน	代	238	
แท่น	台	163	
ธ			
ธง	⺁	☆14	p.26
ธนู	弓	★39	p.116
น			
นก	鳥	192	
น้องชาย	弟	176	
น้องสาว	妹	167	
น้อย	少	24	
นับ	計	274	
นาข้าว	田	13	
นามสกุล	氏	★47	p.127

นำหน้า	先	77	
น้ำ	水	48	
น้ำ	氵	☆15	p.26
น้ำเงิน	青	105	
นึก	思	171	
เนื้อ	肉	191	
บ			
บน	上	18	
บนหัว	豆	★52	p.136
บริษัท	社	123	
บ้าน	家	234	
เบา	軽	153	
แบ่ง	分	60	
ใบหน้า	顔	282	
ป			
ประตู	門	90	
ประเทศ	国	50	
ประโยค	文	79	
ปรากฏออกมา	発	270	
ปลา	魚	115	
ปลาย	終	188	
ป่วย	疒	☆59	p.154
ป่วย	病	278	
ปัจจุบัน	今	61	
ป่า	林	252	
ป่าไม้	森	253	
ปาก	口	7	
ปิด	閉	138	
ปี	年	95	
ปีกนก	羽	★41	p.117
เป็นเจ้าของ	有	211	
เปิด	開	137	
แปด	八	33	
ไป	行	82	
ผ			
ผลิต	産	250	

264

ผัก	菜	217		ไฟฟ้า	電	119	
ผ้าคลุมขนาดเล็ก	一	☆37	p.114		ภ		
ผ้าคลุมขนาดใหญ่	刀	☆34	p.46	ภาษา	言	★22	p.34
ผ่าน	通	205		ภาษา	語	108	
ผู้	者	226		ภาษี	税	298	
ผู้ชาย	男	15		ภูเขา	山	4	
ผู้หญิง	女	16			ม		
แผน	画	275		มหาสมุทร	洋	194	
แผนที่	図	258		มา	来	117	
แผนก	科	279		ม้า	馬	113	
	ฝ			มาก	多	71	
ฝน	雨	118		ม่านหน้าร้าน	广	☆32	p.45
ฝน	雷	★25	p.38	มีด	刂	☆16	p.30
	พ			มืด	暗	46	
พบ	会	127		มือ	手	58	
พระจันทร์	月	42		มือ	寸	★28	p.41
พระอาทิตย์	日	41		มือ	扌	☆29	p.43
พลเมือง	民	230		เมือง	市	165	
พลัง	力	14		เมืองหลวง	京	228	
พ่อ	父	80		เมืองใหญ่	都	227	
พ่อแม่	親	177		แม่	母	81	
พัก	休	10		แม่น้ำ	川	5	
พัน	千	38		ไม่	不	206	
พิธี	式	197		ไม่มี	無	212	
พิเศษ	特	132		ไม่สามารถกระโดด	頁	★60	p.157
พี่ชาย	兄	175			ย		
พี่สาว	姉	166		ยัง	未	★42	p.118
พื้นฐาน	本	11		ยา	薬	248	
พูด	言	106		ย้าย	動	145	
พูด	言	★22	p.34	ยาว	長	125	
พูดคุย	話	107		ยืน	立	44	
เพื่อน	友	56		ยืม	借	261	
	ฟ			เยน	円	40	
ฟัง	聞	91		แยกออกจากกัน	別	295	
ฟัน	切	59			ร		
ไฟ	火	47		รถ	車	121	

รถ	車	★36	p.114
รวบรวม	隹	☆61	p.159
รวบรวม	集	291	
รวมเข้า	込	299	
รส	味	168	
รอ	待	129	
ร้องเพลง	歌	246	
ร้อน	暑	186	
ร้อย	百	37	
ระดับ	度	280	
ระหว่าง	間	92	
ระยะเวลา	間	92	
รับใช้	仕	208	
รั้ว	艹	☆35	p.48
ราคา	料	209	
ร่างกาย	体	12	
ร้านค้า	尸	☆55	p.141
ร้านค้าปลีก	店	136	
ริน	注	179	
รีบ	急	173	
รู้	知	223	
รูปถอมตนของคำว่า "พูด"	申	300	
เร็ว	早	147	
เริ่ม	始	164	
เรียน	学	28	
เรียนรู้	習	161	
เรื่อง	事	207	
เรื่องราว	話	107	
โรงเรียน	校	126	

―――― ฤ ――――

ฤดูใบไม้ผลิ	春	181	
ฤดูใบไม้ร่วง	秋	183	
ฤดูร้อน	夏	182	
ฤดูหนาว	冬	184	

―――― ล ――――

ลม	風	156	
ลอง	試	198	
ล่าง	下	19	
ล้าง	洗	242	
ลูกจ้าง	員	134	
ลูกธนู	矢	★51	p.136
เล็ก	小	23	
เลว	悪	174	
เล่าเรียน	勉	162	
โลก	界	249	
โลหะ	金	★19	p.32

―――― ว ――――

วัด	寺	128	
วัด	計	274	
วัน	日	41	
วัน	日	★4	p.13
วันในสัปดาห์	曜	292	
วัว	牛	93	
วัว	牛	★30	p.43
ว่าง	空	122	
วิ่ง	走	67	
วิจัย	究	271	
เวลา	日	★4	p.13
เวลา	時	130	
เวลาเย็น	夕	69	

―――― ศ ――――

ศูนย์กลาง	央	★56	p.145

―――― ส ――――

ส่ง	送	202	
สถานที่	場	235	
สถานี	駅	114	
สถาบัน	院	277	
สนุก	楽	247	
สมัย	世	237	
สมัยโบราณ	昔	★57	p.148
สมาชิก	員	134	
สระน้ำ	池	241	

สร้าง	建	256	
สวม	着	272	
สวรรค์	天	78	
สว่าง	明	43	
สอง	二	2	
สอน	教	268	
สอบถาม	問	139	
สะดวก	便	260	
สะท้อน	映	245	
สังสรรค์	交	★27	p.40
สั้น	短	222	
สัปดาห์	週	143	
สาม	三	3	
สิ่งของ	口	7	
สินค้า	品	255	
สิบ	十	35	
สี	色	285	
สี่	四	29	
สุนัข	犬	193	
สูง	高	98	
เส้นด้าย	糸	★46	p.127
เสียง	音	45	
เสียง	声	283	
เสื้อผ้า	服	196	
แสง	光	243	

—————— ห ——————

หก	六	31	
หญ้า	草	149	
หนอน	虫	★38	p.115
หนัก	重	144	
หนังสือ	本	11	
หน้า	頁	★60	p.157
หน้า	前	96	
หนาว	寒	185	
หนึ่ง	一	1	
หมวก		☆11	p.21
หมอ	医	225	
หมื่น	万	39	
หมุน	回	203	
หมู	豕	☆54	p.140
หมู่บ้าน	村	216	
หยุด	止	63	
หลักเหตุผล	理	210	
หลังคาบ้าน	宀	☆2	p.5
หลังคาโรงเรียน	学	☆3	p.9
หลังคาห้องโถง	入	☆7	p.15
ห้อง	室	266	
หอย	貝	★31	p.44
หัว	頭	281	
หัวข้อ	題	284	
ห้า	五	30	
ห้าง	屋	267	
หู	耳	89	
ให้ยืม	貸	239	
ใหญ่	大	21	
ใหม่	新	112	

—————— อ ——————

อธิบาย	説	276	
อยู่	住	180	
อ้วน	太	22	
ออก	出	26	
อ่อน	弱	160	
อะไร	何	57	
อักษร	字	287	
อังกฤษ	英	244	
อัด	写	288	
อาคาร	館	257	
อ่าน	読	110	
อาหาร	飯	101	
อุตสาหกรรม	業	251	

意味索引
Tra theo ý nghĩa (Vietnamese)

A
ai đó	者	226
anh trai	兄	175
ánh sáng	光	243
ao	池	241

Ă
ăn	食	100	
ăn	飠	☆20	p.32

Â
âm thanh	音	45
ấn	押	157

B
ba	三	3	
bạc	銀	99	
bác sĩ	医	225	
bán	売	109	
bạn	友	56	
bản đồ	図	258	
ban ngày	昼	155	
bản thân	自	140	
bản thân mình	私	264	
bao gồm	込	299	
bảy	七	32	
bắt đầu	始	164	
bầu trời	空	122	
bây giờ	今	61	
béo	太	22	
bên phải	右	55	
bên trái	左	54	
bên trong	内	124	
biển	海	84	
biết	知	223	
bò	牛	93	
bò	牜	★30	p.43

bọc lớn	冂	☆34	p.46
bọc nhỏ	冖	☆37	p.114
bố	父	80	
bố mẹ	親	177	
bốn	四	29	
bục	台	163	
buổi chiều	夕	69	
buổi lễ	式	197	
buổi sáng	朝	154	
buổi trưa	午	94	

C
cá	魚	115	
cái cây nhỏ	糸	★46	p.127
cái gì	何	57	
cánh	羽	★41	p.117
cánh đồng hoang	野	213	
cao	高	98	
cắt	切	59	
cầm	持	131	
câu	文	79	
câu chuyện	話	107	
câu trả lời	答	233	
cây	木	9	
cây	木	★26	p.40
cây tre	竹	★53	p.140
chạy	走	67	
chân	足	66	
chân	儿	☆12	p.24
chất lượng	質	135	
chết	死	224	
chỉ	糸	★46	p.127
chị gái	姉	166	
chia	分	60	
chiếc mũ	亠	☆11	p.21
chiếu	映	245	
chim	鳥	192	

Tra theo ý nghĩa — Vietnamese

chín	九	34			di chuyển	動	145	
chó	犬	193			dòng tộc	族	221	
cho mượn	貸	239			du lịch	旅	220	
chở	運	152			dưới	下	19	
chợ	市	165						

Đ

chủ nhân	主	★44	p.123		đá	石	★58	p.152
chủ nhân	主	178			đại dương	洋	194	
chùa	寺	128			đàn bà	女	16	
chụp	写	288			đàn ông	男	15	
chữ	字	287			đánh bóng	研	269	
chữ Hán	漢	286			đặc biệt	特	132	
chưa	未	★42	p.118		đằng sau	後	97	
cỏ	草	149			đất	土	49	
có thể	可	★9	p.18		đất đai	地	240	
cổ	首	141			đất nước	国	50	
cố gắng	勉	162			đầu	頭	281	
cổng	門	11			đậu	豆	★52	p.136
công ty	社	123			đậu tương	豆	★52	p.136
cờ		☆14	p.26		đẩy	押	157	
cơ bản	本	11			đen	黒	214	
cơ thể	体	12			đề tài	題	284	
cơm	飯	101			đêm	夜	73	
cũ	古	36			đếm	計	274	
cung tên	弓	★39	p.116		đến	来	117	
cuối	終	188			đến nơi	着	272	
cửa	門	90			đi	行	82	
cửa hàng	店	136			đi (xe cộ)	乗	273	
cửa hàng	尸	☆55	p.141		đi bộ	歩	65	
cừu	羊	★48	p.128		đi qua	通	205	

D

					địa điểm	場	235	
dài	長	125			điện	電	119	
dao	刂	☆16	p.30		đo	計	274	
dạy	教	268			đỏ	赤	104	
dấu hiệu	ナ	☆8	p.16		đọc	読	110	
dậy	起	68			đóng	閉	138	
dễ chịu	安	17			đồ vật	物	254	

đợi	待	129	
đúng	正	64	
đứa trẻ	子	27	
đứng	立	44	
đường đi	道	142	
đường phố	辶	☆33	p.46

— E —

em gái	妹	167	
em trai	弟	176	

— G —

ga	駅	114	
gạo	米	116	
gặp	会	127	
gần	近	200	
gia đình	族	221	
giá tiền	料	209	
giải thích	説	276	
giao lưu	交	★27	p.40
giấy	紙	189	
gió	風	156	
giống	同	231	
giữa	間	92	
gửi	送	202	

— H —

hai	二	2	
hàng hóa	品	255	
hàng rào	艹	☆35	p.48
hát	歌	246	
hiệu ~	屋	267	
họ	氏	★47	p.127
hoa	花	148	
học	学	28	
hỏi	質	135	
hỏi thăm	問	139	
hội trường	堂	297	
hợp	合	232	
hợp lý	理	210	
hướng	方	219	
hướng	方	★50	p.135

— I —

ít	少	24	

— K —

kéo	引	158	
kế hoạch	画	275	
khẩn trương	急	173	
khí	気	120	
khiêm nhường của 'nói'	申	300	
khoảng thời gian	間	92	
khỏe	強	159	
không	不	206	
không có gì	無	212	
không thể nhảy	頁	★60	p.157
khu	区	218	
kiểm tra	験	199	
kim loại	金	★19	p.32

— L —

lá và cây	禾	☆45	p.124
làm	作	262	
làm việc	働	146	
làng	村	216	
lạnh	寒	185	
lăn	転	151	
lần	度	280	
lợn	豕	☆54	p.140
lửa	火	47	
lưỡi kiếm	刀	★10	p.18

— M —

mái của hội trường	入	☆7	p.15
mái nhà	宀	☆2	p.5
mái trường học	龸	☆3	p.9
màu sắc	色	285	
mặc	着	272	

mắt	目	6			nghĩ	思	171		
mặt	顔	282			nghỉ	休	10		
mặt trăng	月	42			nghiên cứu	究	271		
mặt trời	日	41			ngoài	外	70		
mẹ	母	81			ngọc	玉	★6	p.15	
miệng	口	7			ngôn ngữ	言	★22	p.34	
mọi	毎	83			ngôn ngữ	語	108		
một	一	1			nguồn gốc	元	76		
một nghìn	千	38			ngựa	馬	113		
một trăm	百	37			người	人	8		
mở	開	137			người	亻	☆1	p.4	
mới	新	112			người	者	226		
mua	買	133			người ra đi	𠂉	☆49	p.130	
mùa đông	冬	184			người thành phố	民	230		
mùa hè	夏	182			nhà	家	234		
mùa thu	秋	183			nhân viên	員	134		
mùa xuân	春	181			Nhật Bản	和	195		
mũi tên	矢	★51	p.136		nhảy lò cò	夊	☆17	p.31	
mưa	雨	118			nhẹ	軽	153		
mưa	雨	★25	p.38		nhiệt độ	度	280		
mười	十	35			nhiều	多	71		
mười nghìn	万	39			nhìn	見	75		
mượn	借	261			nhỏ	小	23		

― N ―

					nói	言	106		
năm	五	30			nói	言	★22	p.34	
năm	年	95			nói chuyện	話	107		
nặng	重	144			nóng	暑	186		
ngã ba	彳	☆13	p.25		nơi	所	236		
ngành sản xuất	業	251			núi	山	4		
ngày	日	41			nửa	半	62		
ngày	日	★4	p.13		nước	水	48		
ngày trong tuần	曜	292			nước	氵	☆15	p.26	
ngày xưa	昔	★57	p.148		nước Anh	英	244		

― O ―

ngăn	止	63		
ngắn	短	222		
nghe	聞	91		

ô tô	車	121		
ô tô	車	★36	p.114	

ốm	疒	☆59	p.154
ốm	病	278	

Ơ

ở	住	180	

P

phát ra	発	270	
phân loại	科	279	
phía bắc	北	88	
phía đông	東	85	
phía nam	南	87	
phía tây	西	86	
phía trước	先	77	
phòng	室	266	
phố	通	205	
phục vụ	仕	208	

Q

quay	回	203	
quần áo	服	196	

R

ra	出	26	
ra đi	去	265	
rau	菜	217	
rẻ	安	17	
rìu	斤	☆24	p.37
rót	注	179	
rộng	厶	☆40	p.116
rộng	広	263	
rời rạc	別	295	
ruộng lúa	田	13	
rửa	洗	242	
rừng rậm	森	253	
rừng thưa	林	252	

S

sách	本	11	
sản xuất	産	250	
sáng	明	43	
sáu	六	31	
sâu	虫	★38	p.115
sinh	産	250	
sò	貝	★31	p.44
số lần	回	203	
sông	川	5	
sở hữu	有	211	
sớm	早	147	
suy nghĩ	考	289	
sử dụng	使	259	
sử dụng	用	204	
sự sống	生	74	
sự thật	真	290	
sức lực	力	14	

T

tai	耳	89	
tám	八	33	
tay	手	58	
tay	寸	★28	p.41
tay	扌	☆29	p.43
tấm rèm	广	☆32	p.45
tập	習	161	
tập trung	隹	☆61	p.159
tập trung	集	291	
tất cả	全	51	
tên	名	72	
tháng	月	42	
thành phố	市	165	
thành phố lớn	都	227	
thành viên	員	134	
thay thế	代	238	
thấp	低	190	
thế giới	界	249	
thế hệ	世	237	
thị trấn	町	215	
thiếu	欠	★21	p.33

thịt	肉	191	
thời gian	日	★4	p.13
thời gian	時	130	
thủ công	工	53	
thủ đô	京	228	
thuế	税	298	
thuốc	薬	248	
thử	試	198	
tiền	金	52	
tiền	鈴	★19	p.32
tiền	貝	★31	p.44
tiến	進	293	
tiện lợi	便	260	
tiếng	声	283	
tỉnh	県	229	
to	大	21	
tòa nhà	館	257	
tôi	私	264	
tối	暗	46	
tốt	良	★18	p.31
trà	茶	150	
trái tim	心	170	
trái tim	心	★43	p.121
trang	頁	★60	p.157
trắng	白	103	
trên	上	18	
tròn	円	40	
trong	中	20	
trống không	空	122	
trời	天	78	
trời đẹp	晴	187	
trung tâm	央	★56	p.145
trước	前	96	
trước ~	前	96	
trường học	校	126	
tuần	週	143	

từ	言	★22	p.34
từ	以	296	

― U ―

uống	飲	102	

― V ―

vàng	金	52	
vào	入	25	
vật	口	7	
về	帰	294	
vị	味	168	
việc	事	207	
viện	院	277	
viết	書	111	
võ sĩ	士	★23	p.34
vua	王	★5	p.14
vui	楽	247	

― X ―

xa	遠	201	
xanh	青	105	
xấu	悪	174	
xây dựng	建	256	

― Y ―

ý kiến	意	172	
Yên	円	40	
yếu	弱	160	
yêu quý	好	169	

部品索引・Parts Index・Indeks Berdasarkan Bagian Hurufnya・ดัชนีส่วนประกอบคันจิ・Tra theo bộ

☆1	亻	person, people / orang / คน / người	p.4
☆2	广	roof of a house / atap rumah / หลังคาบ้าน / mái nhà	p.5
☆3	宀	roof of a school / atap sekolah / หลังคาโรงเรียน / mái trường học	p.9
★4	日	day, time / hari, waktu / วัน, เวลา / ngày, thời gian	p.13
★5	王	king / raja / กษัตริย์ / vua	p.14
★6	玉	jewel / permata / แก้วแหวนเงินทอง / ngọc	p.15
☆7	亠	roof of a hall / atap aula / หลังคาห้องโถง / mái của hội trường	p.15
☆8	丆	landmark / lambang / จุดสังเกต / dấu hiệu	p.16
★9	可	can / bisa / ได้ / có thể	p.18
★10	刀	sword / pedang / ดาบ / lưỡi kiếm	p.18
☆11	冖	hat / topi / หมวก / chiếc mũ	p.21
☆12	儿	two legs / dua kaki / ขาสองข้าง / chân	p.24
☆13	彳	T-intersection / jalan leter T / ทางแยก / ngã ba	p.25
☆14	宀	flag / bendera / ธง / cờ	p.26
☆15	氵	water / air / น้ำ / nước	p.26
☆16	刂	knife / pisau / มีด / dao	p.30
☆17	夂	skip / jingkat / กระโดด / nhảy lò cò	p.31
★18	良	good / baik / ดี / tốt	p.31
★19	金	money, metal / uang, emas / เงิน, โลหะ / tiền, kim loại	p.32
☆20	食	eat / makan / กิน / ăn	p.32
★21	欠	lack / kurang / ขาด / thiếu	p.33
★22	言	word, language, say / bahasa, kata, berkata / คำพูด, ภาษา, พูด / từ, ngôn ngữ, nói	p.34
★23	士	samurai / samurai / ซามูไร / võ sĩ	p.34
☆24	斤	ax / kapak / ขวาน / rìu	p.37
★25	雨	rain / hujan / ฝน / mưa	p.38
★26	木	tree / pohon / ต้นไม้ / cây	p.40
★27	交	mingle / bergaul / สังสรรค์ / giao lưu	p.40
★28	寸	hand / tangan / มือ / tay	p.41
☆29	扌	hand / tangan / มือ / tay	p.43
★30	牛	cow / sapi / วัว / bò	p.43
★31	貝	money, seashell / uang, kerang / เงิน, หอย / tiền, sò	p.44
☆32	广	shop curtain / tirai / ม่านหน้าร้าน / tấm rèm	p.45
☆33	辶	road / jalan / ถนน / đường phố	p.46
☆34	冂	big cover / tutup besar / ผ้าคลุมขนาดใหญ่ / bọc lớn	p.46

☆35	艹	fence / pagar / รั้ว / hàng rào	p.48
★36	車	car / mobil / รถ / ô tô	p.114
☆37	冖	small cover / tutup kecil / ผ้าคลุมขนาดเล็ก / bọc nhỏ	p.114
★38	虫	bug / ulat / หนอน / sâu	p.115
★39	弓	bow / busur panah / ธนู / cung tên	p.116
☆40	厶	space / luas / กว้าง / rộng	p.116
★41	羽	feather / sayap / ปีกนก / cánh	p.117
★42	未	not yet / belum / ยัง / chưa	p.118
★43	心	heart / hati / ใจ / trái tim	p.121
★44	主	candle, master / lilin, tuan / เจ้าของ, เทียน / chủ nhân	p.123
☆45	禾	leaf and tree / daun dan pohon / ต้นไม้และใบไม้ / lá và cây	p.124
★46	糸	small tree, thread / pohon kecil, benang / ต้นไม้เล็ก, เส้นด้าย / cái cây nhỏ, chỉ	p.127
★47	氏	family name / nama keluarga / นามสกุล / họ	p.127
★48	羊	sheep / domba / แกะ / cừu	p.128
☆49	夂	person leaving / orang yang pergi / คนที่จากไป / người ra đi	p.130
★50	方	direction / arah / ทิศทาง / hướng	p.135
★51	矢	arrow / anak panah / ลูกธนู / mũi tên	p.136
★52	豆	on his/her head, bean / di atas kepala, kacang / บนหัว, ถั่ว / đầu, đậu tương	p.136
★53	竹	bamboo / bambu / ต้นไผ่ / cây tre	p.140
☆54	豕	pig / babi / หมู / lợn	p.140
☆55	尸	store / toko / ร้านค้า / cửa hàng	p.141
★56	央	center / tengah-tengah / ศูนย์กลาง / trung tâm	p.145
★57	昔	old times / dahulu / สมัยโบราณ / ngày xưa	p.148
★58	石	stone / batu / ก้อนหิน / đá	p.152
☆59	疒	sick / sakit / ป่วย / ốm	p.154
★60	頁	cannot skip, page / tidak bisa meloncat, halaman buku / ไม่สามารถกระโดด, หน้า / không thể nhảy, trang	p.157
☆61	隹	gather / mengumpulkan / รวบรวม / tập trung	p.159

Tra theo âm Hán Việt

A

ác	悪	174
ám	暗	46
an	安	17
anh	英	244
ảnh	映	245
áp	押	157

Â

âm	音	45
ẩm	飲	102

B

bách	百	37
bạch	白	103
bán	半	62
bản	本	11
bát	八	33
bắc	北	88
bất	不	206
bế	閉	138
bệnh	病	278
biệt	別	295
bộ	歩	65

C

ca	歌	246	
cao	高	98	
cận	近	200	
cấp	急	173	
chân	真	290	
chất	質	135	
chỉ	止	63	
chỉ	紙	189	
chính	正	64	
chợ	市	165	
chu	週	143	
chú	注	179	
chủ	主	★44	p.123
chủ	主	178	
chung	終	188	
chuyển	転	151	
cổ	古	36	
công	工	53	
cụ	貝	★31	p.44
cung	弓	★39	p.116
cường	強	159	
cứu	究	271	
cửu	九	34	

D

dã	野	213	
dạ	夜	73	
danh	名	72	
dân	民	230	
dẫn	引	158	
dĩ	以	296	
dịch	駅	114	
diệu	曜	292	
dụng	用	204	
dược	薬	248	
dương	羊	★48	p.128
dương	洋	194	

Đ

đa	多	71	
đài	台	163	
đãi	待	129	
đại	大	21	
đại	代	238	
đao	刀	★10	p.18
đạo	道	142	
đáp	答	233	
đặc	特	132	
đầu	頭	281	
đậu	豆	★52	p.136
đê	低	190	
đề	題	284	
đệ	弟	176	
địa	地	240	
điếm	店	136	
điền	田	13	
điện	電	119	
điểu	鳥	192	
đinh	町	215	
đoản	短	222	
đô	都	227	
đồ	図	258	
độ	度	280	
độc	読	110	
đông	東	85	
đông	冬	184	
đồng	同	231	
động	動	145	
động	働	146	
đường	堂	297	

G

gia	家	234	
giả	者	226	
gian	間	92	
giao	交	★27	p.40
giáo	教	268	
giới	界	249	

H

hà	何	57
hạ	下	19
hạ	夏	182
hải	海	84
hán	漢	286
hàn	寒	185
hành	行	82

Tra theo âm Hán Việt

hảo	好	169		kim	金	52		nghiệp	業	251	
hắc	黒	214		kim	今	61		ngọ	午	94	
hậu	後	97		kim	金	★19	p.32	ngoại	外	70	
hiệt	頁	★60	p.157	kinh	京	228		ngọc	玉	★6	p.15
hiệu	校	126						ngôn	言	106	

L

hoa	花	148		lạc	楽	247		ngôn	言	★22	p.34
hòa	和	195		lai	来	117		ngũ	五	30	
hỏa	火	47		lâm	林	252		nguyên	元	76	
họa	画	275		lập	立	44		nguyệt	月	42	
học	学	28		liệu	料	209		ngư	魚	115	
hồi	回	203		lục	六	31		ngữ	語	108	
hội	会	127		lữ	旅	220		ngưu	牛	93	
hợp	合	232		lực	力	14		ngưu	牛	★30	p.43
huyện	県	229		lương	良	★18	p.31	nhan	顔	282	
huynh	兄	175		lý	理	210		nhân	人	8	

M

hưu	休	10						nhập	入	25	
hữu	右	55		mã	馬	113		nhất	一	1	
hữu	友	56		mãi	買	133		nhật	日	41	
hữu	有	211		mại	売	109		nhật	日	★4	p.13

K

				mẫu	母	81		nhĩ	耳	89	
kế	計	274		mễ	米	116		nhị	二	2	
khả	可	★9	p.18	mịch	糸	★46	p.127	nhục	肉	191	
khai	開	137		miễn	勉	162		nhược	弱	160	
khảo	考	289		minh	明	43		niên	年	95	
khẩu	口	7		mộc	木	9		nội	内	124	
khí	気	120		mộc	木	★26	p.40	nữ	女	16	
khinh	軽	153		mỗi	毎	83					

Ô

khoa	科	279		môn	門	90		ốc	屋	267	
không	空	122		mục	目	6					

P

khởi	起	68		muội	妹	167		phạn	飯	101	
khu	区	218						phát	発	270	

N

khuyển	犬	193		nam	男	15		phẩm	品	255	
khuyết	欠	★21	p.33	nam	南	87		phân	分	60	
khứ	去	265		ngân	銀	99		phong	風	156	
kiến	見	75		nghiệm	験	199		phụ	父	80	
kiến	建	256		nghiên	研	269		phục	服	196	

phương	方	219		thái	太	22		thừa	乘	273	
phương	方	★50	p.135	thái	菜	217		thức	式	197	
— Q —				thải	貸	239		thực	食	100	
quán	館	257		thanh	青	105		thượng	上	18	
quang	光	243		thanh	声	283		tích	昔	★57	p.148
quảng	広	263		thảo	草	149		tịch	夕	69	
quốc	国	50		thân	親	177		tiên	先	77	
quy	帰	294		thân	申	300		tiến	進	293	
— S —				thập	十	35		tiền	前	96	
sản	産	250		thất	七	32		tiển	洗	242	
sắc	色	285		thất	室	266		tiện	便	260	
sâm	森	253		thế	世	237		tiểu	小	23	
sĩ	士	★23	p.34	thể	体	12		tinh	晴	187	
sĩ	仕	208		thí	試	198		toàn	全	51	
sinh	生	74		thỉ	矢	★51	p.136	tộc	族	221	
sơ	始	164		thị	市	165		tống	送	202	
sở	所	236		thị	氏	★47	p.127	trà	茶	150	
sơn	山	4		thiên	千	38		tri	知	223	
sứ	使	259		thiên	天	78		trì	持	131	
sử	使	259		thiết	切	59		trì	池	241	
sự	事	207		thiếu	少	24		triều	朝	154	
— T —				thiểu	少	24		trọng	重	144	
tá	借	261		thoại	話	107		trú	昼	155	
tả	左	54		thổ	土	49		trú	住	180	
tả	写	288		thôn	村	216		trúc	竹	★53	p.140
tác	作	262		thốn	寸	★28	p.41	trung	中	20	
tam	三	3		thông	通	205		trùng	虫	★38	p.115
tảo	早	147		thời	時	130		trước	着	272	
tâm	心	170		thu	秋	183		trường	長	125	
tâm	心	★43	p.121	thủ	手	58		trường	場	235	
tân	新	112		thủ	首	141		trưởng	長	125	
tập	習	161		thuế	税	298		túc	足	66	
tập	集	291		thủy	水	48		tư	思	171	
tẩu	走	67		thuyết	説	276		tư	私	264	
tây	西	86		thư	書	111		tứ	四	29	
thạch	石	★58	p.152	thử	暑	186		tử	子	27	

tử	死	224	
tự	寺	128	
tự	自	140	
tự	字	287	
tỷ	姉	166	

───── U ─────

ương	央	★56	p.145

───── V ─────

vạn	万	39	
văn	文	79	
văn	聞	91	
vấn	問	139	
vận	運	152	
vật	物	254	
vị	未	★42	p.118
vị	味	168	
viên	円	40	
viên	員	134	
viễn	遠	201	
viện	院	277	
vô	無	212	
vũ	雨	118	
vũ	雲	★25	p.38
vũ	羽	★41	p.117
vương	王	★5	p.14

───── X ─────

xa	車	121	
xa	車	★36	p.114
xã	社	123	
xích	赤	104	
xuân	春	181	
xuất	出	26	
xuyên	川	5	

───── Y ─────

y	医	225	
ý	意	172	

あとがき

　本書は、TAC日本語学舎代表の高橋秀雄と、同じくTAC日本語学舎の山本栄子さんのコーチングを応用した授業実践がもとになっています。本書は、「短期間に楽に楽しく漢字が学べるにはどうすればいいか」という工夫の結晶とも言えます。この授業実践がなければ、本書の出版の実現はなかったことを述べて、あとがきといたします。

　　執筆分担は、以下の通りです。
　　　　ボイクマン総子……ストーリーの原案、本書の使い方、第1, 3, 5, 7, 9, 11, 13, 15回、Q&A 2, 4, 6
　　　　渡辺陽子……………ストーリーの原案、第2, 4, 6, 8, 10, 12, 14, 16回、Q&A 1, 3, 5, 7、イラストの原案
　　　　倉持和菜……………ストーリーの原案、イラストの原案

　イラストレーターの坂木浩子さんには、素敵な絵を描いていただき、ありがとうございました。また、Zelenak Sandor さんには、イラストとストーリーに関して貴重なアイデアをいただきました。感謝申しあげます。また、一人一人のお名前を挙げることはできませんが、授業で有益なフィードバックをくださった学習者の方々にも、この場をお借りしてお礼を申し上げます。

　最後になりましたが、くろしお出版の市川麻里子さんには、大変お世話になりました。ありがとうございました。

高橋秀雄
ボイクマン総子・渡辺陽子・倉持和菜

Postscript

　This book is based on the actual practice of teaching method in coaching conducted by Mr. Hideo Takahashi and Ms. Eiko Yamamoto of TAC Japanese Institute.

　This is the fruit of their teaching art and the pursuit of 'how can we make their kanji studies easier, shorter and more enjoyable.' It is their challenge that created this book.

　The authors wrote the following parts:
　　Fusako Beuckmann…… Original ideas of Kanji story, How to use the book, Lesson 1,3,5,7,9,11,13,15, Q&A 2,4,6
　　Yoko Watanabe ………… Original ideas of Kanji story, Lesson 2,4,6,8,10,12,14,16, Q&A 1,3,5,7, ideas of illustrations
　　Kazuna Kuramochi …… Original ideas of kanji story, idea of illustrations

　We hereby appreciate Ms.Hiroko Sakaki, the illustrator for drawing very cute illustrations and Mr.Zelenak Sandor for giving us many ideas of both illustrations and stories. We also would like to say many thanks to all the people who gave us feedback.

　At last but not least, we appreciate Ms.Mariko Ichikawa of Kurosio Publishers for supporting us in all the procedures of making this book.

Hideo Tahakashi
Fusako Beuckmann・Yoko Watanabe・Kazuna Kuramochi

参考文献

加納千恵子・清水百合・竹中弘子・石井恵理子（1989）『BASIC KANJI BOOK 基本漢字500』vol.1&2 凡人社

国際交流基金・日本国際教育協会（2002）『日本語能力試験出題基準［改訂版］』凡人社

白川静（2003）『常用字解』平凡社

武部良明（1993）『漢字はむずかしくない―24の法則ですべての漢字がマスターできる―』アルク

德弘康代（2008）『日本語学習のためのよく使う順漢字2100』三省堂

Heisig, J. W.（1977）"*Remembering the kanji* vol.1" 日本出版貿易

著者紹介

ボイクマン総子

大阪外国語大学大学院言語社会研究科博士後期課程修了、博士（言語・文化学）

現在、東京大学 大学院総合文化研究科 教授

著書に、『新版 聞いて覚える話し方 日本語生中継 中～上級編』『聞いて覚える話し方 日本語生中継 初中級編1』『聞いて覚える話し方 日本語生中継 初中級編2』など、『ストーリーで覚える漢字300 英語・韓国語・ポルトガル語・スペイン語版』『ストーリーで覚える漢字301-500 英語・韓国語・ポルトガル語・スペイン語版』『ストーリーで覚える漢字301-500 英語・インドネシア語・タイ語・ベトナム語版』、『わたしのにほんご』（以上、くろしお出版・共著）、『生きた素材で学ぶ 新・中級から上級への日本語』、『東京大学教養学部のアカデミック・ジャパニーズ　J-PEAK 中級』（以上、ジャパンタイムズ出版・共著）がある。

渡辺陽子（岩崎陽子）

早稲田大学大学院日本語教育研究科修士課程修了

元、早稲田大学 日本語教育研究センター インストラクター（非常勤）

著書に、『ストーリーで覚える漢字300 英語・韓国語・ポルトガル語・スペイン語版』『ストーリーで覚える漢字301-500 英語・韓国語・ポルトガル語・スペイン語版』『ストーリーで覚える漢字301-500 英語・インドネシア語・タイ語・ベトナム語版』『ストーリーで覚える漢字300 ワークブック 英語・インドネシア語・タイ語・ベトナム語版』（以上、くろしお出版・共著）がある。

倉持和菜

国際基督教大学教養学部卒業

元、国際交流基金 日本語教育指導助手(ベトナム)

著書に、『ストーリーで覚える漢字300 英語・韓国語・ポルトガル語・スペイン語版』（くろしお出版・共著）がある。

監修者紹介

高橋秀雄

TAC日本語学舎代表、元アレキサンダー社コーチ

翻訳者

英語：小室リー郁子, Peter Lee, 渡辺陽子

インドネシア語：Dedi Sutedi（デディ・ステディ）

タイ語：ยุพกา ฟูกุชิม่า（Yupaka Fukushima）

ベトナム語：Nguyễn Thanh Vân（グエン・タン・ヴァン）

ストーリーで覚える漢字300 ● Learning 300 Kanji through Stories
英語・インドネシア語・タイ語・ベトナム語版　　English・Indonesian・Thai・Vietnamese

2008年11月25日	第1刷発行
2023年 3月25日	第10刷発行

著者	ボイクマン総子・渡辺陽子・倉持和菜
監修	高橋秀雄
発行人	岡野秀夫
発行	株式会社 くろしお出版 〒102-0084 東京都千代田区二番町 4-3 TEL 03-6261-2867　FAX 03-6261-2879 URL http://www.9640.jp E-mail kurosio@9640.jp
印刷所	三秀舎
翻訳者	小室リー郁子・Peter Lee・渡辺陽子（英語） Dedi Sutedi（インドネシア語） ยุพกา ฟูกุชิม่า（タイ語） Nguyễn Thanh Vân（ベトナム語）
イラスト	坂木浩子
装丁	鈴木章宏
担当・レイアウト	市川麻里子

© BEUCKMANN Fusako, WATANABE Yoko, KURAMOCHI Kazuna 2008, Printed in Japan
ISBN 978-4-87424-428-9 C0081

● 乱丁・落丁はおとりかえいたします。本書の無断転載・複製を禁じます。

画数索引
Number of Strokes Index • Indeks Berdasaran Jumlah Struknya
ดัชนีจำนวนเส้น • Tra theo nét

1	1 一	2	2 二	8 人

14 力	25 入	32 七	33 八	34 九	35 十	3	3 三	4 山	5 川	7 口	16 女
18 上	19 下	21 大	23 小	27 子	38 千	39 万	49 土	53 エ	69 夕	4	9 木
20 中	22 太	24 少	30 五	31 六	40 円	41 日	42 月	47 火	48 水	56 友	58 手
59 切	60 分	61 今	63 止	76 元	78 天	79 文	80 父	93 牛	94 午	124 内	158 引
170 心	193 犬	206 不	218 区	219 方	5	6 目	11 本	13 田	26 出	29 四	36 古
44 立	54 左	55 右	62 半	64 正	70 外	74 生	81 母	88 比	103 白	163 台	165 市
175 兄	178 主	184 冬	204 用	208 仕	230 民	237 世	238 代	263 広	265 去	288 写	296 以
299 込	300 申	6	10 休	17 安	37 百	51 全	71 多	72 名	77 先	82 行	83 毎
86 西	89 耳	95 年	116 米	120 気	127 会	128 寺	140 自	147 早	169 好	191 肉	197 式
203 回	211 有	224 死	231 同	232 合	240 地	241 池	243 光	285 色	287 字	289 考	7
12 体	15 男	57 何	66 足	67 走	75 見	104 赤	106 言	109 売	117 来	121 車	123 社
148 花	176 弟	180 住	190 低	200 近	215 町	216 村	225 医	258 図	262 作	264 私	271 究
283 声	295 別	8	28 学	43 明	50 国	52 金	65 歩	73 夜	85 東	90 門	105 青

ストーリーで覚える漢字300

Learning 300 Kanji through Stories
Belajar 300 Kanji dari Asal-Usulnya
เรียนรู้คันจิ 300 ตัวผ่านเรื่องสนุก
Học 300 chữ Hán qua các mẩu chuyện

English, Indonesian, Thai, Vietnamese

別冊

解答 Answers / Kunci Jawaban / คำตอบ / Đáp án
- Meaning 2
- Reading 4

日本語訳
- ストーリーで意味を覚えよう 10
- Q & A 18

Meaning 解答 / Answers / Kunci Jawaban / คำตอบ / Đáp án

練習問題 · Exercise · Soal Latihan · แบบฝึกหัด · Luyện tập

第1回 (1-17)　p.6

2 ① a　② d　③ b　④ c　⑤ e

3 ① a woman　② three people　③ an Italian person　④ a man　⑤ the Nile river　⑥ an inexpensive camera　⑦ Mt. Fuji　⑧ physical strength

① perempuan　② tiga orang　③ orang Itali　④ laki-laki　⑤ sungai Nil　⑥ kamera murah　⑦ gunung Fuji　⑧ stamina

① ผู้หญิง　② สามคน　③ คนอิตาลี　④ ผู้ชาย　⑤ แม่น้ำไนล์　⑥ กล้องราคาถูก　⑦ ภูเขาฟูจิ　⑧ สมรรถภาพร่างกาย

① phụ nữ　② ba người　③ người Ý　④ đàn ông　⑤ sông Nile　⑥ chiếc máy ảnh rẻ　⑦ núi Phú Sĩ　⑧ thể lực

第2回 (18-36)　p.11

2 ① c　② b　③ d　④ e　⑤ a

3 ① a boy　② ninety-eight　③ an elementary school　④ seven people　⑤ a used book　⑥ entrance to school　⑦ an exit　⑧ an entrance

① anak laki-laki　② sembilan puluh delapan　③ SD　④ tujuh orang　⑤ buku bekas　⑥ masuk sekolah　⑦ pintu keluar　⑧ pintu masuk

① เด็กผู้ชาย　② เก้าสิบแปด　③ โรงเรียนประถมศึกษา　④ เจ็ดคน　⑤ หนังสือเก่า　⑥ เข้าโรงเรียน　⑦ ทางออก　⑧ ทางเข้า

① cậu bé　② chín mươi tám　③ trường tiểu học　④ bảy người　⑤ sách đã qua sử dụng　⑥ nhập học　⑦ cửa ra　⑧ cửa vào

第3回 (37-56)　p.17

2 ① b　② c　③ d　④ e　⑤ a

3 ① eight million people　② Monday　③ Tuesday　④ money　⑤ a friend　⑥ March　⑦ Japan　⑧ a thousand days

① delapan juta orang　② Senin　③ Selasa　④ uang　⑤ sahabat　⑥ Maret　⑦ Jepang　⑧ seribu hari

① แปดล้านคน　② วันจันทร์　③ วันอังคาร　④ เงิน　⑤ เพื่อน　⑥ เดือนมีนาคม　⑦ ญี่ปุ่น　⑧ พันวัน

① tám triệu người　② thứ hai　③ thứ ba　④ tiền　⑤ bạn　⑥ tháng ba　⑦ Nhật Bản　⑧ một nghìn ngày

第4回 (57-74)　p.23

2 ① a　② e　③ c　④ d　⑤ b

3 ① today　② tonight　③ half　④ a university/college student　⑤ what month　⑥ more or less　⑦ (someone) has been out　⑧ the setting sun

① hari ini　② malam ini　③ setengahnya　④ mahasiswa　⑤ bulan apa　⑥ banyak atau sedikit　⑦ sedang keluar　⑧ matahari senja

① วันนี้　② คืนนี้　③ ครึ่งหนึ่ง　④ นิสิต นักศึกษา　⑤ เดือนอะไร　⑥ ไม่มากก็น้อย　⑦ ไม่อยู่ ออกไปข้างนอก　⑧ อาทิตย์อัสดง

① hôm nay　② tối nay, đêm nay　③ một nửa　④ sinh viên　⑤ tháng mấy　⑥ ít nhiều　⑦ đi ra ngoài　⑧ mặt trời chiều

第5回 (75-92)　p.29

2 ① e　② d　③ a　④ b　⑤ c

3 ① an east exit　② a west gate　③ last month　④ sea water　⑤ every month　⑥ literature　⑦ a father and a mother　⑧ south and north, south to north

① pintu timur　② pintu barat　③ bulan lalu　④ air laut　⑤ tiap bulan　⑥ kesusastraan　⑦ ayah dan ibu　⑧ selatan dan utara

① ทางออกทิศตะวันออก　② ทางออกทิศตะวันตก　③ เดือนที่แล้ว　④ น้ำทะเล　⑤ ทุกเดือน　⑥ วรรณคดี　⑦ พ่อและแม่　⑧ เหนือและใต้ เหนือจรดใต้

① cửa đông　② cửa tây　③ tháng trước　④ nước biển　⑤ hàng tháng　⑥ văn học　⑦ bố mẹ　⑧ bắc nam, nam bắc

第6回 (93-111)　p.36

2 ① c　② e　③ a　④ b　⑤ d

3 ① before a meal　② afternoon, p.m.　③ eating and drinking　④ one's native language　⑤ one word　⑥ birthday (year and date)　⑦ five years ago　⑧ senior, older

① sebelum makan　② sore hari (p.m.)　③ makan dan minum　④ bahasa ibu　⑤ sepatah kata　⑥ tanggal lahir　⑦ lima tahun yang lalu　⑧ lebih tua

① ก่อนอาหาร　② p.m.หลังเที่ยง　③ การกินและดื่ม　④ ภาษาแม่　⑤ หนึ่งคำ　⑥ วันเดือนปีเกิด　⑦ ห้าปีก่อน　⑧ อาวุโสกว่า ผู้ใหญ่กว่า

① trước bữa ăn　② p.m. buổi chiều　③ ăn uống　④ tiếng mẹ đẻ　⑤ một từ　⑥ ngày tháng năm sinh　⑦ năm năm trước　⑧ người lớn tuổi hơn

第7回 (112-130)　p.42

2 ① e　② a　③ c　④ d　⑤ b

3 ① a school principal　② a train　③ inside the company　④ electricity　⑤ waiting time　⑥ near the front of a station　⑦ a newcomer　⑧ not occupied (e.g. taxies)

① kepala sekolah　② trem　③ dalam perusahaan　④ listrik　⑤ waktu menunggu　⑥ depan statsion　⑦ orang baru　⑧ mobil kosong

① ครูใหญ่　② รถไฟฟ้า　③ ภายในบริษัท　④ ไฟฟ้า　⑤ เวลารอ　⑥ หน้าสถานี　⑦ ผู้มาใหม่　⑧ ว่าง

① thầy hiệu trưởng　② tàu điện　③ trong công ty　④ điện　⑤ thời gian đợi　⑥ trước ga　⑦ thành viên mới　⑧ xe trống (taxi)

第8回 (131-150)　p.49

2 ① a　② d　③ b　④ e　⑤ c

3 ① a special sale　② Japanese tea　③ next week　④ an automobile　⑤ closing of a store or a restaurant　⑥ a person's weight　⑦ getting up early　⑧ cherry blossom-viewing (picnic)

① penjualan khusus　② teh Jepang　③ minggu depan　④ mobil　⑤ toko tutup　⑥ berat badan　⑦ bangun cepat　⑧ melihat bunga Sakura

① สินค้าราคาพิเศษ ② ชาญี่ปุ่น ③ สัปดาห์หน้า ④ รถยนต์
⑤ ปิดบริการ ⑥ น้ำหนักตัว ⑦ ตื่นเช้า ⑧ การชมดอกซากุระ

① bán giá rẻ ② trà Nhật Bản ③ tuần sau
④ xe ô tô ⑤ đóng cửa (cửa hàng, quán ăn)
⑥ trọng lượng ⑦ ngủ dậy sớm ⑧ ngắm hoa

第9回 (151-169) p.120

2 ① a ② c ③ e ④ b ⑤ d

3 ① starting ② this morning ③ a light meal
④ lunch time ⑤ most favorite ⑥ sisters
⑦ a self study ⑧ a mayor

① mulai ② tadi pagi ③ makanan ringan
④ makan siang ⑤ sangat suka ⑥ sodara perempuan
⑦ belajar sendiri ⑧ wali kota

① การเริ่ม ② เมื่อเช้า ③ อาหารว่าง ④ พักกลางวัน
⑤ ชอบมาก โปรดมาก ⑥ พี่สาวและน้องสาว
⑦ การเรียนรู้ด้วยตนเอง ⑧ ผู้ว่าการเมือง

① bắt đầu ② sáng nay ③ bữa ăn nhẹ ④ nghỉ trưa
⑤ rất thích ⑥ chị em gái ⑦ tự học ⑧ thị trưởng

第10回 (170-187) p.126

2 ① d ② a ③ e ④ b ⑤ c

3 ① summer vacation ② brothers ③ a father
④ a resident ⑤ fine weather ⑥ rain in autumn
⑦ centre ⑧ bad mouth about someone

① liburan musim panas ② sodara ③ ayah ④ suami (tuan)
⑤ cuaca cerah ⑥ hujan musim gugur ⑦ pusat ⑧ gunjingan

① วันหยุดฤดูร้อน ② พี่ชายและน้องชาย ③ พ่อ
④ พลเมือง ⑤ อากาศแจ่มใส ⑥ ฝนในฤดูใบไม้ร่วง
⑦ ใจกลาง กึ่งกลาง ⑧ การว่าร้าย

① nghỉ hè ② anh em trai ③ bố ④ người cư trú
⑤ trời đẹp ⑥ mưa thu ⑦ trung tâm, giữa ⑧ nói xấu

第11回 (188-206) p.132

2 ① d ② a ③ e ④ c ⑤ b

3 ① Western style clothes ② the last train of the day
③ declining, falling ④ chicken ⑤ Western food
⑥ a shortcut ⑦ blockade, out of service ⑧ for adults' use

① pakaian Barat ② kereta terakhir ③ menurun
④ daging ayam ⑤ makanan Barat ⑥ jalan terdekat
⑦ tidak bisa lewat ⑧ untuk dewasa

① เสื้อผ้าแบบตะวันตก ② รถไฟเที่ยวสุดท้าย
③ การลดต่ำลง การเสื่อมลง ④ เนื้อไก่ ⑤ อาหารตะวันตก
⑥ ทางลัด ⑦ ขัดข้อง ติดต่อไม่ได้ งดบริการ ⑧ สำหรับผู้ใหญ่

① Âu phục ② chuyến tàu cuối trong ngày ③ giảm xuống
④ thịt gà ⑤ món ăn kiểu Âu ⑥ đường tắt
⑦ không chở khách ⑧ dành cho người lớn

第12回 (207-226) p.138

2 ① c ② d ③ a ④ b ⑤ e

3 ① toll, fee ② life and death ③ a head of a ward
④ a medical doctor ⑤ well-known ⑥ a vegetable
⑦ travel ⑧ an acquaintance

① ada biayanya ② hidup dan mati
③ kepala wilayah (camat) ④ dokter ⑤ terkenal
⑥ sayuran ⑦ wisata ⑧ orang yang dikenal

① เสียค่าธรรมเนียม คิดค่าบริการ ② ชีวิตและความตาย
③ ผู้ว่าการเขต ④ หมอ แพทย์ ⑤ เป็นที่รู้จัก ⑥ ผัก
⑦ การท่องเที่ยว ⑧ คนรู้จัก

① có mất phí ② sinh tử ③ quận trưởng
④ bác sĩ ⑤ nổi tiếng ⑥ rau
⑦ đi du lịch ⑧ người quen

第13回 (227-243) p.144

2 ① d ② c ③ b ④ e ⑤ a

3 ① a family ② an address ③ out (for rental)
④ a generation ⑤ a basement, underground
⑥ a washroom ⑦ a prefectural high school ⑧ the same time

① keluarga ② alamat ③ sedang dipinjam
④ generasi, keturunan ⑤ di bawah tanah
⑥ tempat cuci tangan ⑦ SMA milik profinsi
⑧ bersamaan

① ครอบครัว ② ที่อยู่ ③ อยู่ระหว่างยืมออก
④ สมัย วัย ⑤ ใต้ดิน ⑥ ห้องน้ำ
⑦ โรงเรียนมัธยมศึกษาตอนปลายประจำจังหวัด ⑧ ในเวลาเดียวกัน

① gia đình ② địa chỉ ③ đang cho thuê
④ thế hệ, đời ⑤ ngầm, dưới đất ⑥ nhà vệ sinh
⑦ Trường THPT do tỉnh thành lập ⑧ đồng thời

第14回 (244-262) p.150

2 ① b ② d ③ c ④ e ⑤ a

3 ① a building ② a library ③ a writer ④ an animal
⑤ a singer ⑥ in use ⑦ English language ⑧ a debt, a loan

① bangunan ② perpustakaan ③ novelis
④ binatang ⑤ penyanyi ⑥ sedang dipakai
⑦ bahasa Inggris ⑧ utang

① อาคาร ตึก ② หอสมุด ③ นักเขียน ④ สัตว์
⑤ นักร้อง ⑥ อยู่ระหว่างการใช้ ⑦ ภาษาอังกฤษ
⑧ หนี้สิน เงินกู้

① tòa nhà ② thư viện ③ nhà văn ④ động vật ⑤ ca sỹ
⑥ đang sử dụng ⑦ tiếng Anh ⑧ tiền nợ, khoản nợ

第15回 (263-280) p.156

2 ① b ② a ③ e ④ d ⑤ c

3 ① a classroom ② departure ③ underwear
④ a hospital ⑤ a plaza, an open space
⑥ a private university ⑦ once ⑧ a bookstore

① kelas ② berangkat ③ pakaian dalam
④ rumah sakit ⑤ lapangan, tempat luas
⑥ universitas swasta ⑦ sekali ⑧ toko buku

① ห้องเรียน ② การออกเดินทาง ③ ชุดชั้นใน ④ โรงพยาบาล
⑤ ที่กว้าง ลานกว้าง ⑥ มหาวิทยาลัยเอกชน ⑦ หนึ่งครั้ง
⑧ ร้านขายหนังสือ

① phòng học ② xuất phát ③ đồ lót ④ bệnh viện
⑤ quảng trường ⑥ trường đại học dân lập ⑦ một lần
⑧ hiệu sách

第16回 (281-300) p.162

2 ① c ② d ③ b ④ a ⑤ e

3 ① a problem, a question ② kanji ③ a photograph
④ a dining room ⑤ returning to one's home country
⑥ Wednesday ⑦ special ⑧ tax included

① masalah, pertanyaan ② huruf kanji ③ poto
④ kantin ⑤ pulang ke negara ⑥ Rabu
⑦ khusus ⑧ termasuk pajak

① ปัญหา คำถาม ② คันจิ ③ ภาพถ่าย
④ ห้องรับประทานอาหาร โรงอาหาร ⑤ การกลับประเทศ
⑥ วันพุธ ⑦ พิเศษ ⑧ รวมภาษี

① vấn đề, câu hỏi ② chữ Hán ③ bức ảnh
④ nhà ăn ⑤ về nước ⑥ thứ tư ⑦ đặc biệt
⑧ đã bao gồm tiền thuế

Reading 解答 / Answers / Kunci Jawaban / คำตอบ / Đáp án

第1回 (1-17) p.55-56

練習問題・Exercise・Soal Latihan・แบบฝึกหัด・Luyện tập

1 ① c ② a ③ a ④ c ⑤ c

2 ① a ② b ③ a ④ b ⑤ a

3 ① やまだ, おとこのひと, おんなのひと, やまかわ
② かわぐち, ちから ③ ひとつ ④ やすい
⑤ もくようび, にほんご, ほん

4
① A: ちょっと休みましょうか。
Why don't we take a short break? / Mari istirahat sebentar!
พักกันสักหน่อยไหม / Chúng ta nghỉ một chút nhé?!
B: そうですね。
Yes, let's do that. / Iya, yah. / ฮื่อ...ก็ดีเหมือนกัน / Vâng.

② A: 体に気をつけてください。
Please take care of yourself. / Hati-hatilah! /
ดูแลร่างกายด้วยนะ / Hãy giữ sức khỏe!
B: ありがとうございます。
Thank you. / Terima kasih. / ขอบคุณค่ะ / ครับ / Cám ơn anh (chị).

③ A: 一緒に, ばんごはんはどうですか。
How about having dinner together?
Bagaimana kalau makan malam bersama?
ไปกินข้าวเย็นด้วยกันไหม
Chúng ta ăn tối cùng nhau nhé?
B: いいですね。駅前に安くておいしいレストランがあ
りますよ。
Sounds good. You know, there is a cheap and good restaurant in front of the station.
Baik. Di depan stasiun ada restoran enak dan murah lho!
ดีเหมือนกัน มีร้านอร่อยราคาถูกอยู่หน้าสถานีรถไฟนะ
Ý hay đấy. Trước cửa ga có một nhà hàng rẻ lại ngon nữa.

チャレンジ！・Challenge!・Cobalah!・แบบฝึกหัดท้าทาย・Thử sức!

1 ① 7 ② 3 ③ 3 ④ 2 ⑤ 7 ⑥ 5

2 ① 1 ② 3 ③ 3 ④ 2 ⑤ 2 ⑥ 2

3 ① 木 ② 山, 山 ③ 男
④ 三人 ⑤ 本, 本 ⑥ 目, 女, 人, 田口

第2回 (18-36) p.63-64

1 ① c ② b ③ a ④ a ⑤ a

2 ① b ② a ③ a ④ b ⑤ c

3 ① おとな, ごにん, こども, はちにん ② ちいさい, いつつ, おおきい, ななつ, ください ③ くじ, はいります
④ うえ ⑤ しょうがっこう, ろく, さん

4
① A: じゃあ, 明日の四時に。
Well then, see you at 4:00 tomorrow. / Baik. Besok jam empat yah!
งั้นเจอกันพรุ่งนี้สี่โมงนะ / Vậy hẹn gặp cậu ngày mai, lúc 4 giờ.
B: はい, B1の出口で。
Yes, I will see you at Exit B1. / Ya, pintu B1 yah.
โอเค ที่ทางออกB1นะ / Ừ, ở cửa ra B 1 nhé!

② A: すみません。子どものくつ下は, どこですか。
Where can I find socks for children?
Maaf, kalau kaos kaki anak-anak sebelah mana?
ขอโทษค่ะ / ครับ ถุงเท้าเด็กอยู่ที่ไหน
Xin lỗi, tất của trẻ con bán ở đâu vậy?
B: このビルの七階です。
On the seventh floor of this building. / Di lantai tujuh.
อยู่ชั้นเจ็ดของตึกนี้ / Ở tầng 7 của tòa nhà này ạ.

③ A: お水, よろしいですか。
Would you like some water? / Mau air?
ต้องการน้ำดื่มอีกไหมคะ / ครับ / Anh (chị) uống nước nhé?
B: はい, じゃあ, 少しだけお願いします。
Yes, just a little, please. / Ya, sedikit saja.
ค่ะ / ครับ งั้นขออีกหน่อยแล้วกัน / Vâng, cho tôi ít thôi.

チャレンジ！・Challenge!・Cobalah!・แบบฝึกหัดท้าทาย・Thử sức!

1 ① 4 ② 5 ③ 5 ④ 4 ⑤ 5 ⑥ 3

2 ① 1 ② 2 ③ 1 ④ 3 ⑤ 1 ⑥ 2

3 ① 十 ② 五, 休 ③ 少, 太
④ 二, 上 ⑤ 体, 大 ⑥ 古

第3回 (37-56) p.71-72

1 ① a ② b ③ c ④ b ⑤ b

2 ① b ② c ③ c ④ b ⑤ a

3 ① ぜんぶ, ななひゃくえん ② おくに, にほん
③ きんようび, ともだち ④ こうじょう, みぎ ⑤ おかねもち

4
① A: 来週, 一緒にばんごはんは, いかがですか。
How about going out for dinner next week?
Minggu depan, bagaimana kalau kita makan malam bersama?
อาทิตย์หน้าไปกินข้าวเย็นด้วยกันดีไหม
Tuần sau chị đi ăn tối với tôi được không?
B: いいですね。でも, 火, 水はちょっと。金曜と土曜は
あいていますよ。
Sounds good. But Tuesday and Wednesday are not good. I'm free on Friday and Saturday.
Baik. Tapi kalau Selasa dan Rabu, saya tidak bisa. Kalau Jum'at dan Sabtu saya kosong lho.
ดีเหมือนกัน แต่อังคารกับพุธไม่สะดวก จะว่างศุกร์กับเสาร์นะ
Nghe hay đấy. Nhưng thứ ba và thứ tư tôi có chút việc rồi. Tôi rảnh thứ sáu và thứ bảy.

② A: この水はきれいですか。
Is this water clean? / Apakah air ini bersih?
น้ำนี้สะอาดไหม / Nước này có sạch không?
B: ええ, 大丈夫, 飲めますよ。
Yes, it's fine. You can drink it. / Ya, bisa diminum lho.
ไม่มีปัญหา ดื่มได้ค่ะ / ครับ
Có, nước sạch có thể uống được.

③ A: 写真をとりますよ。そこに立ってください。
I will take pictures. Please stand there.
Saya poto yah. Silahkan berdiri di situ!
จะถ่ายรูปนะ ช่วยยืนตรงนั้นหน่อยค่ะ / ครับ
Để tôi chụp ảnh nào. Hãy đứng ra kia.
B: はい。ここでいいですか。
Okay. Is here okay? / Di sini sudah cukup?
ค่ะ / ครับ ตรงนี้โอเคไหม / Vâng, thế này được chưa?

④ A: 休みの日は, 何をしますか。
What do you do on your day-off? /
Di hari libur apa yang anda kerjakan? / วันหยุดคุณทำอะไรบ้าง /
Ngày nghỉ anh thường làm gì?
B: 音楽が好きで, よく家でCDを聞きます。
I like music and listen to CDs at home for most of the time.
Karena saya suka musik, saya sering mendengarkan CD.
ผม / ฉันชอบดนตรี ก็เลยมักจะอยู่บ้านฟังซีดี
Tôi thích nhạc nên thường nghe CD ở nhà.

チャレンジ！・Challenge!・Cobalah!・แบบฝึกหัดท้าทาย・Thử sức!

1 ①6 ②13 ③8 ④5 ⑤8 ⑥4
2 ①1 ②1 ③1 ④3 ⑤2 ⑥1
3 ①月, 五月 ②八万九千円 ③明日, 月, 日
　　④右 ⑤音, 小 ⑥暗 ⑦国, 国人

第4回 (57-74) p.79-80

1 ①a ②b ③c ④a ⑤b
2 ①c ②a ③c ④c ⑤a
3 ①あした(あす), しちじ(ななじ), おきます
　　②からだ, たいせつ, ください ③ごじゅうえん,
　　きって, さん, ください ④よる, ろくじはん
　　⑤くがつ, おんなのこ, うまれました

4
① A：おうちは駅の近くですか。
　　Do you live near the station? / Apakah rumah anda dekat statsion?
　　บ้านคุณอยู่ใกล้สถานีไหม / Nhà anh có gần ga không?
　　B：はい、歩いて五分です。
　　Yes, it is a five minute walk. / Ya, lima menit dengan jalan kaki.
　　ค่ะ / ครับ เดินแค่ห้านาทีก็ถึง / Có, đi bộ mất 5 phút.

② A：日本語、上手ですね。
　　Your Japanese is good! / Bahasa Jepangnya pandai yah.
　　พูดภาษาญี่ปุ่นเก่งจังเลยนะ / Tiếng Nhật của anh giỏi thật đấy!
　　B：いいえ、まだまだです。
　　No, I still have lots to learn. / Tidak, masih kurang.
　　ไม่หรอก ยังต้องศึกษาอีกเยอะ / Không đâu, tôi còn phải học nhiều.

③ A：お正月はどうでしたか。
　　How was your New Year's Day? / Bagaimana tahun barunya?
　　ปีใหม่ทำอะไรบ้าง / Anh đón tết thế nào?
　　B：おかげさまで、ゆっくり休みました。
　　(Thank you for asking.) I had lots of rest.
　　Berkat anda, saya bisa berlibur dengan santai.
　　(ขอบคุณที่ถามถึง) ได้หยุดพักผ่อนเยอะเลยล่ะ
　　(Cám ơn anh đã hỏi thăm) Tôi đã được nghỉ ngơi thoải mái.

④ A：こちらにお名前とご住所をおねがいします。
　　Please write your name and address here.
　　Tolong nama dan alamat (tulis) di sini!
　　กรุณาเขียนชื่อและที่อยู่ตรงนี้
　　Xin anh hãy viết tên và địa chỉ vào đây.
　　B：はい、これでいいですか。
　　Okay. Is this fine? / Baik, begini sudah cukup?
　　ค่ะ / ครับ แบบนี้ใช้ได้ไหม / Vâng, thế này được chưa?

チャレンジ！・Challenge!・Cobalah!・แบบฝึกหัดท้าทาย・Thử sức!

1 ①8 ②6 ③7 ④7 ⑤4 ⑥4
2 ①1 ②1 ③3 ④3, 1 ⑤3, 1
3 ①生 ②百円, 足 ③切 ④三十分, 止
　　⑤歩, 足 ⑥走 ⑦下手, 上手

第5回 (75-92) p.86-87

1 ①c ②b ③c ④a ⑤c
2 ①c ②a ③a ④a ⑤c
3 ①あした(あす), ともだち, みます ②まいにち, にほんご,
　　ききます ③なんじ, くじ, みなみぐち ④ぎんこう
　　⑤なつやすみ, りょこう, いきました

4
① A：お元気ですか。
　　How are you? / Apa kabar?
　　สบายดีไหมคะ / ครับ / Anh có khỏe không?
　　B：ええ、おかげさまで。田川さんは？
　　I'm fine, thank you. How about you, Mr.Tagawa?
　　Ya, berkat anda. Kalau pak Tagawa sendiri bagaimana?
　　สบายดี ขอบคุณค่ะ / ครับ แล้วคุณทะงะวะล่ะ
　　Vâng, ơn trời, tôi vẫn khỏe. Còn anh, anh Tagawa?

② A：いい天気ですね。
　　Nice weather! / Cuacanya bagus yah!
　　วันนี้อากาศดีนะ / Trời đẹp nhỉ!
　　B：ええ、本当に。
　　Yes, it is. / Ya, betul. / ใช่...วันนี้อากาศดีจริงๆ / Vâng, đẹp thật.

③ A：お先に失礼します。
　　I am leaving! / Permisi saya duluan yah.
　　ขอตัวไปก่อนนะ / Tôi về trước đây.
　　B：おつかれさまでした。また明日。
　　Okay. Bye (Thank you for working hard). See you tomorrow.
　　OK, terima kasih, sampai besok.
　　(ขอบคุณสำหรับวันนี้) เจอกันใหม่พรุ่งนี้นะ
　　Vâng, anh đã vất vả cả ngày rồi. Hẹn anh ngày mai.

④ A：急いで下さい。間に合いませんよ。
　　Hurry up! Otherwise we won't make it.
　　Bergegaslah! Bisa ketinggalan lho!
　　รีบหน่อย เดี๋ยวไม่ทันนะ
　　Nhanh lên! Chúng ta sẽ không kịp mất.
　　B：はい、今行きます。
　　Yes, I'm coming! / Ya, sekarang saya mau pergi.
　　ค่ะ / ครับ กำลังไปแล้ว / Vâng, tôi đi đây!

チャレンジ！・Challenge!・Cobalah!・แบบฝึกหัดท้าทาย・Thử sức!

1 ①6 ②14 ③6 ④5 ⑤5 ⑥7
2 ①1 ②1 ③2 ④1 ⑤3 ⑥3
3 ①元 ②見 ③日本, 文, 学 ④毎日, 間, 日本
　　⑤先生, 門, 文学 ⑥海, 行 ⑦母, 北海, 見

第6回 (93-111) p.94-95

1 ①c ②c ③b ④a ⑤c
2 ①b ②a ③c ④c ⑤b
3 ①げつようび, ごぜん, ぎんこう ②なまえ, かいて,
　　ください ③ポルトガルご, えいご, はなします
　　④うしろ ⑤あか, いい(よい), たかい

4
① A：飲みものは、何がいいですか。
　　What would you like to drink? / Minumannya mau apa?
　　จะดื่มอะไรดี / Anh uống gì?
　　B：じゃあ、日本茶をお願いします。
　　Japanese tea (green tea), please. / OK, saya minta teh Jepang saja.
　　ขอชาญี่ปุ่นละกัน / Cho tôi một tách trà Nhật.

② A：日本に来て、どのぐらいですか。
　　How long have you stayed in Japan?
　　Semenjak datang ke Jepang, sudah berapa lama?
　　คุณอยู่ญี่ปุ่นมานานแค่ไหนแล้ว
　　Anh đến Nhật Bản bao lâu rồi?
　　B：今、三年ぐらいです。
　　It has been about three years. /
　　Sampai sekarang kurang lebih tiga tahun. /
　　ประมาณสามปี / Khoảng 3 năm rồi.

③ A：赤ちゃんの服も売っていますか。
　　Do you also carry baby clothing? / Apakah di sini juga
　　jualan pakaian bayi? / ที่นี่มีเสื้อผ้าเด็กขายด้วยหรือเปล่า
　　Ở đây có bán quần áo trẻ em không?

B：はい、こちらです。
Yes, this way, please. / Ya, sebelah sini.
มีค่ะ / ครับ เชิญทางนี้ / Có, ở đằng này ạ.

④ A：これは、何て読むんですか。
How do you read this? / Ini dibacanya apa?
นี่อ่านว่าอะไร / Chữ Hán này đọc thế nào?

B：「牛乳」ですよ。
(It's) 'gyuu nyuu'(milk). / 'Gyuunyuu' (susu sapi.)
อ่านว่า 'gyuu nyuu' / Gyuu nyuu.(sữa)

チャレンジ！・Challenge!・Cobalah!・แบบฝึกหัดท้าทาย・Thử sức!

1 ①6 ②9 ③7 ④10 ⑤10 ⑥14
2 ①3 ②2 ③2 ④2 ⑤1 ⑥3
3 ①赤, 止 ②高, 売 ③飯, 食, 後, 読 ④書
　 ⑤銀行, 前 ⑥食, 白

第7回 (112-130) p.102-103

1 ①a ②b ③a ④a ⑤b
2 ①a ②c ③c ④a ⑤b
3 ①おてら, あたらしい ②さかな, おこめ, からだ
　 ③かいしゃ, なに(なん), きます, くるま, きます
　 ④あいましょう, えき, みなみぐち
　 ⑤そら, くらい, あした, あめ

4
① A：ちょっと待ってもらえませんか。
Could you wait for me for a minute?
Maaf, maukah menunggu sebentar?
ช่วยรอหน่อยได้ไหม / Anh đợi tôi một lát nhé!

B：はい。
Sure. / Ya. / ได้สิ / Vâng.

② A：ビールを飲みますか。
Do you drink beer? / Apa anda minum bir?
คุณดื่มเบียร์ไหม / Anh có hay uống bia không?

B：ええ、時々。週に二日ぐらいですね。
Yes, sometimes. About twice a week.
Ya, kadang-kadang. Kira-kira seminggu dua kali.
ค่ะ / ครับบางทีก็ดื่ม ประมาณอาทิตย์ละสองครั้ง
Có, thỉnh thoảng. Khoảng hai lần một tuần.

③ A：何で行きますか。車ですか。
How are you going? How will you get there? By car?
Pergi pakai apa? Pakai mobil?
จะไปยังไง ขับรถไปหรือ
Anh đi bằng gì vậy? Bằng ô tô à?

B：いいえ、電車で行きます。
No, I will take the train. / Bukan, dengan kereta.
เปล่า นั่งรถไฟไป / Không, tôi đi bằng tàu điện.

④ A：ちょっと気分が悪いんですが。
I feel a little sick. / Maaf saya agak kurang enak badan.
รู้สึกไม่ค่อยสบายค่ะ / ครับ / Tôi thấy không được khỏe.

B：大丈夫ですか。ちょっと、休みましょう。
Are you okay? Let's take a short break.
Tidak apa-apa? Kita istirahat sebentar!
เป็นอะไรมากไหม พักสักครู่เถอะ
Chị không sao chứ? Chúng ta nghỉ một chút nào.

チャレンジ！・Challenge!・Cobalah!・แบบฝึกหัดท้าทาย・Thử sức!

1 ①8 ②14 ③13 ④8 ⑤7 ⑥9
2 ①1 ②3 ③3 ④2 ⑤1 ⑥2
3 ①電気 ②今日, 雨 ③一時間, 待, 内田, 来

④四月, 会社 ⑤寺 ⑥空気 ⑦駅, 会, 明日

第8回 (131-150) p.110-111

1 ①a ②b ③c ④b ⑤c
2 ①a ②c ③a ④c ⑤b
3 ①みせ, みち, わかりません ②にほん, よんほん, はな
　 ③せんしゅう, たかい, ちゃ, かいました
　 ④しまります, き ⑤うごきません ⑥よる, くび

4
① A：店内で、おめし上がりですか。
For here? / Mau makan di dalam?
รับประทานในร้านหรือเปล่าคะ / ครับ /
Ông ăn ở cửa hàng luôn ạ?

B：いえ、持ち帰りでおねがいします。
No, to go, please. / Tidak. Dibawa pulang saja.
ไม่ค่ะ / ครับ เอากลับบ้านครับ / Không, cho tôi mang về.

② A：こっちに来てください！早く早く！
Come over here! Hurry! / Ke sini! Cepat-cepat dong!
มาที่นี่หน่อย เร็วเข้า / Hãy tới đây! Nhanh lên!

B：はいはい、今行きます！
Yes, I'm coming. / Ya, ya. Sekarang ke sana.
รู้แล้ว ไปเดี๋ยวนี้ล่ะ / Vâng, tôi tới đây.

③ A：お茶です。どうぞ。
Here's your tea. / Ini tehnya, silahkan!
เชิญดื่มชาค่ะ / ครับ / Mời anh uống trà.

B：じゃ、えんりょなく。
Thank you. (I will have it without reserve).
Yah, saya minum yah.
ขอบคุณค่ะ / ครับ (ถ้างั้นไม่เกรงใจนะคะ / ครับ)
Vâng, tôi không làm khách đâu.

④ A：何かご質問、ありますか。
Do you have any questions? / Apa ada pertanyaan?
มีคำถามอะไรไหมคะ / ครับ / Các bạn có câu hỏi gì không?

B：いいえ、特にありません。
No, not particularly. / Tidak ada.
ไม่มีอะไรจะถามเป็นพิเศษค่ะ / ครับ
Không, không có gì.

チャレンジ！・Challenge!・Cobalah!・แบบฝึกหัดท้าทาย・Thử sức!

1 ①15 ②11 ③11 ④9 ⑤12 ⑥10
2 ①1 ②3 ③1 ④3 ⑤3 ⑥3
3 ①茶, 特 ②四月, 花見 ③太, 毎週
　 ④電車, 止, 動 ⑤会社員, 働

第9回 (151-169) p.169-170

1 ①a ②b ③c ④a ⑤c
2 ①b ②c ③a ④c ⑤b
3 ①かるい ②あさ ③きょう, かぜ, つよい
　 ④よわい ⑤あじ

4
① A：風邪を引かないように気をつけて下さいね。
Be careful not to catch a cold.
Hati-hatilah jangan sampai masuk angin!
ระวังอย่าให้เป็นหวัดนะ
Hãy cẩn thận đừng để bị cảm.

B：はい、田川さんもお気をつけて。
Thank you. You, too, Mr. Tagawa. / Yah, Pak Tagawa juga yah!
คุณทะงะวะก็เช่นกันนะคะ/ ครับ
Vâng, anh cũng vậy, anh Tagawa.

② A：すみません。押さないで下さい。
Excuse me, could you stop pushing me? /
Maaf, tolong jangan mendorong! /
กรุณาอย่าผลักค่ะ/ ครับ / Làm ơn đừng đẩy tôi nữa.

B：あ、すみません。
Oh, I'm sorry. /
Oh, maaf yah. /
อ๊ะ ขอโทษค่ะ/ ครับ / Ôi, tôi xin lỗi.

③ A：さあ、ミーティングを始めましょうか。
Well, shall we start the meeting? / Baik kita mulai saja rapatnya! /
เอาล่ะ เริ่มประชุมกันได้แล้ว/
Nào, chúng ta bắt đầu cuộc họp được chưa?

B：すみません、あと二、三分待ってもらえませんか。
Excuse me, could you wait a few more minutes? /
Maaf, maukah menunggu 2 atau 3 menit lagi! /
ขอโทษค่ะ/ ครับ ช่วยรออีกสักสองสามนาทีได้ไหมคะ/ ครับ /
Xin lỗi, anh có thể thêm 2,3 phút nữa được không?

④ A：趣味は何ですか。
What's your hobby? / Apa hoby anda? /
งานอดิเรกของคุณคือทำอะไรคะ/ ครับ / Sở thích của anh là gì?

B：テニスが好きです。
I like playing tennis. / Saya suka tenis. /
ฉัน/ ผม ชอบตีเทนนิสค่ะ/ ครับ / Tôi thích chơi tennis.

チャレンジ！・Challenge!・Cobalah!・แบบฝึกหัดท้าทาย・Thử sức!

1 ① 11 ② 11 ③ 12 ④ 6 ⑤ 9 ⑥ 8
2 ① 1   ② 3   ③ 1   ④ 2 ⑤ 2 ⑥ 1
3 ① 朝, 軽   ② 運転, 好   ③ 二台   ④ 市, 寺
   ⑤ 姉, 妹   ⑥ 押入 (押し入れ), 入   ⑦ 来月, 引

第10回 (170-187) p.176-177

1 ① a ② b ③ c ④ a ⑤ a
2 ① c ② a ③ b ④ b ⑤ c
3 ① きいて, あんしん   ② はやく, いそいで, ください
   ③ とっきゅう, さんぷん   ④ すまい
   ⑤ はれて, あつく, おもいます

4

① A：何人兄弟ですか。
How many brothers and sisters do you have?
Anda berapa bersodara? / คุณมีพี่น้องกี่คนคะ/ ครับ
Anh có bao nhiêu anh chị em?

B：兄が二人、妹が一人の四人兄弟です。
Two elder brothers and one younger sister. There are four altogether (including me).
Empat bersodara, dua kakak laki-laki, dan satu orang adik perempuan.
มีพี่ชายสองคน น้องสาวหนึ่งคน รวมฉัน/ผมเป็นสี่คนค่ะ/ ครับ
Tôi có 4 anh em, hai anh trai và một em gái.

② A：ご主人も、日本に来ていますか。
Is your husband also in Japan?
Apakah suami anda juga datang ke Jepang?
สามีคุณก็อยู่ที่ญี่ปุ่นด้วยหรือเปล่าคะ/ ครับ
Chồng chị cũng đang ở Nhật à?

B：はい、三日前にきました。
Yes, he just came three days ago.
Ya, ia datang tiga hari yang lalu.
ค่ะ เขามาเมื่อสามวันก่อน
Vâng, anh ấy đến đây 3 ngày trước.

③ A：これ、旅行のおみやげです。
Here is a souvenir for you from my trip.
Ini oleh-oleh habis piknik.
ไปเที่ยวมา นี่ของฝากค่ะ/ ครับ
Đây là quà đi du lịch của tôi.

B：わあ、ご親切に。ありがとうございます
Wow, it's very kind of you. Thank you.
Waduh, baik sekali. Terima kasih yah.
ว้าว ใจดีจัง ขอบคุณค่ะ/ ครับ
Ôi, chị chu đáo quá. Cám ơn chị.

④ A：冬休みは、国に帰るんですか。
Are you going back to your home country during the winter vacation?
Liburan musim panas nanti, apa akan pulang ke negara anda?
ช่วงวันหยุดฤดูหนาวคุณจะกลับประเทศหรือเปล่าคะ/ ครับ
Nghỉ đông bạn có về nước không?

B：ええ、クリスマスに一週間ほど。
Yes, about a week during Christmas time.
Ya, pada saat natal, selama seminggu.
ค่ะ/ ครับ จะกลับช่วงคริสต์มาสสักหนึ่งอาทิตย์
Có, tôi sẽ về khoảng 1 tuần vào dịp nô-en.

チャレンジ！・Challenge!・Cobalah!・แบบฝึกหัดท้าทาย・Thử sức!

1 ① 12 ② 8 ③ 7 ④ 9 ⑤ 12 ⑥ 5
2 ① 1   ② 3 ③ 2 ④ 2 ⑤ 3   ⑥ 2
3 ① 気持, 悪   ② 秋, 晴, 好   ③ 主人, 弟, 住
   ④ 新, 入, 急   ⑤ 春   ⑥ 道, 大, 心

第11回 (188-206) p.183-184

1 ① a ② b ③ c ④ b ⑤ a
2 ① c ② a ③ b ④ a ⑤ a
3 ① ふゆよう, ふく, かいました
   ② とおり, つうこうどめ   ③ いえ(うち), えき, とおい
   ④ おとうと, ひくい   ⑤ いぬ

4

① A：車で送りましょうか。
Shall I give you a ride? / Mari saya antarkan pakai mobil!
ฉัน/ ผมขับรถไปส่งดีไหมคะ/ ครับ / Để tôi lái xe tiễn anh nhé?

B：いいんですか。じゃあ、えんりょなく。
Are you sure? Thank you. (I will accept your offer without reserve.)
Tidak apa-apa gitu? Kalau begitu, baiklah.
คุณสะดวกหรือ ถ้าอย่างนั้นก็ต้องรบกวนหน่อยละค่ะ/ ครับ
Có được không? Vậy tôi không làm khách nữa.

② A：一緒に、ばんごはんはいかがですか。
How about dinner together? / Bagaimana kalau makan malam bersama? /
ไปทานอาหารเย็นด้วยกันไหมคะ/ ครับ/
Chúng ta ăn tối cùng nhau nhé?

B：今日は、ちょっと用があって。明日なら、大丈夫ですよ。
I am afraid I can't today. How about tomorrow?
Maaf hari ini ada keperluan. Kalau besok tidak masalah.
พอดีวันนี้มีธุระ แต่ถ้าพรุ่งนี้ละก็ได้ค่ะ/ ครับ
Hôm nay có chút việc rồi. Nếu mai thì được.

③ A：そろそろ、終わりましょうか。
Shall we call it a day? / Sudah waktunya, mari kita akhiri!
วันนี้พอแค่นี้กันไหม / Hôm nay chúng ta dừng ở đây thôi chứ?

B：そうですね。おつかれさまでした。
Yes, let's do that. Thank you (for working hard).
Iya yah. Baik, terima kasih untuk hari ini yah.
เห็นด้วย ขอบคุณค่ะ/ ครับ (สำหรับความเหน็ดเหนื่อยกับงานวันนี้)
Vâng, anh vất vả cả ngày rồi.

④ A：日本は、はじめてですか。
It this your first visit to Japan? / Apa anda pertama kali ke Jepang?
คุณมาญี่ปุ่นเป็นครั้งแรกหรือเปล่าคะ/ ครับ
Chị đến Nhật Bản lần đầu à?

B：いいえ、二回目です。
No, it's my second time. / Bukan, yang kedua kalinya.
ไม่ค่ะ/ ครับ นี่เป็นครั้งที่สอง / Không, đây là lần thứ hai của tôi.

チャレンジ！・Challenge!・Cobalah!・แบบฝึกหัดท้าทาย・Thử sức!

1 ①6 ②10 ③11 ④11 ⑤13 ⑥7
2 ①2 ②3 ③1 ④1 ⑤3 ⑥1
3 ①試験, 終 ②友, 手紙, 書 ③電話, 不
   ④遠, 送 ⑤式, 和服 ⑥一人用 ⑦犬

第12回 (207-226) p.191-192

1 ①a ②a ③a ④c ⑤a
2 ①b ②c ③b ④a ⑤c
3 ①にじかん, むりょう ②しょくじ ③ぶじ
   ④ちいさいむら, さかな, やさい ⑤おおきいほう, みっつ

4
①A：まだ仕事があるから、帰れないんですよ。
   I still have work to do and I can't leave yet.
   Saya tidak bisa pulang, karena masih ada pekerjaan.
   ยังมีงานต้องทำเลยกลับไม่ได้ค่ะ/ ครับ
   Tôi vẫn phải làm việc nên chưa về được.
 B：そうですか。無理しないで下さいね。
   Is that so? Don't work too hard. /
   Begitukah? Jangan memaksakan diri yah!
   งั้นหรือคะ/ ครับ อย่าหักโหมมากเกินไปละกันนะ
   Đừng làm việc quá sức nhé.

②A：何料理が好きですか。
   What kind of food do you like? / Suka masakan apa?
   ชอบทานอาหารอะไรคะ/ ครับ
   Anh thích món ăn gì?
 B：特にイタリアンですね。
   I like Italian especially. / Terutama, masakan Italia yah.
   ผม/ ฉันค่อนข้างชอบอาหารอิตาเลี่ยนค่ะ/ ครับ
   Tôi đặc biệt thích món ăn Ý.

③A：どこか旅行に行きましたか。
   Did you travel somewhere? /Apa anda wisata ke sesuatu tempat?
   คุณได้ไปเที่ยวไหนบ้างหรือยังคะ/ ครับ
   Anh đã đi du lịch đâu chưa?
 B：はい、中国に一週間、家族と行ってきました。
   Yes, I was in China for a week with my family.
   Ya, seminggu pergi ke Cina bersama keluarga.
   ค่ะ/ ครับ ไปเที่ยวประเทศจีนกับครอบครัวมาหนึ่งอาทิตย์
   Rồi, tôi đi Trung Quốc cùng gia đình một tuần.

④A：熱があるので家に帰ります。
   I am going home. I have a fever.
   Maaf karena saya deman, mau pulang ke rumah.
   ผม/ ฉันรู้สึกมีไข้ก็เลยจะกลับบ้าน
   Tôi bị sốt. Tôi về nhà đây.
 B：そうですか。どうぞお大事に。
   Do you? Please take care of yourself.
   Begitu. Silahkan semoga lekas sembuh.
   งั้นหรือ ดูแลตัวเองดี ๆ นะ / Vậy sao? Hãy giữ gìn sức khỏe nhé.

チャレンジ！・Challenge!・Cobalah!・แบบฝึกหัดท้าทาย・Thử sức!

1 ①8 ②10 ③6 ④8 ⑤11 ⑥12
2 ①2 ②1 ③1 ④3 ⑤1 ⑥2
3 ①料理, 前, 下手 ②料金, 町, 仕方 ③寒
   ④仕事, 無理 ⑤自分, 服, 知

第13回 (227-243) p.199-200

1 ①b ②a ③b ④a ⑤c

2 ①a ②b ③a ④a ⑤c
3 ①バスだい ②とうきょう, ちかてつ
   ③けんりつだいがく, ちゅうしゃじょう
   ④こたえ ⑤こいけ, かぞく, ほっかいどう, かんこう

4
①A：今日は、割合に道がこんでいますね。
   Today the traffic is heavier than usual, isn't it?
   Hari ini jalannya malah lebih macet yah?
   ฮื้อ...เห็นด้วย / Vâng, đúng thế thật.
   วันนี้รถค่อนข้างติดนะ / Đường hôm nay khá là đông nhỉ?
 B：そうですね。
   Yes, you're right. / Iya, yah!
   ฮื้อ...เห็นด้วย / Vâng, đúng thế thật.

②A：打ち合わせをしたいんですが、月曜のご都合はいかがですか。
   I'd like to call for a briefing. Is Monday okay with you?
   Saya perlu bicara dulu dengan anda, bagaimana kalau hari Senin?
   วันจันทร์อยากจะปรึกษาเรื่องงานสักหน่อย สะดวกไหม
   Tôi muốn trao đổi với anh, thứ hai có được không?
 B：そうですね。三時から五時なら、あいていますが。
   Yes. I am free between 3:00 and 5:00.
   Baik. Dari pukul 3 sampai pukul 5 saya kosong tidak ada acara.
   เออ...ถ้าเป็นช่วงสามโมงถึงห้าโมงเย็นละก็ว่าง ค่ะ/ ครับ
   Được, tôi rảnh từ 3 giờ đến 5 giờ.

③A：仕事のときはスーツですか？
   Do you wear a suit to work? / Apakah anda selalu memakai
   jas pada waktu bekerja? / ไปทำงานต้องใส่สูทหรือคะ/ ครับ/
   Anh có mặc com-lê khi đi làm không.
 B：場合によりますね。
   It depends. / Tergantung pada situasinya. /
   แล้วแต่กรณี ค่ะ/ ครับ / Cũng tùy lúc.

④A：代わりにコピーをしましょうか。
   Shall I make a photocopy for you? / Biar saya kopikan yah?
   ฉัน / ผมทำ (ถ่ายเอกสาร) แทนให้ดีไหมคะ/ ครับ /
   Để tôi phô tô thay anh nhé?
 B：ありがとうございます。たすかります。
   Thank you. That helps. / Oh, terima kasih, ini akan sangat
   membantu saya. / ขอบคุณ นั่นช่วยได้มากเลยค่ะ/ ครับ
   Cám ơn chị, thế thì tốt quá.

チャレンジ！・Challenge!・Cobalah!・แบบฝึกหัดท้าทาย・Thử sức!

1 ①9 ②12 ③12 ④6 ⑤5 ⑥12
2 ①3 ②2 ③1 ④1 ⑤1 ⑥1
3 ①光 ②私, 家, 池 ③答, 同
   ④外国人, 来, 来, 京都市民 ⑤世, 旅行 ⑥電車代

第14回 (244-262) p.206-207

1 ①c ②c ③b ④c ⑤b
2 ①c ②c ③b ④a ⑤b
3 ①としょかん, ひとり, ご, かりられます ②やさい,
   ちゅうごくさん, こくさん ③でんわ, つかって
   ④せかい, くに, おんがく ⑤えいわ, いみ

4
①A：これ、ちょっとお借りしてもいいですか。
   May I borrow this for a minute? / Boleh saya pinjam ini?
   ขอยืมนี่หน่อยได้ไหม / Tôi mượn cái này một lát được không?
 B：あ、はい。どうぞ。
   Yes, go ahead. / Yah, silahkan.
   ได้สิ เชิญ / À, vâng, anh cứ dùng đi.

②A：これ、うちまでの地図。
   Here's a map to my house. / Ini, peta sampai ke rumah.

นี่ค่ะ/ ครับ แผนที่ไปบ้านฉัน/ ผม
Đây là bản đồ đường đến nhà tớ.

B：ありがとう。駅から近いね。
Thank you. I see your house is close to the station.
Terima kasih. Dekat dari statsion yah!
ขอบคุณ อยู่ใกล้สถานีดีนะ
Cám ơn cậu. Gần ga nhỉ!

A：うん、でも分からなかったら、電話して。
Yes, please call me in case you can't find my place.
Yah. Tapi kalau bingung, telepon saja yah!
อื้อ แต่ถ้าไม่แน่ใจก็โทรศัพท์มานะ
Uh, nhưng nếu không tìm được thì gọi điện cho tớ nhé!

B：うん、ありがとう。じゃ、楽しみにしているね。
Yes, thank you. I'm looking forward to visiting you.
Yah, terima kasih. Saya akan menikmatinya.
อื้อ ขอบคุณ งั้นจะคอยให้ถึงวันนั้นนะ
Uh, cám ơn cậu. Tớ đang rất mong chờ được đến nhà cậu.

チャレンジ！・Challenge!・Cobalah!・แบบฝึกหัดท้าทาย・Thử sức!

1 ① 14　② 13　③ 16　④ 7　⑤ 9　⑥ 8
2 ① 2　② 2　③ 4　④ 3　⑤ 3　⑥ 1
3 ① 飯, 自分, 作　② 薬, 三回, 飲　③ 産業, 有名
　④ 建, 見物　⑤ 林, 世界, 高　⑥ 歌, 上手

第15回 (263-280)　p.213-214

1 ① b　② b　③ a　④ b　⑤ c
2 ① b　② a　③ c　④ b　⑤ c
3 ① きょうしつ, ひろい　② わたし, しりつ, だいがくいん,
　けんきゅう　③ びょういん, しって, おしえて
　④ のって, きょうかい　⑤ つきます, おもいます

4
① A：一度、家にいらっしゃいませんか。
　Why don't you come to my place? (You have never been to
　my place.) / Sekali-kali, mau datang ke rumah saya?
　มาที่บ้านฉัน/ ผมสักครั้งสิ ค่ะ/ ครับ
　Mời anh đến chơi nhà tôi một lần.
　B：ええ、ぜひ。
　Sure, I'd love to. / Ya, tentu saya mau.
　ดีสิค่ะ/ ครับ / Vâng, nhất định rồi.

② A：あの本屋は広くていいですよ。
　That bookstore is nice and big, you know?
　Toko buku itu, luas dan bagus lho!
　ร้านขายหนังสือร้านนั้นกว้างและดีมากนะ
　Hiệu sách đó rất rộng và hay lắm.
　B：そうですか。じゃあ、今度行ってみます。
　Is it? I will check it out then. /
　Oh gitu yah. Baik, saya akan coba ke sana.
　เหรอ งั้นคราวหน้าจะลองไปดูสักครั้ง
　Vậy sao? Tôi phải đến đó mới được.

③ A：田中さんとお知り合いですか。
　Do you and Mr. Tanaka know each other?
　Apa anda kenal dengan Pak Tanaka?
　รู้จักกับคุณทะนะกะหรือคะ/ ครับ
　Anh quen anh Tanaka à?
　B：はい。先月会議で会ったんです。
　Yes, we do. We met at a conference last month.
　Ya, ketemu dalam rapat bulan lalu.
　ค่ะ/ ครับ เจอกันตอนประชุมเมื่อเดือนที่แล้ว
　Vâng, tôi gặp anh ấy ở cuộc họp tháng trước.

④ A：ああ、また、しっぱい。
　Oh, no! I did it again! / Aduuh, gagal lagi!
　เฮ้อ ทำพลาดอีกแล้ว / Ôi, lại hỏng rồi.
　B：まあ、いつも計画通りにはいきませんよ。
　Well, things don't always turn out the way you plan.
　Yaah, memang tidak harus selalu sesuai dengan yang
　direncanakan lho!
　เอาเถอะ ไม่มีอะไรที่เป็นไปตามแผนเสมอหรอก
　Mọi chuyện chẳng bao giờ theo kế hoạch đâu.

チャレンジ！・Challenge!・Cobalah!・แบบฝึกหัดท้าทาย・Thử sức!

1 ① 9　② 10　③ 8　④ 11　⑤ 9　⑥ 9
2 ① 2　② 1　③ 2　④ 3　⑤ 1　⑥ 3
3 ① 私, 去年　② 研究計画　③ 説明　④ 病気, 休
　⑤ 子, 科学者　⑥ 発音　⑦ 本屋

第16回 (281-300)　p.221-222

1 ① a　② b　③ c　④ b　⑤ a
2 ① c　② b　③ b　④ b　⑤ c
3 ① とりにく, いがい, なん, たべられます　② えいが,
　だいめい, おもいだせません　③ いか　④ しゃしん
　⑤ かんじ, さんびゃくじ, かけて, よめます

4
① A：明日も申し込みは、できますか。
　Will you still accept applications tomorrow?
　Apa besok juga bisa daftar?
　พรุ่งนี้ก็สมัครได้หรือเปล่าคะ/ ครับ
　Có thể đăng ký vào ngày mai không?
　B：はい、問題ありませんよ。
　Sure. No problem. / Ya, tidak masalah.
　ได้ ไม่มีปัญหาค่ะ/ ครับ / Được, không vấn đề gì hết.

② A：顔色が悪いですね。
　You don't look fine (You look pale). / Wajahmu pucat yah.
　สีหน้าไม่ดีเลยนะ / Trông sắc mặt anh không được tốt lắm.
　B：ああ、ちょっと頭がいたくて。
　Yes, I have a little headache. / Yaah, sedikit sakit kepala.
　ค่ะ/ ครับ รู้สึกปวดหัวนิดหน่อย / Vâng, tôi hơi đau đầu.
　A：早く帰った方がいいんじゃないですか。
　Why don't you go home early?
　Bukahkah lebih baik cepat pulang?
　น่าจะกลับบ้านให้รีบหน่อยดีกว่านะ / Anh nên về sớm đi.

③ A：お会計は、ごいっしょですか。
　Would you like to pay together? (at the cash register)
　Bayarnya disatukan? / เช็คบิลรวมกันหรือเปล่าคะ/ ครับ
　Tính tiền chung ạ?
　B：いえ、別々にお願いします。
　No, we will pay separately, please. / Tidak, masing-masing saja.
　ไม่ค่ะ/ ครับ ช่วยแยกคิดต่างหากด้วย
　Không, tính riêng cho chúng tôi.

④ A：会場が広いから、マイクを用意しましょうか。
　The hall is big. Shall we have a microphone ready?
　Karena ruang pertemuan cukup luas, kita sediakan saja miknya.
　สถานที่มันกว้าง เตรียมไมโครโฟนดีกว่าไหมคะ/ ครับ
　Hội trường rộng ta nên chuẩn bị micro?
　B：それは、いい考えですね。
　Yes, that's a good idea. / Itu, ide bagus yah.
　นั่นเป็นความคิดที่ดีเลย / Ý hay đấy.

チャレンジ！・Challenge!・Cobalah!・แบบฝึกหัดท้าทาย・Thử sức!

1 ① 11　② 18　③ 10　④ 5　⑤ 6　⑥ 18
2 ① 1　② 3　③ 3　④ 2　⑤ 3　⑥ 2
3 ① 来週, 友, 集　② 色々, 考, 方　③ 都合, 別
　④ 家族, 別　⑤ 以上, 映画　⑥ 夏, 帰国

ストーリーで意味を覚えよう
日本語訳

第1回

1	一	棒が一本です
2	二	棒が二本です。
3	三	棒が三本です。
4	山	山が連なっている形です。
5	川	川が流れている形です。
6	目	目の形を90度回転させると目になります。
7	口	口の形です。この漢字は漢字の部品として使用されるとき、物という意味も表します。
8	人	歩いている人を横から見た形です。
9	木	縦の線は木の幹を、横の線は地面を、そして、斜めの二本の線は根を表しています。全部を合わせると、木の形になります。
☆1	イ	この形は人という意味を表します。
10	休	人が木のそばで休んでいます。
11	本	木にとって根は最も基本になるところです。したがって一本線で示してあります。この漢字には、本という意味もあります。本の紙は木からできています。
12	体	人にとって最も基本となるものは、体です。
13	田	上空から見た田んぼの形です。
14	力	筋肉(力)のある腕を曲げた形です。
15	男	田んぼで働く力持ちの人は男の人です。
16	女	女の人が腕に赤ちゃんを抱いている形です。
☆2	宀	家の屋根です。
17	安	家の中に女の人がいれば安らぎが生まれます。この漢字には、安いという意味もあります。

第2回

18	上	矢印が上を指している形です。
19	下	矢印が下を指している形です。
20	中	箱の中に棒があります。
21	大	両手を広げた人が大きいという形を示しています。
22	太	体に何かよけいな物(「、」)が付いている人は太い人です。
23	小	腕を縮めて小さいことを表している形です。
24	少	お皿に少し物が乗っています。
25	入	どこかに入るときには、人は前屈みになります。
26	出	人々は山々から町に出たいと思っています。
27	子	子どもがお母さんを呼んでいます。
☆3	宀	学校の屋根です。
28	学	学校の屋根の下で子供が学びます。
29	四	部屋にカーテンのかかった四つの窓があります。この漢字は、皿のように書かれることもあります。
30	五	7−2=5ですが、漢字では、7と2を組み合わせて五になります。
31	六	六歳になったら子供は学校へ行きます。
32	七	7をZと書く国があります。それをひっくり返すと七になります。
33	八	タコの足は八本です。
34	九	十−1=九ですが、漢字では十と数字の1を組み合わせると九になります。
35	十	モーゼの十戒です。
36	古	十回、口にのぼったことは古いです。

第3回

37	百	数字の100を90度回転させれば、百になります。
38	千	10の3乗は千です。
39	万	一万円は一人の人の購買力として充分な額です。「力」の横棒が左に出ていないので気を付けてください。
40	円	円を数えるときには、めがねがいります。この漢字には「円い」の意味もあります。
41	日	太陽(日)が地平線を上ると、一日が始まります。
42	月	月にはクレーターがあります。この字には「(1ヶ)月、(1)月」の意味もあります。
★4	日	日には「(一)日」という意味と時間という意味があります。この漢字は単独でも使用されます。
43	明	日(太陽)と月は両方明るいです。
44	立	人が立っている形です。

45	音	お日様が出ているとき、人は立って**音**を立てます。
46	暗	**暗**闇は日と人が起きる音を待っています。
47	火	**火**と炎の形です。
48	水	木の中に流れているのは**水**です。
49	土	十字架を立てるのは**土**の上です。
★5	王	土地を支配するのは**王**です。この漢字は単独でも使用されます。
★6	玉	王が持っているのは、**玉**(宝)です。この漢字は単独でも使用されます。
50	国	宝が囲まれている所は、**国**です。
☆7	人	人が集まる**ホール**の屋根です。
51	全	ホールの下で守られている王は**全**ての物を持っています。
52	金	ホールにいる王が持っている光る物は、**金**です。お**金**という意味もあります。
53	工	鍛冶屋の**工**芸作品といえば、電車のレールです。
☆8	ナ	街の**目印**(ランドマーク)です。
54	左	街の目印の**左**にレールがあります。
55	右	街の目印の**右**に物があります。
56	友	街の目印のそばで**友**達がベンチに座って話しています

第4回

★9	可	人生の突き当たりに来たときに、人は「私にも**可**能だ」と言い続けます。この漢字は単独でも使用されます。
57	何	人は**何**ができるのか自分自身に問います。
58	手	手相のしわのある**手**の形です。
★10	刀	**刀**の形を表しています。この漢字は単独でも使用されます。
59	切	七人の侍が刀で物を**切**ります。
60	分	一つの線を刀で切って**分**けます。
61	今	ホールの屋根の下の矢印は**今**(現在)を示しています。
62	半	牛を**半**分に切ると、血が出ます。
63	止	手でケーキが倒れないように**止**めます。
64	正	止まれのサインでちゃんと止まるのは、**正**しいことです。

65	歩	少しずつ止まりながら行うこと、それは**歩**くことです。
66	足	友達に会ったら、**足**を止め、口で話します。この漢字の下の部分の「止」が変形していることに注意してください。
67	走	**走**ると、土ぼこりが立ちます。この漢字の下の部分の「止」が変形していることに注意してください。
68	起	蛇が頭を持ち上げ狩りに出るように、私たちは朝、身を起こして(**起**きて)仕事をしに走ります。
69	夕	お日様が半分山から見えている時間は、**夕**方です。
70	外	夕方になるとドアに鍵をかけて、**外**から人が入れなくします。
71	多	夕方は家路に向かう人と車が**多**くなります。
72	名	夕方、お母さんは子供の**名**前を口にして、家に帰るよう促します。
☆11	亠	**帽子**です。
73	夜	**夜**、帽子をかぶった人が、日が沈むのを見ています。
74	生	植物が育つと、葉っぱと茎が伸びます。それが**生**命です。

第5回

☆12	儿	二本の足を意味します。
75	見	足で歩いて見たい物を目で**見**ます。
76	元	人は、二本の足で歩き始めました。それが人類の起源(**元**)です。
77	先	旗を持った人が**先**に歩き、他の人を誘導します。
78	天	大きなものの上にある、さらに大きな一つの存在は**天**です。
79	文	テーブルの上でペンを使って**文**を書きます。
80	父	目と鼻とひげを描けば**父**になります。
81	母	**母**には二つの乳房があります。
☆13	イ	T字路です。
82	行	T字路が二つあるところを**行**きます。
☆14	⺈	旗を意味します。
83	毎	全て(**毎**)のお母さんは、旗を持って子供が交差点を通るのを見守っています。この漢字では「母」の形が異なっていることに注意してください。

☆15	氵	水を簡単にした形です。
84	海	全ての水滴が集まって海になります。
85	東	東に昇ったお日様が木の向こうに見えます。
86	西	地平線の西のかなたにお日様が沈んでいきます。
87	南	教会に献金します。教会はたいてい南に向いています。
88	北	二人の人が背中合わせに座って、お互いにこっちが北だと言い張っています。
89	耳	耳の形です。
90	門	門やドアを意味します。この漢字は単独でも使用されます。
91	聞	ドアに耳をくっつけて、聞きます。
92	間	門の間にお日様があります。時間の期間もあらわします。

第6回

93	牛	牛の背中にナイフが刺さっています。
94	午	正午に牛の背中のナイフが突き抜けました。
95	年	正午とベッド。昼寝をし続ければ、一年が矢のように過ぎます。
☆16	刂	ナイフを意味します。
96	前	人々は月が出る前にナイフ(包丁)で料理をします。「〜の前」という意味もあります。
☆17	夂	スキップしている足の形です。
97	後	T字路で、スキップをしている子供が振り返ります。後ろに何かがあるかもしれないから、気をつけましょう。
98	高	背を高くみせようと、帽子をかぶって台に立ちます。
★18	良	贈り物をすることは、良い行いです。この漢字は単独でも使用されます。
★19	金	お金と金属を意味します。この漢字は単独でも使用されます。
99	銀	金と、良の上の点がない漢字。同じ金属でも金ほどよくないものといえば、銀です。
100	食	ホールにある良い物は、食べ物です。
☆20	飠	食べるという意味です。「食」と形が違うので、気をつけてください。
101	飯	ご飯を食べるときに、テーブルの後ろにある椅子に座って食べます。

★21	欠	頭が欠けている人の形です。この漢字は単独でも使用されます。
102	飲	食べ物が充分にないとき(欠けている時)にすることは、飲むことです。
103	白	太陽の光線は白いです。
104	赤	土を熱すると赤くなります。
105	青	青い空に星と月が出ているのが見えます。
106	言	一日に三回、あいさつを言います。
★22	訁	言葉や言語に関係があります。この漢字は単独では「言う」という意味で使用されます。
107	話	千の言葉を言えば、それは、話(物語)になります。この漢字には話すという意味もあります。
108	語	五つの道具(二つの目と二つの耳と口)を使って、私たちは、言語を操ります。
★23	士	武士の像の形です。この漢字は単独でも使用されます。
109	売	武士についての本はよく売れます。
110	読	誰かが語った言葉をもとに本を書き、売ります。それを他の人が読みます。
111	書	筆で上手に字を書きたければ、土日も練習しないといけません。

第7回

☆24	斤	おのの形です。
112	新	立っている木を切るには、新しい斧が必要です。
113	馬	馬の形を表しています。
114	駅	漢字の右側にJRのサインが見えますか。昔は馬がいて現在はJRのサインがあるところは、駅です。
115	魚	魚の形です。
116	米	あらゆる方向から米は町にやって来ます。
117	来	人々は一番いい米を求めてやって来ます。
118	雨	空から雨のしずくが落ちてきます。
★25	雷	雨を表します。この漢字は単独でも使用されます。
119	電	田舎では、時々、雷が電柱に落ちます。雷の電気が電線を流れていきます。
120	気	不思議な力を放つ場所から、スピリチュアルな力(気)が出ています。
121	車	四つの座席と四つの車輪があるもの、それは車です。

122	空	工芸品作家は家の中で8時に仕事を始めましたが、何もできず空(から)のままです。この漢字には空(そら)の意味もあります。
123	社	左側は、その土地を守っている神社の神主です。神社は、昔人々が集まるところでした。今は、**会社**がその機能を担っています。
124	内	玄関の形をしています。玄関を通ると**内**に入ります。
125	長	**長**い髪の女の子の形です。
★26	木	木です。この漢字は単独でも使用されます。
★27	交	帽子をかぶったお父さんが、他の人と**交**流します。この漢字は単独でも使用されます。
126	校	お父さんが木でできた建物の所に行き、皆と交流します。そこは**学校**です。
127	会	人々が、ホールの料理(お皿)の乗ったテーブルのところに集まります。それが人と**会**うということです。
★28	寸	**手**を簡略化した形です。この漢字は単独でも使用されます。
128	寺	土の下に手があるところはお墓です。お墓があるところは**お寺**です。
129	待	T字路の近くにお寺があります。わたしはそこで**待**っています。
130	時	太陽の角度を見たり、お寺の鐘の音を聞いたりして**時間**がわかります。

第8回

☆29	扌	**手**を簡単にした形です。
131	持	人々は、手にお供え物を**持**って、それをお寺に持って行きます。
★30	牛	**牛**の形です。この漢字は単独でも使用されます。
132	特	牛は神聖なものとして考えられており、お寺では**特別**な生き物とされています。
★31	貝	貝の形です。貝は昔お金として使用されたことから、**お金**を意味します。単独でも使用され、**貝**の意味になります。
133	買	四つの貝があれば、たくさんの物を**買**うことができます。「四」の漢字の中の線がまっすぐなことに気を付けてください。
134	員	お金を得るために、自分の意見を言う人は従業員です。この漢字には**会員**の意味もあります。
135	質	こんなおとぎ話があります。男が斧を池に落としたところ、水の女神が出てきて、金、銀、どちらの斧が自分の斧か**質問**します。彼は正直にどちらでもないと答えると、妖精は、彼に金の斧(お金＝貝)を与えました。この漢字には**質**という意味もあります。いい物か常に問い続けることで、質のあるものを得ることができるからです。
☆32	广	のれんの形です。
136	店	のれんをくぐったところに値札の付いた物があるのは**店**です。
137	開	神社の門はいつも**開**いています。
138	閉	手で門を**閉**めます。
139	問	**問**い合わせをするために、誰かの所に行ってドアをたたきます。
140	自	目は、その人**自**身を表す重要な箇所です。
141	首	上の部分には二つの人があります。昔、人は自分が何者かを知らせるために**首**に名札を付けていました。
☆33	辶	**道路**です。
142	道	人は道路を歩いて自分の**道**を見つけます。
☆34	冂	**大きなカバー**を意味します。
143	週	土曜日に次の**週**のためのたくさんの品物を買って、それに大きなカバーを掛けて家に持って帰ります。
144	重	田舎(田＋土)の道を通って千の荷物を土曜日に運ぶのは重いです。
145	動	力があれば、重いものでも**動**かすことができます。
146	働	人は何のために動くのでしょう。それは、**働**くためです。
147	早	**早**く仕事を終えるのに、恐らく十日かかるでしょう。
☆35	艹	フェンスを意味します。
148	花	「化」は、二人の人が背中あわせになっていて、一人が立ち、もう一人が座っている形です。「化」は変化するという意味です。フェンスの中で変化するのは**花**です。
149	草	フェンスで囲わなかったら、**草**は早く育ちません。
150	茶	フェンスに囲まれたホールで人々が**お茶**を飲みます。

第9回

★36	車	車です。この漢字は単独でも使用されます。
151	転	テーブルの上のおもちゃの車が回転して、下へ落ちました
☆37	冖	小さいカバーを意味します。
152	運	車が荷物をカバーで覆って運んでいます。
153	軽	土と椅子は、車で運ぶと軽く感じます。
154	朝	フェンスと月の間から太陽(日)が見えます。今、朝です。
155	昼	太陽(日)が地平線の上にあり、女の人が帽子をかぶっている時間は、昼間です。
★38	虫	木の枝を歩いている虫の形です。この漢字は単独でも使用されます。
156	風	虫が風に吹かれないように葉っぱの下に張り付いています。
157	押	肉をやわらかくするときには、肉たたきで押したり、叩いたりします。
★38	弓	弓の形です。この漢字は単独でも使用されます。
158	引	矢を射るときは、矢で弦を引きます。
☆40	ム	日本人は、充分広いところでも、膝を曲げて正座をします。
159	強	強いと(上手だと)、広い場所でも虫を射ることができます。
★41	羽	鳥の羽を表しています。この漢字は単独でも使用されます。
160	弱	羽が折れています。鳥は弱い羽では飛ぶことができません。
161	習	白い鳥が生えたばかりの羽を使って、飛ぶことを習っています。
162	勉	めがねをかけてノートを使い、月曜から日曜まで7日間、力一杯勉学に努めます(勉めます)。
163	台	広場でスピーチをするときには、台に立たないといけません。
164	始	女の人が台に立って演技を始めます。
165	市	市場のサインを表します。～市という意味もあります。
166	姉	お姉さんは市場に出て働ける年齢の人です。
★42	未	未だ充分には成長していません。この漢字は単独でも使用されます。
167	妹	妹は働くのには未だ充分な年齢ではありません。
168	味	味がわからないときには、それを口に入れて味見します。
169	好	女の人と子供はみんなから好かれます。

第10回

170	心	人間の心臓の形です。
★43	心	心臓です。この漢字は単独でも使用されます。
171	思	日本人は田んぼを見ると、心に故郷を思い浮かべます。
172	意	意見が思い浮かぶと、心臓が高鳴って音がします。
173	急	朝7時、急がないと遅れます。心臓が鼓動を打っています。
174	悪	ローマ数字のⅡが見えます。二枚舌だと、その人の心は醜い(悪い)です。
175	兄	お兄さんはいつも弟を見守っています。
176	弟	3歳になっても両手を広げて大泣きしているのは、私の弟です。
177	親	木の向こうから立って見ているのは誰でしょう。それは子供達を見ている親です。
★44	主	ろうそくです。この漢字は単独でも使用され、意味は主(あるじ)です。
178	主	昔、火を使うことができたのは、ご主人様です。
179	注	火の明かりを消すときには、ろうそくに水を注ぎます。
180	住	人は自分が住む場所にろうそくをおきます。
181	春	日本では、人々は三ヶ月間、日の光を満喫します。それは春です。
182	夏	夏は帽子をかぶって道を歩きます。そして、道路が暑いので、スキップをしないといけません。
☆45	禾	葉っぱと木を意味します。
183	秋	秋は、木の葉が炎のような赤い色に変わります。
184	冬	冬になると、人々はセーターを着ます。
185	寒	木の家はとても寒いので、セーターを着なければいけません。
186	暑	太陽には土日の休みなどありません。照り続けていて、とても暑いです
187	晴	晴れのときには、青い空に太陽がはっきりと見えます。

第11回

★46	糸	小さな木を意味します。この漢字は単独では、糸という意味になります。
188	終	毎年、冬の終わりには、木に飾り付けをします。
★47	氏	男の人と女の人、二人が同じ氏(名字)を持つことで家族が形成されます。この漢字は単独でも使用されます。
189	紙	名字を書くのは紙です。紙は木から作られています。
190	低	昔、身分の低い人々は名字を持っていませんでした。
191	肉	すじの入った肉のかたまりを表しています。
192	鳥	鳥の形です。
193	犬	人間にとって大切なパートナーは犬です。「、」は犬を散歩させている人の手を表しています。
★48	羊	羊の顔の形です。この漢字は単独でも使用されます。
194	洋	たくさんの羊の群れは、大海(洋)のように見えます。
195	和	何か物を作るとき、葉と木を使えば、それは和の物になります。
196	服	一月に一度、服を買います。
197	式	式のための設備を設置するために、工芸品作家は連れてこられました。
198	試	式で何かを言う前に、マイクの音がちゃんと出るか試してください。
199	験	人々は馬を連れてホールにやってきて、どれが一番いい馬か調べます(試験をします)。
200	近	斧で道を切ればゴールは近くなります。
☆49	夂	去る人を意味します。
201	遠	遠くの土地に向かって旅立つとき、さようならと大きな声で言います。
202	送	プレゼントを送るために、人が郵便局までの道を歩いています。
203	回	円がぐるぐる回っている形です。この漢字は、回数を意味するときにも使われます。
204	用	古いスタイルのかごは、いろんな用途に用いられます。
205	通	手でかごを持って運ぶのに、道を通ります。この漢字には、通りの意味もあります。
206	不	矢が壁を通り抜けることは不可能です。この漢字には「不〜」という意味があります。

第12回

207	事	筆で十の作品を書くことは大変な事です。
208	仕	武士とは他の人に仕える人のことです。
209	料	量りの升を使えば米の重さがわかり、その料金を知ることができます。
210	理	田舎(田＋土)の王様は常に論理的です。
211	有	私は、街の目印にもなっている、月の見える建物を所有しています。
212	無	旗がある牢屋があります。汗を流して働く以外に牢屋ですることは無いのです。
213	野	田舎でまわりを眺めてみても、野原しか見えません。
214	黒	田舎で働いたら、汗と汚れで服は黒くなります。
215	町	T字路のある田んぼのあるところが、私の町です。
216	村	村では、手作りでいろいろな物を木から作ります。
217	菜	フェンスの下にきゅうりとトマトがあります。それらは、私が育てている野菜です。
218	区	土地をいくつかの部分に分けると区になります。
219	方	人がある方向に向かって歩いています。
★50	方	方向の意味です。この漢字は単独でも使用されます。
220	旅	旅行会社の旗を持った一行が、「さよなら」と言いながら旅行に出ます。
★51	矢	武士が矢を持っている形です。この漢字は単独でも使用されます。
221	族	矢と旗を持っている武士が家族や一族を守ろうとしています。
★52	豆	人がカバーの掛けられた物を頭の上に載せて運んでいます。この漢字は単独でも使用され、豆という意味があります。
222	短	矢が短いと、頭の上に載せて運べます。
223	知	知っている事について口から出る言葉は、矢のようなスピードになります。
224	死	ある日の夕方、おじいさんは長いすに座っていましたが、次の瞬間、死んでしまいました。
225	医	弓と一本の矢です。昔、中国では医者は治療に針(小さな矢)を使っていました。
226	者	土曜日も日曜日も無いという意味です。週末に働く者は、いつもいます。この漢字には「人」の意味もあります。

第13回

227	都	ギリシャ文字のβはBです。**都**にいる人は、よりいい生活('B'etter life)を目指して土日も働きます。
228	京	首都(**京**)にいる人は、帽子で顔を隠し小さい声で政治について話します。
229	県	各**県**は小さいですが、見る価値があります。Lは、県境を表します。
230	民	氏は名字を表します。多くの家族が一緒に住んで、**市民**になりました。
231	同	カバーの下で人々が話すことは、いつも**同**じような事です。
232	合	ホールで人々は同じ事を話します。そういう人々はお互いよく性格が**合**います。
★53	竹	**竹**です。この漢字は単独でも使用されます。
233	答	竹の帽子は私にピッタリ合います。それは暑い夏に対する**答**えです(ちょうどいいです)。
☆54	豕	**豚**です。
234	家	昔、人々は豚と一緒に同じ**家**の屋根の下に住んでいました。
235	場	土と豚と太陽(日)がある所は、よい**場所**です。この漢字では豚の尻尾が隠れていることに注意してください。
☆55	尸	店の入り口を表します。
236	所	私の斧は店の一カ**所**に収められています。
237	世	木の年輪を数えれば、何**世**代に渡って生きているのか知ることができます。
238	代	人が**代**わりの人をどこかから連れてきます。
239	貸	お金がないとき、その代わりとして何かを**貸**します。
240	地	異なる世代で**土地**を分けます。この漢字では、「世」の字の縦線が別れていることに注意してください。
241	池	**池**では、色々な世代の魚がいっしょに住んでいます。この漢字では、「世」の字の縦線が別れていることに注意してください。
242	洗	お母さんはいつも食事に先だって手を**洗**うように言います。
243	光	走っている人がカメラのフラッシュの**光**を浴びています。

第14回

★56	央	**中央**には、何か大きな物があります。この漢字は単独でも使用されます。
244	英	フェンスに囲まれた中央にある王国は**英**国です。
245	映	スクリーンの中央に光が**映**っています。
246	歌	カラオケの店では、歌を**歌**い、自分に欠けているもののことを忘れます。
247	楽	木でできた太鼓を叩いて音楽を奏でることは、**楽**しいです。
248	薬	楽しい気持ちがフェンスに囲まれています。そういう落ち込んだ気分の時には、**薬**が必要です。
249	界	ここは、私が育った土地の田んぼです。ここが私の**世界**です。
250	産	生まれた(**産**まれた)後、赤ん坊は立つためのサポートがあるので幸せに生活することができます。この漢字には、**生産**するという意味もあります。
251	業	私の国は独り立ちがまだできません。それで、**産業**を興すために汗をかいて仕事をします。
252	林	いくつかの木が集まって**林**になります。
253	森	たくさんの木があるところは**森**です。
254	物	鞍をつけた牛がたくさんの**物**を運んでいます。
255	品	たくさんの物は**品物**になります。
256	建	土の上で紙をのばします。その紙に筆で間取りを書き、家を**建**てます。
257	館	家の屋根の下で口を開けて食べ物を食べます。そこは**館**です。
258	図	**地図**を書くときには、一枚の紙に×を書いて区切りを示します。二つの点は縮尺を表しています。
259	使	人が他の人に贈り物をあげるときには箱を**使**います。
260	便	二つ箱があったら、とても**便利**です。「使」と違って、この漢字は縦の線が突き出ないことに注意してください。
★57	昔	**昔**、炊飯器はこんな形でした。この漢字は単独でも使用されます。
261	借	昔、人々は日用品をあまり持っていなかったので、人から**借**りていました。
262	作	昔、たくさんの旗を人々は**作**りました。

第15回

263	広	のれんの下には**広**い空間があります。
264	私	木のそばの広い場所で**私**は自分**自身**について考えます。

265	去	人が土地を去った後には、広い場所が残ります。
266	室	「去」の上の部分と下の部分をひっくり返すと、「去らない」という意味になります。家の屋根の下で「人が去らない」ということは、つまり、室(部屋)を意味します。
267	屋	店の屋根の下で「人が去らない」ということは、〜屋(店)を意味します
268	教	教師は、してはいけないことを土曜日にも子供に教えます。
★58	石	街の目印の上が壊れているのは、石が当たったからです。この漢字は単独でも使用されます。
269	研	石でできている神社の門はいつも研磨されています。
270	発	神社から神秘の力が発しています。神社の形が変形していることに注意してください。
271	究	研究している時は、家の屋根の下で八回か九回は試してみないといけません。
272	着	羊毛を着ると、他の人の注目を集めます。この漢字には着くという意味もあります。
273	乗	神社の木の近くではバイクに乗ってはいけません。
274	計	十数える(計算する)ときには大きな声で言います。この漢字には計るという意味もあります。
275	画	田んぼを新しく作るときには、測定して計画しないといけません。
276	説	お兄さんは、怒っているときには、何度も何度も同じ事を言って説明します。
277	院	体調を元どおりによく(βetter)したいときには、病院や医院に行きます。
☆59	疒	二つの矢と一つののれんがあります。自分の店が襲撃されたら、あなたも病気になります。
278	病	人が布団で寝ています。病気なのです。
279	科	木のカップを使って、米を種類ごとに分類(〜科)します。
280	度	のれんの下に鍋と椅子があります。鍋の温度は何度ですか。この漢字には「〜度(回数)」という意味もあります。

第16回

★60	頁	帽子をかぶっている人がいます。その人は、スキップができません。この漢字には単独で使うときページという意味もあります。
281	頭	夏、スキップがしたくなります。でも、頭の上に何かが載っているとスキップができません。
282	顔	顔に書かれてある絵を見せたいので、スキップしないでじっと立っています。
283	声	「わたしは一番だ」という武士の大きな声が聞こえます。
284	題	太陽の下でじっと立ちながら、話題を修正します。この漢字では「正」の字の形が異なっていることに注意してください。
285	色	7人の武士が1番と書かれた色とりどりの旗を持っています。この漢字は、最後の線が曲がっていることに注意してください。
286	漢	二人の人が汗を流して、囲いの中で漢字を勉強しています。
287	字	子供が家の中で習うこと、それは文字です。
288	写	小さなカバーのついたカメラで写した写真をコピーします。5枚のうち、1枚はいい写真があります。
289	考	土地がないことを考えると、5晩眠れません。
290	真	十人がその目で同じ物を見たとしたら、それは真実です。
☆61	隹	小さなかごの中に物を集めます。
291	集	木の実をかごの中に集めて入れます。
292	曜	日曜日と他の6日を集めたら、一週間(全ての曜日)になります。
293	進	人が集まって、目の前の道を進んでいきます。
294	帰	「出」を逆さまにします。3時になったので、今いるところから出て、家に帰ります。
295	別	刀を使って物を一万個に砕くと、物がばらばら(別々)になります。
296	以	日本では通常、人は会社に入って以降、ゴルフを始めます。
297	堂	人々が屋根の下で話すところは、お堂です。豪華な屋根になっているので、気をつけて下さい。
298	税	税金を払わないといけないから、兄は木の下で怒っています。
299	込	一旦、その道に入ると名前がリストに含まれます(入れ込まれます)。
300	申	謙虚な人はあまり話しません。この漢字は、「言う」の謙譲語です。

日本語訳

Q&A 1 「っ」「ゃ」「ゅ」「ょ」などの特別な文字はどうタイプする？

	―	k	s	t	n
a	あ a	か ka	さ sa	た ta	な na
i	い i	き ki	し shi/si	ち chi/ti	に ni
u	う u	く ku	す su	つ tsu/tu	ぬ nu
e	え e	け ke	せ se	て te	ね ne
o	お o	こ ko	そ so	と to	の no

	h	m	y	r	w	
a	は ha	ま ma	や ya	ら ra	わ wa	
i	ひ hi	み mi	——	り ri	——	
u	ふ fu/hu	む mu	ゆ yu	る ru	——	
e	へ he	め me	——	れ re	——	
o	ほ ho	も mo	よ yo	ろ ro	を wo	ん nn

	g	z	d	b / p
a	が ga	ざ za	だ da	ば ba　ぱ pa
i	ぎ gi	じ zi/ji	ぢ di	び bi　ぴ pi
u	ぐ gu	ず zu	づ du	ぶ bu　ぷ pu
e	げ ge	ぜ ze	で de	べ be　ぺ pe
o	ご go	ぞ zo	ど do	ぼ bo　ぽ po

	k	s	t
ya	きゃ kya	しゃ sya/sha	ちゃ tya/cha
yu	きゅ kyu	しゅ syu/shu	ちゅ tyu/chu
yo	きょ kyo	しょ syo/sho	ちょ tyo/cho

	n	h	m
ya	にゃ nya	ひゃ hya	みゃ mya
yu	にゅ nyu	ひゅ hyu	みゅ myu
yo	にょ nyo	ひょ hyo	みょ myo

	g	z	b / p
ya	ぎゃ gya	じゃ zya/ja	びゃ bya　ぴゃ pya
yu	ぎゅ gyu	じゅ zyu/ju	びゅ byu　ぴゅ pyu
yo	ぎょ gyo	じょ zyo/jo	びょ byo　ぴょ pyo

small	a	i	u	e	o
x,l	ぁ xa/la	ぃ xi/li	ぅ xu/lu	ぇ xe/le	ぉ xo/lo

small	tsu	ya	yu	yo
x,l	っ xtu/ltu	ゃ xya/lya	ゅ xyu/lyu	ょ xyo/lyo

Q 「きょう」「がっこう」はどうタイプしますか？

A 基本的には表のようにローマ字をタイプすればその文字が出てきます。ここでは難しいものだけ紹介します。

小さい「ゃ、ゅ、ょ」の文字があるときは「ya, yu, yo」を子音といっしょに使ってください。例えば「きょ」の場合は「kyo」になります。「きょう」は「kyou」ですね。「かいしゃ」の場合は「kaisha」でも「kaisya」でもいいです。「かしゅ」は「kashu」か「kasyu」です。

「ん」をタイプするときは気をつけてください。「たぶんあした」と書きたいときに「tabunashita」とタイプすると、コンピューターは「ta bu na shi ta」と思って「たぶなした」と出してしまいます。「ん」をタイプするときは、「nn」としてください。

　　例）てんいん＝○ tennin　× tenin

「っ」をタイプしたいときには、次のアルファベットを2回タイプすると出てきます。「がっこう」は「gakkou」とタイプします。「しゅっちょう」というように「ゅ」「っ」が両方あるときは「shucchou」または「syuccyou」などとタイプすればいいのです。

本書では長音を ā, ī, ū, ē, ō と示していますが、タイプするときには平仮名で書かれているようにそのままタイプしないといけません。つまり「ありがとう」は、発音は「*arigatō*」なのですが、タイプするときは「arigatou」となります。長音は下のようにタイプしてください。

ā → あ　おかあさん　○ okaasan　× okasan
ī → い　おにいさん　○ oniisan　× onisan
ū → う　おとうさん　○ otousan　× otoosan
ē → い　えいが　　　○ eiga　　× eega
ō → う　とうきょう　○ toukyou　× tookyoo

平仮名から漢字やカタカナに換えたいときはスペース・バーを押してください。選択肢が出ますから、その中から自分の欲しい文字を選びます。「日本」と書きたいとき、「にほん」とタイプしてスペース・バーを押すと「二本　日本　ニホン　にほん」とたくさん出てきますから「日本」を選んで、ENTER を押してください。

Q&A 2 たくさん読み方があるとき、どう使い分ける？

Q-1 「人」の読み方は「ひと」「にん」「じん」の3つがありますが、どうやって使い分けるのですか。

A-1 漢字の読み方は「訓読み（日本式の読み方）」と「音読み（中国式の読み方）」があります。ですから、通常、一つの漢字には2つ以上の読み方があります。

さて、訓読みと音読みの使い分けですが、次のようなルールがあります。

ルール1
「訓読み」は日本の読み方で、訓読みの単語一つで一つの意味を持つ場合が多いです。例えば、漢字一字の訓読み、「人」はそれだけで一つの意味があります。同様に、漢字一字の形容詞や漢字一字の動詞の場合も訓読みになることが多いです。

例）　人(person)，大きい(big)，休みます(to rest)

ルール2
「音読み」は中国からもらった音なので、その音だけを「にん」「じん」などと言っても何のことだかわかりません。「音読み」は、たいてい他の漢字とくっついて熟語になることが多いのです。

例）　　三 ＋ 人 ＝ 三人(three people)
　　　　大 ＋ 学 ＝ 大学(university)
　　　イギリス ＋ 人 ＝ イギリス人(English person)

ルール3
最初の漢字が訓読みなら次の漢字も訓読み、最初が音読みなら次も音読みが多いです。

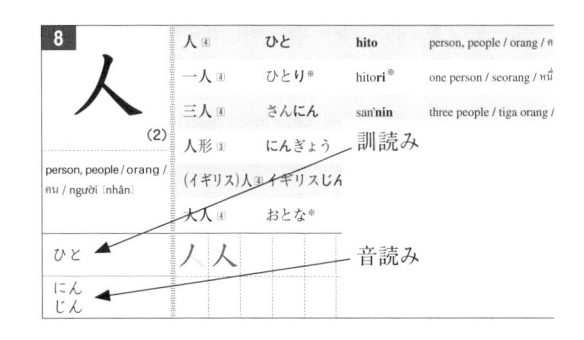

例）　訓＋訓　　目上(superior(s))
　　　　　　　右手(right hand)
　　　音＋音　　二年(two years)
　　　　　　　学生(student)

8	人④	ひと	hito	person, people / orang / ...
人	一人	ひとり*	hitori*	one person / seorang / ...
(2)	三人	さんにん	san'nin	three people / tiga orang / ...
person, people / orang / nư / người (nhân)	人形	にんぎょう		
	(イギリス)人④	イギリスじん		
	大人	おとな*		

ひと　→　ノ人　←　音読み
にん
じん

Q-2 音読みがたくさんある場合どう使い分けますか。

A-2 それは覚えるしかありません。「人」の音読みには、「にん」と「じん」がありますが、どんなときに「にん」と読むか、どんなときに「じん」と読むかにはルールがありません。また、アスタリスクの印＊がついている「大人」のような特殊な読み方もあります。

したがって、「人」の漢字の読み方を勉強するとき、「にん」「じん」「ひと」という音訓だけ覚えても意味がありません。「三人」「イギリス人」「大人」「人」というように、その漢字が使われている単語のまとまりで読み方を覚えましょう。

Q&A 3 「送り仮名」はどう使う?

Q 「だいがく」は「大学」ですが、どうして「やすい」は「安」ではなく「安い」なんですか。

A

	やす	いです
否定形のときは	やす	くないです
過去形のときは	やす	かったです
	↓	↓
	漢字	平仮名

「やす」の後、すなわち活用する部分は、音が変化しています。ですから、「安」にしてしまうとその変化が表せません。変化しない部分だけを漢字に、他の部分は平仮名にということになっているのです。

他に、動詞の「はいる」の場合は、「入る」「入らない」「入った」「入らなかった」と「はい」の部分が変わりませんから、「入る」というように書きます。

ただし、「大きい(big)」「小さい(small)」のように例外もありますから、どの部分がひらがなになるか注意が必要です。

例外: ○ 大きい　× 大い
　　　○ 小さい　× 小い

また、同じ「いりぐち(entrance)」という言葉でも、ひらがなを入れて「入り口」と書く場合や、ひらがなを入れないで「入口」と書く場合もあります。このような場合、本書では「入(り)口」というように括弧で括ってあります。

Q&A 4 漢字の読み方にヒントはある?

Q-1 漢字の読み方を一つ一つ覚えるのは大変です。読み方のヒントはありますか。

A-1 同じ部品が使われている漢字の音読みは、同じ読み方をすることがありますので、このことを覚えておくと便利です。

例
① 先：先生(teacher)　　洗濯する(to wash clothes)
② 寺：東大寺(Todaiji Temple)　時間(time)
③ 動：自動(automatic)　　労働(labour)

新しい漢字に、既に知っている同じ部品がある場合、その新しい漢字を読むことができる可能性があります。例えば、「古」の音読みは「こ」で、「固」「個」「枯」も「こ」と読みます。「同」の音読みは「どう」で、これと同じ部品がある「銅」「胴」「洞」も全て「どう」と読みます。このヒントを知っていると、300以降の漢字の読み方も推測できて便利です。

Q-2 「日」の訓読みは「ひ」ですが、「び」という読み方があります。どんなときに「゛」がつくのですか。

A-2 訓読みに限らず、音読みでも「千」を「せん」と読んだり「ぜん」と読んだりしますね。漢字と漢字が二つ以上接続した場合、例えば、「か」が「が」に (K → G)、「せ」が「ぜ」に (S → Z)、「た」が「だ」に (T → D)、「ひ」が「び」に (H → B) なるというように、二つ目以降の漢字の最初の音が濁ることがあります。

濁り方は、以下の四通りです。
①「かきくけこ」は「がぎぐげご」(K → G)
②「さしすせそ」は「ざじずぜぞ」(S → Z)
③「たちつてと」は「だぢづでど」(T → D)
④「はひふへほ」は「ばびぶべぼ」(H → B)

例
① 千円(one thousand yen)　　三千(three thousand)
② 着物(Japanese style clothes)　下着(underwear)
③ 日当たり(exposure to the sun)　土曜日(Saturday)
④ 口(mouth)　　川口さん(Mr./Ms. Kawaguchi)
⑤ 川(river)　　品川(Shinagawa: a place name)

Q&A 5 ☆★印の漢字の部品って何？

Q ☆や★の記号は何を表しているんですか。

A ☆や★は、漢字の部品を表しています。

漢字の多くは2～3の部品の組み合わせで構成されています。部品はそれぞれ意味があることが多く、知らない漢字を見たときも部品の意味を知っていれば、漢字の意味が大体想像できるので便利です。例えば「亻」なら人間、「氵」なら水、「木」なら植物に関する漢字だということが分かります。本書では、「亻」「氵」のように部品としてのみ使用されるものは☆、「木」のようにそれだけでも1つの漢字として使われ得るものには★の記号が振ってあります。

この本では61の部品を紹介していますが、よく使われる部品の中には名前が付いているものあります。それらの部品は「部首 (radicals)」と呼ばれています。ここでは、代表的なものを紹介します。名前も覚えておくと便利です。（☞ Q&A 6）

へん

休	校	海	話
にんべん	きへん	さんずい(へん)	ごんべん
☆1(p.40)	★26(p.40)	☆15(p.26)	★22(p.34)

持	秋
てへん	のぎへん
☆29(p.43)	☆45(p.124)

*左半分に来るものを「へん」と言います。「亻」の場合は「人」の意味なので「にんべん」と言います。

かんむり

安	花
うかんむり	くさかんむり
☆2(p.5)	☆35(p.48)

*上半分に来るものを「かんむり」と言います。「ウ冠」はカタカナの「ウ」と形が同じですから「ウ冠」と呼びます。

そのほか、このような組み合わせの漢字もあります。

しんにょう　つくり　かまえ　あし　たれ

Q&A 6 漢字の書き方が分からないとき、どう伝える？

Q 「『持つ』はどう書くんですか」と聞いたら、「手偏に寺ですよ」と言われました。「手偏に寺」って何ですか。

A 手偏は部品の名前です。Q&A 5に代表的な部品の名前がありましたね。漢字は、同じ音を持っている場合が多いので、「『じ』ですよ」と言われたら、「時？字？持？」と相手がどの漢字のことを言っているのか分かりません。そんなときに、部品の名前を使って説明すれば相手にすぐ通じます。（☞ Q&A 5）

「てへん」に「寺」＝扌＋寺 ⇒ 持

「しんにょう」に「首」＝辶＋首 ⇒ 道

では、これは何でしょう。

①「うかんむり」に「女」

部品の名前を知らないときは、

②「重い」に「力」

③ 上は「田んぼ」の「田」、下は「心」

と言っても通じます。

答え：①安 ②動 ③思

Q&A 7　書き順、画数は大切？

Q 書き順は覚えないといけませんか？

A 漢字の書き方は書道から来ていますから、正しい筆順に沿って書けば、漢字がきれいに書けます。しかし、日本人でも筆順は分からないときがあります。

　みなさんにとって筆順を知っていることの最大の利点は、画数が分かることです。画数が分かると、漢字を辞書で引くときの助けになります。漢字の読み方が分からなくても、辞書には画数のインデックスがあるので、画数だけで漢字が引けるのです。さて、筆順のルールですが、左から右、上から下、と決まっています。

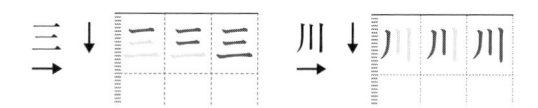

三 ↓ 一 二 三　　川 ↓ ｜ ｜｜ 川

フォントによって分かれているように見えても、一筆で書くこともあるので注意しましょう。

長 = 長　（6画目）　　口 = 口（2画目）

注意

　フォントによって漢字が異なって見える場合があります。
　下を見て、比べてみてください。漢字の画数もあててみましょう。

明朝体	教科書体 （手書きに近いフォント）
北 入 海 外 人	北 入 海 外 人

答え：北 5　入 2　海 9　外 5　人 2